ಹೇಮ ವಿಹಾರಿ

(ಸಾಮಾಜಿಕ ಕಾದಂಬರಿ)

ಸಾಯಿಸುತೆ

ಸುಧಾ ಎಂಟರ್‌ಪ್ರೈಸಸ್

ನಂ. 761, 8ನೇ ಮುಖ್ಯರಸ್ತೆ, 3ನೇ ಬ್ಲಾಕ್,
ಕೋರಮಂಗಲ, ಬೆಂಗಳೂರು – 560 034

Hema Vihaari (Kannada) : a social novel written by Smt. Saisute; published by Sudha Enterprises, # 761, 8th Main, 3rd Block, Koramangala, Bangalore - 560 034.

ಮೊದಲನೆಯ ಮುದ್ರಣ : 1998
ಎರಡನೆಯ ಮುದ್ರಣ : 2010
ಮೂರನೆಯ ಮುದ್ರಣ : 2012
ನಾಲ್ಕನೆಯ ಮುದ್ರಣ : 2022
ಪುಟಗಳು : 148

ಉಪಯೋಗಿಸಿದ ಕಾಗದ : 70 ಜಿ.ಎಸ್.ಎಂ. ಮ್ಯಾಪ್‌ಲಿಥೋ
ಮುಖಪುಟ ವಿನ್ಯಾಸ : ಪ.ಸ. ಕುಮಾರ್

ಹಕ್ಕುಗಳು : ಲೇಖಕಿಯವರದು

ಸಗಟು ಮಾರಾಟಗಾರರು
ವಸಂತ ಪ್ರಕಾಶನ
360, 10ನೇ 'ಬಿ' ಮುಖ್ಯರಸ್ತೆ, 3ನೇ ಬ್ಲಾಕ್,
ಜಯನಗರ, ಬೆಂಗಳೂರು - 560 011
ದೂರವಾಣಿ : 080-22443996
email : vasantha_prakashana@yahoo.com
website: www.vasanthaprakashana.com

ಅಕ್ಷರ ಜೋಡಣೆ :
ವಿರಾಟ್ ಆ್ಯಡ್ಸ್

ಮುದ್ರಣ :
ರೀಗಲ್ ಪ್ರಿಂಟರ್ಸ್

ಮುನ್ನುಡಿ

ಆತ್ಮೀಯ ಓದುಗರಲ್ಲಿ,

'ಹೇಮ ವಿಹಾರಿ'ಯ ಮೊದಲ ಮುದ್ರಣವನ್ನು ಓದಿದ ಕೆಲವರು ಪತ್ರ ಬರೆದು ಫೋನ್ ಮಾಡಿ ಹೇಳಿದ್ದನ್ನು ಹೇಳಬೇಕೆನಿಸುತ್ತಿದೆ.

'ಹೇಮ ವಿಹಾರಿ'ಯ ಚೆಲುವನ್ನು ಮರ್ಮವನ್ನು ಅರಿಯಬೇಕಾದರೆ ಅದನ್ನು ಒಳಹೊಕ್ಕು ನೋಡಬೇಕು. ಹಸನಾದ ರುಚಿಯಾದ ಭಾಷೆಯನ್ನು ಬಳಸಿದ್ದೀರಾ, ಕನಸುಗಳನ್ನು ಅರಳಿಸಿದ್ದೀರಾ. ಅಭಿರುಚಿಯನ್ನು ಬೆಳೆಸುವ ರೀತಿ ನಮ್ಮ ಪರಂಪರೆಗೆ ಮಾರ್ಗಸೂಚಿಯಂತಿದೆ ನಿಮ್ಮ ಬರವಣಿಗೆ.

ಈ ಶಭಾಷ್‌ಗಿರಿಗೆ ಧನ್ಯವಾದಗಳು. ಅದಕ್ಕೆ ದೊಡ್ಡ ರೀತಿಯ ಶ್ರಮವೇನುಪಟ್ಟಿಲ್ಲ. ಅದು ಸಹಜವಾಗಿ ದೈವ ಕರುಣಿಸಿದ ವರ.

ಈ ಕಾದಂಬರಿಯನ್ನು ಪುನರ್ ಮುದ್ರಣ ಮಾಡಿರುವ ಪ್ರಕಾಶನ ಸಂಸ್ಥೆ ಮತ್ತು ಪ್ರಿಯ ಓದುಗರಿಗೂ ನನ್ನ ಧನ್ಯವಾದಗಳು.

ಸಾಯಿಸುತೆ

"ಸಾಯಿಸದನ"
12, 2ನೇ ಮುಖ್ಯರಸ್ತೆ, 2ನೇ ಅಡ್ಡರಸ್ತೆ,
ಮಾರುತಿನಗರ, ಕೋಗಿಲೆ ಕ್ರಾಸ್, ಯಲಹಂಕ
ಓಲ್ಡ್ ಟೌನ್, ಬೆಂಗಳೂರು – 560064.
ಮೊ : 9845551164 / 9480306460
email: saisuthenovelist@hotmail.com

ನಮ್ಮಲ್ಲಿ ದೊರೆಯುವ ಸಾಯಿಸುತೆಯವರ
ಇತರ ಕಾದಂಬರಿಗಳು

ಹೇಮ ವಿಹಾರಿ	ಅನುಪಲ್ಲವಿ
ವಸಶಂತದ ಚಿಗುರು	ಪ್ರೀತಿಯ ಹೂಬನ
ಮಂದಾರ ಕುಸುಮ	ರಾಗಸುಧಾ
ಸವಿಗನಸು	ನಿಶಾಂತ್
ಮಾಗಿಯ ಮಂಜು	ಶ್ರೀರಂಜನಿ
ಕೋಗಿಲೆ ಹಾಡಿತು	ರಜತಾದ್ರಿಯ ಕನಸು
ಆನಂದ ಯಜ್ಞ	ಅಭಿಲಾಷ
ದೀಪಾಂಕುರ	ನೀಲಾಂಜನ
ಸಮನ್ವಿತ	ಶಿಲ್ಪ ತರಂಗಿಣಿ
ಸ್ವಯಂ ವಧು	ಭಾವಸರೋವರ
ಬನದ ಮಲ್ಲಿಗೆ	ಪುಷ್ಕರಿಣಿ
ಮಾನಸ ವೀಣಾ	ನೀಲ ಆಕಾಶ
ನಿಲ್ಲಿಸದಿರು ಕೊಳಲಗಾನವ	ಮಧುರ ಗಾನ
ಅವನೀತ	ಮಧುರಿಮ
ಮನಸ್ಸೇ ಸ್ವಲ್ಪ ನಿಲ್ಲು	ಸಮ್ಮಿಲನ
ಅರುಣ ಕಿರಣ	ನನ್ನೆದೆಯ ಹಾಡು
ಹಿಮಗಿರಿಯ ನವಿಲು	ಮಧುರ ಆರಾಧನ
ಶರಧಿ ಹೋಗಿ ಬಾ	ಜೀವನ ಸಂಧ್ಯ
ಅಭಿನಂದನೆ	ಶ್ವೇತ ಗುಲಾಬಿ
ನಾತಿ ಚರಾಮಿ	ಮಿಡಿದ ಶ್ರುತಿ
ರಾಧ ಮೋಹನಾ	ಮೇಘವರ್ಷಿಣಿ
ಮೊಗ್ಗೊಡೆದ ಮೌನ	ನವಚೈತ್ರ
ಸಂಧ್ಯಾಗಗನ	ಪೂರ್ಣೋದಯ
ಹೇಮಾದ್ರಿ	ಅಪೂರ್ವ ಮೈತ್ರಿ
ಪಾಂಚಜನ್ಯ	ನಿಶೆಯಿಂದ ಉಷೆಗೆ
ಚಿರಂತನ	ಸಪ್ತರಂಜನಿ
ವಿಧಿವಂಚಿತೆ	ವಸುದೈವ ಕುಟುಂಬ
ಶ್ರಾವಣ ಪೂರ್ಣಿಮಾ	ಪ್ರೇಮಸಾಫಲ್ಯ
ಇಬ್ಬನಿ ಕರಗಿತು	ಸದ್ಗೃಹಸ್ಥೆ
ನಿನಾದ	ಕಾರ್ತೀಕದ ಸಂಜೆ
ಬಾಡದ ಹೂ	ನಾ ನಿನ್ನ ಧ್ಯಾನದೊಳಿರಲು

ಸುಪ್ರಭಾತದ ಹೊಂಗನಸು	ಶಿಶಿರದ ಇಂಚರ
ಕರಗಿದ ಕಾರ್ಮೋಡ	ಮುಂಗಾರಿನ ಹುಡುಗಿ
ಹೃದಯ ರಾಗ	ಸಾಮಗಾನ
ಅಮೃತಸಿಂಧು	ಕಡಲ ಮುತ್ತು
ಬಣ್ಣದ ಚುಂಬಕ	ಆಡಿಸಿದಳು ಜಗದೋದ್ಧಾರನಾ
ಸ್ವರ್ಣ ಮಂದಿರ	ಪಂಚವಟಿ
ಶ್ರೀರಸ್ತು ಶುಭಮಸ್ತು	ಶ್ಯಾನುಭೋಗರ ಮಗಳು
ಗಂಧರ್ವಗಿರಿ	ಮೂಡಿ ಬಂದ ಶಶಿ
ಶುಭಮಿಲನ	ಜನನೀ ಜನ್ಮಭೂಮಿ
ಸಪ್ತಪದಿ	ಬಿರಿದ ನೈದಿಲೆ
ಚೈತ್ರದ ಕೋಗಿಲೆ	ಶರದೃತುವಿನ ಚಂದ್ರ
ಬೆಳ್ಳಿದೋಣಿ	ಮೋಹನ ಮುರಳಿ ಕರೆಯಿತು
ವಿವಾಹ ಬಂಧನ	ಮುಗಿಲ ತಾರೆ
ಮಂಗಳ ದೀಪ	ಅಗ್ನಿದಿವ್ಯ
ಡಾ॥ ವಸುಧಾ	ಧವಳ ನಕ್ಷತ್ರ
ಮುಂಜಾನೆಯ ಮುಂಬೆಳಕು	ಕಲ್ಯಾಣಮಸ್ತು
ಸೊಬಗಿನ ಪ್ರಿಯದರ್ಶಿನಿ	ದಂತದ ಗೊಂಬೆ
ರಾಗಬೃಂದಾವನ	ಸುಭಾಷಿಣಿ
ಬಿಳಿ ಮೋಡಗಳು	ಮಮತೆಯ ಸಂಕೋಲೆ
ಅನುಬಂಧದ ಕಾರಂಜಿ	ಮಂತ್ರಾಕ್ಷತೆ
ಮಿಂಚು	ಸಪ್ತಧಾರೆ
ನಾಟ್ಯಸುಧಾ	ಹೇಮಂತದ ಸೊಗಸು
ಪಸರಿಸಿದ ಶ್ರೀಗಂಧ	ಬೆಳಕಿನ ಹಣತೆ
ಬೆಳದಿಂಗಳ ಚೆಲುವೆ	ಗ್ರೀಷ್ಮದ ಸೊಬಗು
ವರ್ಷಬಿಂದು	ಗ್ರೀಷ್ಮ ಋತು
ಸ್ವಪ್ನ ಸಂಭ್ರಮ	ಪ್ರಿಯ ಸಖೀ
ನನ್ನ ಭಾವ ನಿನ್ನ ರಾಗ	ಚಿರಬಾಂಧವ್ಯ
ಸುಮಧುರ ಭಾರತಿ	ಅಗ್ನಿದಿವ್ಯ
ಮೌನ ಆಲಾಪನ	ಆಶಾಸೌರಭ
ಮತ್ತೊಂದು ಬಾಡದ ಹೂ	ಗಿರಿಧರ

ಹೇಮಾಗೆ ಹೂ ಬಿಡಿಸುವುದೆಂದರೆ ಬಹಳ ಇಷ್ಟವಾದ ಕೆಲಸ. ಎಷ್ಟೇ ಆಯಾಸವೆನಿಸಿದರೂ, ಅದನ್ನು ಬೇರೆಯವರಿಗೆ ಬಿಟ್ಟುಕೊಡಲಾರದಷ್ಟು ಪ್ರಿಯವಾದ ಕೆಲಸ. ಐದರ ಸುಮಾರಿಗೆ ಬುಟ್ಟಿ ಹಿಡಿದು ಅಂಗಳಕ್ಕೆ ಇಳಿಯುತ್ತಿದ್ದಳು. ಇಂದು ಅರ್ಧ ಗಂಟೆಯಷ್ಟು ಲೇಟು.

ಮುಂದಿನ ಕಾಂಪೌಂಡ್ ಅಂಗಳ ಮತ್ತು ಹಿತ್ತಲಲ್ಲಿ ಇಲ್ಲದ ಹೂ ಗಿಡಗಳೇ ಇಲ್ಲ. ಇವನ್ನು ಎಲ್ಲಿಂದಲೂ ಖರೀದಿಸಿ ತಂದಿದ್ದಲ್ಲ. ಅವರಿವರ ಮನೆಗಳಿಗೆ ಹೋದಾಗ ಕೇಳಿ ತಂದು ಅಕ್ಕರೆಯಿಂದ ಬೆಳೆಸಿದ್ದ ಉತ್ಸಾಹ ಅವಳದು.

"ಹೂ, ಬಿಡಿಸಿದ್ದು ಆಯ್ತಾ?" ಅವಳ ಚಿಕ್ಕಮ್ಮನ ದನಿ. ಆಕೆ ಮಿಲಿಟರಿ ಆಫೀಸರ್ ಇದ್ದಂಗೆ. "ಬಂದೇ..." ಒಂದೇ ಉಸುರಿಗೆ ಓಡಿದ್ದು "ಇನ್ನ ಸಾಕಷ್ಟು ಬಿಡಿಸೋದಿದೆ."

"ಹಿತ್ತಲಲ್ಲಿರೋ ಕನಕಾಂಬರ ಗಿಡಗಳಲ್ಲಿನ ಹೂ ಬಿಡಿಸೋದ್ಬೇಡ. ಮಾದಿಯ ಮನೆ ಕೆಲ್ಸದ ಹುಡ್ಗಿ ಬಂದು ಬಿಡ್ಸಿಕೊಂಡ್ಹೋಗ್ತಾಳೆ" ಎಂದರು ಕಸ್ತೂರಿ. ಹ್ಞೂಗುಟ್ಟುವುದಷ್ಟೆ ಕೆಲಸ. ಈಕೆ ತಂದೆಯ ಕೈಹಿಡಿದು ಬಂದಾಗ, ಅವಳಿಗೆ ಬರೀ ಮೂರು ವರ್ಷ. ತಾಯ್ತನ ಪ್ರೀತಿಯನ್ನೇನು ನೀಡಲಿಲ್ಲ. ಹೇಗೋ ಬೆಳೆದು ದೊಡ್ಡವಳಾಗಿದ್ದು ಒಂದು ಭಾಗ್ಯ.

ಮುಖದ ಮುಂದೆ ಪೇಪರ್ ಹಿಡಿದ ಅವಳ ತಂದೆ ಪಕ್ಕಕ್ಕೆ ತೆಗೆಯಲಿಲ್ಲ. ಕೈ ಹಿಡಿದು ಹೊಸಲು ದಾಟಿದ ಕೂಡಲೇ ಸಮಸ್ತವನ್ನು ಒಪ್ಪಿಸಿ ಶರಣಾದ ವ್ಯಕ್ತಿ. ಈಗ ರೆಕ್ಕೆಗಳನ್ನು ಕಳೆದುಕೊಂಡ ಪಕ್ಷಿಯಂತಿದ್ದ ಆ ವ್ಯಕ್ತಿ ಕನಿಷ್ಟ ಎತ್ತರಕ್ಕೂ ಕೂಡ ಹಾರಲಾರ. ಅದಕ್ಕೆ ಗಪ್‌ಚಿಪ್ಪಾಗಿರೋದು. ಎಲ್ಲಕ್ಕಿಂತ ಇದು ಸುಲಭ.

ಬುಟ್ಟಿ ಹಿಡಿದು ಸುಮ್ಮನೆ ಒಳಗೆಬಂದಳು.

"ಬಿಡಿಸಿರೋ ಹೂವಲ್ಲಿ ನಾಲ್ಕು ದಂಡೆ ಕಟ್ಟು, ಆ ಮನೆಗೆ ಹೋಗೋದಿದೆ" ಎಂದಿದ್ದು ಸ್ವರವೇರಿಸಿಯೆ. ಆ ಮನೆ ಎಂದರೆ ಆಕೆಯ ತವರು ಮನೆ. ಇದ್ದಿದ್ದು ಇದೇ ಊರಿನಲ್ಲಾದುದ್ದರಿಂದ ದಿಕನ್ನೆ ಒಮ್ಮೆಯಾದರೂ ಹೋಗಿ ಬರೋದಿತ್ತು. ಆಕೆಯ ಮೂವರು ಮಕ್ಕಳು ಹುಟ್ಟಿದ್ದು ಅಲ್ಲೇ, ಬೆಳೆಯುತ್ತಿದ್ದುದು ಅಲ್ಲೇ. ಅವರು ಬರುತ್ತಿದ್ದುದು ತಿಂಗಳಲ್ಲಿ ಒಂದೆರಡು ಬಾರಿ ಮಾತ್ರ.

ಈಗ ಪರಮಶಿವಯ್ಯ ಮುಖದ ಮುಂದಿನ ಪೇಪರ್ ತೆಗೆದು, ಪೆಂಡತಿಯ ಕಡೆ ನೋಡಿದ್ದು ಒಂದು ಅಪರಾಧವೇ.

"ಅದೇನು, ಹಾಗೇ... ನೋಡ್ತೀರಾ! ವಯಸ್ಸು ಮುದುರಿದರೂ ಚಪಲಕ್ಕೇನು ಕಮ್ಮಿ ಇಲ್ಲ" ಸಿಡಿದರು. ಎರಡನೆ ಮದುವೆಯಾದದ್ದು ಅಪರಾಧಿಯೆಂದು ಇಂದಿಗೂ ಹಂಗಿಸುತ್ತಿದ್ದರು.

ಆರಾಮಾಗಿ ಎರಡು ಕೈ ಜೋಡಿಸಿದರು "ಏನೇನೋ ಮಾತಾಡ್ಬೇಡ. ಬೆಳ್ದ ಹುಡ್ಗಿ ಮನೆಯಲ್ಲಿದೆ. ನಿನ್ನೆ ಹೋದ್ದೋಳು ಒಂದ್ಗಂಟೆ ಮುಂದಲ್ವಾ ಬಂದಿದ್ದು. ಮತ್ತೆ ಹೊರಡೋಂಥ ರಾಜಕಾರ್ಯ ಏನಿದ್ಯೋಂತ ತಿಳ್ಯೋ ಸಲುವಾಗಿ ನೋಡ್ದೆ ಅಷ್ಟೆ" ತಮ್ಮ ತಪ್ಪನ್ನು ಒಪ್ಪಿಕೊಂಡರು.

"ನನ್ನ ತಮ್ಮನಿಗೆ ಹೆಣ್ಣು ಕೊಡೋ ಜನ ಬರ್ತಾರೆ."

ಕಸ್ತೂರಿ ತವರುಮನೆಗೆ ಹೋಗಲು ಒಂದಲ್ಲ ಒಂದು ಕಾರಣ ಇರುತ್ತಿತ್ತು. ಒಂದು ಗೊಜ್ಜು, ಚಿತ್ರಾನ್ನ ಚೆನ್ನಾಗಿದ್ದರು ಕೊಟ್ಟು ಬರೋ ಧಾವಂತ ಆಕೆಯದು. ತವರನ್ನ ಇಷ್ಟರ ಮಟ್ಟಿಗೆ ಹಚ್ಚಿಕೊಂಡ ಹೆಣ್ಣು ಇದೊಂದೇ ಎಂದು ಹಲವರ ಅಂಬೋಣ.

"ಹೋಗೋಕೆ, ಬರೋಕೆ ನಾನು ಎಂದಾದ್ರೂ ತಕರಾರು ಮಾಡಿದ್ದೀನಾ? ಶ್ರೀನಿಧಿ ಕಟ್ಟಿಕೊಂಡು ಓಡಾಡೋ ಗೆಳೆಯರ ಹಿಂಡು ಒಳ್ಳೇದಲ್ಲ. ಹುಟ್ಟಿದಾಗ್ನಿಂದ ಅಲ್ಲೇ ಬೆಳ್ದ. ಇನ್ಮೇಲಾದ್ರೂ ಇಲ್ಬಂದು... ಇರ್ಲಿ" ಇದೊಂದು ರಿಕ್ವೆಸ್ಟ್ ಹೆಂಡತಿಯ ಮುಂದೆ.

"ನಾನು ಒಂದೆರಡು ಸಲ ಕರ್ದೆ. ಅವ್ನು ಬರೋಲ್ಲ ಬಿಡಿ. ಅಲ್ಲಿನಷ್ಟು ಸೌಕರ್ಯ ಇಲ್ಲೇನಿದೆ? ಅಮ್ಮ, ಅಪ್ಪ, ಅತ್ತಿಗೆಯರು ಕೂಡ ಎಷ್ಟು ಅಕ್ಕರೆಯಿಂದ ನೋಡ್ಕೋತಾರೆ" ಸಮರ್ಥನೆ ಆ ಕಡೆಯೆ.

"ನಾನೇನು ಇಲ್ಲಾಂದ್ನ! ಮೂರು ಮಕ್ಕಳಲ್ಲಿ ಒಬ್ಬರಾದ್ರೂ ನಮ್ಜೊತೆ ಇರ್ಬಾರ್ದಾ? ನಾವೇನು ಪಾಪ ಮಾಡಿದ್ದೀವಿ? ಹೇಮ ಮದ್ವೆ ಆಗಿ ಗಂಡನೆ ಮನೆಗೆ ಹೋದ್ಮೇಲೆ... ನಾವಿಬ್ರೂ ಏನ್ಮಾಡೋದು?" ನೋವು ತೋಡಿಕೊಂಡರು.

"ಆಗ ನೋಡಿಕೊಳ್ಳೋಣ. ಮಕ್ಳು ಮೇಲೆ ಅಕ್ಕರೆ ಇದ್ದರೆ, ನೀವೇ ಆಗಾಗ... ಹೋಗ್ಬನ್ನಿ" ಅಣತಿ ಇತ್ತರು ಕಸ್ತೂರಿ. ಇದು ಹೊಸದಲ್ಲ. ಅಪರೂಪಕ್ಕೆ ಇಂಥ ಮಾತುಕತೆ ನಡೆದರೂ ಪ್ರಯೋಜನವಾಗಿರಲಿಲ್ಲ.

ಮೇಲಿದ್ದ ಕಸ್ತೂರಿ ಹಾಕಿಟ್ಟಿದ್ದ ಉಪ್ಪಿನಕಾಯಿ ಜಾಡಿಯಿಂದ ಮುಕ್ಕಾಲಿಗಿಂತ ಜಾಸ್ತಿಯನ್ನ ಇನ್ನೊಂದು ಜಾಡಿಗೆ ಬಗ್ಗಿಸಿಕೊಂಡರು. ಹಪ್ಪಳ, ಸಂಡಿಗೆ ಜೊತೆ ತುಪ್ಪದ ಪ್ಯಾಕೆಟ್‌ನ ಕೂಡ ಎತ್ತಿಟ್ಟುಕೊಂಡರು.

ಪರಮಶಿವಯ್ಯ ಅನ್ಯಮನಸ್ಕರಾದರು.

ಮದುವೆಯಾದಾಗಿನಿಂದ ಇಂದಿನವರೆಗೂ ಕಸ್ತೂರಿ ಇಲ್ಲಿಂದ ಎಲ್ಲಾ ಎತ್ತಿ ಹಾಕುತ್ತಿದ್ದಳೇ ವಿನಃ ಅಲ್ಲಿಂದ ಒಂದು ವಿಳೆಯದೆಲೆ ಕೂಡ ಹಿಡಿದು ಬಂದವಳಲ್ಲ.

ಹೊಸದಾಗಿ ಒಂದು ಸಾಮಾನು ಕೊಂಡು ತಂದ್ರೂ ಅದು ನೇರವಾಗಿ ಹೋಗುತ್ತಿದ್ದುದು ಆ ಮನೆಗೆ. ಮೊದಮೊದಲು ತಿದ್ದಲು ಪ್ರಯತ್ನಿಸಿದ್ದುಂಟು. ಈಗ ಅಂಥ ಸಾಹಸ ಮಾಡ ಲಾರರು.

ಎಲ್ಲಾ ತಂದು ಟೇಬಲ್ಲು ಮೇಲೆ ಜೋಡಿಸುವ ವೇಳೆಗೆ ಕಸ್ತೂರಿಯ ತಂಗಿ ಮಾಧವ ಲಕ್ಷ್ಮೀ ಉರುಫ್ ಮಾದಿ ಮನೆಯ ಕೆಲಸದ ಹುಡುಗಿ ಬಂದಳು.

"ಹೂ ಬಿಡ್ಸಿಕೊಂಡು... ಬಾ... ಅಂದ್ರು."

ನೇರವಾಗಿ ಬಂದರು ಪರಮಶಿವಯ್ಯ "ಎಲ್ಲಿ, ಮೊನ್ನೆ ತಗೊಂಡ್ಹೋದ ಬುಟ್ಟಿ? ಬರೀ ಕೈ ಬೀಸ್ಕೊಂಡ್... ಬರ್ತೀಯಾ? ನಿಂಗೆ ಬುಟ್ಟಿಗಳ್ನ, ಕವರ್‌ಗಳ್ನ ಎಲ್ಲಿಂದ ಸಪ್ಲೈ ಮಾಡೋದು?" ಸ್ವಲ್ಪ ದನಿಯೆತ್ತರಿಸಿದರು.

"ಸುಮ್ನೆ, ನೀವ್ಯಾಕೆ ತಲೆ ಕೆಡ್ಸಿಕೊಳ್ತೀರಾ! ನಾನು ತಗೋತೀನಿ" ಹೇಮಾಳ ರೂಮಿಗೆ ಹೋದವಳೇ ಒಂದು ಪ್ಲಾಸ್ಟಿಕ್ ಕವರ್ ತಗೊಂಡು ಬಂದು ನಿರ್ಲಕ್ಷ್ಯವಾಗಿ ಹಿತ್ತಲಿಗೆ ಹೋದಳು.

ನಿಂತಲ್ಲೇ ಮನೆಯ ಯಜಮಾನ ಬಂಡೆಯಾದ. ಉತ್ಪ್ರೇಕ್ಷೆ ಹೊಸದಲ್ಲ. ಕಸ್ತೂರಿ ಅವರ ಜೀವನದಲ್ಲಿ ಕಾಲಿಟ್ಟ ಮೇಲೆ ಇವೆಲ್ಲ ಅನಿವಾರ್ಯವೆನಿಸಿತ್ತು. ಬಹುಶಃ ಆ ಹೆಣ್ಣು ತನ್ನ ಮನೆಯ ಬಗ್ಗೆ ಯೋಚಿಸಿದ್ದೇ ಇಲ್ಲ. ಏನೇ ಕೊಳ್ಳಲಿ ನೇರವಾಗಿ ಹೋಗುತ್ತಿದ್ದುದು ತವರುಮನೆಗೆ. ಅಕ್ಕರೆಯ ಹೆತ್ತವರ ಕುಟುಂಬಕ್ಕೆ ಎಷ್ಟು ಕಾಣಿಕೆ ಸಲ್ಲಿಸಿದರೂ ಕಡಿಮೆಯೇ.

"ತಂದ ಸಂಬಳ ನನ್ನ ಕೈಗೆ ಹಾಕ್ಬೇಡಿ." ಈ ಮೊದಲಿನ ಕರಾರಿಗೆ ಅಸ್ತು ಅಂದಿದ್ದೇ ಮುಗೀತು, ಇಲ್ಲಿವರೆಗೂ ಅದೇ ನಡೆದುಕೊಂಡು ಬಂದಿದ್ದು.

"ಅಪ್ಪ... ಮಜ್ಜಿಗೆ" ಮಗಳ ದನಿಗೆ ಎಚ್ಚೆತ್ತರು. "ತಗೊಳ್ಳಿ, ಒಂದಿಷ್ಟು ಅವ್ಳಿಗೆ ಹೂ ಕೀಳೋಕೆ ಸಹಾಯ ಮಾಡೂಂದಿದ್ದಾರೆ ಚಿಕ್ಕಮ್ಮ" ಎಂದಳು.

ಮಗಳತ್ತ ನೋಡಿದಾಗ ಅವರೆದೆಯಲ್ಲಿ ನೋವು ಬೆರೆತ ಪಶ್ಚಾತ್ತಾಪ ಹೊಗೆಯಾಡಿತು. ಆದರೆ ತುಟಿಗಳು ಬಿಚ್ಚಿಕೊಳ್ಳಲಿಲ್ಲ. ಕಸ್ತೂರಿ ಹಾಕಿದ ಪ್ಲಾಸ್ಟರ್ ಭದ್ರವಾಗಿತ್ತು.

ಅವರ ಕಣ್ಮುಂದೆ ಮಂಜು ಹರಡಿಕೊಂಡಿತು. ಕಸ್ತೂರಿಯ ಭವಿಷ್ಯದ ಬಗ್ಗೆ ಎಚ್ಚರ ವಹಿಸದಿದ್ದದ್ದು ದೊಡ್ಡ ಅಪರಾಧವಾಗಿ ಕಂಡಿತು. ಈಗ ನಿಸ್ಸಹಾಯಕರು. ಬಂದ ಪೆನ್‌ಷನ್‌ನ ಪೂರ್ತಿ ಮೊತ್ತ ಹೆಂಡತಿಯ ಕೈಗೆ ಹಾಕಬೇಕು. ಅದು ಗಪ್‌ಚಿಪ್ಪಾಗಿ. ಒಂದು ಮಾತು ಕೂಡ ಆಡಲು ಸಾಧ್ಯವಿರಲಿಲ್ಲ.

ಇಂದು ಹೊರಡುವಾಗ ಕಸ್ತೂರಿ "ಹೇಮಾನ ಜೊತೆಯಲ್ಲೇ ಕರ್ಕೊಂಡ್ ಹೋಗ್ತೀನಿ. ಅಲ್ಲಿ ಅಡುಗೆಯವ್ಳು ಕೈ ಕೊಟ್ಟಿದ್ದಾರೆ. ಅತ್ತಿಗೆಯವ್ರು ಎಷ್ಟೂಂತ ಮಾಡ್ತಾರೆ" ಅವಳನ್ನ ಜೊತೆಗೆ ಕರೆದೊಯ್ದರು.

ಕತ್ತೆಯನ್ನ ದುಡಿಸುವಂತೆ ಮಗಳನ್ನು ದುಡಿಸುತ್ತಿದ್ದವರು, ಬಾಯಿ ಎತ್ತಲಾರರು. ಅಕಸ್ಮಾತ್ ಎತ್ತಿದರೂ ಜವಾಬು ಇರುತ್ತಿತ್ತು. ಅಲ್ಲಿಗೆ ಇವರ ತುಟಿಗಳು ಬಂದ್.

ಸಂಜೆ ಮುಂದು ಇವರು ಬರದಿದ್ದು ಕಂಡು ಅವರ ಗೆಳೆಯ ಪಶುಪತಿ ಹುಡುಕಿಕೊಂಡು ಬಂದರು.

"ಇದೇನಯ್ಯ, ಒಳ್ಳೆ ಗ್ರಹಣಕ್ಕೆ ಅಂಜಿದ ಗರ್ಭಿಣಿಯ ಹಾಗೇ ಒಳ್ಗೇ ಉಳ್ದುಬಿಟ್ಟಿದ್ದೀಯಾ!" ಛೇಡಿಸುತ್ತಲೇ ಸುತ್ತಲೂ ನೋಟ ಹರಿಸಿ "ಯಜಮಾನಿಯಮ್ಮ ಇಲ್ವಾ, ಪುಣ್ಯ ಮಾಡಿದ್ದೇ ಬಿಡು. ಇದು ಯೋಗ ಕಣಮ್ಮ, ಎಲ್ಲರಿಗೂ ಸಿಕ್ಕೋಂಥದ್ದಲ್ಲ. ಬದ್ಕಿಗೆ ಅಂಟಿದರೂ ಅಂಟದಂತೆ ಇದ್ಬಿಡ್ಬಹ್ದು" ದೊಡ್ಡ ದನಿಯಲ್ಲಿ ಛೇಡಿಸಿದರು.

ಪರಮಶಿವಯ್ಯ ಭಾರವಾದ ಉಸಿರನ್ನು ಮೆಲ್ಲಮೆಲ್ಲಗೆ ದಬ್ಬಿದರು. ಒಂದೆರಡು ಸಲ ಹಿಡಿದಂತಾಯಿತು. ಶ್ವಾಸನಾಳದಲ್ಲಿ ತೊಂದರೆಯೇನಾದರೂ... ಇದೆಯೇ? ಕೆಲವೊಮ್ಮೆ ಅನಿಸುತ್ತಿತ್ತು.

"ಮಾತಾಡೋ..." ಬೆನ್ನಮೇಲೆ ಒಂದು ಹಾಕಿದರು. "ಪೂರ್ತಿ ಆಧ್ಯಾತ್ಮಿಕ ಕಡೆ ಹೋಗೋ, ಆಗ ಯಾವ್ದೇ ಚಿಂತೆಗಳು ಇರೋಲ್ಲ" ಎಂದರು.

"ಸಾಕು, ನಿನ್ನ ಉಡಾಫೆಯ ಮಾತುಗಳು. ಏನು ತಗೋತೀಯಾ? ಹೇಮಾನ ಅವ್ವ ಕರ್ಕೊಂಡ್ಹೋಗಿದ್ದಾಳೆ. ನಾನೇ ಏನಾದ್ರೂ ಮಾಡಿ ಕೊಡ್ಬೇಕು" ಎದ್ದರು ಪರಮಶಿವಯ್ಯ.

ಪಶುಪತಿ ಗೆಳೆಯನನ್ನು ಹಿಡಿದು ಕೂಡಿಸಿದರು. ಕಣ್ಣುಗಳಲ್ಲಿ ಕಕ್ಕುಲತೆ ಇತ್ತು. ಎದೆಯಲ್ಲಿ ತಳಮಳ. ಹೇಮಳ ಭವಿಷ್ಯದ ವಿಷಯದಲ್ಲಿ ಅವರಿಗೆ ಪ್ರಾಮಾಣಿಕವಾದ ಆತಂಕ."

"ಆ ಮಗು ಬಗ್ಗೆ ಏನು ಯೋಚ್ಸಿದ್ದೀಯಾ?" ವ್ಯಸನದಿಂದ ಪ್ರಶ್ನಿಸಿದರು. ಪರಮಶಿವಯ್ಯನ ಮುಖ ಸಪ್ಪಗಾಯಿತು. "ಕಸ್ತೂರಿ, ಅಣ್ಣ ಗಂಡುನ ನೋಡ್ತಾ ಇದ್ದಾನಂತೆ."

"ಥೂ, ನಿಂಗೆ ನಾಚ್ಕೆ ಆಗ್ಬೇಕು. ನೀನೋ ಹೇಮ ಅಪ್ಪ, ಅವ್ನೋ? ಮನುಷ್ಯ ಕೆಳ್ಗೆ ಇಳೀತಾನೆಂದರೆ, ಪಾತಾಳಕ್ಕಲ್ಲ. ಅವಳಮ್ಮ ಸತ್ತಾಗ್ಲೇ ಆ ಹುಡ್ಗೀನು ಸತ್ತಿದ್ರೆ... ಚೆನ್ನಿತ್ತು. ನಿಂದು ಒಂದು ಸಂಸಾರನೇನೋ, ನಿನ್ನ ಹೆಂಡ್ತಿ ಮೂರೊತ್ತು ಅಲ್ಲಿ. ಮಕ್ಳುನ ಹೆತ್ತು ಅಲ್ಲೇ ಬಿಟ್ಟಳು. ನಿಂಗೂ ನಿಶ್ಚಿಂತೆ. ಎಂದಾದ್ರೂ ನಿನ್ನ ಅಪ್ಪಾಂತ ಪ್ರೀತಿಯಿಂದ ಮಾತಾಡಿಸಿದ ನೇನೋ ಅವ್ರು. ಬೇಡಪ್ಪ ಬೇಡ! ಬೆಲೆ ಎಲ್ಲಾದ್ರೂ ಹಾಳಾಗಿ ಹೋಗ್ಲಿ. ಆ ಹುಡ್ಗಿ ಕನ್ಯಾಸೆರೆ ಬಿಡಿಸ್ಕೋ" ಗಟ್ಟಿಯಾಗಿ ಹೇಳಿದರು. ಅವರಿಗೆ ರೇಗಿತ್ತು.

ಈ ಮನೆಯಲ್ಲಿ ಏನಾದರೂ ಬದಲಾವಣೆ ಕಾಣಬೇಕೂಂತ ಇಪ್ಪತ್ತು ವರ್ಷಗಳಿಂದ ಕಾಯುತ್ತಿದ್ದರು. ಏನಿಲ್ಲ, ಇವೊತ್ತಿಗೂ ಇಲ್ಲಿ ಒಂದು ಹಬ್ಬ ಆಚರಿಸಿದ್ದಿಲ್ಲ. ಮಕ್ಕಳು ಅಲ್ಲೇ ಇದ್ದರು. ಹಬ್ಬದ ಹಿಂದಿನ ದಿನನೇ ತವರುಮನೆಗೆ ಹೋಗುತ್ತಿದ್ದರು. ಇವರು ಬೇಕಾದರೇ ಹಬ್ಬದ ಮಧ್ಯಾಹ್ನ ಅಲ್ಲಿಗೆ ಊಟಕ್ಕೆ ಹೋಗಬಹುದಿತ್ತು. ಅಕಸ್ಮಾತ್

ಹೋಗದಿದ್ದರೇ ಅಂಥ ಆಕ್ಷೇಪಣೆಯೇನಿಲ್ಲ, ಅಲ್ಲಿಂದ ಒಂದು ಕ್ಯಾರಿಯರ್ ಬರುತ್ತಿತ್ತು. ಹೇಮಾ ಮನೆಯಲ್ಲಿ ಒಂಟಿ. ಇದು ಸಾರ್ವತ್ರಿಕವಾಗಿ ನಡೆದುಬರುತ್ತಿತ್ತು ಇಂದಿಗೂ

"ನಾನು ಹೇಳಿದ್ದು ಕೇಳಿಸ್ತಾ?" ಮತ್ತಷ್ಟು ಗಟ್ಟಿಯಾಗಿ ಹೇಳಿದರು ಪರಮಶಿವಯ್ಯ "ಕೇಳಿಸ್ತು, ಅವ್ಳು ಮನಸ್ಸು ಮಾಡ್ಬೇಕು. ನಂಗೆ ಒಂದು ಬ್ಯಾಂಕ್ ಅಕೌಂಟ್ ಕೂಡ ಇಲ್ವೋ, ರಿಟೈರ್ಡ್ ಆದಾಗ ಬಂದ ಹಣನೆಲ್ಲ ಅವ್ಳೇ ತಗೊಂಡ್ಲು. ಮೂರು ಗಂಡುಮಕ್ಳು ಅವ್ರ ಬೇಕು ಬೇಡಗಳ್ನ ನೋಡ್ಬೇಕಲ್ಲ."

ಗೆಳೆಯನ ಮಾತಿಗೆ ಕುಸಿದು ಬಿದ್ದರು ಪರಮಶಿವಯ್ಯ. ಈ ಫ್ಯಾಮಿಲಿಯನ್ನ ನೋಡುತ್ತ ಬಂದವರೇ, ಮೊದಲ ಹೆಂಡತಿಯ ಮಗಳ ಭವಿಷ್ಯದ ಬಗ್ಗೆ ಕಿಂಚಿತ್ ಯೋಚಿಸದ 'ಬೇಜವಾಬ್ದಾರಿ ಮಾತ್ರವಲ್ಲ, ಮುಠ್ಠಾಳನಾಗಿ' ಕಂಡ 'ಶ್ಚು...ಶ್ಚು' ಲೊಚಗುಟ್ಟಿದರು.

"ನೀನು ಮುಠ್ಠಾಳ ಅನ್ನೋದು ಗೊತ್ತು, ಆದರೆ ಈ ಲೆವಲ್ ಮುಠ್ಠಾಳ ಅಂದುಕೊಳ್ಳಿಲ್ಲ. ಅಲ್ಲಯ್ಯ, ಇಷ್ಟು ವರ್ಷ ಕಸ್ತೂರಿಯವ್ರ ಜೊತೆ ಸಂಸಾರ ಮಾಡಿದ್ದೀ. ಇಂದಿಗೂ ಆಕೆಗೆ ಈ ಮನೆ, ಗಂಡ, ಸಂಸಾರ ನಂದು ಅನ್ನಿಸಿಲ್ಲ. ನಿನ್ನ ಮಕ್ಳು ಅಲ್ಲಿ ಬೆಳೆಯೋದು ಯಾಕೆ? ಒಂದ್ಸಲನಾದ್ರೂ ಗದರಿಸಿ ಕೇಳಿದ್ದೀಯಾ? ಹರಿದುಹೋದ ನೀರು ಹಿಂದಕ್ಕೆ ಹರ್ದು ಬರೋಲ್ಲ. ಅದ್ನ ಬಿಡು, ಹೇಮಾ ಗತಿಯೇನು? ಜೀವ್ನ ಪೂರ್ತಿ... ಮನೆ ಕೆಲ್ಸ ಮಾಡ್ಕೊಂಡು ಬಿದ್ದಿರ್ಲಾ, ಓದಿಗೂ ಹಚ್ಚದ ಪಾಪಿ. ನಿನ್ನ ಹೆಂಡ್ತಿಗೆ ಕಾಯಿಲೆ ಬಂತೂಂತ ಬಿಡಿಸ್ದೆ, ಮತ್ತೆ ಅವ್ಳ ಶಾಲೆಯ ಕಡೆ ಗಮನ ಕೊಡ್ಲಿಲ್ಲ" ಛೀಮಾರಿ ಹಾಕಿದರು.

ಪರಮಶಿವಯ್ಯ ತುಟಿ ಬಿಚ್ಚಲಿಲ್ಲ. ಪಶ್ಚಾತ್ತಾಪದಿಂದ ದಗ್ಧರಾಗಿದ್ದರು. ಹೈಸ್ಕೂಲಿನಲ್ಲಿ ಓದುತ್ತಿದ್ದಾಗ, ಹೆಂಡತಿಗೆ ಹುಷಾರಿಲ್ಲವೆಂದು ಬಿಡಿಸಿದ ನಂತರ ಅವಳ ಓದಿಗೆ ತಿಲಾಂಜಲಿ ಸಮರ್ಪಿಸಿದಂತಾಗಿತ್ತು. ಎಷ್ಟೋ ಸಲ ಮನಸ್ಸಿನ ಆಸೆ, ಆಕಾಂಕ್ಷೆಗಳನ್ನು ವ್ಯಕ್ತಪಡಿಸಲು ನಿಂತು ಹಾಗೇ ಹೋಗಿದ್ದಳು.

"ಹೇಮಾ, ಶಾಲೆಗೆ ಹೋಗ್ಲಿ" ಒಂದು ಸಲ ಹೆಂಡತಿಯ ಬಳಿ ಪ್ರಸ್ತಾಪಿಸಿದಾಗ "ಅಂಥ ಅಗತ್ಯವೇನಿಲ್ಲ, ನಮ್ಗೆ ಗಂಡು ಮಕ್ಳು ಇದ್ದಾರೆ, ಓದಿ ಹೆಸರು ಸಂಪಾದಿಸಿ ಕೊಡ್ತಾರೆ. ಸುಮ್ನೆ ಇಲ್ಲದ್ದು ಅವ್ಳ ತಲೆಯಲ್ಲಿ... ಹಾಕ್ಬೇಡಿ" ಗಂಡನ ಬಾಯಿ ಮುಚ್ಚಿಸುವುದಕ್ಕೆ ಇನ್ನೊಂದು ಮಾತು ಸೇರಿಸಿದ್ದು ಉಪಯೋಗಕ್ಕೆ ಬಂದಿತು. "ಮದ್ವೆಗೆ ಹಣ... ಬೇಡ್ವಾ! ಓದಿಗೇಂತ ಖರ್ಚು ಮಾಡಿ ಮುಂದೇನು ಮಾಡೋದು? ಇವ್ಳು ಡಿಗ್ರಿ ತಗೊಂಡರೇ... ಡಾಕ್ಟ್ರೋ... ಇಂಜಿನಿಯರೋ ಬೇಕೂಂತಾಳೆ, ನಾವೆಲ್ಲಿ ಅವ್ರ ಉದ್ದಕ್ಕೂ ಸುರಿಯೋಕ್ಕಾಗುತ್ತೆ. ಮನೆಯಿಂದ ಹೊರ್ಗೆ ಹೋಗೋ ಹೆಣ್ಣು ಮಕ್ಳು ನಮ್ಮ ವಂಶದ ಹೆಸರು ಹೇಳ್ತಾರಾ? ಮೂರು ಗಂಡು ಮಕ್ಳು ಇದೆ, ಈ ವಂಶಕ್ಕೆ."

ಹೆಂಡತಿಯ ಮಾತು ಸರಿಯೆನಿಸಿತು. ಪ್ರೌಢ ಶಿಕ್ಷಣ ಕೂಡ ಮುಗಿಸದೇ ಅವಳನ್ನ ಮನೆಯಲ್ಲಿ ಉಳಿಸಿಕೊಂಡಿದ್ದಕ್ಕೆ ಭಯಂಕರವಾದ ಶಿಕ್ಷೆಯನ್ನು ಕೊಡಬೇಕು. ಯಾರು ಕೊಡಬೇಕು. ಹೆಣ್ಣುಮಕ್ಕಳಿಗ ಶಿಕ್ಷಣ ಅಗತ್ಯ.

"ಮಾತಾಡೋ ಪರಮಶಿವ! ನಿಜವಾಗ್ಲೂ ಈ ಪಾಪ ನಿನ್ನ ಬೆನ್ನಟ್ಟುತ್ತೆ. ಮೊದ್ಲು ಅವ್ಳ ಬದ್ಕಿಗೆ... ಒಂದು ದಾರಿ ತೋರ್ಸು" ಇನ್ನಷ್ಟು ಗಟ್ಟಿಯಾಗಿ ಹೇಳಿದರು ಪಶುಪತಿ.

ಗಳಗಳ ಅತ್ತರು ಪರಮಶಿವಯ್ಯ. ಮುಂದೇನು? ಎಷ್ಟೋ ಸಲ ಹೇಮಳ ವಿವಾಹದ ಸುದ್ದಿ ಎತ್ತಿದ್ದರು. ಅದನ್ನು ಕಸ್ತೂರಿ ಕಿವಿಮೇಲೆ ಹಾಕಿಕೊಳ್ಳುತ್ತಿರಲಿಲ್ಲ. 'ಅಣ್ಣ ನೋಡ್ತಾ ಇದ್ದಾನೆ, ನಮ್ಗೇನು ಗೊತ್ತಾಗುತ್ತೆ, ಸುಮ್ಮನಿರಿ' ಇದೇ ದಬಾವಣೆ ಪ್ರತಿ ಸಾರಿಯು.

"ಸಮಾಧಾನ ಮಾಡ್ಕೋ. ಹನ್ನೆರಡು ಸಾವಿರದವರ್ಗೂ ಸಂಬಳವಿದ್ದ ನೌಕರಿ, ಸ್ವಂತ ಮನೆ! ಮಗುವಿಗೋಸ್ಕರ ಎರಡನೇ ವಿವಾಹ ಅಂದೇ, ಅದೆಲ್ಲ ಸುಳ್ಳು ಕಣೋ. ಹೆಣ್ಣು ಇಲ್ದೇ ಬದುಕೋಕೆ ಆಗೋಲ್ಲ ಅನ್ನೋರುನ ಕಂಡರೆ... ನಂಗೆ ಅಸಹ್ಯ. ಅದೆಲ್ಲ... ಹಾಳಾಗ್ಲಿ... ಹಾಗಂತ ಪೂರ್ತಿಯಾಗಿ ಅಡ್ಡ ಬೀಳೋದೇ. ಒಂದು ಮಾತಿದೆ 'One man's milk is other man's poison.' ವಿವಾಹದಿಂದ ನಿಂಗೆ ಪಾಯಸ ಆಯ್ತು ಜೀವನ, ಹೇಮಾಗೆ ಪಾಯಿಸನ್ ಬದುಕು. ಈಗ ತಕ್ಷಣ ಕಾರ್ಯೋನ್ಮುಖನಾಗಿ ಅವ್ಳಿಗೊಂದು ಮದ್ವೆ ಮಾಡ್ಬಿಡು. ನೀನು ಇಷ್ಟು ದಿನ ಮಾಡಿದ ಪಾಪಕ್ಕೆ, ಕನಿಷ್ಟ ಪ್ರಾಯಶ್ಚಿತ್ತ ಮಾಡ್ಕೋ" ಭುಜ ತಟ್ಟಿ ಸಂತೈಸಿದರು.

ಆಮೇಲೆ ಬಹಳ ಹೊತ್ತು ಕೂತು ಮಾತಾಡಿದರು ಗೆಳೆಯರು. ಕಸ್ತೂರಿಯನ್ನು ಮದುವೆಯಾಗುವುದಕ್ಕೆ ಮುನ್ನ ಇಲ್ಲಿ ಎಷ್ಟು ಸಾಮಾನು ಇತ್ತೋ, ಅಷ್ಟೆ. ಕುಕ್ಕರ್, ಮಿಕ್ಸಿ ಅಂಥದ್ದು ಗಂಡ ಕೊಂಡು ತಂದಾಗಲೂ ಕಸ್ತೂರಿ ಮುಲಾಜಿಲ್ಲದೆ ತವರುಮನೆಗೆ ಒಯ್ಯುತ್ತಿದ್ದಳು.

ರಾತ್ರಿ ಎಂಟರವೇಳೆಗೆ ಮನೆಯ ಮುಂದೆ ನಿಂತ ಹೀರೋ ಹೊಂಡದಿಂದ ಇಳಿದು ಹೇಮ ಒಬ್ಬಳು ಮಾತ್ರ ಒಳಗೆಬಂದಳು. ಶ್ರೀಕಂಠಿ ವೆಹಿಕಲ್‌ನ ಹಾಗೆಯೇ ತಿರುಗಿಸಿ ಕೊಂಡು ಹೋದ.

ಹೇಮಾ ತಂದೆಯ ಮುಖದ ಮೇಲೆ ಮೂಡಿದ್ದ ಗೆರೆಗಳನ್ನ ನೋಡಿ ಅರ್ಥ ಮಾಡಿಕೊಂಡು "ಕಂಠೀಗೆ ಅರ್ಜೆಂಟ್ ಕೆಲ್ಸವಿದೆಯಂತೆ" ಉಸುರಿದಳು ಪ್ರಯಾಸದಿಂದ.

ಪೆಚ್ಚುನಗೆ ಬೀರಿದರು. ಅವರನ್ನು, ಸ್ವಂತ ತನ್ನ ಮಕ್ಕಳನ್ನ ನೋಡಬೇಕೆನಿಸಿದಾಗ ತಾವಾಗಿಯೇ ಅಲ್ಲಿಗೆ ಹೋಗಬೇಕು. ಸಿಕ್ಕರೇ ಸಿಕ್ಕರು... ಇಲ್ಲದಿದ್ದರೇ ಇಲ್ಲ. ಅಕಸ್ಮಾತ್ ಎದುರಾದರು 'ಹಲೋ ಡ್ಯಾಡ್...' ಸ್ಟೈಲ್ಲಾಗಿ ಅಂದು ತಮ್ಮ ಪಾಡಿಗೆ ತಾವು ಹೋಗುತ್ತಿದ್ದರು. ತಂದೆಯ ಬಳಿ ಹತ್ತು ನಿಮಿಷ ಮಾತಾಡುವ ಪುರುಸೊತ್ತು ಅವರಿಗಿಲ್ಲ.

ಮೌನ ವಹಿಸಿದ ತಂದೆಯ ಬಳಿಗೆ ಬಂದ ಹೇಮಾ "ಚಿಕ್ಕಮ್ಮ, ನಿಮ್ಗೆ... ಕಾಯಿ ಒಬ್ಬಟ್ಟು ಕಳ್ಸಿ ಕೊಟ್ಟಿದ್ದಾಳೆ" ಎಂದಳು.

ಮಗಳನ್ನ ದೀರ್ಘವಾಗಿ ನೋಡಿದರು. ಘಳಕ್ಕೆಂದಿತು ಕಣ್ಣೀರು. ತನಗೆ ಕಸ್ತೂರಿಯ ಸನಿಹ ಪಾಯಸವಾದದ್ದು ಅವಳ ಪಾಲಿಗೆ ಪಾಯಿಸನ್ ಆಯಿತು. ಆ ತಪ್ಪೆಲ್ಲ... ತನ್ನದೇ!

"ಅಪ್ಪ, ಅಳ್ತಾ... ಇದ್ದೀ?" ಹೇಮಾ ಗಾಬರಿಯಿಂದ ಕೇಳಿದಳು. ಮುಖ ಪಕ್ಕಕ್ಕೆ ತಿರುಗಿಸಿಕೊಂಡು ಕಣ್ಣೀರು ತೊಡೆದುಕೊಂಡ ಪರಮಶಿವಯ್ಯ "ಏನಿಲ್ಲ, ಅದ್ನ ಒಳ್ಗಡೆ... ಇಟ್ಬಾ" ಕಳಿಸಿ, ಮುಖವನ್ನ ಟವಲಿನಿಂದೊರೆಸಿಕೊಂಡು ಕನ್ನಡಕ ಹಾಕಿಕೊಂಡರು. ಭ್ರಮೆಯ ಕನ್ನಡಕ ಹಾಕಿಕೊಂಡು ಹೇಮಾನ ದೂರವಿಟ್ಟ ತಪ್ಪಿಗೆ ಈಗ ತಾನೇನು ಮಾಡಬೇಕು?

ಇಂದು ಮಗಳನ್ನು ಹತ್ತಿರ ಕೂಡಿಸಿಕೊಂಡು ಕೈಹಿಡಿದು "ನಾನು ನಿಂಗೆ ತುಂಬ ಅನ್ಯಾಯ ಮಾಡ್ಬಿಟ್ಟೆ. ನಂಗೆ ಕಣ್ಣು ಇತ್ತಾ? ಬುದ್ಧಿ... ಇತ್ತಾ? ಏನಾಗಿದ್ದೆ? ಓದೋ ಹುಡ್ಗೀನ ಮನೆಯಲ್ಲಿ ಉಳ್ಸಿಕೊಳ್ಳೋಕೆ, ಹೇಗೆ ಮನಸ್ಸು ಮಾಡ್ದೆ? ಹೇಮಾ... ನನ್ನ ಕ್ಷಮ್ಸಮ್ಮ" ಕಣ್ಣೀರು ಮಿಡಿದರು.

"ಛೆ, ನೀವು ಖಂಡಿತ... ಅಳ್ಬೇಡಿ" ಅಷ್ಟೇ ಅಂದಿದ್ದು. ಅಳು ಒತ್ತರಿಸಿಕೊಂಡು ಬಂತು, ಅವಳಿಗೆ. "ನಂಗೆ ಓದೋಕೆ... ತುಂಬ... ತುಂಬ ಇಷ್ಟ ಇತ್ತು" ಬಿಕ್ಕಿದಳು ಅವರೆದೆಯಲ್ಲಿ ತಲೆ ಇಟ್ಟು. ಅಲ್ಲಿ ಮಾತು ಸತ್ತಿತ್ತು. ಅತ್ತರೂ ಸಮಾಧಾನಿಸುವ ನೈತಿಕತೆ ಇಲ್ಲದೆ ಒದ್ದಾಡಿದರು ವಿಲವಿಲನೆ.

ಬೇರೇನೂ ಅಲ್ಲದಿದ್ದರೂ ಆದಷ್ಟು ಬೇಗ ಒಂದು ಒಳ್ಳೆ ಗಂಡು ನೋಡಿ ಮದುವೆ ಮಾಡಬೇಕೆಂಬ ನಿರ್ಧಾರಕ್ಕೆ ಬಂದರು ತಡವಾಗಿಯಾದರು.

ಪಶುಪತಿ ಗೆಳೆಯ ಜೊತೆಗೆ ನಿಂತರೂ ಸಂಬಂಧಗಳನ್ನ ಹುಡುಕಲು. 'ಮ್ಯಾಚ್-ಮೇಕರ್ಸ್' ಸಂಸ್ಥೆಗಳ ಜೊತೆ ವಂಶಪಾರಂಪರ್ಯವಾಗಿ ವಧುವರರನ್ನ ಹೊಂದಿಸುವುದನ್ನು ವೃತ್ತಿ ಮಾಡಿಕೊಂಡಿರುವ ಮನೆಗಳನ್ನು ತಪಾಸಿಸಲು ಶುರುಮಾಡಿದರು. ಪ್ರತಿಯೊಂದು ಕಡೆಯು ಅವರಿಗೆ ಎದುರಾದುದು ಹುಡುಗಿಗೆ ವಿದ್ಯೆ ಸಾಲದು, ಮತ್ತೆ ಕೆಲವರಿಗೆ ಲಕ್ಷಾಂತರ ವರದಕ್ಷಿಣೆ ಬೇಕು. ಹಲವರಿಗೆ ಕೆಲಸದಲ್ಲಿರುವ ಹುಡುಗಿಯೇ ಬೇಕು. ಇವೆಲ್ಲದರ ನಡುವೆ ರೂಪ, ಮನೆತನ ಹುದುಗಿ ಹೋಗುತ್ತಿತ್ತು.

ಅಂದು ಶಾಸ್ತ್ರಿಗಳೇ ಹುಡುಕಿಕೊಂಡು ಬಂದರು. "ಹುಡ್ಗ, ವಿಧಾನಸೌಧದಲ್ಲಿ ಪ್ಯೂನ್. ಮಾಮೂಲಿಯಾಗಿ ವಾಚ್, ಉಂಗುರ, ಕತ್ತಿಗೆ ಸರ, ಸೂಟುಕೊಟ್ಟು ಎರಡು ಖರ್ಚು ಇಟ್ಟು ಮದ್ವೆ ಮಾಡಿಕೊಟ್ಟರೆ ಸಾಕೂಂತಾನೆ. ನಿಮ್ಮ ಮಗ್ಳಿಗೆ ಅನುಕೂಲವಾಗ್ಬಹ್ದು. ಇನ್ನೊಂದು ಹುಡ್ಗಿ...ಹುಡ್ಗನ ನಡ್ವೆ ಹದಿನೈದು ಅಂತರವಿರುತ್ತೆ, ಅಷ್ಟೆ. ಇವೆಲ್ಲ... ಮಾಮೂಲೆ" ವಿಷಯ ಪರಮಶಿವಯ್ಯನ ಮುಂದಿಟ್ಟಾಗ ಅವರೆದೆಯಲ್ಲಿ ಇರಿದಂತಾಯಿತು.

ಹನ್ನೆರಡು ಸಾವಿರದಷ್ಟು ದೊಡ್ಡ ಪಗಾರ ಪಡೆಯುತ್ತಿದ್ದ ಗೌರ್ನಮೆಂಟ್‌ನಲ್ಲಿ ಅಧಿಕಾರಿಯ ಪೋಸ್ಟ್‌ನಲ್ಲಿದ್ದ ವ್ಯಕ್ತಿಯ ಏಕೈಕ ಮಗಳಿಗೆ, ಇಂಥ ಸಂಬಂಧ.

"ನೋಡೋಣ... ಶಾಸ್ತ್ರಿಗಳೇ" ಅಷ್ಟೇ ಉಸುರಿದ್ದ.

ತನ್ನ ಕೋಪ, ಸ್ವಾಭಿಮಾನ ಎಲ್ಲಾ ಎಲ್ಲಿ ಸತ್ತುಹೋಯಿತು? ಪೂರ್ತಿ ವ್ಯಕ್ತಿತ್ವ ಕಸ್ತೂರಿಯ ಪಾದದಡಿಯಲ್ಲಿ ಹುದುಗಿ ಹೋಗಿದೆಯೆನಿಸಿತು.

ಅಂದು ಸಂಜೆ ಹೆಂಡತಿಯನ್ನ ಹುಡುಕಿಕೊಂಡು ಮಾವನ ಮನೆಗೆ ಹೋದರು ಬಹಳ ಹೊತ್ತು ಕಾಯಬೇಕಾಯಿತು. ಎಲ್ಲಾ ಷಾಪಿಂಗ್ ಹೋಗಿದ್ದರು.

ಬಂದ ಮಕ್ಕಳು ಇವರೆಡೆ ನೋಟವೇ ಹರಿಸಲಿಲ್ಲ.

"ಏನು, ಬಂದಿದ್ದು? ನಾನೇ ಸಂಜೆ ಬರೋದಿತ್ತು" ಕಸ್ತೂರಿ ಹೇಳುತ್ತ ಗಂಡನ ಮುಂದೆ ಕೂತರು. "ನಿನ್ನತ್ರ ಅರ್ಜೆಂಟಾಗಿ ಮಾತಾಡೋದಿದೆ, ತೀರಾ ಅರ್ಜೆಂಟಿದೆ... ನಡೀ" ಹೊರಡಿಸಿದ್ದು ಪ್ರಯಾಸದಿಂದಲೇ.

"ಹುಡುಗ್ರು ಬೇಜಾರು... ಮಾಡ್ಕೋತಾರೆ" ಕಸ್ತೂರಿ ಬರುವಾಗ ಬೇಸರ ವ್ಯಕ್ತ ಪಡಿಸಿದರು. "ಅಣ್ಣಂಗೆ ಕೂಡ ಹೇಳಿ ಬರೋಕಾಗ್ಲಿಲ್ಲ. ಅವ್ನಿಗಂತು ಕೋಪನೇ ಬಂದ್ಬಿಡುತ್ತೆ."

ಹೆಂಡತಿಯ ಯಾವ ಮಾತಿಗೂ ಪ್ರತಿಕ್ರಿಯಿಸಲು ಹೋಗಲಿಲ್ಲ. ಇಂಥ ಮಾತು ಗಳನ್ನ ಕೇಳುತ್ತಲೇ ಇದ್ದರು.

ಬಂದಕೂಡಲೇ ಹೇಮಾ ಕೈಯಲ್ಲಿ ನೀರು ತರಿಸಿಕೊಂಡು ಕುಡಿದರು. "ಹೇಮಾ, ವಿವಾಹದ ಬಗ್ಗೆ ಏನ್ಮಾಡ್ದೆ" ಧ್ವನಿ ತೀಕ್ಷ್ಣವೆನಿಸಿತು.

"ಇಷ್ಟಕ್ಕೋಸ್ಕರ, ಇಷ್ಟೊಂದು ಧಾವಂತ! ಅಣ್ಣ, ಅದೇ ಪ್ರಯತ್ನದಲ್ಲಿ ಇದ್ದಾನೆ. ಇಷ್ಟೆಲ್ಲ ಇದ್ದು ಕೂಡ ನನ್ನ ಎರಡನೆ ಮದ್ವೆಗೆ ಕೊಡಬೇಕಾಯ್ತು" ವಿಷಾದ ವ್ಯಕ್ತವಾಯಿತು ಕಸ್ತೂರಿಯ ದನಿಯಲ್ಲಿ.

ಇಂದು ಪರಮಶಿವಯ್ಯನ ಸಹನೆ ತಪ್ಪಿತು. "ಆಗ ನಿನ್ನ ತವರಿನಲ್ಲಿ ಏನಿತ್ತು? ನಾಲ್ಕು ಜನಕ್ಕೆ ಊಟ ಹಾಕಿ ಧಾರೆಯೆರೆದು ಕೊಡೋದು ಕೂಡ... ಅವ್ರಿಗೆ ಕಷ್ಟವಾಗಿತ್ತು. ಎರಡು ಖರ್ಚು ಇಟ್ಟು ನಾನು ಮದ್ವೆ ಮಾಡ್ಕೊಂಡೆ" ಧೈರ್ಯವಾಗಿ ಬಾಯಿಗೆ ಬಂದ ಮಾತುಗಳನ್ನು ಆಡಿಯೇ ಬಿಟ್ಟರು, ಮುಂದಿನ ಪರಿಣಾಮಕ್ಕೆ ಅಂಜದೆ.

"ಅವೆಲ್ಲ ಇರ್ಲೀ... ಈಗ ಕರ್ಕೊಂಡ್ ಬಂದಿದ್ದಕ್ಕೆ ಕಾರಣ ಹೇಳಿ. ಹೇಮಾಗೆ ಗಂಡು ನೋಡ್ತಾನೆ ಇದ್ದಾರೆ. ಅಷ್ಟೇ... ತಾನೇ?" ಕಸ್ತೂರಿ ಮೇಲೆದ್ದರು.

ಕೈಹಿಡಿದು ಕೂಡಿಸಿ "ಅಷ್ಟೇ ಅಲ್ಲ... ಹೇಮ ವಿವಾಹಕ್ಕೆ ಹಣ ಬೇಕು. ಒಂದೆರಡ್ಮೂರು ಲಕ್ಷವಾದ್ರೂ ಬೇಕಾಗುತ್ತೆ. ಗಂಡಿನ ಉಸಾಬರಿ ನಿಂಗೂ, ನಿನ್ನಣ್ಣನಿಗೂ ಬೇಡ. ಅವ್ಳ ಮದ್ವೆಗೆ ತೆಗೆದಿರಿಸಿರೋ, ಹಣ ನಂಗೆ ಕೊಟ್ಬಿಡು" ಖಡಾಖಂಡಿತವಾಗಿ ಹೇಳಿದರು.

ಕಸ್ತೂರಿ ಗಪ್‌ಚಿಪ್ಪಾಗಿ ಹತ್ತು ನಿಮಿಷ ಕೂತರು.

"ಯಾವ ಹಣ, ಎಲ್ಲಿಂದ ತರೋದು? ನಿಮ್ಮ ಸಂಬ್ಳದಲ್ಲಿ ಮೂರು ಮಕ್ಳನ್ನ ಸಾಕಿ ಅವ್ರಿಗೆ ವಿದ್ಯಾಭ್ಯಾಸ ಕೊಡಿಸೋದರ ಜೊತೆಗೆ ನಿಮ್ಗೂ, ನಿಮ್ಮ ಮಗ್ಳಿಗೂ ಊಟ ಹಾಕಿದ್ದೀನಿ. ಈಗ ಶ್ರೀನಿಧಿ ಮೆಡಿಕಲ್‌ಗೆ ಸೇರ್ಕೋಬೇಕೂಂತಿದ್ದಾನೆ, ಲಕ್ಷಾಂತರ ರೂಪಾಯಿ ಡೊನೇಷನ್‌ಗಾಗಿ ಸುರೀಬೇಕು. ನಿಮ್ಮಾಣೆ ನನ್ಹತ್ರ ಹಣ, ಇಲ್ಲ."

ಪರಮಶಿವಯ್ಯ ತಲೆಯ ಮೇಲೆ ಕೈ ಇಟ್ಟೇಬಿಟ್ಟರು ಕಸ್ತೂರಿ. ಇದು ಸತ್ಯವೂ ಕೂಡ. ಇಲ್ಲಿಂದ ಹಣ ಕೊಂಡೊಯ್ದು ಅಲ್ಲಿ ಸುರಿದಿದ್ದೇ ಗೊತ್ತು. ಈ ಮನೆಗೆ ಆಗೋ ಸಾಮಾನನ್ನ ಕೂಡ ಅಲ್ಲಿಂದಲೇ ತರುತ್ತಿದ್ದುದು.

ಪಕ್ಕದಲ್ಲಿ ಬಾಂಬ್ ಸಿಡಿದಂತಾಯಿತು ಪರಮಶಿವಯ್ಯನಿಗೆ. ಮಕ್ಕಳನ್ನ ಅಲ್ಲಿ ಬಿಟ್ಟು ಜಾಣತನದಿಂದ ಹಣವನ್ನು ಕಾಪಾಡಿದ್ದಾಳೆ ಎಂದುಕೊಂಡಿದ್ದು ಸುಳ್ಳಾಗಿತ್ತು. ಮುಂದೇನು? ಮೂರು ಮಕ್ಕಳ ಬಗ್ಗೆ ಚಿಂತೆ ಇರಲಿಲ್ಲ.

"ಹಾಳಾಗಿ ಹೋಗ್ಲಿ, ಹೇಮಳ ಅಮ್ಮನ ಒಡ್ವೆಗಳ್ನ ಕೊಟ್ಬಿಡು. ಚಿನ್ನಾಂತ... ಇರ್ಲಿ! ಚಿನ್ನನೋ... ಹಣನೋ ಆಗುತ್ತೆ. ನಾನು ಪೆನ್‌ಷನ್ ಬರ್ದು ಕೊಟ್ಟು ಎಲ್ಲಾದ್ರೂ ಸಾಲ ತಗೊಂಡು... ಮದ್ವೆ ಮುಗ್ಸೋಣ" ಅತ್ಯಂತ ತಾಳ್ಮೆಯಿಂದ ಮುಂದೆ ಮಾಡಬಹುದಾದ್ದನ್ನ ಹೇಳಿದರು.

ಶಾಂತವಾಗಿದ್ದ ಕಸ್ತೂರಿಯ ಮುಖ ಕೆಂಪಗಾಯಿತು.

"ಅವಳೊಬ್ಳು ಮಾತ್ರ, ನಿಮ್ಮ ಮಗ್ಳು. ಇರೋದ್ನ ಬಳ್ದು ಕೊಟ್ಬಿಡಿ, ನಾನು ನನ್ಮಕ್ಳು ತಿರುಪೆಗೆ ಹೋಗ್ತೀವಿ. ಈ ಸಂಪತ್ತಿಗೆ ಯಾಕೆ, ಮದ್ವೆ ಆದ್ರಿ?" ಆಕೆಯ ದನಿ ತಾರಕಕ್ಕೇರಿತು.

ಪರಮಶಿವಯ್ಯ ಏಕಾಏಕಿ ಮೆತ್ತಗಾಗಿದೊಂದೇ ಲಾಭ. ಸಜ್ಜನನಾಗಿ, ಒಳ್ಳೆಯ ವ್ಯಕ್ತಿಯೆಂದು ಹೆಸರು ಪಡೆದಿದ್ದ ಮನುಷ್ಯ ಜಗಳ, ವಿರೋಧದಿಂದ ಪ್ರಯೋಜನವಿಲ್ಲ ವೆನಿಸಿತು. ಹೆಂಡತಿಯ ಹಿಂದೆ ನಿಲ್ಲಬಹುದಾದ ಸಂಖ್ಯೆಯನ್ನು ನೆನೆಸಿಕೊಂಡರೇನೇ, ಅವರಿಗೆ ಮೈ ಚಳಿ.

"ಏನೇನೋ ಮಾತಾಡ್ಬೇಡ! ಸಮಾಧಾನಕ್ಕೆ... ಬಾ. ಹೇಮಾ ಮದ್ವೆ... ಮಾಡ ಬೇಡ್ವಾ? ಅಷ್ಟೋ ಇಷ್ಟೋ ಹಾಕ್ಬೇಕು." ಶಾಸ್ತ್ರಿಗಳು ತಂದ ಸಂಬಂಧದ ಬಗ್ಗೆ ತಿಳಿಸಿದರು. "ಹೇಗೆ ಕೊಡ್ತೀಯಾ, ಅಂಥ ಕಡೆ? ನಮ್ಮ ಹೇಮಾಗಿಂತ ಹದಿನೈದು ವರ್ಷಕ್ಕೆ ದೊಡ್ಡೋನು" ಗಿಳಿಪಾಠ ಒಪ್ಪಿಸಿದರು. ಅವರ ಮತ್ತು ಕಸ್ತೂರಿಯ ನಡುವೆ ಬರೀ ಆರು ವರ್ಷಗಳ ಅಂತರ ಮಾತ್ರ.

"ನಮ್ಮಣ್ಣ, ಅದ್ನೆಲ್ಲ ನೋಡ್ಕೋತಾರೆ... ನೀವು ಸುಮ್ಮನಿದ್ಬಿಡಿ. ನಿಮ್ಗೆ ಎಂದಾದ್ರೂ ಜವಾಬ್ದಾರಿ ಹೊತ್ತು... ಗೊತ್ತಾ? ಇಂಥ ವಿಷ್ಯಗಳಿಗೆ ನೀವು ನಾಲಾಯಕ್ಕಲ್ಲ. ನಮ್ಮಣ್ಣ... ಎಷ್ಟು ಮದ್ವೆಗಳ್ನ ಮಾಡಿದ್ದಾನೆ, ಗೊತ್ತಾ?" ಆಕೆ ಒಂದು ದೊಡ್ಡ ಲಿಸ್ಟ್ ಕೊಟ್ಟಾಗ ತಣ್ಣಗಾಗಿ ಬಿಟ್ಟರು ಪರಮಶಿವಯ್ಯ.

ಈಗ ಹೇಮಳನ್ನ ದೇವರು ಮಾತ್ರ ಕಾಪಾಡಬಲ್ಲ. ದ್ವಾಪರಯುಗದ ಹಾಗೆ, ಕೃಷ್ಣ ಕಂಡಕೂಡಲೇ ಭಕ್ತರ ಬಳಿ ಪ್ರತ್ಯಕ್ಷವಾಗಿ ಧಾವಿಸಲಾರ. ಆದರೆ ಪರೋಕ್ಷವಾಗಿ ಸಹಾಯ ಮಾಡುತ್ತಲೇ ಇದ್ದಾನೆ, ಅದೃಷ್ಟದ ರೂಪದಲ್ಲಿ.

* * *

ಒಂದು ತಿಂಗಳು ಮಗಳ ಮನೆಗೆ ಹೋಗಿದ್ದ ಪಶುಪತಿ ಹಿಂದಿರುಗಿ ಬಂದವರೇ ಗೆಳೆಯನನ್ನ ಅರಸಿಕೊಂಡು ಬಂದರು ಒಂದು ಮಟ ಮಟ ಮಧ್ಯಾಹ್ನ.

ಪರಮಶಿವಯ್ಯ ಕನಿಷ್ಟ ಹತ್ತು ವರ್ಷವಾದರೂ ಹೆಚ್ಚಾದಂತೆ ಕಂಡಾಗ, ಅವರೇನು ಗಾಬರಿಯಾಗಲಿಲ್ಲ. ಅಂಥ ಸ್ಥಿತಿ ಇಲ್ಲಿದೆಯೆಂದು ಗೊತ್ತು.

"ಹೇಗಿದ್ದೀಯೋ..." ಅಲ್ಲೇ ಕೂತು ಪೇಪರ್‌ನಿಂದ ಗಾಳಿ ಹಾಕಿಕೊಂಡಾಗ, ಹೇಮ ಬಂದು ಫ್ಯಾನ್‌ನ ಬಟನ್ನೊತ್ತಿ "ಯಾವಾಗ್ಬಂದ್ರಿ... ಚಿಕ್ಕಪ್ಪ? ಅಪ್ಪನಿಗೆ ನಿಮ್ಮ ದಾರಿ ನೋಡೋದೇ ಆಯ್ತು" ವಿಚಾರಿಸಿದಳು.

"ಮಗ್ಳು ಮನೆಗೆ ಹೋಗಿದ್ದೆ, ಒಂದ್ಲೋಟ ಮಜ್ಜಿಗೆ... ತಗೊಂಡ್ಬಾ, ಮಗು" ಅವಳನ್ನ ಕಳಿಸಿದ ನಂತರ ಮಾತಿಗಿಳಿದಿದ್ದು ವಿಷಾದದಿಂದಲೇ "ಶಿವು, ಒಂದು ಸಂಬಂಧ ಹಿಡಕೊಂಡ್ ಬಂದಿದ್ದೀನಿ. ಇದ್ನ ನಾನು ಕೂಡ ಸಂತೋಷದಿಂದ ತಗೊಂಡ್ ಬಂದಿದ್ದಲ್ಲ" ಪೇಚಾಡಿಕೊಂಡರು.

ಈಗ ಅವರು ಇರೋ ಸ್ಥಿತಿಯೆಂದರೆ ಪೂರ್ತಿ ಕತ್ತಲು. ಹೇಗೆ ಹುಡುಕಿದರೂ ಬೆಳಕು ಕಾಣದಂತಾಗಿತ್ತು. ಹೇಮಾನ ಕಂಡಾಗ ಅವರ ಹೊಟ್ಟೆಯಲ್ಲಿ ಬೆಂಕಿ ಬಿದ್ದಂತಾಗಿತ್ತು. ಮುಂದೇನು?

"ಹೇಳು, ಈ ಎದೆನ ಗಟ್ಟಿ ಮಾಡ್ಕೊಂಡಿದ್ದೀನಿ. ನನ್ನ ಪಾಪಕ್ಕೆ ಪ್ರಾಯಶ್ಚಿತ್ತವಿಲ್ಲ. ಕಸ್ತೂರಿಗೆ ಇನ್ನ ಒಬ್ಬ ತಮ್ಮ ಇದ್ದಾನೆ, ಅವ್ಳು ಮನಸ್ಸು ಮಾಡಿದ್ರೆ... ಈ ಸಂಬಂಧ ಕುದುರಿಸ್ಬಹುದಿತ್ತು." ನಿಟ್ಟುಸಿರು ಚೆಲ್ಲಿದ ಪರಮಶಿವಯ್ಯ ಮಜ್ಜಿಗೆ ಹಿಡಿದು ಬಂದ ಹೇಮಾಳತ್ತ ನೋಡಿದರು. ಈ ನಾಲ್ಕು ಗೋಡೆಗಳ ನಡುವೆ ಬಂಧಿ. ತುಂಬು ನಿಯಂತ್ರಣದಲ್ಲಿ ಬೆಳೆಸಿದ್ದರಿಂದ ಪರಿಚಿತರು, ಗೆಳತಿಯರು ಅನ್ನೋರೇ ಇರಲಿಲ್ಲ.

ಈ ಮಾತಿಗೆ ಪಶುಪತಿಯ ಕಿವಿಗಳು ನೆಟ್ಟಗಾದವು. "ಪಟ್ಟುಹಿಡಿ, ಬೇಕಾದ್ರೆ ನಾನು ಕೂಡ ಒಂದ್ಮಾತು ಹೇಳ್ತೀನಿ" ಉತ್ಸಾಹ ತೋರಿದರು, ಅವರು ತಂದ ಸಂಬಂಧವನ್ನ ಪಕ್ಕಕ್ಕೆ ಇಟ್ಟು.

ಹೇಮ ಮಜ್ಜಿಗೆ ಇಟ್ಟು ಹಿತ್ತಲಿಗೆ ಹೋದಳು. ಅವಳಿಗೆ ಅದು ಅದ್ಭುತ ಪ್ರಪಂಚ. ಮಾತು, ಕತೆ, ನೋವು, ನಲಿವನ್ನು ಗಿಡಗಳ ಜೊತೆಗೆ ಹಂಚಿಕೊಳ್ಳುತ್ತಿದ್ದಳು.

"ಏನು ಪ್ರಯೋಜನವಿಲ್ಲ, ಕಣೋ" ಪರಮಶಿವಯ್ಯ ಅಂದಿದ್ದು ಅವಳ ಕಿವಿಯವರೆಗೂ ಹೋಗಿ ತಲುಪಿತು. "ಇವ್ಳಿಗೆ ಓದು ಸಾಲ್ದಂತೆ, ಅವ್ಳ ತಮ್ಮನಿಗೆ ಶ್ರೀಮಂತ ಮಾವ ಬೇಕು. 'ಸುಮ್ಮನಿರಿ, ಯಾರಾದ್ರೂ ಕೇಳಿದ್ರೆ... ನಕ್ಕಾರು' ಎಂದು ತಳ್ಳಿ ಹಾಕಿದ್ಲು" ಹತಾಶೆಯ ನುಡಿಗಳು ಇವು.

ಪಶುಪತಿಗಳು ಬಿಸಿಲು ಎನ್ನುವುದನ್ನು ಮರೆತು ಗೆಳೆಯನನ್ನ ಹತ್ತಿರದ ರೆಸ್ಟೋರೆಂಟ್‌ಗೆ ಕರೆದೊಯ್ದು, ಕೂಲ್‌ಡ್ರಿಂಕ್ಸ್ ಕೊಡಿಸಿದ ನಂತರ ಪ್ರಸ್ತಾಪವನ್ನು ಮುಂದಿಟ್ಟರು.

"ತಂದೆ, ಮಗ ಇಬ್ಬರು ವಕೀಲರು. ಒಂದೇ... ಆಫೀಸ್, ಹೆಸರಿನ ಜೊತೆ ಸಾಕಷ್ಟು

ಹಣನು ಸಂಪಾದಿಸಿದ್ದಾರೆ. ಚಂದ್ರಪ್ರಕಾಶ್‌ಗೆ ಬಹಳ ವರ್ಷಗಳ ಹಿಂದೆ ಹೆಂಡ್ತಿ... ತೀರಿಕೊಂಡ್ಲು. ಈಚೆಗೆ ಎರಡ್ಡು ವರ್ಷದ ಹಿಂದೆ ಸೂರ್ಯಪ್ರಕಾಶ್ ಮಡದಿ ತೀರಿಕೊಂಡ್ಲು. ಅವರಿಬ್ಬರ ದಾಂಪತ್ಯದ ಫಲವಾಗಿ... ಒಂದು ಮಗುವಿದೆ. ಆ ಮನೆಯಲ್ಲಿ ಇರೋ ಮೂವರು ಗಂಡಸರೇ, ಚಂದ್ರಪ್ರಕಾಶ್ ಇನ್ನ ಇಬ್ಬರು ಮಕ್ಳು ಓದ್ತಾ ಇದ್ದಾರೆ. ಒಬ್ಬ ಮೆಡಿಕಲ್, ಇನ್ನೊಬ್ಬ ಇಂಜಿನಿಯರ್. ಇವರುಗಳ ವಿವಾಹಕ್ಕೆ ಇನ್ನ ಮೂರು ನಾಲ್ಕು ವರ್ಷ ಬೇಕಾಗ್ಬಹ್ದು. ಈಗ ಹೆಂಡತಿ ತೀರಿಕೊಂಡ ಸೂರ್ಯಪ್ರಕಾಶ್‌ಗೆ ಮದ್ವೆ ಮಾಡೋ ಇಚ್ಛೆ... ಎಲ್ಲರಿಗೂ. ಆ ಮನುಷ್ಯ ಬಡಪೆಟ್ಟಿಗೆ ಒಪ್ತಾ ಇಲ್ಲ. ಸುಂದರ, ಇನ್ನು ಯುವಕ. ಹೆಸರು, ಹಣ ಪ್ರತಿಷ್ಠೆ ಇರೋದ್ರಿಂದ ಹೆಣ್ಣು ಹೆತ್ತವರ ನುಗ್ಗಾಟವಿದೆ. ಇದಿಷ್ಟು ಪೀಠಿಕೆ ಆಯ್ತು. ನಾವು ಯಾಕೆ, ಒಂದು ಪ್ರಯತ್ನ ಮಾಡ್ಬಾರ್ದು? ಬಾಯಿಮಾತಿನಲ್ಲಿ ಹೇಳಿ ಪ್ರಯೋಜನವಿಲ್ಲ. ಹೇಮ ಅದೃಷ್ಟ ಅನ್ಕೋಬೇಕು. ನಿಧಾನವಾಗಿ ಯೋಚ್ಸು" ವಿಷಯ ಮುಂದಿಟ್ಟು ನಶ್ಯದ ಡಬ್ಬಿ ಹೊರಗೆ ತೆಗೆದು ಮೂಗಿಗೆ ನಶ್ಯವೇರಿಸತೊಡಗಿದರು.

ಪರಮಶಿವಯ್ಯ ಮಾತೇ ಆಡಲಿಲ್ಲ. ಮಗಳನ್ನ ಎರಡನೆ ಸಂಬಂಧಕ್ಕೆ ಕೊಡೋಲ್ಲ" ಕಡ್ಡಿ ಎರಡು ತುಂಡು ಮಾಡಿದಂತೆ ನುಡಿದು, ತಂದಿಟ್ಟ ಬಿಲ್ ಎತ್ತಿಕೊಂಡು ಮೇಲೆದ್ದರು.

ಪಶುಪತಿ ಕೋಪಿಸಿಕೊಳ್ಳಲಿಲ್ಲ. ಒಬ್ಬ ತಂದೆ ಯೋಚಿಸಬಹುದಾದ ಅತ್ಯುತ್ತಮ ರೀತಿಯೇ ಅದು.

"ಆಯ್ತು..." ಬಿಲ್‌ನ ಕಿತ್ತುಕೊಂಡು "ಕರ್ಕೊಂಡ್ ಬಂದಿದ್ದು ನಾನು. ನಾನಂತು ಈ ವಿಷ್ಯದಲ್ಲಿ ತಪ್ಪು ಮಾಡಿಲ್ಲ" ಎಂದು ಹಣವನ್ನು ಕೌಂಟರ್‌ನಲ್ಲಿ ಸಲ್ಲಿಸಿ ಹೊರಗೆ ಬಂದರು ಪಶುಪತಿ.

ಅಷ್ಟಕ್ಕೆ ಪಶುಪತಿ ಸುಮ್ಮನಾಗಲಿಲ್ಲ. ಹಲವಾರು ಸಲ ಪ್ರಸ್ತಾಪಿಸಿದ್ದು ಮಾತ್ರವಲ್ಲ, ಒಮ್ಮೆ ಬಲವಂತ ಮಾಡಿ ಬೆಂಗಳೂರಿಗೆ ಕರೆದೊಯ್ದವರು ಹೈಕೋರ್ಟಿನ ಬಳಿ ದೂರದಿಂದ ತಂದೆ, ಮಕ್ಕಳನ್ನ ತೋರಿಸಿದರು.

"ನೋಡಿದ್ಯಾ, ಎರಡನೆ ಸಂಬಂಧ ಅನ್ನೋ ಹಾಗೆ ಕಾಣುತ್ತೆ? ಹೇಮಾ ಪುಣ್ಯ ಮಾಡಿರಬೇಕಷ್ಟೆ. ಅದ್ಕೂ, ಅವರ ಸಮ್ಮತಿ ಸಿಗ್ಬೇಕು, ಋಣಾನುಬಂಧ... ಇರ್ಬೇಕು. ನೀನು ಹ್ಞೂ ಅಂದರೇ, ನಂದು ಒಂದು ಪ್ರಯತ್ನ ಮಾಡ್ತೀನಿ. ಆ ಮಗು ಭವಿಷ್ಯ ಹಾಳಾಗ್ಬಾರ್ದಷ್ಟೆ" ಅವರ ಕಂಠ ಗದ್ಗದವಾಯಿತು.

ಮೊದಲ ನೋಟಕ್ಕೇನೇ ಚಂದ್ರಪ್ರಕಾಶ್ ಇಷ್ಟವಾಗಿದ್ದ. ಪರಮಶಿವಯ್ಯ ಗೆಳೆಯನ ಕೈಹಿಡಿದುಕೊಂಡು "ಕ್ಷಮ್ಸಿಬಿಡೋ, ಪತಿ. ಬರೀ ಎಡವಿದ್ದೆ. ಆ ಗಾಯವೇ ವಾಸಿ ಯಾಗಿಲ್ಲ. ಮತ್ತೆಲ್ಲಿ ಹೇಮ ಬದ್ಕು ಅಂಧಕಾರ ಮಾಡ್ಬಿಡ್ತೀನೋಂತ... ಭಯ" ಕಣ್ಣೀರಿಟ್ಟರು.

ಅಲ್ಲೇ ಮಗಳ ಮನೆಯಲ್ಲಿ ಉಳಿದುಕೊಂಡ ಪಶುಪತಿ ಗೆಳೆಯನನ್ನ ಊರಿಗೆ ಕಳಿಸಿದರು.

ಮನೆಗೆ ಬಂದಾಗ ಕಸ್ತೂರಿ ಇದ್ದರು, ಅಪರೂಪಕ್ಕೆ. ಸದಾ ಊರು, ಮನೆ ಅಂದುಕೊಂಡ ಇದ್ದ ಗಂಡ ಪಶುಪತಿ ಜೊತೆ ಬೆಂಗಳೂರಿಗೆ ಹೋಗಿದ್ದು ಆಶ್ಚರ್ಯ ವೆನಿಸಿತು.

"ಪಶುಪತಿ ಮಗ್ಳು ಮನೆಗೆ ಹೋಗಿದ್ದೆ" ತಾವಾಗಿ ಅಷ್ಟೇ ಹೇಳಿ, ಬಟ್ಟೆ ಬದಲಾಯಿಸಲು ಕೋಣೆಗೆ ಹೋದರು. "ಹೇಮಾ, ಫೋಟೋ, ಜಾತ್ಕ ನನ್ಹತ್ರ ಇದೆ. ನಾನಂತು ಪ್ರಾಮಾಣಿಕ ಪ್ರಯತ್ನ ಮಾಡ್ತೀನಿ, ಮಿಕ್ಕಿದ್ದು ದೇವರಿಗೆ ಬಿಟ್ಟಿದ್ದು" ಬಸ್ಸು ಹತ್ತಿಸಿದಾಗ ಪಶುಪತಿ ಭರವಸೆಯ ಮಾತುಗಳನ್ನಾಡಿದರು. ಅದು ಅವರಲ್ಲಿ ಸಾವಿರ ಆನೆಯ ಬಲವನ್ನು ತುಂಬಿತ್ತು.

ಕೈಕಾಲು ಮುಖ ತೊಳೆದು ಬಂದಾಗ ಹೇಮಾ ಕಸ್ತೂರಿ ಪಾದ, ಕಾಲುಗಳನ್ನು ಎಣ್ಣೆಯಿಂದ ಮಸಾಜು ಮಾಡುತ್ತಿದ್ದಳು. ಅವಳಿಗೆ ಪ್ರತಿಯೊಂದು ಕೆಲಸದಲ್ಲಿಯು ಶ್ರದ್ಧೆಯೇ.

"ಹೇಮಾ, ಹೊಟ್ಟೆ ಹಸೀತಾ ಇದೆ. ಏನಾದ್ರೂ ತಿಂಡಿ... ಮಾಡು" ಟವಲಿನಿಂದ ಮುಖವನ್ನೊತ್ತುತ್ತ ಅಲ್ಲೇ ಕೂತರು. "ಇದ್ನ, ಒಂದ್ಸಲ ಮುಗ್ಸಿ ಹೋಗ್ಲಿ. ಇನ್ನ ಅರ್ಧ ಗಂಟೆ ಬಿಸಿನೀರಿನಲ್ಲಿ ಕಾಲಿಟ್ಕೊಂಡ್... ಕೂತ್ಕೋಬೇಕು" ಎಂದರು ಕಸ್ತೂರಿ. ತೀರಾ ನಾಜೂಕಿನ ಹೆಣ್ಣು.

ಪರಮಶಿವಯ್ಯ ತುಟಿ ತೆರೆಯಲಿಲ್ಲ. ವರ್ಷಗಳ ಹಿಂದಿನಿಂದ ಅಭ್ಯಾಸವಾದದ್ದು, ಈಗ ಬದಲಾದೀತೆ?

ಎರಡು ದಿನದನಂತರ ಒಂದು ಕಾರು ಬಂದು ಇವರ ಮನೆಯ ಮುಂದೆ ನಿಂತಾಗ ಕಸ್ತೂರಿ ಮಾತ್ರವೇನು ಪರಮಶಿವಯ್ಯ ಕೂಡ ಇರಲಿಲ್ಲ.

ತೆರೆದ ಬಾಗಿಲಲ್ಲಿ ನೆರಳಾಡಿದಾಗ ಹೂ ಕಟ್ಟುತ್ತಿದ್ದವಳು ತಲೆಯೆತ್ತಿದಳು. ಯಾವುದೇ ಅಲಂಕಾರವಿಲ್ಲದೆ ದಂತದ ಗೊಂಬೆ. ನಟನೆಯ ನಮ್ರತೆ ಪ್ರದರ್ಶಿಸದೇ ಸಹಜವಾಗಿ ಮೇಲೆದ್ದಳು. "ಬನ್ನಿ ಚಿಕ್ಕಪ್ಪ, ಅಪ್ಪ ಹೊರ್ಗಡೆ ಹೋಗಿದ್ದಾರೆ."

ಚಂದ್ರಪ್ರಕಾಶ್ ಅಲ್ಲೇ ಇದ್ದ ಚೇರ್ ಮೇಲೆ ಆಸೀನರಾದರು. ಡೆಪ್ಯುಟಿ ಸೆಕ್ರೆಟರಿ ಆಗಿದ್ದವರ ಮನೆಯೇ ಎಂದು ಯೋಚಿಸುವಂತಾಯಿತು ಅವರಿಗೆ. ಪಶುಪತಿಗಳು ಮುಚ್ಚಿಡದೇ ಎಲ್ಲಾ ವಿಷಯ ತಿಳಿಸಿದ್ದರಿಂದ, ಇದು ಸತ್ಯದರ್ಶನ ಅಷ್ಟೆ.

ಹೂವನ್ನೆಲ್ಲ ಎತ್ತಿಟ್ಟು ಬಂದ ಹೇಮ "ಏನು, ತಗೊಂಡು ಬರ್ಲಿ?" ವಿಚಾರಿಸಿದಳು. 'ಆ ಹುಡ್ಗೀಗೆ ವಿದ್ಯೆ ಇಲ್ದಂಗೆ ಮಾಡಿದ್ದು ಆ ತಾಯಿ' ಪಶುಪತಿ ಅಂದಾಗ ಅವರಿಗೂ ಕೂಡ ಯೋಚಿಸುವಂತಾಯಿತು. ಇಂಥದ್ದೇ ಒಂದು ಸಮಸ್ಯೆಯನ್ನು ಎದುರುಗೊಳ್ಳಲು ಮಗನನ್ನು ಸಿದ್ಧಗೊಳಿಸುತ್ತಿದ್ದುದು ಅಪರಾಧವೇನೋ.

"ಮೊದ್ಲು ನೀರು, ಆಮೇಲೆ ಏನಾದ್ರಾಗುತ್ತೆ" ಚಂದ್ರಪ್ರಕಾಶ್ ತಾವೇ ಹೇಳಿದರು. ಹೇಮ ಒಳಗೆ ಹೋದಮೇಲೆ ಪಶುಪತಿ "ರೂಪ ಮಾತ್ರ ಭಿನ್ನವಲ್ಲ, ಗುಣವು ಕೂಡ ಅಷ್ಟೆ. ನಾನು, ಪರಮ ಹೇಮ ಹುಟ್ಟೋಕೆ ಹಿಂದಿನಿಂದ ಸ್ನೇಹಿತರೆ" ತಿಳಿಸಿದರು.

ನೀರಿನ ಜೊತೆ ಒಗ್ಗರಣೆ ಹಾಕಿದ ನೀರು ಮಜ್ಜಿಗೆಯನ್ನು ಕೂಡ ಹಿಡಿದು ಬಂದಳು. "ಅವ್ರು ಚಂದ್ರಪ್ರಕಾಶ್ ಅಂತ" ಪರಿಚಯಿಸಿದರು. ಕೈಜೋಡಿಸಿದಳಷ್ಟೆ. ಲಕ್ಷಣವಾದ ಹುಡುಗಿ, ಅವರಿಗೆ ಇಷ್ಟವಾಗಿದ್ದಳು. ಮಗ ಇದ್ದ ಸ್ಥಿತಿಯಲ್ಲಿ ತಕ್ಷಣ ನಿರ್ಣಯಕ್ಕೆ ಬರೋದು ಕಷ್ಟ. ನೀರು ಮಜ್ಜಿಗೆ ಕುಡಿದು ಹೊರಟೇಬಿಟ್ಟರು.

ಪರಮ ಬಂದಿದ್ದು ಎರಡು ಗಂಟೆಯ ನಂತರ, "ಪಶುಪತಿ ಚಿಕ್ಕಪ್ಪನ ಜೊತೆ ಚಂದ್ರಪ್ರಕಾಶ್ ಅನ್ನೋರು... ಬಂದಿದ್ರು" ವಿಷಯ ಮುಟ್ಟಿಸಿದಾಗ ಸಂಭ್ರಮದ ಜೊತೆ ಅವರಿಗೆ ಗಾಬರಿಯೂ ಕೂಡ "ಏನಾದ್ರೂ... ಕೇಳಿದ್ರಾ?" ಅವರ ಗಂಟಲು ನಡುಗಿತು.

"ನೀರು ಮಜ್ಜಿಗೆ ಕೊಟ್ಟೆ, ಅಷ್ಟೆ" ಎಂದಳು.

ಪರಮಶಿವಯ್ಯ ಸುಮ್ಮನೆ ಕೂತರು. ಅವರ ಕೊಲೀಗ್ಸ್ ಕಾರು, ಬಂಗಲೆ ಕೊಂಡುಕೊಂಡು ಆರಾಮಾಗಿದ್ದರು. ಆದರೆ ಅವರಿಗೆ ಅಂಥ ಅವಕಾಶವೇ ಒದಗಲಿಲ್ಲ. ಸಂಬಳದ ದಿನ ಕಾರು ಹಣ ವಸೂಲು ಮಾಡಿಕೊಂಡರೇ ಮುಗೀತು. ಮಿಕ್ಕಿದೆಲ್ಲ ಕಸ್ತೂರಿಯದೇ. ಮೂರು ಗಂಡುಮಕ್ಕಳನ್ನ ಹೆತ್ತು ಅರ್ಪಿಸಿದ್ದೇ ದೊಡ್ಡ ಭಾಗ್ಯವೆನ್ನುವಂತೆ ಮೆರೆದಳಾಕೆ.

ಈಗ ಕಸ್ತೂರಿಯ ತವರುಮನೆಯಲ್ಲಿ ಎರಡು ಕಾರು ಇತ್ತು. ಇವರ ಮಕ್ಕಳು ಕೂಡ ಹೊಸ ಹೀರೋ ಹೊಂಡದಲ್ಲಿ ಓಡಾಡುತ್ತಿದ್ದರು.

"ನಾನು ಹೋಗಿ ಏನೂಂತ ವಿಚಾರ್ಸಿಕೊಂಡ್ಬರ್ತೀನಿ" ಮೇಲೆದ್ದಾಗ ಕಸ್ತೂರಿ, ಬೆಲ್ಲ ಹಾಲು ಹಾಕಿ ಕಲೆಸಿದ ರಾಗಿ ಹುರಿಹಿಟ್ಟನ್ನು ತಂದೆಯ ಮುಂದಿಟ್ಟು "ಈಗತಾನೇ, ಬಂದಿದ್ದೀರಿ. ಸ್ವಲ್ಪ ತಿಂದು... ಸುಧಾರ್ಸಿಕೊಳ್ಳಿ. ಚಿಕ್ಕಪ್ಪ... ಬಂದೇ ಬರ್ತಾರೆ" ತಡೆದಳು. ತಂದೆಯ ದುಗುಡ ಅರ್ಥವಾಗಿತ್ತು. ಅವಳೇನು ಅಷ್ಟೊಂದು ಮುಗ್ಧೆ ಅಲ್ಲ. ಬೇರೆ ಸಂಸಾರಕ್ಕೂ, ತಮ್ಮ ಜೀವನಕ್ಕೂ ಇರೋ ಅಂತರ ಹೇಮಾಗೆ ಗೊತ್ತಿತ್ತು.

ಈ ಮನೆ ತಂದೆ, ಮಗಳು ಅಡುಗೆ ಮಾಡಿಕೊಂಡು ಊಟ ಮಾಡಿ ಇರಲು ಒಂದು ತಾಣವಷ್ಟೆ. ಯಾವುದೇ ಹಬ್ಬಹರಿದಿನಗಳ ಆಚರಣೆ ಇಲ್ಲಿಲ್ಲ. ಕಸ್ತೂರಿ ಅಡುಗೆ ಮನೆಗೆ ಬಂದು ಏನಾದರೂ ಮಾಡಿದ್ದೇ ಇಲ್ಲ. ವಾರದಲ್ಲಿ ಒಂದೆರಡು ಮೂರು ಸಲ ಇಲ್ಲಿ ಊಟ ಮಾಡಬಹುದಷ್ಟೆ. ಹುಡುಗರಂತೂ ಇತ್ತ ತಿರುಗಿ ಕೂಡ ನೋಡರು.

ಭಾವಣಿಯನ್ನೆ ನೋಡುತ್ತ ಕೂತಿದ್ದ ಪರಮಶಿವಯ್ಯ ಮೇಲೆದ್ದಾಗ "ಅಪ್ಪ, ನಿಮ್ಮನ್ನ ನಾನು ಒಂದ್ಮಾತು ಕೇಳ್ಲಾ? ಇಲ್ಲೇ ಹತ್ತಿರದಲ್ಲಿ ಹೆಣ್ಣುಮಕ್ಕಳಿಗಾಗಿ ಒಂದು ಸಮಾಜ ಪ್ರಾರಂಭ ಮಾಡಿದ್ದಾರೆ, ಅಗತ್ಯವಾದ, ಉಪಯುಕ್ತವಾದ ಕಸೂತಿ, ಎಂಬ್ರಾಯಿಡರಿ, ಆರ್ಟಿಫಿಷಿಯಲ್ ಫ್ಲವರ್ ಮೇಕಿಂಗ್, ಡಾಲ್ ಮಾಡೋದು ಏನೇನೋ ಹೇಳಿಕೊಡ್ತಾರಂತೆ. ನಿನ್ನೆ ಬಂದು... ಹೇಳ್ಹೋದ್ರು. ನಾನು ಸೇರಿಕೊಳ್ಳಲಾ?" ಭಯಪಡುತ್ತಲೇ ಕೇಳಿದಳು. ಒಟ್ಟಾಗಿ ಇಷ್ಟು ಮಾತುಗಳನ್ನ ಆಡುತ್ತಿದ್ದುದೇ ಅಪರೂಪ.

ಹನಿ ತುಂಬಿದ ಕಣ್ಣುಗಳಿಂದ ಮಾತುಗಳನ್ನು ನೋಡಿದವರು ಮಾತಾಡದೇ

"ಸೇರ್ಕೊಬಹ್ದು, ಈಗ್ಬರ್ತೀನಿ" ಹೊರಗಡೆ ಬಂದೇ, ಕಣ್ಣಲ್ಲಿ ಹಿಡಿದಿಟ್ಟಿದ್ದ ಕಂಬನಿಯನ್ನು ಹರಿಸಿದ್ದು. ಭಯ ಆವರಿಸಿಕೊಂಡಿತ್ತು ಅವರನ್ನು ಪೂರ್ತಿಯಾಗಿ.

ಹತ್ತಿರದಲ್ಲಿದ್ದ ಪಾರ್ಕ್‌ನಲ್ಲಿ ಹೋಗಿ ಕೂತುಬಿಟ್ಟರು.

"ನಿಮ್ಮ ಶ್ರೀನಿಧಿ ಏನು ಓದ್ತಾನೆ?" ಯಾರಾದರೂ ಕೇಳಿದರೆ ಅವರು ಸ್ಪಷ್ಟವಾಗಿ ಏನು ಹೇಳರು, ಒಮ್ಮೆ ಇವರಾಗಿ ಕೇಳಿದ್ದಕ್ಕೆ "ಇಂಜಿನಿಯರಿಂಗ್‌ಗೆ ಸೇರ್ಕೊಂಡ್ ಇದ್ದಾನೆ. ಡೊನೇಷನ್ ಸೀಟು, ಅವ್ನು ಓದಿನಲ್ಲಿ ಅಷ್ಟಕ್ಕಷ್ಟೆ. ಸ್ವಲ್ಪ ಕಂಠಿನೇ ಪರ್ವಾಗಿಲ್ಲ. ಎಲ್ಲಾ ಜವಾಬ್ದಾರಿಗಳನ್ನ ನಮ್ಮಣ್ಣ ತಲೆ ಮೇಲೆ ಹಾಕ್ಕೊಂಡಿರೋದ್ರಿಂದ ನೀವು ಅದೃಷ್ಟವಂತರು" ಹೇಳಿದ ನೆನಪು. ಕಡೆಯ ಶ್ರೀಪತಿ ಏನು ಓದುತ್ತಿದ್ದಾನೆ ಎನ್ನುವುದು ಕೂಡ ಅವರಿಗೆ ಗೊತ್ತಿಲ್ಲ. ಕೇಳಿದರೇ ಆಕೆ ಸರಿಯಾಗಿ ಉತ್ತರಿಸರು. ಬಹುಶಃ ಇವರು ಕೂಡ ಅದಕ್ಕೆ ಹೊಂದಿಕೊಂಡು ಬಿಟ್ಟಿದ್ದಾರೇನೋ!

ನೆನಪುಗಳು ಜಾಡಿಸಿಕೊಂಡು ಬರತೊಡಗಿದಾಗ ತೀರಾ ಕುಸಿದರು. ಭುಜದ ಮೇಲೆ ಕೈಬಿತ್ತು. "ಹೇಮ ಕರೆಕ್ಟಾಗಿ ಹೇಳಿದ್ಲು, ನೋಡು ಬಹಳ ಜಾಣೆ. ಅವ್ರಿಗೆ ನಿನ್ಮಗ್ಳು ಒಪ್ಗೆ ಆಗಿದೆ. ನಿನ್ಹತ್ರ ಮಾತಾಡೋಕೆ ಮುನ್ನ, ನಿನ್ನ ಮಗ್ಳು ಹತ್ರ ಮಾತಾಡ್ಬೇಕೂಂದ್ರು. ಇಲ್ಲಿ ಗಂಡಿನ ಪ್ರಸಕ್ತಿ ಇಲ್ಲ" ಹೇಳಿ ಕೂತರು.

"ನಂಗೆ ಅರ್ಥವಾಗ್ಲಿಲ್ಲ! ಅವ್ಳು ವಿವಾಹವಾಗಿ ಪಡಿಪಾಟಲು ಪಡೋ ಬದ್ಲು... ಹೀಗೇ ಇದ್ಕೊಳ್ಳಿ, ಬಿಡು" ಸ್ವರ ಬಾವಿಯಾಳದಿಂದ ಬಂದಂತಿತ್ತು. ಅಲ್ಲಿ ಬಿಕ್ಕುವಿಕೆ ಇತ್ತು, ರೋದನವಿತ್ತು.

ಪಶುಪತಿ ಮುಖ ಗಂಟಾಯಿತು.

"ಸಾಕು ಸುಮ್ನಿರು, ನೀನೊಬ್ಬ ಮುಠ್ಠಾಳ! ಈಗಾಗ್ಲೇ ಓದು, ಬರಹ ಇಲ್ದೇ ಹೇಮ ಭವಿಷ್ಯನ ಹಾಳು ಮಾಡ್ಬಿಟ್ಟಿದ್ದೀರಿ. ಈಗ್ಲೂ ಆ ದಿಶೆಯಲ್ಲಿ ಹೆಜ್ಜೆ ಇಡೋದ್ಬೇಡ. ನಾಳೆ ನೀನು ಹೋಗಿ ಹೆಂಡ್ತಿ, ಮಕ್ಳು ಜೊತೆಯಲ್ಲಿ ಸೇರ್ಕೊಂಡ್ಬಿಡು. ಅವೆಲ್ಲ ಏನಾದ್ರೂ... ಮಾಡ್ಕೋ. ಅವ್ಳ ವಿವಾಹದ ವಿಷ್ಯದಲ್ಲಿ ಡಿಸಿಷನ್ ತಗೋಳೋನು... ನಾನೇ. ನಾಳೆ ಬೆಳಿಗ್ಗೆ ನಾನು, ನೀನು ಬೆಂಗ್ಳೂರಿಗೆ ಹೋಗ್ತಾ ಇದ್ದೀವಿ. ಯಾವ್ದೂ ಪಕ್ಕ ಆಗೋವರ್ಗೂ ಉಸಿರು ಬಿಡೋದ್ಬೇಡ" ವಯಸ್ಸನ್ನ ಮರೆತವರಂತೆ ಗೆಳೆಯನ ಭುಜದ ಮೇಲೆ ಮೊಟಕಿ ಬಿಟ್ಟರು.

ಅಂತು ಮಾರನೇ ದಿನ ಇವರಿಬ್ಬರು ಹೋಗೋದು ಕಾಯಂ ಆಯಿತು.

* * *

ಮಧ್ಯಾಹ್ನ ಬಂದ ಕಸ್ತೂರಿ ವಿಚಾರಿಸಿದರು.

"ಯಾಕಾಗಿ, ನಿಮ್ಮಪ್ಪ ಬೆಂಗ್ಳೂರಿಗೆ ಹೋಗಿದ್ದು? ನಾನು ಮನೆಯಲ್ಲಿ ಇರ್ಲಿಲ್ಲ, ಅಮ್ಮನ ಕೂಡ ಹೇಳ್ಹೋಗಿದ್ರು, ಏನಂಥ ರಾಜಕಾರ್ಯ?" ಬೇಸರದ ನುಡಿಗಳು ಚೆಲ್ಲಾಡಿದವು. ಅನಗತ್ಯವಾಗಿ ಓಡಾಟ ಯಾಕೆ ಎನ್ನುವುದು ಆಕೆಯ ಅಭಿಪ್ರಾಯ.

"ಗೊತ್ತಿಲ್ಲ... ಚಿಕ್ಕಮ್ಮ" ಎಂದವಳು ಮಹಿಳಾ ಸಮಾಜದ ವಿವರಗಳನ್ನ ತಿಳಿಸಿ

ತನ್ನ ಅಭಿಲಾಷೆ ವ್ಯಕ್ತಪಡಿಸಿದ್ದೆ ತಡ, ಆಕೆ ದುರುದುರು ನೋಡಿದಳು. "ಅಂತು ಮಾತಾಡೋದ್ನ ಕಲಿತೆ. ನಮ್ಮಣ್ಣ, ನಮ್ಮ ಫ್ಯಾಮಿಲಿಗೆ ಇಡೀ ಊರಿನಲ್ಲಿ ಎಷ್ಟೊಂದು ಮರ್ಯಾದೆ ಇದೆ. ತೀರಾ ಬಡ ಕುಟುಂಬದ ಮಹಿಳೆಯರಿಗಾಗಿ, ಅದು ಸ್ಥಾಪಿತವಾಗಿರೋದು. ನಿನ್ನಂಥವರಿಗಲ್ಲ" ಒಂದೇ ಮಾತಿನಲ್ಲಿ ಹೊಡೆದು ಹಾಕಿದರು, ಅವಳ ಅಭಿಪ್ರಾಯವನ್ನು.

ಹೇಮ ಮತ್ತೆ ತುಟಿ ತೆರೆಯಲಿಲ್ಲ. ಅಂಥ ಅಭ್ಯಾಸ ಜಾರಿಯಲ್ಲಿರಲಿಲ್ಲ.

ಅಂದೆಲ್ಲ ಇಲ್ಲೇ ಉಳಿದವರು ಅಕ್ಕಿಯನ್ನು ಹಿಟ್ಟು ಮಾಡಿಸಿ, ಹೇಮ ಕೈಯಲ್ಲಿ ಒಂದು ದಬರಿ ಚಕ್ಕುಲಿ, ಕೊಡ್‌ಬಳೆ ಮಾಡಿಸಿದರು. ಹತ್ತು ನಿಮಿಷ ಕೂಡ ಪುರುಸೊತ್ತಿಲ್ಲದ ದುಡಿತ.

"ನಿಮ್ಮಪ್ಪ ಬರಬಹುದೇನೋ, ಅಥ್ವಾ ಭಯವಾದರೇ ಒಬ್ಬಳೇ ಮಲಗೋಕೆ... ಅಲ್ಲಿನ ಕೆಲ್ಸದವಳನ್ನ ಕಳ್ಸಿಕೊಡ್ತೀನಿ" ಹೊರಟಾಗ ಪ್ರಶ್ನಿಸಿದರು.

"ಬೇಡ, ನಂಗೇನು ಭಯವಿಲ್ಲ."

ಚಕ್ಕುಲಿ, ಕೊಡುಬಳೆಯ ಲಗೇಜನ್ನ ಕೊಂಡೊಯ್ದು ಆಟೋದಲ್ಲಿರಿಸಿ ಮನೆಗೆ ಬಂದವಳಿಗೆ ಹಾಯಾಗಿ ಉಸಿರಾಡುವಂತಾಯಿತು. ಹಿತ್ತಲಿಗೆ ಹೋಗಿ ಪ್ರತಿಯೊಂದು ಪುಟ್ಟ ಸಸಿಯಿಂದ ಹಿಡಿದು ದೊಡ್ಡ ಮರದ ಬಳಿಯಲ್ಲಿ ನಿಂತು ಯೋಗಕ್ಷೇಮ ವಿಚಾರಿಸಿದಳು. ಅಲ್ಲಿ ಮಗುವಾಗುತ್ತಿದ್ದಳು. ತೂಗುವ ತಂಗಾಳಿಯಲ್ಲಿ ಹೇಮ ತೊದಲ್ನುಡಿಗಳನ್ನಾಡುವ ಕಂದ.

ರಾತ್ರಿ ಹತ್ತರ ಸುಮಾರಿಗೆ ಹಾಕಿದ್ದ ತಟ್ಟೆಯನ್ನೆತ್ತಿ ಮಲಗಲು ಹೊರಟಾಗ ಕಾಲಿಂಗ್ ಬೆಲ್ ಸದ್ದಾಯಿತು. ಹೂ ಹಣ್ಣಿನೊಂದಿಗೆ ಒಳ ಬಂದ ಪರಮಶಿವಯ್ಯ ಜೊತೆ ಪಶುಪತಿಗಳು ಇದ್ದರು.

"ಕಸ್ತೂರಿ... ಬರ್ಲಿಲ್ವಾ?" ವಿಚಾರಿಸಿದರು ಸುತ್ತಲೂ ಕಣ್ಣಾಡಿಸುತ್ತ ಪರಮಶಿವಯ್ಯ "ಬಂದ್ಹೋದ್ರು, ಕೈಕಾಲು ತೊಳ್ಕೊಂಡ್ ಬನ್ನಿ" ಒಳಗೆಹೋದಳು.

ಪಶುಪತಿ ಗೆಳೆಯನ ಹೆಗಲ ಮೇಲೆ ಕೈ ಹಾಕಿ ಅರ್ಥಪೂರ್ಣ ನೋಟ ಬೀರಿದರು. 'ಇಲ್ಲಿ ಹೇಮಾ ಒಬ್ಬಳೇ ಇದ್ದರೂ ಆರಾಮಾಗಿ ಹೊರಟ ಗೃಹಿಣಿಯಿಂದ ಅವಳ ಭವಿಷ್ಯ ಅಭದ್ರವೇ' ಎಂದು ಹೇಳುವಂತಿತ್ತು.

ಊಟ ಮುಗಿದನಂತರ ಪಶುಪತಿ ಜವಾಬ್ದಾರಿ ಒಪ್ಪಿಸಿ, ಪರಮಶಿವಯ್ಯ ಹಿತ್ತಲಲ್ಲಿ ಹೋಗಿ ನಿಂತರು. ಮಗಳ ನೋಟವನ್ನೆದುರಿಸುವ ಎದೆಗಾರಿಕೆ ಮುಚ್ಚಿಡದೇ.

"ಇದು ಸೂರ್ಯಪ್ರಕಾಶ್ ಫೋಟೋ. ಶ್ರೀಮಂತ ಜನ ಹೃದಯವಂತರು ಕೂಡ. ಸ್ಫುರದ್ರೂಪಿ, ಸಮಾಜದಲ್ಲಿ ಸ್ಥಾನಮಾನವಿದೆ. ಆದರೆ ಎರಡನೆ... ಸಂಬಂಧ... ಯೋಚ್ಸು. ನೀನು ಒಪ್ಪಿದ್ರೆ ಮುಂದುವರಿಬಹ್ದು. ಜೊತೆಗೆ ಅಂದು ನನ್ಜೊತೆ ಬಂದಿದ್ದ ಚಂದ್ರಪ್ರಕಾಶ್ ನಿನ್ಹತ್ರ ಮಾತಾಡ್ಬೇಕೂಂದ್ರು. ನಾಳೆ... ಬರ್ತಾರೆ. ಅವ್ರು ಕೂಡ ಏನೋ ಹೇಳೋದು ಇದೇಂದ್ರು. ನಿಂಗೆ ಇಷ್ಟವಾಗ್ಲಿಲ್ಲಾಂದ್ರೆ... ಬೇಡಾನ್ನು. ಬೇರೆ ಪ್ರಯತ್ನ ಮಾಡೋಣ. ದಯವಿಟ್ಟು ಈ ಚಿಕ್ಕಪ್ಪನ ಮಾತ್ರ ಕ್ಷಮ್ಸಿಬಿಡು. ಖಂಡಿತ ನಿಮ್ಮಪ್ಪನ ತಪ್ಪು

ಸ್ವಲ್ಪ ಕೂಡ ಇಲ್ಲ. ಬರ್ತೀನೋ... ಶಿವು" ಎದ್ದು ಬಾಗಿಲವರೆಗೂ ಹೊರಟವರನ್ನ ಹೇಮಾಳ ಸ್ವರ ಹಿಡಿದು ನಿಲ್ಲಿಸಿತು.

"ಇಷ್ಟೊತ್ತಿನಲ್ಲಿ ಯಾಕೆ ಹೋಗ್ತೀರಾ, ಚಿಕ್ಕಪ್ಪ ಹಾಸಿಗೆ ಹಾಸಿ ಕೊಟ್ಟಿದ್ದೀನಿ, ಮಲ್ಗಿ... ಬಿಡಿ."

ಅದು ಅವರ ಉದ್ದೇಶವೂ ಕೂಡ ಆಗಿದ್ದುದ್ದರಿಂದ ಬಿಡಿಸಿಟ್ಟ ಹಾಸಿಗೆಯಲ್ಲಿ ಮಲಗಿದರು. ಸದ್ದಿಲ್ಲದೆ 'ಎರಡನೆ ಸಂಬಂಧ' ಎನ್ನುವ ವಿಷಯ ಅವಳ ಮುಂದಿಡಲು ಬಹಳ ಅಂಜಿದ್ದರು. ಏರಿದ ಎದೆಯ ಬಡಿತ ಇನ್ನ ನಾರ್ಮಲ್‌ಗೆ ಬಂದಿರಲಿಲ್ಲ.

ತಂದೆಯ ಮನಸ್ಥಿತಿಯನ್ನ ಅರಿತ ಹೇಮ, ಹಿತ್ತಲಿಗೆ ಹೋದಳು. ತಲೆಯ ಮೇಲೆ ಕೈಹೊತ್ತು ಕೂತಿದ್ದರು ಪರಮಶಿವಯ್ಯ.

"ಅಪ್ಪ, ತುಂಬ... ಹೊತ್ತಾಯ್ತು. ಚಿಕ್ಕಪ್ಪ ಕೂಡ ಮಲ್ಗಿ ಆಯ್ತು, ನೀವು ಮಲಕ್ಕೋ ಬನ್ನಿ" ಎಂದಳು ಮೃದುವಾಗಿ.

ಮಗುವಿನಂತೆ ಬಿಕ್ಕಿದರು. ದುರ್ಬಲತೆ, ಮಾಡಿದ ತಪ್ಪುಗಳು ಪ್ರವಾಹದಂತೆ ಹರಿಯಿತು. ಅದರಲ್ಲಿಯೆ ತಾನು ಕರಗಿ ಹರಿಯುವ ನೀರಲ್ಲಿ ಸೇರಿ ಗಿಡದ ಬುಡಕ್ಕೆ ಹರಿಯುವ ಅದಮ್ಯತೆ.

"ದಯವಿಟ್ಟು ಅಳ್ಬೇಡಿ! ಯಾಕೆ... ಅಳ್ತೀರಾ?" ಅವಳ ದನಿ ತೇವವಾಯಿತು. ಮಗಳ ಎರಡು ಕೈಗಳನ್ನ ಹಿಡಿದು ತನಗೇ ತಾನೇ ಸಮಾಧಾನ ಮಾಡಿಕೊಂಡು "ನೀನು ಕ್ಷಮಿಸಿದ್ರು... ದೇವರಲ್ಲಿ ಕ್ಷಮೆ ಇಲ್ಲ. ನನ್ನ ಕ್ಷಮ್ಸು ಹೇಮ. ತಂದೆ ಅನ್ನಿಸಿಕೊಳ್ಳಬೇಕು... ಕೆಲವು ಅರ್ಹತೆಗಳು ಬೇಕು. ನಿನ್ನಂಥ ಮಗ್ಳಿಗಂತು... ನಾನು ತಂದೆಯಾಗುವ ಅರ್ಹತೆ ಪಡೆದುಕೊಂಡು ಬಂದಿಲ್ಲ" ಪಶ್ಚಾತ್ತಾಪದಿಂದ ದಗ್ಧರಾಗಿದ್ದರು.

"ಹಾಗೆಲ್ಲ, ಹೇಳ್ಬೇಡಿ" ಅಷ್ಟೇ ನುಡಿದಿದ್ದು.

ತಂದೆ, ಮಗಳು ಒಳಗೆಬಂದಾಗ ಅರ್ಧ ರಾತ್ರಿಯೇ ಕಳೆದುಹೋಗಿತ್ತು. ಇಂದು ಮಗಳ ಬಳಿ ಮನಸ್ಸು ಬಿಚ್ಚಿ ಮಾತಾಡಿ ಹಗುರ ಮಾಡಿಕೊಂಡಿದ್ದರು ಪರಮಶಿವಯ್ಯ.

"ಚಂದ್ರಪ್ರಕಾಶ್ ನಿನ್ನೊಂದಿಗೆ ಮಾತಾಡಿ ನಂತರ ಒಂದು ನಿರ್ಧಾರಕ್ಕೆ ಬರೋಣಾಂದ್ರು. ಬಹುಶಃ ಆ ಮನುಷ್ಯ ಒಂಟಿಯಾಗಿ ಬರ್ತಾನೇನೋ" ಅಷ್ಟೇ ನುಡಿದಿದ್ದು. ಅವಳಿಂದ ಯಾವುದೇ ಪ್ರತಿಕ್ರಿಯೆ ಇಲ್ಲ.

ಹೇಮ ಬಂದು ಮಲಗಿದಳು. ಅವಳಿಗೀಗ ಸರಿಯಾಗಿ ಇಪ್ಪತ್ತು ವರ್ಷ. ಇಪ್ಪತ್ತು ವರ್ಷಗಳ ದೌರ್ಭಾಗ್ಯ ಒಮ್ಮೆಲೇ ಅವಚಿಬಿದ್ದಂತೆ ಬೆಚ್ಚಿದಳು. ಅವಳ ತಾಯಿ ಬಾಣಂತಿ ಸನ್ನಿಯಿಂದ ಹೋದಾಗ, ಅವಳು ಇಪ್ಪತ್ತೊಂದು ದಿನದ ಮಗು. ವರ್ಷ ತುಂಬುವ ಮೊದಲೇ ಕಸ್ತೂರಿ ಪರಮಶಿವಯ್ಯನ ಬಾಳಿಗೆ ಬಂದಳು. ಅವಳೆಂದೂ ಇವಳಿಗೆ ತಾಯಿಯಾಗಲಿಲ್ಲ. ಆದರೆ ಒಬಿಡಿಯಂಟ್ ಗಂಡನಿಗೆ ಹೆಂಡತಿಯಾಗಿದ್ದಳು. ಬಹುಶಃ ಆ ಮನುಷ್ಯನಿಗೂ ಅಷ್ಟು ಸಾಕಿತ್ತು. ನೆಂಟರ ಮುದುಕಿಯೊಂದಿತ್ತು. ಇವಳನ್ನು ನೋಡಿ ಕೊಳ್ಳಲು ಐದು ವರ್ಷದವರೆಗೆ, ನಂತರ ಅವಳ ಅಗತ್ಯವೂ ಇಲ್ಲದೆ ಬೆಳೆದಿದ್ದು ಹೇಮಾ.

ಪುಟ್ಟ ವಯಸ್ಸಿನಲ್ಲಿಯೇ ತನ್ನ ಎಲ್ಲ ಕೆಲಸಗಳನ್ನು ತಾನು ಮಾಡಿಕೊಳ್ಳುತ್ತಿದ್ದ ಅವಳು ಹೊರೆಯಾಗಿರಲಿಲ್ಲ, ಪ್ರಯೋಜಕಳಾಗಿಯೇ ಇದ್ದಳು. ಬಸುರಿ, ಬಾಣಂತನದ ನೆವದಲ್ಲಿ ಅಲ್ಲಿಯೇ ಇದ್ದ ಕಸ್ತೂರಿ ಈ ಮನೆಯ ಬಗ್ಗೆ ಎಂದೂ ಆಸಕ್ತಿ ವಹಿಸಲಿಲ್ಲ. ಪರವಶಿವಯ್ಯ ಯಾವುದಾದರೂ ಒಂದು ವಸ್ತು ಮನೆಗೆ ತಂದರೇ, ಅದು ನೇರವಾಗಿ ಹೋಗುತ್ತಿದ್ದುದು ತವರು ಮನೆಗೆ. 'ಹುಡುಗ್ರು ಅಲ್ಲೇ ಇದ್ದಾರೆ, ಇಲ್ಲಿಗ್ಯಾಕೆ' ಎನ್ನುವುದ ರೊಂದಿಗೆ ಮುಗಿದುಹೋಗುತ್ತಿತ್ತು ವಿಷಯ.

ಅವಳಿಗೆ ಒಂದೇ ಒಂದು ಬೊಗಸೆಯಷ್ಟು ಮಮತೆ ಸಿಕ್ಕಿರಲಿಲ್ಲ. ಮುಂದಿನ ಜೀವನದ ಬಗ್ಗೆ ಕನಸುಗಳು ಇರಲಿಲ್ಲ. ಕಣ್ಣಂಚು ಒದ್ದೆಯಾಗಿ ಕಂಬನಿ ಜಾರಿ ದಿಂಬಿನಲ್ಲಿ ಮುಚ್ಚಿಟ್ಟುಕೊಂಡು ಕಣ್ಣುಮುಚ್ಚಾಲೆಯಾಡಿತು.

ಬೆಳಿಗ್ಗೆ ಬೆಳಿಗ್ಗೆಯೆ ಬಂದ ಕಸ್ತೂರಿ ಅವಸರಿಸಿದರು. "ಅಲ್ಲಿ, ಅಣ್ಣನ ಮಗುವಿನ ಹುಟ್ಟಿದ ಹಬ್ಬಕ್ಕೆ ಸಂಜೆ ಪಾರ್ಟಿ ಇಟ್ಕೊಂಡಿದ್ದಾರೆ. ಇಬ್ಬರು ಅಡುಗೆಯವ್ರು ಬಂದಿದ್ದಾರೆ, ಯಾತಕ್ಕೆ ಸಾಕಾಗ್ತಾರೆ" ವಿಪರೀತ ಗಡಿಬಿಡಿ ಇತ್ತು.

"ಒಂದಿಷ್ಟು ತಿಂಡಿ ತಂದಿದ್ದೀನಿ, ತಿಂದ್ಕೊಂಡ್... ಊಟಕ್ಕೆ ಅಲ್ಲಿಗೆ ಬಂದ್ಬಿಡಿ. ನಾನು ಹೇಮಾನ ಕರ್ಕೊಂಡ್ಹೋಗ್ತೀನಿ."

ಹಿಂದೆ ಈ ಮಾತು, ನಡತೆ ಮಾಮೂಲಾಗಿ ಕಾಣುತ್ತಿತ್ತೇನೋ, ಇಂದು ಅವರು ತುಟಿ ತೆರೆಯುವ ಮುನ್ನ ಪಶುಪತಿ ಅಡ್ಡ ಬಂದರು ಗೆಳೆಯನಿಗೆ.

"ನೀನ್ಹೋಗಮ್ಮ ಕಸ್ತೂರಿ, ನಂಗೆ ಆ ಕಡೆ ಬರೋದಿದೆ. ನಾನೇ ಕರ್ಕೊಂಡ್ಬ ರ್ತೀನಿ ಅಥ್ವಾ ನೀನು ಇಲ್ಲೇ ಉಳಿದುಕೊಂಡು ಇವ್ನ ಜೊತೆ ಸಂಜೆ... ಬಾ. ಇಲ್ಲಿ ನಾವು ಮೂವರು ಕೂಡಿಯೇ ಹೋಗೋಣ" ಎಂದರು ಗೆಳೆಯನನ್ನು ಕಣ್ಣುಗಳಲ್ಲಿ ಸುಮ್ಮನಾಗಿ ಸುತ್ತ. ಆರಂಭದಲ್ಲಿಯೇ ವಿಘ್ನ ಒದಗುವುದು ಬೇಡವಾಗಿತ್ತು ಅವರಿಗೆ.

ಅದು ಸಾಧಾರಣ ದಿನಗಳಲ್ಲಿಯೇ ಇಲ್ಲಿರೋಕೆ ಸಮ್ಮತಿಸದ ಆಕೆ, ಇಂಥ ದಿನದಲ್ಲಿ ಇಲ್ಲಿ ಉಳಿದುಕೊಂಡಾರ?

"ಒಂದ್ಕೆಲ್ಸ ಮಾಡಿ, ಮಧ್ಯಾಹ್ನದ ಊಟದ ಏರ್ಪಾಟು ಕೂಡ ಇದೆ. ನನ್ನ ಎರಡನೆ ತಮ್ಮನಿಗೆ ವಿವಾಹವಾದ ನಾಲ್ಕು ವರ್ಷಕ್ಕೆ ಮಗುವಾಗಿದ್ದು, ಆಗ ಪೀಚು ಕಾಯಿಲೇಂತ ನಾಮಕರಣ ಕೂಡ ಮಾಡ್ಲಿಲ್ಲ. ಈ ವರ್ಷದಲ್ಲೇ ಇದು ಗ್ರಾಂಡ್ ಫಂಕ್ಷನ್, ನೀವು ಕೂಡ ಬಂದಂಗಾಗುತ್ತೆ. ನೀವು ಹೇಮಾನ ಕರ್ಕೊಂಡ್ಹೋಗಿ, ನಮ್ಮ ಕಂಠಿ ಮಾರ್ಕೆಟ್‌ನಿಂದ ಕಾರಿನಲ್ಲಿ ಈ ಕಡೆನೇ ಬರ್ತೀನೀಂತ ಹೇಳಿದ್ದಾನೆ. ನಾನು ಅದ್ರಲ್ಲಿ ಹೋಗ್ತೀನಿ" ಅಣಿಮುತ್ತುಗಳಂತೆ ಉದುರಿದವು ಆಕೆಯ ಬಾಯಿಂದ ಪದಗಳು. ಯಾವ ಪದವೂ ಹೆಕ್ಕಿಕೊಳ್ಳುವಂಥದ್ದಲ್ಲ.

ಪಶುಪತಿಗೆ ಎಷ್ಟು ಕೋಪ ಬಂತೆಂದರೆ ನಾಲ್ಕು ಬಾರಿಸಿಬಿಡಬೇಕೆನಿಸಿತು. ಸಣ್ಣ ಪುಟ್ಟ ಗಿಡವಲ್ಲ, ಬಲಿತು ನೆಲದಲ್ಲಿ ಸ್ಥಿರಗೊಂಡ ಮರ. ಅದನ್ನ ಅಲ್ಲಾಡಿಸುವುದು ಕೂಡ ಪ್ರಯಾಸವೆಂದು ಅವರಿಗೆ ಗೊತ್ತು. ಭಯ ಕೂಡ. ಉರುಳಿದರೆ ಅಪಾಯ.

ಅಷ್ಟರಲ್ಲಿ ಕಾರು ಹಾರನ್ ಸದ್ದು ಕೇಳಿಸಿತು.

"ನೀವು ಎಷ್ಟೊತ್ತಿಗೆ... ಬರ್ತೀರಾ?" ಗಂಡನತ್ತ ತಿರುಗಿದರು ಕಸ್ತೂರಿ. "ಇವತ್ತು ಬರೋ ಪ್ರೋಗ್ರಾಂ ಇಲ್ಲ. ಇಲ್ಲೇ ರಾಮದೇವರ ಗುಡಿಯಲ್ಲಿ ಸತ್ಯನಾರಾಯಣ ಪೂಜೆ ಇಟ್ಕೊಂಡಿದ್ದಾರೆ, ಪಕ್ಕದ ಮನೆಯವರು, ನಾನು ಅಲ್ಲಿಗೆ ಹೋಗ್ತೀನಿ. ಸಂಜೆ ಸಾಧ್ಯವಾದ್ರೆ... ಬರ್ತೀನಿ" ಎಂದರು.

"ಹಾಗೇ... ಮಾಡಿ ಆದರೆ ತಕ್ಷಣ ಹೇಮಾನ ಮಾತ್ರ ಕಳ್ಸಿಕೊಟ್ಬಿಡಿ" ಹೇಳಿ ಅವಸರವಸರವಾಗಿ ಹೊರಟರು. ಶ್ರೀಕಂಠ ಒಂದಲ್ಲ ನಾಲ್ಕು ಸಲ ಹಾರನ್ ಮಾಡಿದನೇ ವಿನಃ ಒಳಗೆ ಬರುವ ರಿಸ್ಕ್ ತೆಕ್ಕೊಳ್ಳಿಲ್ಲ ಮಗರಾಯ. ಬಹಳ ವಿಚಿತ್ರವಾಗಿ ಕಂಡಿತು. ಹೀಗೂ... ಉಂಟೇ? ಎಂದು ಯೋಚಿಸಬೇಕಷ್ಟೆ.

ಮತ್ತೊಂದು ಸಲ ಹೇಮಾಗೂ, ಪಶುಪತಿಗೂ ಹೇಳಿ ಹೋಗುವುದನ್ನು ಮರೆಯಲಿಲ್ಲ ಕಸ್ತೂರಿ. ಲಗ್ನವಾಗಿ ವರ್ಷಗಳು ಉರುಳಿಹೋಗಿ ಮಕ್ಕಳು ಬೆಳೆದು ನಿಂತ ಮೇಲೂ ಆಕೆಗೆ ತನ್ನ ಕುಟುಂಬದ ಬಗ್ಗೆ ವ್ಯಾಮೋಹ ಬೆಳೆಯಲಿಲ್ಲ.

ಹತ್ತು ನಿಮಿಷದಲ್ಲಿ ರೆಡಿಯಾಗಿ ಬಂದ ಹೇಮಾ "ಅಪ್ಪ, ತಿಂಡಿ ಕೊಟ್ಟು ಬಿಡ್ಲಾ? ಹೊತ್ತಾಗಿ... ಹೋಗುತ್ತೆ" ಅಂದಾಗ ಪರಮಶಿವಯ್ಯ ಪಶುಪತಿಯ ಕಡೆ ನೋಡಿದರು. "ಹೋಗೋದೇನ್ಬೇಡ, ನಿನ್ನ ಚಿಕ್ಕಮ್ಮನಿಗೆ ನಾನು ಹೇಳಿಕಳಿಸ್ತೀನಿ. ಇಲ್ಲೇ ಮೂರನೆಯ ಮನೆಯಲ್ಲಿ ಅಡುಗೆ ಕೆಲ್ಸದ ಹುಡುಗರು ಇದ್ದಾರೆ. ಅವ್ರನ್ನ ಕಳ್ಸಿಕೊಟ್ಬರ್ತೀನಿ" ಹೊರಟರು.

ತಂದೆಗೆ ಬೇಸರವಾಗಿದೆಯೆಂದರಿತ ಹೇಮಾ ವಿಷಯವನ್ನ ಪ್ರಸ್ತಾಪಿಸಲು ಹೋಗದೇ ಬೇರೆ ಕೆಲಸದಲ್ಲಿ ಮಗ್ನಳಾದಳು. ಹತ್ತರ ನಂತರವೇ ಸ್ನಾನ ಮುಗಿಸಿದ್ದ ಪರಮಶಿವಯ್ಯ. ಇಂದು ದೇವರ ಪೂಜೆಯಲ್ಲಿ ಕೂಡ ಅವರ ಮನ ನಿಲ್ಲದ ಕಾರಣ ಬರೀ ನಮಸ್ಕರಿಸಿ ಮೇಲೆದ್ದರು.

"ಅಪ್ಪ, ತಿಂಡಿ... ಕೊಡ್ಲಾ?" ಅಡುಗೆ ಮನೆಯಿಂದ ಹೊರಗೆ ಇಣುಕಿದಳು. "ಬೇಡ, ಒಂದೇ ಸಲ ಊಟ ಮಾಡ್ತೀನಿ" ನಿರಾಕರಿಸಿದಾಗ, ಅವಳಿಗ ಆಶ್ಚರ್ಯ.

ದೊಡ್ಡ ಲೋಟ ತುಂಬ ಕಾಫಿ ತಂದಿಟ್ಟ ಹೇಮಾ ಅಲ್ಲೇ ನಿಂತಳು. "ಅಪ್ಪ, ನೀವು ತುಂಬ ಬೇಜಾರಾಗಿದ್ದೀರಾ" ನುಡಿದಳು ಪ್ರಯತ್ನಪೂರ್ವಕವಾಗಿ.

ಒಮ್ಮೆ ಮಗಳತ್ತ ನೋಟ ಹರಿಸಿ ತಗ್ಗಿಸಿದರು.

"ಪಶುಪತಿ ನಿಂಗೆ ಎಲ್ಲಾ ಹೇಳಿರಬೇಕು. ಆದಷ್ಟು ಬೇಗ ನಿನ್ನ ಈ ಕತ್ತಲೆ ಕೂಪ ದಿಂದ ಹೊರಗೆ ಹಾಗ್ಬೇಕು. ನಿನ್ನ ಪೂರ್ಣ ಒಪ್ಪಿಗೆ ಸಿಕ್ಕನಂತರವೇ ಮುಂದಿನ ಮಾತು" ಕಷ್ಟದಿಂದ ಹೇಳಿದರು. ಈಗಲೂ ಅವರಿಗೆ ಅರೆಮನಸ್ಸೇ.

ಹೇಮಳಿಂದ ಆ ಕುಟುಂಬಕ್ಕೆ ತೊಂದರೆಯಾಗುವುದಾಗಲೀ ಅಥವಾ ಅವರಿಂದ ಇವಳಿಗೆ ತೊಂದರೆ ಇವೆರಡು ಇಷ್ಟವಾಗದು. ಇವರಿಗಿಂತ ಗಣೇಶನನ್ನು ನಿಶ್ಚಯಿಸಿ ಬಿಡಲೇ ಎನ್ನುವ ಯೋಚನೆ ಕೂಡ.

ತಂದೆಯ ಮಾತಿಗೆ ಹೇಮ ಮೌನ ವಹಿಸಿದಳು.

ಮೂರರ ಸುಮಾರಿಗೆ ಚಂದ್ರಪ್ರಕಾಶ್ ಬಂದರು. ಡ್ರೈವರ್ ಬಿಟ್ಟರೇ ಅವರೊಬ್ಬರೇ. ಮಿರಿಮಿರಿ ಮಿರುಗುವ ಬಿಳಿಯ ಪ್ಯಾಂಟ, ಟರ್ಪ್ ಮಾಡಿದ ಮೂರ್ತಿ ತೋಳಿನ ಬಿಳಿಯ ಷರಟು. ಕಾಲಲ್ಲಿನ ಷೂಗಳು ಮಿಂಚುತ್ತಿದ್ದವು. ಎತ್ತಿ ಬಾಚಿದ ಕೂದಲು ಒತ್ತಾಗಿರಲಿಲ್ಲ, ಕಪ್ಪು ಕೂದಲಲ್ಲಿ ಬಿಳಿಯ ಕೂದಲು ಬೆರೆತು ಪಕ್ವಗೊಂಡ ವಯಸ್ಸಿನ ಗಾಂಭೀರ್ಯ ತಂದು ಕೊಟ್ಟಿತ್ತು ಮುಖಕ್ಕೆ. ಅಲ್ಲಲ್ಲಿ ಮೂಡಿದ್ದ ಸುಕ್ಕುಗಳಲ್ಲಿ ಗತ್ತು ಎದ್ದು ಕಾಣುತ್ತಿತ್ತು.

"ಊಟ ಮುಗ್ಸಿಕೊಂಡ್ಬಂದಿದ್ದೀನಿ, ತೊಂದರೆ ತಗೋಳೋದೇನು ಬೇಡ" ಹೇಳಿ ಕೂತ. ಪರಮಶಿವಯ್ಯನಿಗೆ ಏನು ಮಾತಾಡಬೇಕೋ ತೋಚಲಿಲ್ಲ. "ಕುಡೀಲಿಕ್ಕೆ ಏನಾದ್ರೂ ತೊಗೋಬಹುದಲ್ಲ" ಮೇಲೆದ್ದರು.

ಹೇಮ ನಿಂಬೆಹಣ್ಣಿನ ಪಾನಕ ತಂದುಕೊಟ್ಟಳು. ಅಂದಿಗೂ, ಇಂದಿಗೂ ಅಂಥ ದೊಡ್ಡ ವ್ಯತ್ಯಾಸವೇನು ಕಾಣಲಿಲ್ಲ ಅವಳಲ್ಲಿ. ಇಂದು ಸಣ್ಣ ಅಂಚಿನ ಮೆರೂನ್ ಕಲರ್ ರೇಶಿಮೆ ಸೀರೆಯುಟ್ಟು ಅದೇ ಬಣ್ಣದ ಬ್ಲೌಸ್ ತೊಟ್ಟಿದ್ದಳು. ಚೆಂದವಾಗಿ, ಸೌಮ್ಯವಾಗಿ ಕಂಡಳು. ಗಾಜಿನ ಮಣಿಯಂತೆ ಫಳಫಳ ಹೊಳೆತವಿಲ್ಲ. ನಾಜೂಕಾಗಿಸಿದ ವಜ್ರದ ಹೊಳಪಿದೆಯೆನಿಸಿತು ಅವರಿಗೆ.

"ಕೂತ್ಕೋಮ್ಮ..." ಅವರೇ ಹೇಳಿದರು.

ತಂದೆಯತ್ತ ನೋಡಿ ಕೂತಳು. ಭಾವಚಿತ್ರದಲ್ಲಿನ ಸೂರ್ಯಪ್ರಕಾಶ್ ತಂದೆ. ಬರೀ ಬಟ್ಟೆಬರೆಯಲ್ಲಿ ಮಾತ್ರವಲ್ಲ, ಮುಖಭಾವದಲ್ಲಿ ಕೂಡ ದೊಡ್ಡ ವ್ಯಕ್ತಿಯಂತೆ ಕಂಡರು.

"ಪಶುಪತಿನ ಕರ್ಕೊಂಡ್ಬರ್ತೀನಿ" ಪರಮಶಿವಯ್ಯ ಹೊರಟರು. ಅದು ಹಿಂದೆಯೇ ನಿಗದಿಯಾಗಿತ್ತು "ನಿಮ್ಮ ಮಗ್ಳು ಹತ್ರ ಮಾತ್ರ ಮಾತಾಡ್ಬೇಕು" ಹೇಳಿದ್ದರು ಚಂದ್ರಪ್ರಕಾಶ್. ಅದಕ್ಕೆ ಅವಕಾಶ ಕಲ್ಪಿಸಿ ಕೊಟ್ಟು ಎದ್ದು ಹೋಗಿದ್ದರು.

ನಿಂಬೆಹಣ್ಣಿನ ಪಾನಕ ಕುಡಿದಿಟ್ಟ ನಂತರ ಪ್ರಾರಂಭಿಸಿದರು "ಹೇಮಾ, ನನ್ಮಗನ ಫೋಟೋ ನೋಡಿದ್ಯಾ?" ಕೇಳಿದರು.

ಅವಳು ಮಾತೇ ಆಡಲಿಲ್ಲ. 'ಫೇಮಸ್ ಹೈಕೋರ್ಟ್ ಅಡ್ವೋಕೇಟ್' ಕಟಕಟೆ ಯಲ್ಲಿ ನಿಂತ ಸಾಕ್ಷಿಯ ಬಳಿ ಪ್ರಶ್ನಿಸುವ ಧಾಟಿಯಲ್ಲಿಯೇ ಮಾತು ಪ್ರಾರಂಭಿಸಿದರೇನೋ, ಅದನ್ನ ಅಂದುಕೊಂಡವರು ಕೂಡ ಅವರೇ.

"ನನ್ನ ಮಾತು ಜೋರಾಯ್ತು? ಸಾರಿ... ಸಾರಿ... ಪೂರ್ತಿಯಾಗಿ ಪ್ರೊಫೆಷನ್‌ಗೆ ಅಂಟಿಕೊಂಡ ಜನ ನಾವು. ಪ್ಲೀಸ್ ಹೇಮಾ... ಮಾತಾಡು. ಸೂರ್ಯನ ಫೋಟೋ ನೋಡಿದ್ಯಾ? ಅಕಸ್ಮಾತ್ ನೋಡಿಲ್ಲಾಂದ್ರೆ... ನೋಡು" ಷರಟಿನ ಜೇಬಿನಲ್ಲಿದ್ದ ಫೋಟೋ ತೆಗೆದು ಅವಳ ಮುಂದೆ ಹಾಕಿದರು.

"ಸ್ಫುರದ್ರೂಪಿ, ತೆಗ್ದುಹಾಕೋಂಥ ವರನೇನು ಅಲ್ಲ. ಮೊದಲು ಮದ್ವೆಗೆ ಹೆಣ್ಣು

ನೋಡಿದೋನು ನಾನು. ಅದ್ಕೆಲ್ಲ ಅವ್ನಿಗೆ ಪುರುಸೊತ್ತಿಲ್ಲ. ಅನ್ಯೋನ್ಯವಾಗೇ ಇದ್ರು, ಆ ಹುಡ್ಗಿ ಹೋದ್ಲು. ಮತ್ತೆ ಅವ್ನಿಗೆ ವಿವಾಹದಲ್ಲಿ ಆಸಕ್ತಿ ಇಲ್ಲ. ಆದ್ರೂ ನನ್ನ ಫೋರ್ಸ್. ಈಗ ಒಪ್ಪಿಗೆ ಸೂಚಿಸಿದ್ದಾನೆ, ಅರೆಮನಸ್ಸಿನಿಂದ. ನಿಂಗೆ ತುಂಬ... ತಾಳ್ಮೆ ಬೇಕಾಗುತ್ತೆ." ಸಾಕಷ್ಟು ಹೇಳಿದರು. ಮಗನ ವಿಷಯದಲ್ಲಿ ಅವರಿಗೆ ಅನುಮಾನವಿತ್ತು. ಅವನು ವಿಮುಖ ನಾಗಿಯೇ ಇದ್ದುಬಿಟ್ಟರೇ ಗತಿಯೇನು ಎನ್ನುವ ಭಯ ಕೂಡ ಅವರದು. ಅದನ್ನು ಕೂಡ ಎಳೆಎಳೆಯಾಗಿ ಬಿಚ್ಚಿಟ್ಟರು, ಅವಳ ಮುಂದೆ.

"ನಿಂಗೆ ಎಲ್ಲಾ ಹೇಳಿದ್ದೀನಿ. ನಿಂಗೆ ಫೇಸ್ ಮಾಡೋ ಧೈರ್ಯವಿದ್ದರೇ... ಹ್ಲೂ.. ಅನ್ನು, ಎಷ್ಟೋ ಕೇಸ್‌ಗಳಲ್ಲಿ ಗೆದ್ದ ನಮ್ಗೆ ಒಮ್ಮೊಮ್ಮೆ ಸೋಲು ಒಪ್ಪಿಕೊಳ್ಳಬೇಕಾಗುತ್ತೆ. ಐ ಕಾಂಟ್... ವರೀ" ಹೇಳಿದ್ದು ಮುಗಿಯಿತು ಎನ್ನುವಂತೆ ಸುಮ್ಮನೆ ಕೂತರು.

ತಟ್ಟನೇ ಹೇಮ ಅವರ ಕಾಲುಗಳಿಗೆ ನಮಸ್ಕರಿಸಿ "ನಂಗೆ ಒಪ್ಪಿಗೆ ಇದೆ. ನಿಮ್ಮ ತಂಪಾದ ನೆರಳಲ್ಲಿ ಏನು ಬೇಕಾದ್ರೂ ಫೇಸ್ ಮಾಡ್ತೀನಿ. ನೀವೆಂದು ನನ್ನ ಸೊಸೆಯಾಗಿ ಮಾಡಿಕೊಂಡಿದ್ದಕ್ಕೆ ಪಶ್ಚಾತ್ತಾಪ ಪಡೋ ಹಾಗೆ ನಡಕೊಳ್ಳೋಲ್ಲ" ತುಂಬ ಭರವಸೆ ಇತ್ತು ಅವಳ ಮಾತುಗಳಲ್ಲಿ.

ಚಂದ್ರಪ್ರಕಾಶ್ ಪುಲಕಿತರಾದರು. ಅವರ ಕಣ್ಣಂಚಿನಲ್ಲಿ ಹರ್ಷದ ತುಂತುರು. ಬಾಗಿಲವರೆಗೂ ಹೋಗಿ ಚಪ್ಪಾಳೆ ತಟ್ಟಿದರು. ಡ್ರೈವರ್ ಒಂದಾದ ಮೇಲೊಂದರಂತೆ ಹೊತ್ತು ತಂದಿಟ್ಟು ಹೋದ. ಎರಡು ತುಂಬಿದ ತಟ್ಟೆ, ಒಂದು ಬುಟ್ಟಿಯನ್ನು.

ಒಂದು ತಟ್ಟೆಯನ್ನು ಅವಳ ಕೈಗಿತ್ತು "ಮನಃಪೂರ್ವಕವಾಗಿ ನಿನ್ನ ಸೊಸೆಯನ್ನಾಗಿ ಮಾಡಿಕೊಳ್ಳೋಕೆ ಇಷ್ಟಪಟ್ಟಿದ್ದೀನಿ" ಆಶೀರ್ವದಿಸಿಬಿಟ್ಟರು. ಅಷ್ಟರಲ್ಲಿ ಪಶುಪತಿ, ಪರಮಶಿವಯ್ಯ ಕೂಡಿಯೇ ಬಂದರು. "ಬನ್ನಿ ನಂಗೆ ಹೊತ್ತಾಯ್ತು" ತಾಂಬೂಲದ ತಟ್ಟೆಯನ್ನ ಹೇಮಾಳ ತಂದೆಯ ಕೈಗೆ ಕೊಟ್ಟು "ಅನುಕೂಲವಾದ ಲಗ್ನ ನೋಡಿ ತಿಳ್ಸಿ. ಮಾತುಕತೆಯೆಲ್ಲ ಮುಗ್ದಂಗೆ. ಮಿಸ್ಟರ್ ಪರಮಶಿವಯ್ಯನವರೇ, ನಿಮ್ಮ ಮಗ್ಳನ್ನ ನನ್ನ ಮಗನಿಗೆ ಕೊಡೀಂತ ಕೇಳ್ತಾ ಇದ್ದೀನಿ. ಆದಷ್ಟು ಬೇಗ ನಿಮ್ಮ ಹುಡ್ಗಿ ನನ್ನ ಮನೆಯಲ್ಲಿದ್ರೆ... ಸಾಕು. ಉಳಿದಿದ್ದೆಲ್ಲ ಪಶುಪತಿ ಹತ್ರ ಮಾತಾಡಿ" ಹೊರಟೇಬಿಟ್ಟರು ದಢಬಢ.

ಪಶುಪತಿ, ಪರಮಶಿವಯ್ಯ ಕಾರಿನವರೆಗೂ ಬಂದು ಬೀಳ್ಕೊಟ್ಟರು.

ಚಿನ್ನ ಇಲ್ಲ, ಹಣ ಇಲ್ಲ, ಹೇಮಾಗೆ ವಿದ್ಯೆ ಇಲ್ಲ ಇಂಥ ಸ್ಥಿತಿಯಲ್ಲಿ ಅವಳ ಮದುವೆ ಸಾಧ್ಯನಾ ಎಂದು ತಲೆಯ ಮೇಲೆ ಕೈಯೊತ್ತು ಕೂತ ಪರಮಶಿವಯ್ಯನನ್ನು ಬಹಳ ಸುಲಭವಾಗಿ ಪಾರು ಮಾಡಿದ್ದ ದೇವರು. ಅವನ ಚಮತ್ಕಾರಗಳಲ್ಲಿ ಇದು ಒಂದೇನೋ! ಬುದ್ಧಿಜೀವಿಗಳು ಇದನ್ನ ತಳ್ಳಿಹಾಕಬಹುದು.

ಐದರ ಸುಮಾರಿಗೆ ಇದ್ದಕ್ಕಿದ್ದಂತೆ ಬಂದರು ಕಸ್ತೂರಿ.

"ನೀವು ಯಾಕೆ, ಬರ್ಲಿಲ್ಲ? ಕೆಲವರು ನಿಮ್ಮ ಬಗ್ಗೆ ಕೇಳಿದ್ರು" ಆತುರದ ಸ್ವರವೇ "ಬಹುಶಃ ಆಗೋಲ್ಲಾಂತ ಹೇಳಿದ್ದೆನಲ್ಲ, ನನ್ನ ಅಗತ್ಯವೇನಿರೋಲ್ಲ" ಸಹಜ ದನಿಯಲ್ಲಿ ಹೇಳಿದರು. ವ್ಯಂಗ್ಯಮಾಡುವುದು ಪರಮಶಿವಯ್ಯನ ಸ್ವಭಾವವಲ್ಲ.

ಆಕೆಯ ನೋಟ ಗೋಡೆಗಂಚಿಗಿದ್ದ ಟೇಬಲ್ಲು ಮೇಲಿದ್ದ ಬೆಳ್ಳಿ ಹರಿವಾಣದತ್ತ ಹರಿಯಿತು.

"ಇದು... ಯಾವ್ದು?" ಅತ್ತ ಧಾವಿಸಿದರು.

"ಬೆಂಗ್ಳೂರಿನ ಹೈಕೋರ್ಟು ಅಡ್ವೋಕೇಟ್ ಚಂದ್ರಪ್ರಕಾಶ್ ಮಗನ ಜೊತೆ ಹೇಮಾ ವಿವಾಹ ನಿಶ್ಚಯವಾಯ್ತು" ತಣ್ಣಗೆ ನುಡಿದರು. ಗಂಡನ ಮಾತಿಗೆ ಆಕೆ ಬೆಚ್ಚಿಬಿದ್ದರು. ಇದು ಸಾಧ್ಯವೇ? ಅಸಂಭವವೆನಿಸಿತು.

"ತಮಾಷೆಗೆ ಮಿತಿ ಇರುತ್ತೆ" ಕಸ್ತೂರಿ ವ್ಯಾಖ್ಯಾನ "ಇದು ತಮಾಷೆ ವಿಷ್ಯವಲ್ಲ, ರೂಮಿನಲ್ಲಿ ಹೋಗಿ ನೋಡು" ಪರಮಶಿವಯ್ಯ ದನಿ ಎತ್ತರಿಸಿದರು. ಹೋದ ಕಸ್ತೂರಿ ಗಾಬರಿಯಾದರು. ಕಾಂಜೀವರಂ ಸೀರೆಯ ಮೇಲೆ ಬಳೆಯ ಬಾಕ್ಸ್ ಇತ್ತು. ತೆರೆದು ನೋಡಿ ದಂಗಾದರು. ಪಚ್ಚೆಗಳನ್ನು ಹುದುಗಿಸಿದ್ದ ನಾಲ್ಕು ಬಳೆಗಳು–ಮನದಲ್ಲಿಯೇ ಅವರ ಶ್ರೀಮಂತಿಕೆಯನ್ನ ಲೆಕ್ಕ ಹಾಕಿದರು. 'ಹೇಗಾಯ್ತು?' ನೂರು ಸಲ ತಮಗೇ ಪ್ರಶ್ನೆ ಹಾಕಿಕೊಂಡರೂ ಆಕೆಗೆ ಉತ್ತರ ಸಿಗಲಿಲ್ಲ.

"ಇದೆಲ್ಲ, ಹೇಗಾಯ್ತು? ನನ್ನ ನೋಟೀಸಿಗೆ ಬರ್ದಂಗೆ ಇಂಥದೆಲ್ಲ ನಡೆದಿದ್ದು... ಹೇಗೆ?" ಷಾಕ್ ತಿಂದಂತೆ ಬಡಬಡಿಸಿದರು ಕಸ್ತೂರಿ. ಮೇಲ್ಮುಖದ ಉದ್ವೇಗವೇ ವಿನಃ ಅಂತರಂಗದಲ್ಲಿ ಅಂಥ ಆಂದೋಲವೇನಿಲ್ಲ.

ಪರಮಶಿವಯ್ಯನವರು ಕನ್ನಡಕ ತೆಗೆದು ಮತ್ತೆ ಹಾಕಿಕೊಂಡು "ಇಂದು ನೀನು ಬಿಜಿ ಇದ್ದೆ. ಅವ್ರಿಗೆ ಹೇಮ ಮೆಚ್ಚಿಗೆಯಾದ್ಲು, ತಾಂಬೂಲ ಬದಲಾಯ್ಸಿಕೊಂಡು ನಿಶ್ಚಿತಾರ್ಥ ಮುಗ್ಸಿಕೊಂಡ್ಹೋದ್ರು. ಆತಂಕಪಟ್ಟುಕೊಳ್ಳೋಕೇನಿದೆ? ನೀನು ಇಲ್ದೆಯಂತೂ ಒಂಟಿಯಾಗಿ ನಿಂತು ನಾನು ಧಾರೆಯೆರೆದುಕೊಡೋಕ್ಕಾಗೋಲ್ಲ" ಎಂದರು. ಮಂಜಿನಲ್ಲಿ ಅದ್ದಿ ತೆಗೆದಷ್ಟು ತಣ್ಣಗಿತ್ತು ಅವರ ದನಿ.

ಕಸ್ತೂರಿ ಕೂತರು. ಸರಿಯೆನಿಸಲಿಲ್ಲ.

"ಇದೆಲ್ಲ... ಸರಿಕಾಣೋಲ್ಲ! ನಮ್ಮಣ್ಣ, ಅಪ್ಪ, ಅಮ್ಮ ಏನಂದ್ಕೋಬೇಕು. ಯಾರು ಇಲ್ದೇ ಎಲ್ಲಾ ನಡ್ಸಿದ್ದೀರಿ. ನನ್ನ ತಮ್ಮನ ನಿಶ್ಚಿತಾರ್ಥಕ್ಕೆ ಐನೂರು ಜನ ಸೇರಿದ್ರು" ಆಕೆಯದು ಆಡಂಬರದ ನೆನಪುಗಳು.

"ಇದು ನಿನ್ನ ತವರುಮನೆ ವಿಷ್ಯ ಅಲ್ಲ. ಈ ಮನೆ ನೋಡು... ಇಲ್ಲೇನಿದೆ! ಹೇಮ ಭಾಗ್ಯವಂತಳು. ನಿನ್ನ ತವರುಮನೆಯಂಥ ಹತ್ತು ಮನೇನ ಕೊಂಡುಕೊಳ್ಳಬಲ್ಲಂಥ ಶ್ರೀಮಂತರು ಅವರು. ಈ ವಿಷ್ಯದಲ್ಲಿ ಚರ್ಚೆ ಬೇಡ. ಸಂಜೆಯ ಆರತಿ, ಪಾರ್ಟಿಗೆ ನಿಲ್ದೇ ಯಾಕ್ಬಂದೇ?" ಸಹಜವಾಗಿ ಕೇಳಿದರು.

ಆಕೆ ಮಾತೇ ಆಡಲಿಲ್ಲ. ಇಂಥ ಒಂದು ಸಂದರ್ಭ ಎದುರುಗೊಳ್ಳಬಹುದೆಂದು ಕಸ್ತೂರಿ ಕಲ್ಪನೆ ಕೂಡ ಮಾಡಿರಲಿಕ್ಕಿಲ್ಲ.

* * *

ಸೂರ್ಯಪ್ರಕಾಶ್ ಮತ್ತು ಹೇಮಾ ಮದುವೆ ಸಿಂಪಲ್ಲಾಗಿ ನಡೆದರೂ ಶಾಸ್ತ್ರೋಕ್ತವಾಗಿತ್ತು. ಆತ್ಮೀಯರೆನಿಸಿಕೊಂಡ ಬಂಧುಗಳು, ಸ್ನೇಹಿತರು ಬಂದು ಹರಸಿದರು. ಮಗು ಒಂದಿಲ್ಲದಿದ್ದರೇ ಸೂರ್ಯಪ್ರಕಾಶ್‌ನ ಯಾರು ಎರಡನೆ ಗಂಡೆಂದು ಹೇಳಲು ಸಾಧ್ಯವಿರಲಿಲ್ಲ.

ಎಲ್ಲಿಂದ... ಎಲ್ಲಿಗೆ? ಇಲ್ಲಿ ಇದ್ದಿದ್ದೆಲ್ಲ ಗಂಡಸರೇ ಅವಳನ್ನ ತಿದ್ದುವ ಹೆಣ್ಣೇ ಇಲ್ಲದ ಮನೆ. ಏಕಾ... ಏಕಿ... ಗಾಬರಿ. ಅಡುಗೆಯವರಿಂದ ಹಿಡಿದು ಮನೆ ಕೆಲಸ ಮಾಡುವವರು ಮಾಲೀ ಎಲ್ಲಾ ಇದ್ದರು. ಆದರೆ ಹೆಣ್ಣಿಲ್ಲದ ಕೊರತೆಯೊಂದೇ ಎದ್ದು ಕಾಣುತ್ತಿದ್ದುದು.

ಮೊದಲ ರಾತ್ರಿ ಶೃಂಗರಿಸಿ ಅವಳನ್ನು ಸೂರ್ಯಪ್ರಕಾಶ್ ರೂಮಿಗೆ ಕಳಿಸುವಾಗ ಹೆಂಗಳೆಯರು ಇದ್ದರು. ಒಳಗಡಿ ಇಟ್ಟ ಹೇಮ ಗಕ್ಕನೆ ನಿಂತಳು. ಮಲ್ಲಿಗೆ ಹೂವಿನ ಕಂಪು, ಊದುಬತ್ತಿಯ ಶೃಂಗಾರ ಅಂಥದೇನು ಇರಲಿಲ್ಲ. ಆರಾಮಾಗಿ ಯಾವುದೋ ಫೈಲಿನಲ್ಲಿ ಮಗ್ನವಾಗಿದ್ದ ಸೂರ್ಯಪ್ರಕಾಶ್ ಮರುದಿನದ ಕೇಸ್‌ನ ತಯಾರಿಗೆ ಸಿದ್ಧತೆ. ಮುಂದಿನ ಆಫೀಸ್ ಬಿಟ್ಟು ಬೆಡ್‌ರೂಮಿನಲ್ಲಿ ಉಳಿದಿದ್ದಕ್ಕೆ ಚಂದ್ರಪ್ರಕಾಶ್ ಕಾರಣ.

"ಎಲ್ಲಾ ಕೇಳಿದ್ಮೇಲೆನೇ ಹೇಮಾ ಒಪ್ಪಿಗೆ ಸೂಚಿಸಿರೋದು. ಬೆಡ್‌ರೂಂನಲ್ಲಿರು" ಮಗನ ಭುಜದ ಮೇಲೆ ಕೈಯಿಟ್ಟು ಆಜ್ಞಾಪಿಸಿದರು. ಎದೆಯ ಭಾರವನ್ನು ಹೊರಗೆ ತಳ್ಳಲಾರದೆ ಹುದುಗಿಸಿಟ್ಟುಕೊಂಡು ತಲೆದೂಗಿದ್ದ ವಿಧೇಯ ಮಗನಂತೆ.

"ಯೆಸ್, ಕಮಿನ್... ಇನ್ನ ಸ್ವಲ್ಪ ಹೊತ್ತು ಲೈಟು ಉರಿಯುತ್ತೆ. ಡಿಸ್ಟರ್ಬ್ ಅನ್ನಿಸಿದ್ರೆ... ಆ ರೂಮಿನಲ್ಲಿ ಮಲಕ್ಕೋ" ಮುಚ್ಚಿದ ಬಾಗಿಲ ಕಡೆ ತೋರಿಸಿದ.

ಹೇಮಾ ಹಾಲಿನ ಲೋಟ ಅವನ ಹತ್ತಿರದ ಟೀಪಾಯಿ ಮೇಲಿಟ್ಟು ಬಾಗಿಲನ್ನ ತಳ್ಳಿಕೊಂಡು ಒಳಗೆಹೋದಳು. ವಿಶಾಲವಾದ ಮಂಚಕ್ಕೆ ಸೊಳ್ಳೆಯ ಪರದೆ ಹಾಕಿದ್ದರು. ಇವಳ ಉಪಯೋಗಕ್ಕೆಂದು ಚಂದ್ರಪ್ರಕಾಶ್ ಸಿದ್ಧಪಡಿಸಿದ್ದರೇನೋ! ಶಬ್ದವಾಗದಂತೆ ಬಾಗಿಲು ಮುಚ್ಚಿದರು.

ಇದ್ದ ಮನೆಗೂ ಇಲ್ಲಿಗೂ ಊಹಿಸಿಕೊಳ್ಳಲಾರದಷ್ಟು ಅಂತರ. ಅಲ್ಲಿ ತಂದೆಯ ಮಮತೆ ಮಿಡಿತವಿತ್ತು. ಇಲ್ಲಿ ಅವಳ ಕಣ್ಣಿಂದ ನೀರು ಹರಿಯಲಾರಂಭಿಸಿತು. ಹಾಸಿಗೆಯ ಮೇಲೆ ಮಲಗಿ ದಿಂಬಿನಲ್ಲಿ ಮುಖ ಹುದುಗಿಸಿದಳು.

ಬಾಗಿಲು ಸದ್ದಾಯಿತು. ತಟ್ಟನೆ ಎದ್ದು ಕೂತಳು. ಸೂರ್ಯಪ್ರಕಾಶ್ ಒಳಗೆ ಬಂದಿದ್ದ.

"ಅಳ್ತಾ ಇದ್ದೀಯಾ, ಹೇಮಾ! ನನ್ನಿಂದ ಒಂದು ಹೆಣ್ಣು ಕಣ್ಣೀರಿಡೋದು ನಂಗಿಷ್ಟವಿಲ್ಲ. ಲುಕ್, ನಾನು ವೃತ್ತಿಗೆ ಅಡಿಕ್ಟ್ ಆದ ವ್ಯಕ್ತಿ. ವಿವಾಹವನ್ನು ನಾನು ಸೀರಿಯಸ್ಸಾಗಿಯೇ ತಗೊಂಡಿರಲಿಲ್ಲ. ಅಂಥವ್ನಿಗೆ ಎರಡನೆ ಮದ್ವೆ, ಸದ್ಯಕ್ಕೆ ನಾನು ಮೀರಾನ ಮರೆತಿಲ್ಲ, ನಿನ್ನನ್ನ ಸ್ವಾಗತಿಸೋ ಸ್ಥಿತಿಯಲ್ಲಿಲ್ಲ. ಎಲ್ಲಾ ವಿಷ್ಯದಲ್ಲೂ ಸ್ವತಂತ್ರ ಕೊಟ್ಟ ಅಪ್ಪ ಈ ವಿಷ್ಯದಲ್ಲಿ ಪಟ್ಟು ಹಿಡಿದ್ರು. ನಿನ್ನ ಭವಿಷ್ಯದ ಬಗ್ಗೇನೂ ಅವ್ರಿಗೆ ಕಾಳಜಿ

ಇದೆ. ಇಲ್ಲಿನಿಂಗೆ ಯಾವ್ದೇ ತೊಂದರೆ ಇಲ್ಲ. ಗುಡ್‌ನೈಟ್..." ಹೇಳಿ ಬಾಗಿಲನ್ನೆಳೆದು ಕೊಂಡು ಹೋದ ಸೂರ್ಯಪ್ರಕಾಶ್.

ಕೂತಿದ್ದ ಅವಳಲ್ಲಿ ಕೆಲವು ಕ್ಷಣಗಳು ಚಲನೆ ಸತ್ತಿತ್ತು. ಆದರೆ ಮೊದಲಿನ ದುಗುಡ ಮಾಯವಾಯಿತು. ಅವಳು ತಿಳಿದುಕೊಂಡಿದ್ದಕ್ಕಿಂತ ಹೃದಯವಂತನಾಗಿ ಕಂಡ ಸೂರ್ಯಪ್ರಕಾಶ್ ಅತ್ಯಂತ ಸ್ಪಷ್ಟವಾಗಿ ತಿಳಿಸಿದ್ದ.

ತಾಳಿ ಕಟ್ಟುವಾಗಿನ ಸ್ಪರ್ಶದಿಂದಲೇ ಪುಳಕಿತಳಾಗಿದ್ದಳು. ಈ ಜನ್ಮಕ್ಕೆ ಅದೇ ಸಾಕಷ್ಟಾಯಿತೆನಿಸಿತು. ಒಂದು ರೀತಿಯ ಮನೋಧೈರ್ಯದಿಂದ ಆರಾಮಾಗಿ ನಿದ್ರಿಸಿ ದಳು.

ಎಚ್ಚರವಾಗಿ ಕಣ್ಣುಬಿಟ್ಟಾಗ ಅವಳಿಗೆ ಗಾಬರಿಯೇ. ರೂಮಿಗಿದ್ದ ಎರಡು ಬಾಗಿಲಲ್ಲಿ ಒಂದನ್ನು ಗಮನಿಸಿದಳು. ಅದನ್ನು ಹೊರಗಡೆಯಿಂದ ಲಾಕ್ ಮಾಡಲಾಗಿತ್ತು. ಈಗ ಹೊರಗೆ ಹೋಗಬೇಕಾದರೆ ಸೂರ್ಯಪ್ರಕಾಶ್ ರೂಮಿನ ಮುಖಾಂತರವೇ ಹೊರ ಹೋಗಬೇಕಿತ್ತು.

ಮೆಲ್ಲಗೆ ಬಾಗಿಲು ತಳ್ಳಿಕೊಂಡು ಹೋದಾಗ ಮಂಚ ಖಾಲಿಯಾಗಿತ್ತು. ಅವನ ನಿದ್ದೆಯ ಸಮಯ ಬಹಳ ಕಮ್ಮಿ. ತಂದೆ ಮಗ ತಮ್ಮ ಪೂರ್ಣ ಸಮಯವನ್ನ ಪ್ರೊಫೆಷನ್‌ಗೆ ಮುಡುಪಾಗಿಟ್ಟು ಬಿಟ್ಟಿದ್ದರು.

ಗೋಡೆಗೆ ಒರಗಿಸಿದಂತೆ ಇದ್ದ ತನ್ನ ಸೂಟುಕೇಸ್‌ನ ಮತ್ತೆ ಅದೇ ರೂಮಿಗೆ ಒಯ್ದು ಬಟ್ಟೆಗಳನ್ನ ತೆಗೆದುಕೊಂಡಳು. ಅಟ್ಯಾಚ್ಡ್ ಬಾತ್‌ರೂಂ ಇತ್ತು. ಸ್ನಾನ ಮುಗಿಸಿ ಕೊಂಡೇ ಹೊರಬಂದಿದ್ದಳು. ಅವಳಪ್ಪ, ಚಿಕ್ಕಮ್ಮ ಹೊರಟುನಿಂತಿದ್ದರು.

"ಜೊತೆಯಲ್ಲಿ ಕರ್ಕೊಂಡ್ಹೋಗಿ ನಾಲ್ಕು ದಿನ ಇಟ್ಕೊಂಡ್ ಕಳಿಸೋ ಆಸೆ ಇತ್ತು. ಅವ್ರು ಸದ್ಯಕ್ಕೆ ಬೇಡಾಂದ್ರು" ಸ್ವರವನ್ನ ತೇವ ಮಾಡಿ ಅವಳ ಚಿಕ್ಕಮ್ಮ ನುಡಿದಾಗ ಅವಳ ನೋಟ ಹರಿದಿದ್ದು ತಂದೆಯತ್ತ. ಇನ್ನು ಆತ ಒಂಟಿ, ಹೆಂಡತಿ ಮೂರು ಜನ ಗಂಡುಮಕ್ಕಳು ಇದ್ದು ಕೂಡ. "ಚಿಕ್ಕಮ್ಮ, ಅಪ್ಪ..." ಅಷ್ಟೇ ಅಂದಿದ್ದು.

"ಅವ್ರಿಗೇನು, ತೊಂದರೆ... ತಾಪತ್ರಯವಿಲ್ದೇ ಆರಾಮಾಗಿ ಇರ್ತಾರೆ" ಗಂಡನತ್ತ ನೋಟ ಹರಿಸಿದರು. ಅವರ ದೃಷ್ಟಿ ಎತ್ತಲೋ ಇತ್ತು. ಇನ್ನ ಅವರಿಗೆ ನಿಶ್ಚಿಂತೆ. "ಹೇಮಾ ಜವಾಬ್ದಾರಿನು ಕಳ್ದುಕೊಂಡೆಯಲ್ಲ, ಇನ್ನ ಆರಾಮಾಗಿ ನನ್ಜೊತೆ ಓಡಾಡಿಕೊಂಡು ಉಳಿದ ದಿನಗಳ್ನ ಕಳ್ದುಬಿಡು" ಮದುವೆಮಂಟಪದಲ್ಲಿ ಹಿತವಚನ ಪಶುಪತಿಯದು.

ಕಾರಿನಲ್ಲೆ ಕಳಿಸಿಕೊಡುವ ಏರ್ಪಾಟು ಮಾಡಿದ್ದರಿಂದ ಅವರು ಬಸ್ ಸ್ಟ್ಯಾಂಡ್, ರೈಲ್ವೆ ಸ್ಟೇಷನ್‌ಗೆ ಎಡೆ ತಾಕಬೇಕಿರಲಿಲ್ಲ.

ಚಂದ್ರಪ್ರಕಾಶ್ ಒಂದು ಮಾತು ಹೇಳಿದರು ಕೂಡ. "ಸಂಕೋಚ, ಫಾರ್ಮಾಲಿಟೀಸ್ ಅಂಥದ್ದೇನ್ಬೇಡ. ನೋಡ್ಬೇಕೂಂತ ಅನ್ನಿಸಿದಾಗ ಬನ್ನಿ. ನಿಮ್ಗೆ ಇಷ್ಟವೆನಿಸಿದ್ರೆ... ಇಲ್ಲೇ ಇರಿ. ನಂಗೂ ಪ್ರಾಕ್ಟಿಸ್ ಬೇಡವೆನಿಸಿದಾಗ ಒಬ್ಬ ಗುಡ್‌ಫ್ರೆಂಡ್ ಆಗ್ತೀರಾ" ಹಮ್ಮು ಬಿಮ್ಮು ಬಿಟ್ಟು

ಜೋರಾಗಿ ನಕ್ಕರು. ಆ ನಗು ಪರಮಶಿವಯ್ಯನ ದುಗುಡವನ್ನು ಎಷ್ಟೋ ಕಡಿಮೆ ಮಾಡಿತು.

ಜನರಲ್ಲಿ ಒಂದಿಷ್ಟು ಅರಿವು, ಧಾರಾಳ ಮನಸ್ಸು ಇದ್ದರೇ ತಮ್ಮ ಮಾತುಗಳಿಂದಲೇ ಬೇರೆಯವರ ಮನದ ಭಾರ ಕಡಿಮೆ ಮಾಡಬಹುದು.

ತಂದೆ, ಚಿಕ್ಕಮ್ಮ ಹೊರಟಮೇಲೆ ಒಂಟಿತನ ಅವಳನ್ನ ಎಷ್ಟು ಕಾಡಿತೆಂದರೇ, ಕೂತು ಅಳಬೇಕೆನಿಸಿತು, ಆದರೆ ಅಳಲಿಲ್ಲ.

"ಹಲೋ ಅತ್ತಿಗೆ..." ಬಿಳಿಯ ಕೋಟನ್ನ ಹೆಗಲ ಮೇಲೆ ಹಾಕಿಕೊಂಡು ಬಂದ ಚಂದ್ರಪ್ರಕಾಶ್‌ರ ಕೊನೆಯ ಮಗ ಭಾನುಪ್ರಕಾಶ್ ಉತ್ಸಾಹದಿಂದ ಚಿಲುಮೆಯಂತೆ ಕಂಡ. "ನಾನು ಚಂದ್ರಪ್ರಕಾಶ್ ಮಗ, ನಿಮ್ಮ ಪತಿಶ್ರೀ ಸೂರ್ಯಪ್ರಕಾಶ್‌ರ ಕೊನೆಯ ಮುದ್ದಿನ ತಮ್ಮ, ಹಾಗಂತ ನನ್ನ ಮುದ್ದು ಮಾಡೋಕೆ ಯಾರು ಪುರುಸೊತ್ತಾಗಿಲ್ಲ. ಈಗ್ಲೇ ನೋಡಿ, ನಮ್ಮ ಸೂರ್ಯಣ್ಣ ಕರ್ರು ಸ್ವೀಟಾಗಿ ಪರಿಚಯ ಮಾಡಿಕೊಡೋ ರಿಸ್ಕ್ ತಗೊಂಡ. ಅವ್ನಿಗೆ ಕಕ್ಷಿಗಾರರು, ಕೇಸ್, ಕೋರ್ಟು ಬಿಟ್ಟು ಬೇರೆ ಪ್ರಪಂಚವೇ ಇಲ್ಲ." ಅಣ್ಣನನ್ನ ಆಡಿಕೊಂಡ ತಮಾಷೆಯಾಗಿ.

ಅವಳಿಗೆ ಹೇಗೆ ಪ್ರತಿಕ್ರಿಯಿಸಬೇಕೋ ಅರ್ಥವಾಗಲಿಲ್ಲ. ತುಟಿಗಳು ಬಿಗಿದು ಕೂತವು. ಅವಳು ತೀರಾ ಸಣ್ಣ ಪ್ರಪಂಚದಿಂದ ಬಂದವಳು. ಇಲ್ಲಿನ ವಿಸ್ತಾರಕ್ಕೆ ಹೊಂದಿಕೊಳ್ಳಬೇಕಿತ್ತು.

"ನಂಗೆ ಮಾತಾಡೋಕೆ ಗೊತ್ತಾಗೋಲ್ಲ" ಎಂದಳು ಸಂಕೋಚದ ಮುದ್ದೆಯಾಗಿ. ತಟ್ಟನೆ ಅವಳ ಕೈಹಿಡಿದು ಕರೆದೊಯ್ದು ಸೋಫಾ ಮೇಲೆ ಕೂಡಿಸಿ ತಾನು ಎದುರಿಗೆ ಕೂತು "ಬೇಡ, ನೀವೇನು ಮಾತಾಡೋದ್ಬೇಡ. ನಾನು ಮಾತಾಡ್ತೀನಿ ನೀವು ಕೇಳಿ. ಸದ್ಯಕ್ಕೆ ಅಷ್ಟು ಸಾಕು." ಅರಳು ಚಟಪಟ ಸಿಡಿಯುವಂತೆ ಹೇಳಿದ.

"ಷ್ಯೂರ್, ಹಂಡ್ರೆಡ್‌ಪರ್ಸೆಂಟ್ ಷ್ಯೂರ್! ಅವ್ರು ಮಾತಾಡೋದು ಕೇಳ್ತಾ ಇದ್ದರೇ..." ಅವನು ಮಾತು ಪೂರ್ತಿ ಮಾಡುವ ಮುನ್ನ ಚಂದ್ರಪ್ರಕಾಶ್ ಹೊರಗೆ ಬಂದಿದ್ದರಿಂದ ಎಲ್ಲಾ ಗಪ್‌ಚಿಪ್. "ಎಲ್ಲಾ ಇಲ್ಲಿ ಸೇರಿಬಿಟ್ಟಿದ್ದೀರಾ, ಭಾನು, ನಿನ್ನ ಅತ್ತಿಗೇನ ಕರ್ಕೊಂಡ್ಹೋಗಿ ಷಾಪಿಂಗ್ ಮಾಡ್ಸಿಕೊಂಡ್ಬಾ" ಮಗನಿಗೆ ಆಜ್ಞಾಪಿಸಿದಾಗ ಮುದುರಿ ನಿಂತಳು.

"ನಮ್ಮ ಭಾನು, ಚೈತನ್ಯ ಸ್ವಲ್ಪ ಮಾತು ಜಾಸ್ತಿ. ನಮ್ಮ ಸೂರ್ಯನಂಗೆ ಗಂಭೀರ ಅಲ್ಲ. ಕೆಲವೊಮ್ಮೆ ಶುದ್ಧ ತಲೆಹರಟೆ" ಹಿರಿಯ ಮಗನ ಬಗ್ಗೆ ಅಭಿಮಾನ ಹೊರ ಹಾಕಿದರು.

"ಆಡೋ ಮಾತೆಲ್ಲ ಕಕ್ಷಿಗಾರರು, ಜಡ್ಜ್‌ಗೆ ಸರಿಹೋಗುತ್ತೆ. ಹಾಗೆ ನೋಡಿದ್ರೆ ನಮ್ಗಿಂತ ಅವಂದೇ ಮಾತು ಜಾಸ್ತಿ" ಭಾನುಪ್ರಕಾಶ್ ಗೊಣಗಿ ತಲೆ ಕೆರೆದುಕೊಂಡು ಅದೃಶ್ಯನಾದ.

ಬಂದ ಸೂರ್ಯಪ್ರಕಾಶ್ ಅತ್ತಿತ್ತ ಕೂಡ ನೋಡದಂತೆ ಹೊರಗೆ ಹೋದ.

ಬಾಲ್ಕನಿಯಲ್ಲಿ ಒಂದತ್ತು ಜನ ಸಣ್ಣ ವಯಸ್ಸಿನ ಜ್ಯೂನಿಯರ್ ಅಡ್ವೋಕೇಟ್ಸ್ ಇದ್ದರು. ಅವರಿಗೇನೋ ಸಲಹೆ ಕೊಡುತ್ತ ನಿಂತ. ಮೂರನೆ ಅಂತಸ್ತನ್ನ ಆಫೀಸ್ ಮಾಡಿಕೊಂಡಿದ್ದರು. ಅದಕ್ಕೆ ರೋಡಿನಿಂದ ನೇರವಾಗಿ ಮೆಟ್ಟಿಲುಗಳು ಇದ್ದವು. ಇತರರು ಮನೆಯ ಕಾಂಪೌಂಡ್‌ನೊಳಕ್ಕೆ ಬರುವಂತಿರಲಿಲ್ಲ.

ತಂದೆ, ಮಗನ ಕಾರು ಹೊರಟನಂತರ ಹೆಗಲ ಮೇಲಿನ ಕೋಟ್‌ನ ಸೋಫಾ ಮೇಲೆ ಹಾಕಿ ಆರಾಮಾಗಿ ಕೂತ ಭಾನುಪ್ರಕಾಶ್ "ಇವತ್ತು ಕಾಲೇಜಿಗೆ ಚಕ್ಕರ್ ಹಾಕ್ಬಿಟ್ಟೀನಿ. ಇವತ್ತಿನ ಸಮಯವೆಲ್ಲ ನಿಮ್ಮ ಷಾಪಿಂಗ್‌ಗೆ ಮೀಸಲು. ಏನೇನು ಬೇಕೋ, ಅದ್ನೆಲ್ಲ ಪರ್ಚೇಸ್ ಮಾಡಿ" ಮುಖದಲ್ಲಿ 'ಅಹಂ' ನಟನೆ ಮಾಡಿದಾಗ ಚೈತನ್ಯ ಅವನ ತಲೆಯ ಮೇಲೊಂದು ಮೊಟಕಿದ "ನಿಂಗೆ ಮೆಡಿಕಲ್ ಅಗತ್ಯವಿಲ್ಲ. ಬರ್ತೀನಿ ಅತ್ತಿಗೆ" ಅವನು ಹೊರಟೇಬಿಟ್ಟ.

"ಇವತ್ತು ಎಲ್ಲೂ ಹೋಗೋದ್ಬೇಡ, ಮನೆಯಲ್ಲೇ ಇರ್ತೀನಿ" ಎಂದಳು ಹೇಮ. ಅವಳ ಪ್ರಕಾರ ಅವಳಿಗೇನು ಬೇಡ. "ಈ ಎನ್ವಿರಾರ್‌ಮೆಂಟ್‌ಗೆ ಹೊಂದಿಕೊಳ್ಳಲು ಕೆಲವು ದಿನಗಳು ಬೇಕಾಗುತ್ತೆ. ಯಾವುದೇ ಒತ್ತಡಗಳು... ಬೇಡ" ಚಂದ್ರಪ್ರಕಾಶ್ ಎಚ್ಚರಿಕೆ ನೀಡಿದ್ದು ನೆನಪಿಸಿಕೊಂಡು ಮೇಲೆದ್ದ "ಸಂಜೆ, ಬಂದ್ಮೇಲೆ ಮಾತಾಡೋಣ. ಒಂದ್ನಿಮ್ಷ ಹೊರ್ಗಡೆ ಬಂದು... ನಿಂತ್ಕೊಳ್ಳಿ" ಹೇಳಿ ಹೊರಹೋದವನು ಬೈಕ್ ಹತ್ತಿ ಕೈಬೀಸಿದ. ಅರಿವಾಗಿ ತುಟಿಯಂಚಿನಲ್ಲಿ ಮುಗುಳ್ನಗು ಕೂತಿತು. ಕೈಯಾಡಿಸಿದಳು. ಹೀರೋ ಹೊಂಡ ವಿಶಾಲವಾದ ಗೇಟನ್ನು ದಾಟಿಕೊಂಡು ಮುಂದಕ್ಕೆ ಹೋಯಿತು.

ಮೂರು ಜನ ತಮ್ಮಂದಿರು ಇದ್ದರೂ ಅವರೊಡನೆ ಬೆಳೆಯುವ ಭಾಗ್ಯ ಅವಳದಾಗಿರಲಿಲ್ಲ. ವಾರಗಟ್ಟಲೇ ಏನು ತಿಂಗಳುಗಟ್ಟಲೆ ಅವರನ್ನ ನೋಡಲಾಗುತ್ತಿರಲಿಲ್ಲ. ಅಪರೂಪಕ್ಕೆ ಅಮ್ಮನ ಜೊತೆ ಬಂದರೂ ಐದತ್ತು ನಿಮಿಷಗಳು. 'ಹೇಮಾ' ಎಂದೇ ಸಂಬೋಧಿಸುತ್ತಿದ್ದುದು. ಅಕ್ಕನ ಪಟ್ಟವನ್ನೇನು ಇವಳಿಗೆ ಕೊಟ್ಟಿರಲಿಲ್ಲ. 'ಅತ್ತಿಗೆ' ಆ ಪದವೇ ಆಪ್ಯಾಯಮಾನವೆನಿಸಿತು. ಕುತ್ತಿಗೆಯಲ್ಲಿನ ಮಾಂಗಲ್ಯ ಹಲವು ಪದವಿಗಳನ್ನ ಉಡುಗೊರೆಯಾಗಿ ನೀಡಿತ್ತು.

ಹಸೆಮಣೆಯ ಮೇಲೆ ಮೊದಲ ಬಾರಿ ಸೂರ್ಯಪ್ರಕಾಶ್‌ನ ನೋಡಿದ್ದು. ತಟ್ಟನೇ ಅಭಿಮಾನ ಮೂಡುವಂಥ ವ್ಯಕ್ತಿಯೇ ಮೊದಲ ನೋಟಕ್ಕೆ ಅವಳ ಹೃದಯ ಸೂರೆಗೊಂಡ ಭವಿಷ್ಯತ್‌ನ ಕಷ್ಟಸುಖಗಳ ಕಲ್ಪನೆಗಿಂತ, ಅಂಥ ವ್ಯಕ್ತಿಯ ಕೈಹಿಡಿದಿದ್ದು ಭಾಗ್ಯವೆನಿಸಿತು.

"ಅಮ್ಮ, ಊಟಕ್ಕೆ" ಅಡುಗೆಯವನು ಬಂದು ಎಚ್ಚರಿಸಿದಾಗ ಮೊದಲ ಸಲ ಕಿಚನ್ ಪ್ರವೇಶಿಸಿದವಳು ನಿಬ್ಬೆರಗಾದಳು. ಸಣ್ಣ ಗ್ರೈಂಡರ್‌ನಿಂದ ಹಿಡಿದು, ಕುಕಿಂಗ್ ರೇಂಜ್, ಕಾಫಿ ಮೇಕರ್–ಸೊಫೆಸ್ಟಿಕೇಟೆಡ್ ಅಡುಗೆಮನೆ.

ಅದು ಅವಳಿಗೆ ಆರ್ಡಿನರಿ ಕಿಚನ್ ಎನಿಸಲಿಲ್ಲ. ವಸ್ತು ಪ್ರದರ್ಶನದಂತೆ ಕಂಡಿತು. ಎದೆಯಬಡಿತ ಒಂದು ಹಂತಕ್ಕೆ ನಿಂತಿತು

"ಅಮ್ಮ, ನೀವು ಊಟ ಮಾಡ್ಕೊಂಡ್ ಬಿಡಿ, ನಾಳೆಯೊಂದು ದಿನ, ನಾಳಿದ್ದು ಚಿಕ್ಕಮ್ಮ ಬಂದ್ಬಿಡ್ತಾಳೆ." ಕೈಕೈ ಹೊಸೆಯುತ್ತ ನಿಂತ. ಆಕೆ ಯಾರೆನ್ನುವಂತೆ ಅವನತ್ತ ನೋಡಿದಳು. "ಒಂದು ಹದಿನೈದು ವರ್ಷದಿಂದ ಇಲ್ಲೇ ಇದ್ದೋಳು. ಅಡುಗೆ ಕೆಲ್ಸವೆಲ್ಲ ಆಕೇದೇ. ಆಕೆ ಚಿಕ್ಕಮ್ಮನಿಗೆ ಜಡ್ಡಾಗಿದೆಯೆಂದು ಹೋಗಿದ್ದಾಳೆ" ಹೇಳಿದ.

ಎರಡು ದಿನದಲ್ಲಿ ಅಡುಗೆ ಮನೆಯ ವಸ್ತುಗಳನ್ನ ಬಡಿಸುವುದು ಅರಿತಳು. ಮನೆಯಲ್ಲಿದ್ದಾಗ ಚೈತನ್ಯಪ್ರಕಾಶ್, ಭಾನುಪ್ರಕಾಶ್ ಅವಳ ಸುತ್ತಮುತ್ತ ಅಡ್ಡಾಡಿ, ಅದೂ ಇದೂ ತಿಳಿಸುತ್ತಿದ್ದರು. ಆದರೆ ಅವಳ ಮತ್ತು ಸೂರ್ಯಪ್ರಕಾಶ್‌ನ ದಿನಚರಿಯಲ್ಲಿ ಯಾವುದೇ ಬದಲಾವಣೆ ಇಲ್ಲ. ಬೆಳಗಿನ ಕಾಫಿ ಅಂಥ ಅಭ್ಯಾಸವೇನಿಲ್ಲ. ಸ್ನಾನದ ನಂತರ ಹಾರ್ಲಿಕ್ಸ್ ಕುಡಿದು ಮೇಲಿನ ಆಫೀಸ್‌ಗೆ ಹೋದರೇ ನಂತರ ತಂದೆಯ ಜೊತೆ ಊಟ ಮುಗಿಸಿ ಕೋರ್ಟಿಗೆ ಹೋಗುತ್ತಿದ್ದ. ಸಂಜೆ ಬೇಗ ಬಂದರೇ ಲೈಟಾಗಿ ಟಿಫನ್ ಅಷ್ಟೆ.

ಅಂದು ಭಾನುವಾರ. ಮಗನಿಗೆ ತದ್ವಿರುದ್ಧ ಚಂದ್ರಪ್ರಕಾಶ್. ಊಟದ ವೇಳೆಗೆ ಒಂದು ನಾಲ್ಕು ಕಪ್ ಕಾಫಿಯಾದರೂ ಕುಡಿಯುತ್ತಿದ್ದರು.

ಎರಡನೆ ಬಾರಿ ತಾನೇ ಅವರ ಕೋಣೆಗೆ ಕಾಫಿ ಒಯ್ದಳು ಹೇಮ. "ಮಾವ, ನಾನು ಒಳ್ಗೆ ಬರಬಹುದಾ?" ಬಾಗಿಲಲ್ಲಿ ನಿಂತಳು. ಅಷ್ಟಿಷ್ಟು ಧೈರ್ಯವನ್ನು ಕೇಂದ್ರೀಕರಿಸಿ ಕೊಂಡಿದ್ದಳು.

"ಷ್ಯೂರ್, ಬಾ... ಬಾ! ನಾನೇ ಕರ್ದು ಮಾತಾಡಿಸ್ಬೇಕೂಂತ ಇದ್ದೆ. ಕೂತ್ಕೋ... ಕೂತ್ಕೋ..." ಎರಡು ಸಲ ಹೇಳಿದ ನಂತರವೂ ನಿಂತೇ ಇದ್ದಳು. "ಕಾಫಿ..." ಕಪ್‌ನ ಅವರತ್ತ ಚಾಚಿದಾಗ ಇಷ್ಟವೆನಿಸಿತು ಅವರಿಗೆ. ಸೂರ್ಯಪ್ರಕಾಶ್ ಮಡದಿ ಶ್ರೀಮಂತರ ಮನೆಯ ಹುಡುಗಿ. ಇದ್ದ ಅಲ್ಪ ಕಾಲದಲ್ಲಿ ಅಲ್ಲಿ ಇಲ್ಲಿ ಓಡಾಡಿಕೊಂಡಿದ್ದಳು.

ಎರಡು ಸಲ ಕಾಫಿ ಸಿಪ್ ಮಾಡಿದರು. "ತುಂಬ... ತುಂಬ... ಚೆನ್ನಾಗಿದೆ. ನೀನು... ಕೂತ್ಕೋ! ತವರುಮನೆ, ಅತ್ತೆಗೆ ಒಂದಿಷ್ಟು ಡಿಫರೆನ್ಸ್ ಇರುತ್ತೆ. ಇಲ್ಲಿ 'ಅತ್ತೆ' ಅನ್ನೋ ಪದನೆ ಇಲ್ಲ. ನನ್ನಾಕೆ ಬಹಳ ಘಾಟಿ, ಮುಂದೆ ತಂಟೆ ತಕರಾರುಗಳು ಬರ್ದೇ ಇರಲೀಂತ ಬೇಗ ಕಳ್ಸಿಕೊಟ್ಟೆ. ಈಗ್ಹೇಳು..." ಮೂರನೆ ಸಿಪ್ ಹೀರಿ ಕಾಫಿಕಪ್‌ನ ಟೀಪಾಯಿ ಮೇಲಿರಿಸಿದರು.

ಅವರ ಎದುರಿಗಿದ್ದ ಸ್ಟೂಲು ಮೇಲೆ ಕೂತಳು. ಮೆಲ್ಲಗೆ ನೋಟವೆತ್ತಿ ಕನ್ನಡಕ ತೆಗೆದಿರಿಸಿ, "ನಿನ್ನ ಸ್ಥಾನ ಅಲ್ಲಿಲ್ಲ, ಇಲ್ಲಿ ಕೂತ್ಕೋ ಬಾ" ಸೋಫಾದತ್ತ ತೋರಿಸಿದಾಗ ಬಂದು ಕೂತಿದ್ದು ಸಂಕೋಚಿಸುತ್ತಲೇ.

"ಏನು... ವಿಷ್ಯ?" ನೇರವಾಗಿತ್ತು ಅವರ ಪ್ರಶ್ನೆ.

"ಮಿನ್ನಿನ ನಾವು ಕರ್ಕೊಂಡ್ ಬರೋಣಾಂತ. ನಾನು ನೋಡ್ಕೋತೀನಿ" ಅವರ ಅಭಿಪ್ರಾಯಕ್ಕಾಗಿ ಕಾದಳು. ನೋಟವನ್ನ ನೆಲದಲ್ಲಿ ನೆಟ್ಟು ಸುಮ್ಮನೆ ಕೂತರು ಕೆಲವು ನಿಮಿಷಗಳು. ಮೊಮ್ಮಗಳು ಮಿನ್ನಿ ಮೀರಾ ತವರುಮನೆಯಲ್ಲಿ ಇದ್ದಿದ್ದು. "ಅಲ್ಲಿ ನೋಡಿ

ಕೊಳ್ಳೋಕೆ, ಯಾರಿದ್ದಾರೆ? ಮಗು... ಇಲ್ಲೇ... ಇರ್ಲಿ" ಎಂದಾಗ, ಅವರು ವಿರೋಧಿಸಿದ್ದರು.

"ಆಯಾನ ನೇಮ್ಸಿಕೊಳ್ಳೋಣ" ಇದು ಮಗನಿಂದ ಬಂದ ಸೂಚನೆ. ಅದಕ್ಕೆ ಬೀಗಿತ್ತಿ ಸಮ್ಮತಿಸಲಿಲ್ಲ. "ಬೇಡ, ಸದ್ಯಕ್ಕೆ ದೊಡ್ಡದಾಗ್ಲಿ, ಆಮೇಲೆ ನೋಡೋಣ. ಈ ಎಳೆ ಬೊಮ್ಮಟೆನಾ ಆಯಾ ಕೈಗೆ ಹಾಕೋಕೆ, ನನ್ನ ಮನಸ್ಸು ಒಪ್ಪೋಲ್ಲ."

ಆಗ ಒಪ್ಪಿಕೊಳ್ಳಲೇಬೇಕಿತ್ತು. ವಾರಕ್ಕೊಮ್ಮೆ ಭಾನುವಾರ ವಿಶೇಷವಾಗಿ ಮೊಮ್ಮಗಳನ್ನ ನೋಡುವ ಕಾರ್ಯಕ್ರಮ ಹಾಕಿಕೊಂಡಿದ್ದರು. ಈ ಮದುವೆಯ ಗಡಿಬಿಡಿಯಲ್ಲಿ ಹೋಗಲಿಲ್ಲದಿದ್ದರೂ ಆಮಂತ್ರಣ ಪತ್ರಿಕೆ ಹೋಗಿತ್ತು. ಆದರೆ ಯಾರೂ ಬರಲಿಲ್ಲ. ಏನೋ ಒಂದು ರೀತಿಯ ಅಳುಕು, ಸ್ವಲ್ಪ ಹಿಂದೆಗೆದರು.

ಚಂದ್ರಪ್ರಕಾಶ್ ಮೌನಕ್ಕೆ ಹೆದರಿದಳು ಹೇಮಾ.

"ನಾನೇನಾದ್ರೂ ತಪ್ಪಾಗಿ ಕೇಳಿದ್ನಾ?"

ಇಲ್ಲವೆಂದು ತಲೆ ಅಡ್ಡಡ್ಡ ಆಡಿಸಿ "ಅವ್ರು ಒಪ್ಪೋಲ್ಲ. ಆ ಮಗುನ ಅಲ್ಲೇ ಬೆಳೆಸೋ ಇಚ್ಛೆ ಅವರದು" ಅನುಮಾನ ವ್ಯಕ್ತಪಡಿಸಿದರು.

"ಒಂದು ಪ್ರಯತ್ನ ಯಾಕೆ ಮಾಡ್ಬಾರ್ದು. ನಾನು, ಭಾನುಪ್ರಕಾಶ್ ಹೋಗ್ಬರ್ತೀವಿ" ಉತ್ಸಾಹದ ನುಡಿಗಳಿಗೆ ಕಣ್ಣರಳಿಸಿದರು. ನಂತರ ಮೆಚ್ಚಿಗೆಯು ಮೂಡಿ "ಒನ್ ಥಿಂಗ್, ಮಗಳನ್ನ ಕಳ್ದುಕೊಂಡ ಅವ್ರಿಗೆ ನೋವು, ಸಂಕಟ ಎಲ್ಲಾ ಇರುತ್ತೆ. ನುಡಿಗಳು ಕಟುವಾಗಿ ಬಂದರೆ ನೀನು ನೊಂದ್ಕೋಬಾರ್ದು" ಕಟ್ಟಪ್ಪಣೆ ಇತ್ತು ದನಿಯಲ್ಲಿ.

ಸರಿಯೆನ್ನುವಂತೆ ತಲೆದೂಗಿದಳು. ಆದರೂ ಚಂದ್ರಪ್ರಕಾಶ್‌ಗೆ ಇಷ್ಟವೆನಿಸಲಿಲ್ಲ. "ಮಿನ್ನಿ, ಇನ್ನ ಒಂದೆರಡು ವರ್ಷ, ಅಲ್ಲೇ ಇರ್ಲಿ. ಆಮೇಲೆ ತಂದ್ಕೋಬಹ್ದು. ಇದೊಂದು ಸಲಹೆ."

"ಮಗು, ಆಮೇಲೆ ಇಲ್ಲಿಗೆ ಹೊಂದಿಕೊಳ್ಳೋದು ಕಷ್ಟ."

ಹೇಮಾಳ ಮಾತಿಗೆ ಬೆರಗಾದರು. ಕ್ಲಿಷ್ಟವಾದ ಫ್ಯಾಮಿಲಿ ಸಮಸ್ಯೆಗಳನ್ನು ಬಗೆಹರಿಸಿದ್ದರು, ವಕೀಲರು ಸೀಟಿನಲ್ಲಿಯೇ ಕೂತು. ಆರಾಮೆನಿಸಿತ್ತು. ತೀರಾ ವೈಯಕ್ತಿಕ ಸಮಸ್ಯೆಗಳು ಎದುರಾದಾಗ ಹೇಗೆ ಬುದ್ಧಿ ಕೈ ಕೊಡುತ್ತದೆಯೆಂದು ಚಿಂತಿಸಿದರು.

"ಯು ಆರ್ ಕರೆಕ್ಟ್, ಒಂದು ಪ್ರಯತ್ನ ಮಾಡು. ಬಹುಶಃ ಸಫಲವಾಗ್ಲಿಲ್ಲಾಂದ್ರೆ... ನೊಂದ್ಕೋಬೇಡ" ಎಂದರು. ತೀರಾ ಹಠ ಮಾಡಿದರೇ ಲೀಗಲ್ಲಾಗಿ ಪ್ರಯತ್ನ ಮಾಡಬಹುದೆಂದುಕೊಂಡರು ಮನದಲ್ಲಿ. ಅಷ್ಟು ಸಮಂಜಸವಾಗಿ ಕಾಣಲಿಲ್ಲ. ಎಲ್ಲಕ್ಕೂ ಕಾನೂನಿನ ಚೌಕಟ್ಟಿನಲ್ಲಿ ಪರಿಹಾರಕ್ಕಾಗಿ ಪ್ರಯತ್ನಿಸುವುದು ಯಾಕೋ, ತುಸು ನೋವಿನ ಸಂಗತಿಯಾಗಿ ಕಂಡಿತು.

ಅಂತೂ ಒಪ್ಪಿಗೆ ಸೂಚಿಸುವ ಮುನ್ನ ಸೂರ್ಯಪ್ರಕಾಶ್‌ನಲ್ಲಿ ಈ ವಿಷಯ ಪ್ರಸ್ತಾಪಿಸುವುದು ಸರಿಯೆನಿಸಿತು. ಆದರೆ ಮೇಲಿನ ಆಫೀಸ್‌ನಲ್ಲಿ ಯಾವುದೋ ಕೇಸ್‌ಗೆ

ಸಂಬಂಧಪಟ್ಟ ಡಿಸ್‌ಕರ್ಷನ್‌ನಲ್ಲಿ ಮುಳುಗಿದ್ದರಿಂದ ಡಿಸ್ಟರ್ಬ್ ಮಾಡಲಾಗಲಿಲ್ಲ. ಆ ಸಂದರ್ಭದಲ್ಲಿ ಮೂರು ಜನ ಫೋನ್ ಮಾಡಿದರು. 'ಡೋಂಟ್ ಡಿಸ್ಟರ್ಬ್ ಮಿ' ಅಷ್ಟೇ ಉತ್ತರ ಸಿಕ್ಕಿದ್ದು ವಿಷಯ ಕೇಳುವ ಮುನ್ನ.

ಭಾನುಪ್ರಕಾಶ್ ದೊಡ್ಡ ಜವಾಬ್ದಾರಿ ಹೊತ್ತವನಂತೆ ಚೈತನ್ಯದೊಂದಿಗೆ ಡಿಸ್‌ಕಸ್ ಮಾಡಿ "ಅಂತು ಮಿನ್ನಿ ನಮ್ಮ ಮನೆಗೆ ಬಂದ್ಬಿಟ್ರೆ... ಇಡೀ ಮನೆ ಬಿಜಿ" ಸಂಭ್ರಮ ವ್ಯಕ್ತಪಡಿಸಿದರು.

ಚೈತನ್ಯ 'ಶ್ಯೂ' ಎಂದ. ಇದು ಅಸಂಭವವಾಗಿ ಕಂಡಿತು.

"ನಂಗೇನೋ ಸಾಧ್ಯವಿಲ್ಲಾಂತ ಅನ್ನಿಸುತ್ತೆ. ಅಂದು ಇನ್ವಿಟೇಷನ್ ಕೊಡೋಕೆ ಹೋದಾಗ ಪ್ರತಿಯೊಬ್ಬರು ಮಾತಾಡಿದ್ದು ನೆಗೆಟೀವ್ ಆಗಿಯೆ. ಸತ್ತ ತಮ್ಮ ಮಗ್ಳಿಗೆ ಅಣ್ಣ ಅನ್ಯಾಯ ಮಾಡ್ತಾ ಇದ್ದಾನೆ ಅನ್ನೋ ಭಾವನೆ ಅವರದು. ಈಗಂತು ಅತ್ತಿಗೆನಾ ನೋಡಿದ ಕೂಡ್ಲೆ... ಮತ್ತೇನು ಮಾತಾಡ್ತಾರೋ. ನೀನು ಸ್ಮೂತಾಗಿ ಡೀಲ್ ಮಾಡೋ ಪ್ರಯತ್ನ ಮಾಡು. ಅಕಸ್ಮಾತ್ ಆಗಲಿಲ್ಲಾಂದ್ರೆ ಸ್ವಲ್ಪ 'ರಫ್' ಆಗಿ ಪ್ರಯತ್ನ ಮಾಡೋಣ. ಇಲ್ಲ... ಕೋರ್ಟು..." ಕೊನೆಯದನ್ನ ತೀರಾ ನುಡಿದ ಅವನಿಗೆ ಮಾತ್ರ ಕೇಳಿಸುವಂತೆ.

"ನೋಡೋಣ, ಅತ್ತಿಗೆ..." ಎಂದ ಬೈಕ್‌ನ ಬೀಗದ ಕೀ ಮೇಲೆಸೆದು ಹಿಡಿದು. "ನಾನು... ರೆಡಿ" ಅಲ್ಲೇ ನಿಂತಿದ್ದಳು ಹೇಮಾ.

ಹಣೆಗೆ ಕೈಯೊತ್ತಿಕೊಂಡ. ಮೀರಾ ಮೇಕಪ್, ಡ್ರೆಸ್‌ಗೆ ಕನಿಷ್ಟವೆಂದರೆ ಒಂದು ಗಂಟೆಯಾದರೂ ಬೇಕಿತ್ತು. ಕಾಲೇಜಿಗೆ ಹೋಗಲಿಲ್ಲಾಂದರೇ ಇಷ್ಟೊಂದು ಸಿಂಪಲ್ಲಾ?

"ನೀವು... ರೆಡಿನಾ? ಇನ್ನೊಂದ್ಸಲ ಯೋಚ್ಸಿ ನೋಡಿ" ಕೆನ್ನೆ ಕೆರೆದುಕೊಂಡ. ಸ್ವಲ್ಪ ಗ್ರಾಂಡಾಗಿ ಹೋಗಿದ್ದರೇ ಚೆನ್ನಿತ್ತು ಎಂದುಕೊಂಡು ಚೈತನ್ಯನನ್ನು ಪಕ್ಕಕ್ಕೆ ಕರೆದು ಕಿವಿಯ ಬಳಿ ಪಿಸುಗುಟ್ಟಿದ "ಅತ್ತಿಗೆಗೆ ಮೇಕಪ್ ಸೆನ್ಸ್, ಡ್ರೆಸ್ ಸೆನ್ಸ್ ಕಡಿಮೆನೇ!"

"ಅವ್ರಿಗೆ ಈ ಸೆನ್ಸ್‌ನ ಅಗತ್ಯವಿಲ್ಲ, ಒಳ್ಳೆ ದಂತದ ಗೊಂಬೆ ಇದ್ದಂಗಿದ್ದಾರೆ. ಸುಮ್ನೆ ನೀನು ಕರ್ಕೊಂಡ್ಹೋಗು" ರೇಗಿದ.

ಒಂದ್ಸಲ ಅಡಿಯಿಂದ ಮುಡಿಯವರೆಗೂ ಹೇಮಳ ಮೇಲೆ ನೋಟವಿರಿಸಿದ "ನೀನು ನಂಗಿಂತ ದೊಡ್ಡೋನು ಅನ್ನಿಸ್ಕೊಂಡ್... ಬಿಟ್ಟೆ" ಮೆಚ್ಚಿಗೆಯಾಡಿದ.

"ಬೈಕ್ ಮೇಲೆ ಬೇಡ, ಲಕ್ಷಣವಾಗಿ ಕಾರಿನಲ್ಲಿ ಕರ್ಕೊಂಡ್ ಹೋಗು. ಇದು ಅಪ್ಪನ ಆಜ್ಞೆ" ಕಾರಿನ ಕೀಯನ್ನ ಅವನ ಷರಟಿನ ಜೇಬಿನಲ್ಲಿ ಹಾಕಿ ಕೈಯಲ್ಲಿದ್ದ ಬೈಕಿನ ಕೀಯನ್ನ ಕಸಿದುಕೊಂಡ. 'ಛೆ...' ಗೊಣಗಿಕೊಂಡೇ ಹೋದ ಭಾನು.

ಭಾನುಪ್ರಕಾಶ್ ಸೂರ್ಯ ಮತ್ತು ಚೈತನ್ಯನಿಗಿಂತ ಸ್ವಲ್ಪ ಮಾತುಗಾರ, ಸ್ವಲ್ಪ ಹುಡುಗಾಟ ಜಾಸ್ತಿ. ತಂದೆಯ ಆಜ್ಞೆಯನ್ನು ಹೆಚ್ಚಿ ಅತಿಕ್ರಮಿಸುತ್ತಿದ್ದವನು ಅವನೇ. ದೊಡ್ಡ ಗೆಳೆಯರ ಹಿಂಡು ಕಟ್ಟಿಕೊಂಡು ಇಡೀ ಸಿಟಿಯೆಲ್ಲ ಓಡಾಡುತ್ತಿದ್ದ.

ಕಾರಿನಲ್ಲಿ ಕೂತಾಗ ಹೇಮಾಳ ಮೈ ತುಸು ಕಂಪಿಸಿತು. ಸೂರ್ಯಪ್ರಕಾಶ್‌ನ

ಮಗುವನ್ನು ನೋಡುವ ಅದಮ್ಯ ಆಸೆ ಅವಳಲ್ಲಿ ಇದ್ದಿದ್ದರಿಂದ ಎಲ್ಲಾ ಧೈರ್ಯವನ್ನು ಒಗ್ಗೂಡಿಸಿಕೊಂಡು ಹೊರಟಿದ್ದು ದೊಡ್ಡ ಸಾಹಸವೆ.

ಕಾರು ಕೃಷ್ಣಮೂರ್ತಿಯ ಮನೆಯ ಮುಂದೆ ನಿಂತಾಗ, ಸ್ವಲ್ಪ ಹಿಂಜರಿಕೆಯುಂಟಾಯಿತು ಹೇಮಾಳಲ್ಲಿ.

ಬಾಲ್ಕನಿಯಲ್ಲಿ ಅಡ್ಡಾಡುತ್ತಿದ್ದ ಪ್ರೊಫೆಸರ್ ಕೃಷ್ಣಮೂರ್ತಿಗಳು ಮತ್ತಷ್ಟು ಕಣ್ಣುಗಳನ್ನು ಕಿರಿದುಗೊಳಿಸಿ ನೋಡಿದರು. ತಟ್ಟನೆ ಅವರ ಮಿದುಳು ಕೆಲಸ ಮಾಡಲಿಲ್ಲ.

"ನಮ್ಮ ಅಮ್ಮ ಅತ್ತಿಗೆ... ಸೂರ್ಯಪ್ರಕಾಶ್ ಹೆಂಡತಿ" ಭಾನು ಪರಿಚಯಿಸಿದ. ತೀಕ್ಷ್ಣವಾಗಿ ನೋಡಿ ಬಲವಂತದಿಂದ ತುಟಿಗಳ ಮೇಲೆ ನಗುತಂದು "ತುಂಬ ಸಂತೋಷ, ವಿವಾಹಕ್ಕೆ ಬರ್ಲಿಲ್ಲ. ನಂಗೆ ಒಬ್ಬನಿಗೆ ಬರೋ ಮನಸ್ಸು ಇತ್ತು. ಅವಳದು ಪೂರ್ಣ ವಿರೋಧ ಕಟ್ಟಿಕೊಂಡು ಹೆಂಡತಿನ ಎದುರು ಹಾಕಿಕೊಂಡು ಮನೆಯಲ್ಲಿ ಬದ್ಕೋದು ಕಷ್ಟ... ಹಾಗಂತ ಆ ಪ್ರಯತ್ನ ಕೈಬಿಟ್ಟೆ. ಬನ್ನಿ... ಒಳ್ಗೆ" ಒಳಗೆ ಕರೆದೊಯ್ದರು.

ಹೆಂಡತಿ 'ವುಮನ್ ಲಿಬ್' ಏರ್ಪಡಿಸಿದ್ದ ನ್ಯಾಷನಲ್ ಕಾನ್ಫರೆನ್ಸ್‌ನಲ್ಲಿ ಭಾಗವಹಿಸಲು ಹೋಗಿದ್ದರು. ಇಬ್ಬರು ಸೊಸೆಯರು ಬಂದು ಇಣುಕಿ ಹೋದರು, ಮಾತಿನ ಜೊತೆ.

ಬಿಸ್ಕತ್, ಹಾರ್ಲಿಕ್ಸ್‌ನ ನಂತರ ಪ್ರೊಫೆಸರ್ ಕೃಷ್ಣಮೂರ್ತಿಗಳು ತಾವಾಗಿ ಮಗಳ ಮಗುವಿನ ಬಗ್ಗೆ ಪ್ರಸ್ತಾಪಿಸಿದ್ದು ಇವರ ಸುದೈವ.

"ಅವ್ಳಿಗೆ ಹೊರ್ಗಿನ ಓಡಾಟ. ಸೊಸೆಯರಿಗೆ ಅವರದೇ ಆದ ಸಮಸ್ಯೆಗಳು ಇವೆ. ಹಿಂದೆ ಇದ್ದ ಆಯಾ ಕೆಲ್ಸ ಬಿಟ್ಹೋದ್ಲು. ಹೊಸಬರಿಗೆ ಮಿನ್ನಿ ಒಗ್ಗಿಕೊಳ್ಳೋಲ್ಲ. ಬೇಬಿ ಸೆಂಟರ್‌ಗೆ ನಾನೇ ಕರ್ಕೊಂಡ್ಹೋಗಿ ಬಿಟ್ಟು... ಸಂಜೆ ನಾನೇ ಕರ್ಕೊಂಡ್ ಬರ್ತೀನಿ" ವ್ಯಥೆಯಿಂದ ಹೇಳಿಕೊಂಡರು. ಮಗಳ ಮಗಳು ಮೊಮ್ಮಗಳ ಮೇಲೆ ಪ್ರೀತಿ ಇತ್ತು. ಆದರೆ ಆರೈಕೆ ಸಾಲದು ಎನ್ನುವುದು ಇವರ ಅಭಿಪ್ರಾಯ. ಸೊಸೆಯರು ಲಕ್ಷ್ಯವಹಿಸರು.

ಅವರ ಮಾತುಗಳಿಂದ ಹೇಮಾಗೆ ಧೈರ್ಯ ಬಂತು. ಪ್ರಸ್ತಾಪಿಸಲು ಮಾತ್ರ ಧೈರ್ಯ ಸಾಲಲಿಲ್ಲ. ಭಾನುಪ್ರಕಾಶ್ ಕಡೆ ನೋಡಿದಳು.

"ಈಗ ಮಿನ್ನಿ ಬೇಬಿ ಸೆಂಟರ್‌ನಲ್ಲಿದ್ದಾಳ? ಅಲ್ಲಿ ಯಾರು ನೋಡಿಕೊಳ್ಳೋರು... ಇರ್ಲಿಲ್ಲ. ಈಗ ಅತ್ತಿಗೆ ಬಂದಿರೋದ್ರಿಂದ ಏನು ತಾಪತ್ರಯವಿಲ್ಲ. ಮಿನ್ನಿನ ಕರ್ಕೊಂಡ್ಹೋಗೋಣಾಂತ ಬಂದಿದ್ದೀವಿ." ಗಂಟಲು ಸರಿಪಡಿಸಿಕೊಂಡ ಭಾನುಪ್ರಕಾಶ್.

ಅವರು ಐದು ನಿಮಿಷಗಳಷ್ಟು ದೀರ್ಘ ಕಾಲ ಮಾತಾಡಲಿಲ್ಲ.

"ಅವ್ಳು ಒಪ್ಪಿಕೊಳ್ಳೋಲ್ಲ" ಎಂದರು ತಣ್ಣಗೆ.

"ಯಾಕೆ, ಸರ್ಯಾದ ರೀಸನ್ ಬೇಕು" ಭಾನುಪ್ರಕಾಶ್ ಉದ್ವಿಗ್ನನಾದ. ಮಾತು ಎಷ್ಟು ಜಾಸ್ತಿಯೋ ಮುಂಗೋಪ, ದುಡುಕು ಅಷ್ಟೇ ಜಾಸ್ತಿ ಕೆಲವೊಮ್ಮೆ. ಆದರೆ 'ಕೆಲವೊಮ್ಮೆ' ಎನ್ನುವ ಪದ ವಿಶೇಷವಾದುದ್ದರಿಂದ ಇಂಥ ಮುಖ್ಯ ಕೆಲಸಕ್ಕೆ ಕಳಿಸಲು ಚಂದ್ರಪ್ರಕಾಶ್ ಒಪ್ಪಿಕೊಂಡಿದ್ದರು.

"ನೀನು ಚಿಕ್ಕೋನು, ಭಾನು! ಒಂದು ಮಗುನ ಮಮತೆಯಿಂದ ಎಚ್ಚರವಾಗಿ ಸಾಕೋದು ಬಹಳ ಕಷ್ಟದ ಕೆಲ್ಸ. ಸ್ವಂತ ಮಗುವಿನ ವಿಷ್ಯ ಬೇರೆ, ಆದರೆ ಇದ್ಕೆ ತಾಯಿ ಇಲ್ಲ. ಆ ಕೊರತೆ ತುಂಬೋದು ಕಷ್ಟ" ರಾಗ ಎಳೆದರು.

"ದಯವಿಟ್ಟು ಮಿನ್ನಿನ ಕೊಟ್ಟು ಉಪಕಾರ ಮಾಡಿ. ನಿಮ್ಗೆಲ್ಲ ಇಷ್ಟವಾಗೋ ತರಹ ನೋಡ್ಕೋತೀನಿ. ನಿಮ್ಗೆ ಸರಿಯೆನ್ನಿಸಲಿಲ್ಲಾಂದ್ರೆ... ಮಗುನ ಕರ್ಕೊಂಡ್ ಬರಬಹ್ದು" ಹೇಮ ಕೇಳಿಕೊಂಡಳು.

ಹತ್ತು ನಿಮಿಷದ ವಾದ-ವಿವಾದದಲ್ಲಿ ಭಾನುಪ್ರಕಾಶ್ ಮಾತುಗಳು ಜೋರಾಯಿತು. ಕಡೆಗೆ ಒಂದು ಕಂಡೀಷನ್‌ನೊಂದಿಗೆ ಮಗುವನ್ನ ಕೊಡಲು ಒಪ್ಪಿದರು. ಸೊಸೆಯರು ಕೂಡ ಆ ಮಗುವನ್ನು ಮನೆಯಿಂದ ಹೊರಗೆ ಕಳಿಸಲು ತುದಿಗಾಲಲ್ಲಿ ನಿಂತರು.

"ಸದ್ಯಕ್ಕೆ ವಾರಕ್ಕೊಮ್ಮೆ ನಾನ್ಬಂದು ನೋಡ್ತೀನಿ. ಜೊತೆಗೆ ಅವ್ನು ಬಂದ್ಮೇಲೆ, ಅವ್ನಿಗೆ ಇಷ್ಟವಾಗದಿದ್ದರೇ ಮಿನ್ನಿನ ನಮ್ಗೇ ಒಪ್ಪಿಸಬೇಕು."

ಭಾನುಪ್ರಕಾಶ್ ಕೋಪದಿಂದ ಮುಖ ಕೆಂಪಗೆ ಮಾಡಿಕೊಂಡು "ನೀವ್ಯಾರು ರ‍್ರೀ... ಕಂಡೀಷನ್ ಹಾಕೋಕೆ? ಮಗು ನಮ್ಮಣ್ಣನದು. ನಿಮ್ಮ ಸೂಪರ್‌ವೈಸ್ಸಿಂಗ್ ಯಾಕೆ ಬೇಕು?" ದನಿಯೇರಿಸಿದರು.

ಸೊಸೆಯರು ಕೂಡ ಬಂದು ಸೇರಿದರು. ಅವರಿಗೂ ಆ ಮಗುನ ಒಪ್ಪಿಸಿ ಕೈ ತೊಳೆದುಕೊಳ್ಳುವುದು ಸರಿಯೆನಿಸಿತು. ಮಾವನಿಗೆ ಕನ್ವಿನ್ಸ್ ಮಾಡಿದರು. ಕಡೆಗೂ ಮೂರು ಗಂಟೆಯ ನಂತರ ವಾದಗಳ ನಂತರ ಒಪ್ಪಿಗೆ ಸೂಚಿಸಿದರು.

"ಮಗು, ಅಲ್ಲಿಗೆ ಒಗ್ಗಿಕೊಳ್ಳದಿದ್ದರೇ... ನಾವೇ ತಂದುಬಿಡ್ತೀವಿ" ಹೇಮ ಆ ಜವಾಬ್ದಾರಿ ತಾನೇ ಹೊತ್ತುಕೊಂಡಳು.

ಮಗು, ಎರಡು ಸೂಟ್‌ಕೇಸ್‌ಗಳು ಕಾರಿನಲ್ಲಿ ಬಂದು ಕೂತವು. ಬೇಬಿ ಸಿಟ್ಟಿಂಗ್ ಸೆಂಟರ್ ಮುಂದೆ ಕಾರು ನಿಂತಾಗ ಹೇಮಾಳ ಎದೆಯಬಡಿತ ಜಾಸ್ತಿಯಾಯಿತು. ಎರಡು ವರ್ಷದ ಮಿನ್ನಿ ಯಾರ ತದ್ರೂಪು? ಅವಳಮ್ಮ ಕೂಡ ಸ್ಫುರದ್ರೂಪಿ.

ಇವರನ್ನ ಮುಂದಿನ ಆಫೀಸ್‌ನಲ್ಲಿ ಕೂಡಿಸಿ ಒಳಗೆಹೋದ ಪ್ರೊಫೆಸರ್ ಕೃಷ್ಣಮೂರ್ತಿಗಳು ಮೊಮ್ಮಗಳನ್ನ ಎತ್ತಿಕೊಂಡು ಬಂದರು. ಎರಡು ವರ್ಷದ ಪುಟ್ಟ ಹಸುಳೆ ಸ್ವಲ್ಪ ತೆಳ್ಳಗಿದ್ದರೂ ಎತ್ತಿ ಮುದ್ದಾಡಬೇಕೆನ್ನುವಂಥ ಮಗು, ಅಷ್ಟೇ ಚೂಟಿ. ಸ್ವಲ್ಪ ಒಗ್ಗಿಕೊಳ್ಳುವ ಗುಣವೇ. ಎಲ್ಲರಿಗಿಂತ ಹೆಚ್ಚಾಗಿ ಮಗುವನ್ನು ನೋಡಲು ಬರುತ್ತಿದ್ದವನು ಭಾನುಪ್ರಕಾಶ್. ನೋಡಿದ ಕೂಡಲೇ ಬಗ್ಗಿದಳು 'ಅಂಕಲ್...' ಎಂದು.

ಕೆನ್ನೆ ಸವರಿ ಚಾಕಲೇಟು ಕೊಟ್ಟು "ನಿನ್ನ ಮಮ್ಮಿ..." ಹೇಮಾಳತ್ತ ನೀಡಿದ ಭಾನುಪ್ರಕಾಶ್‌ನತ್ತ ನೋಡಿದ. ಅವಳ ಕಣ್ಣಲ್ಲಿ ಕಂಬನಿ ಇತ್ತು. ಎಲ್ಲ ಚಿತ್ರಗಳು ಕೆಲವು ಕ್ಷಣ ಕಲಸುಮೇಲೋಗರವಾಯಿತು. ಅನಾಯಾಸವಾಗಿ ಕೆಲವು ಪದವಿಗಳು ಲಭ್ಯ. ಅದಕ್ಕೆ ನ್ಯಾಯ ಸಲ್ಲಿಸುವುದು ಹೇಮಳ ಕರ್ತವ್ಯ.

ಹೇಮಾಳ ಕೊರಳನ್ನ ತಬ್ಬಿಕೊಂಡಳು. ಅವಳಿಗೆ ಮಿಸ್‌ಗಳು, ಆಯಾಗಳು ಗೊತ್ತು. ಮನೆಯಲ್ಲಿ ಅತ್ತೆಯರು ಇದ್ದರು. ಆದರೆ ಇಲ್ಲದ್ದು 'ಮಮ್ಮಿ'ಯೊಬ್ಬಳೇ. ಕಂದ ನಿಗೂ 'ಅಮ್ಮ' ಎನ್ನುವ ಪದ ಆಪ್ಯಾಯಮಾನ.

ಅರ್ಧ ಜಗತ್ತನ್ನ ಗೆದ್ದ ಸಂತೋಷ ಹೇಮಾಳದು. ಅವಳಿಗೆ ಮಕ್ಕಳ ಒಡನಾಟ. ಸಾಕುವುದು ಗೊತ್ತೇ ಇಲ್ಲ. ಆದರೂ ಕಠಿಣವೆನಿಸಲಿಲ್ಲ.

ಹೊರಗೆ ಬಂದು ಕಾರು ಹತ್ತುವ ಮುನ್ನ ಕೃಷ್ಣಮೂರ್ತಿ ಮೊಮ್ಮಗಳನ್ನ ಎತ್ತಿ ಮುದ್ದಾಡಿ ಭಾನುಪ್ರಕಾಶ್ ಕೈಗೆ ಕೊಟ್ಟು ಹೇಮಾಳನ್ನ ಪಕ್ಕಕ್ಕೆ ಕರೆದೊಯ್ದು,

"ನಾನು ಯಾವುದೇ ಜೋರಿಗೆ ಬಗ್ಗುವ ವ್ಯಕ್ತಿಯಲ್ಲ. ಅವ್ಳಿಗೆ ಮಿನ್ನಿಯೆಂದರೆ ಪ್ರಾಣ. ಒಂದಿಷ್ಟು ಸೋಷಿಯಲ್ ವರ್ಕ್‌ನ ಅಂಟಿಸಿಕೊಂಡಿರೋದರಿಂದ... ಮಗುನ ಬಿಟ್ಹೋಗ್ತಾಳೆ. ಫೋನ್ ಮಾಡಿದ್ರೆ.. ಬರೀ ಮೊಮ್ಮಗ್ಳ ವಿಷ್ಯವೇ. ನಿನ್ನ ನೋಡಿದ್ಮೇಲೆ ಮಗುನ ಒಪ್ಸೋ ಧೈರ್ಯ ಬಂತು. ನಮ್ಮ ಮಗ್ಳು ನಮ್ಗೆ ತಿರ್ಗಿ ಬರದಿದ್ರೂ... ಅವ್ಳಿಗೊಬ್ಬ ತಾಯಿ ಸಿಕ್ಕರೇ ಸಂತೋಷವೇ. ಭಾನು 'ಮಮ್ಮಿ' ಅಂತ ಪರಿಚಯಿಸ್ದ... ಖಂಡಿತ ನೀನು 'ಅಮ್ಮ'ನಾಗು" ಅವರ ಗಂಟಲು ಗದ್ಗದವಾಯಿತು.

"ಖಂಡಿತ, ನನ್ಮೇಲೆ ಭರವಸೆ ಇಡಿ" ಕೈಮುಗಿದು ಹೇಳಿದಳು. ಅವರು ಹ್ಞೂಗುಟ್ಟಿ ದರು.

ಕಾರು ಹತ್ತಿದನಂತರ ಭಾನುಪ್ರಕಾಶ್ "ಏನು ಆ ಪ್ರೊಫೆಸರ್‌ದು ರಾಜಕೀಯ? ಒಂದು ಸಿವಿಲ್ ಸೂಟ್‌ನಲ್ಲಿ ಫಿಕ್ಸ್ ಮಾಡ್ಸಿ ಉಳಿದ ಜೀವನನ ಕೋರ್ಟ್‌ಗೆ ಅಲೆಯೋ ಹಂಗೆ ಮಾಡ್ಬಿಟ್ಟೀನಿ. ಇದ್ಕೆ ನಮ್ಮ ಆಫೀಸ್‌ನ ಜ್ಯೂನಿಯರ್ಸ್ ಸಾಕು" ಉಡಾಫೆ ಕೊಚ್ಚಿದ.

"ಅಂಥದ್ದೇನಿಲ್ಲ, ಮಗು ಬಗ್ಗೆ ಹೇಳಿದರಷ್ಟೆ" ಎಂದಳು.

"ನೀವು ಕಿಲಾಡಿ ಇದ್ದೀರಾ, ವಿಷ್ಯ ಮುಚ್ಚಿಟ್ಟುಬಿಟ್ರಿ" ಹಾಸ್ಯ ಮಾಡಿ ಕಾರು ಸ್ಟಾರ್ಟ್ ಮಾಡಿದ.

ಇವರುಗಳು ಹೊರಟಾಗಿನಿಂದ ಚಂದ್ರಪ್ರಕಾಶ್ ಬಾಲ್ಕನಿಯಲ್ಲಿ ಅಡ್ಡಾಡುತ್ತಿದ್ದರು. ತಾವು ಒಪ್ಪಿಗೆ ನೀಡಬಾರದಿತ್ತು. ಏನೇನೋ ಯೋಚನೆಗಳು. ಅವನ ಮಸ್ತಿಷ್ಕದಲ್ಲಿ ಬರೀ ಗೊಂದಲ.

ಆದರೆ ಮಗುವನ್ನೆತ್ತಿಕೊಂಡು ಹೇಮ ಇಳಿದಾಗ ಅವರು ತಮ್ಮ ಕಣ್ಣನ್ನೆ ನಂಬಲಾರದೆ ಹೋದರು. ಬೀಗಿತ್ತಿ ಸುತರಾಂ ಒಪ್ಪಲಾರರೆಂಬುದು ಅವರ ಮನ ಹೇಳುತ್ತಿತ್ತು. ಇದೊಂದು ಮಹತ್ತರವಾದ ಒಳ್ಳೆಯ ಬದಲಾವಣೆಯೆನಿಸಿತು.

"ತಾತ..." ಮಿನ್ನಿಯನ್ನ ಕೈನೀಡಿ ಎತ್ತಿಕೊಂಡು "ಥ್ಯಾಂಕ್ಸ್ ಫಾರ್ ದಿ ಲಾಟ್, ಹೇಮ. ಇದೊಂದು ಶುಭ ಘಳಿಗೆ ನಮ್ಮ ಪಾಲಿಗೆ" ಅಪರೂಪಕ್ಕೆ ಅವರ ಕಣ್ಣುಗಳು ಒದ್ದೆಯಾದಾಗ, ಭಾನುಪ್ರಕಾಶ್ ನೇರವಾಗಿ ಬಂದು ಅವರ ಮುಂದೆ ನಿಂತು "ನೀವು ಅಳಬಲ್ಲಿರಾ, ಅಪ್ಪ" ಎಂದವನೇ ಒಳಗೆಹೋದ.

ಹೌದು, ಅವರ ಕಣ್ಣಲ್ಲಿ ಯಾರೂ ಕಂಬನಿಯನ್ನು ಕಂಡಿರಲಿಲ್ಲ. ಸೂರ್ಯಪ್ರಕಾಶ್ ಮಡದಿ ಸತ್ತಾಗ ಮೂರು ದಿನ ಮೌನ ವಹಿಸಿದ್ದರೇ ವಿನಃ ಕಂಬನಿ ಹರಿಸಿರಲಿಲ್ಲ. ಅವರದು ಧೀಮಂತ ವ್ಯಕ್ತಿತ್ವ, ಮಕ್ಕಳು ಕೂಡ ಅದೇ ದೃಷ್ಟಿಯಲ್ಲಿ ನೋಡುತ್ತಿರಲಿಲ್ಲ. ಹೆತ್ತವರ ಮೇಲೆ ದನಿಯೇರಿಸಿದ್ದೇ ಇಲ್ಲ. ಕೆಲವೊಮ್ಮೆ ಗೆಳೆಯರು, ಹಲವೊಮ್ಮೆ ತಾಯಿಯಂತೆ ನಡೆದುಕೊಳ್ಳುತ್ತಿರಲಿಲ್ಲ. ಹಣ, ಹೆಸರಿಗೆ ಎಂದೂ ದಾಸರಾಗಿರಲಿಲ್ಲ. ಅವೆರಡು ಅವರ ಹಿಂದೆ ಬಿದ್ದಿತ್ತು. ಸೂರ್ಯಪ್ರಕಾಶ್ ತಂದೆಗಿಂತ ಒಂದು ಹೆಜ್ಜೆ ಮುಂದು. ಎಷ್ಟೋ ಬಡವರ ಕಣ್ಣೊರೆಸಿದ ಕೈ.

ಒಬ್ಬರ ಕೈಯಿಂದ ಮತ್ತೊಬ್ಬರ ಕೈಗೆ ಓಡಾಡಿದಳು ಮಿನ್ನಿ. ಕೆಲಸದವರಿಗೆಲ್ಲಾ ಸಂತೋಷ. ಈ ವಿಷಯ ಸೂರ್ಯಪ್ರಕಾಶ್ ಕಿವಿ ಮುಟ್ಟಿದ್ದು ರಾತ್ರಿಯೇ.

"ಬೆಳಿಗ್ಗೆ ಭಾನು, ಹೇಮ ಹೋಗಿ ಕರ್ಕೊಂಡ್ಬಂದ್ರು." ತಂದೆಯೇ ಅವನ ಕಿವಿಯ ಮೇಲೆ ಹಾಕಿದ್ದು. ಕೆಳತುಟಿಯನ್ನ ಕಚ್ಚಿಡಿದು ಕೂತ. ಸಂತೋಷದ ಸುದ್ದಿಯೇ. ಹೇಮಾಗೆ ಆ ಮಗು ಹೊರೆಯಾಗಬಾರದು.

"ನಿಂಗೆ ಇಷ್ಟವೆನಿಸಲಿಲ್ವಾ!" ತಂದೆಯ ಪ್ರಶ್ನೆಗೆ ಉತ್ತರ ಸ್ಪಷ್ಟವಾಗಿ ನೀಡಲಾರದೆ ಹೋದ. "ಹಾಗೇನಿಲ್ಲ!" ಅಷ್ಟೆ ಹೇಳಿದ್ದು.

ಮಗುಗೆ ಊಟ ಮಾಡಿಸಿ ಕೋಣೆಗೆ ಒಯ್ದು ತನ್ನ ಹಾಸಿಗೆಯಲ್ಲಿ ಮಲಗಿಸಿದಳು. ಎಂಥಾ ಮುದ್ದಾದ ಮಗು. ಅದರ ಮೃದು ಕೆನ್ನೆಗಳ ಸ್ಪರ್ಶಕ್ಕೇನೆ ಪುಲಕಿತಳಾದಳು.

ಇವಳು ಹೊರ ಬರುವುದಕ್ಕೂ, ಸೂರ್ಯಪ್ರಕಾಶ್ ಎದುರಾಗುವುದಕ್ಕೂ ಸರಿಹೋಯಿತು. "ಎಲ್ಲಿ... ಮಿನ್ನಿ?" ಕೇಳಿದ, ಪಕ್ಕಕ್ಕೆ ಸರಿದಳು.

ಒಳ ಹೋದವನು ಮಗುವಿನ ಪಕ್ಕ ಕೂತ... ಬಹುಶಃ ಮೀರಾ ಜೊತೆ ದಾಂಪತ್ಯ ಕೆಲವು ತಿಂಗಳದ್ದು ಮಾತ್ರ. ಮೂರು ತಿಂಗಳು ಬಸುರಿಯಾಗಿದ್ದಾಗ ಮೆಟ್ಟಿಲು ಜಾರಿ ಬಿದ್ದಳು ಅನ್ನುವ ಕಾರಣಕ್ಕೆ ಕರೆದೊಯ್ದ ಕೃಷ್ಣಮೂರ್ತಿಗಳು ಮಗಳನ್ನು ಅಲ್ಲಿಯೇ ಉಳಿಸಿಕೊಂಡರು. ಇದರ ಮಧ್ಯೆ ಹಿರಿಯ ಮಗನನ್ನು ನೋಡಲು ಅಮೆರಿಕಗೆ ಹೋದಾಗ ಅವಳನ್ನ ಜೊತೆಯಲ್ಲಿ ಕರೆದೊಯ್ದರು. ಮೂರು ತಿಂಗಳು ಬರೀ ಫೋನ್ ಸಂಭಾಷಣೆಯೇ ಅವರಿಬ್ಬರ ಮಧ್ಯೆ. ಬಂದ ಮೇಲು ಅಲ್ಲೇ ಉಳಿಸಿಕೊಂಡರು. ಆಗಾಗೇನು ದಿನಕ್ಕೊಮ್ಮೆ ಹೋಗುತ್ತಿದ್ದ, ಕೆಲಸದ ಒತ್ತಡದಿಂದ ಹೆಚ್ಚು ಹೊತ್ತು ಅಲ್ಲಿ ಉಳಿಯಲಾಗುತ್ತಿರಲಿಲ್ಲ.

ನೆನಪುಗಳು ಮೆಲ್ಲಮೆಲ್ಲನೆ ಬಿಚ್ಚಿಕೊಂಡರೂ ಬೇಗ ಮುದುರಿದವು. ಮಲಗಿದ್ದ ಮಿನ್ನಿ ಕೆನ್ನೆ, ಹಣೆ ಸವರಿ ಮುಂದಲೆಯಲ್ಲಿ ಕೈಯಾಡಿಸಿ ಎದ್ದು ಬಂದ.

ಈ ರಾತ್ರಿ ಬಹಳ ಹೊತ್ತಿನವರೆಗೂ ನಿದ್ರಿಸಲಾಗಲಿಲ್ಲ ಸೂರ್ಯಪ್ರಕಾಶ್‌ಗೆ. ಅವನು ಮೊದಲಿನಿಂದಲೂ ಬ್ರಿಲಿಯಂಟ್ ಸ್ಟೂಡೆಂಟ್, ಲಾನಲ್ಲಿ ಕೂಡ ರ‍್ಯಾಂಕ್ ಜೊತೆ ಚಿನ್ನದ ಪದಕ ಗಳಿಸಿದ್ದ. ಕಾಲೇಜು ಸಮಯ ಬಿಟ್ಟರೇ ತಂದೆಯ ಜೊತೆ ಕೋರ್ಟು, ಆಫೀಸ್‌ನ ಫೈಲುಗಳ ನಡುವೆ ಇದ್ದವನು ವೃತ್ತಿಗೆ ಮೊದಲ ಎಂಟ್ರಿ ತೆಗೆದುಕೊಳ್ಳಬೇಕಿರಲಿಲ್ಲ.

ಬಡವರನ್ನ ನೋಡಿದ ಬಡತನ ಅನುಭವಿಸಿರಲಿಲ್ಲ. ರಾಜ್ಯದ ಫೇಮಸ್ ಹತ್ತು ಅಡ್ವೋಕೇಟ್ಸ್‌ರಲ್ಲಿ ಚಂದ್ರಪ್ರಕಾಶ್ ಒಬ್ಬರು. ಹೆಸರು, ಹಣ ಆ ಕುಟುಂಬಕ್ಕೆ ಬಳುವಳಿ ಯಾಗಿ ಬಂದಿತ್ತು.

ರೂಮಿನಿಂದ ಎದ್ದುಬಂದ ಸೂರ್ಯಪ್ರಕಾಶ್ ತಮ್ಮನ ರೂಮಿಗೆ ಹೋದರು. ಅವನಿನ್ನು ಎದ್ದೇ ಇದ್ದ. ಇದು ಅಸಹಜವಲ್ಲ. ತಮ್ಮಂದಿರೊಡನೆ ಮಾತಾಡಲು, ಯೋಗ ಕ್ಷೇಮ ವಿಚಾರಿಸಲು ಇಂತಹ ಸಮಯವೇ ಒದಗಿ ಬರುತ್ತಿದ್ದುದು.

"ಅಣ್ಣಾ..." ತಟ್ಟನೇ ಎದ್ದು ನಿಂತ ಭಾನುಪ್ರಕಾಶ್.

ಅವನ ಭುಜದ ಮೇಲೆ ಕೈಹಾಕಿ ಪಕ್ಕದಲ್ಲಿಯೇ ಕೂತ ಸೂರ್ಯಪ್ರಕಾಶ್ "ಹೇಗೆ, ನಡಿತಾ ಇದೆ ಓದು? ಎನಿ... ಪ್ರಾಬ್ಲಮ್" ವಿಚಾರಿಸಿದ.

ಮೊದಲು ಕತ್ತು ತೂರಿಸಿದ ಭಾನು ಮುಖವನ್ನ ಸಪ್ಪಗೆ ಮಾಡಿಕೊಂಡು "ನಾಟ್ ಬ್ಯಾಡ್... ಈಗ ಓದೋದೊಂದೇ ಪ್ರಾಬ್ಲಮ್ ಆಗಿರೋದು... ಯಾಕೆ ಬೇಕಿತ್ತು, ಈ ಬಿಳಿ ಕೋಟಿನ ಹುಚ್ಚು. ಆರಾಮಾಗಿ ಇರೋ ಕರೀ ಕೋಟ್‌ನ ತೊಟ್ಟುಕೊಂಡಿದ್ರೆ... ನಿಮ್ಮ ಜೊತೆ ಬಂದ್ಬಿಡ್ತಾ ಇದ್ದೆ. ಈಗ ತುಂಬ ಕಷ್ಟವಾಗಿದೆ. ಡಿಸ್‌ಕಂಟಿನ್ಯೂ ಮಾಡಿದ್ರೆ... ಹೇಗಿರುತ್ತೆ" ಕೇಳಿದ.

ಮೃದುವಾಗಿ ಬೆನ್ನಿನ ಮೇಲೊಂದು ಗುದ್ದಿದ ಸೂರ್ಯಪ್ರಕಾಶ್ "ಯೂ ಈಡಿಯಟ್, ನೀನು ತುಂಬ ಸೋಮಾರಿಯಾಗ್ಬಿಟ್ಟೆ. ನಿಂಗೆ ಎಂಥ ಪನಿಷ್‌ಮೆಂಟ್ ಕಾದಿರುತ್ತೆ, ಗೊತ್ತಾ?" ಪ್ರೀತಿಯಿಂದ ಬೈದಿದ್ದ, ಈ ಬೈಗಳು ಯಾವಾಗಲೂ ಆಪ್ಯಾಯ ಮಾನವೇ.

"ಮೈ ಗಾಡ್..." ಬಾಯಿಮುಚ್ಚಿಕೊಂಡು ಭಯ ನಟಿಸಿದ. "ಚೆಲುವಯ್ಯ, ಮಾವನ ಕರೀ ಟೋಪಿ, ಕಚ್ಚೆಪಂಚೆ, ಕೈಯಲ್ಲೊಂದು ಛತ್ರಿ, ಸದ್ದು ಮಾಡೋ ಚಪ್ಪಲಿನ ನಂಗೆ ರವಾನಿಸಿ ಕಾಯಂ ಗುಮಾಸ್ತ ಪೋಸ್ಟ್ ಕೊಟ್ಟುಬಿಡ್ತಾರೆ. ಚೈತನ್ಯ ಕಿಲಾಡಿ ನಂಗೊಂದು ಹುಡ್ಗೀನ ನಿಶ್ಚಯಿಸಿ ಮದ್ವೆ ಮಾಡ್ಬಿಟ್ರೆ... ಎಲ್ಲಾ ಫಿನಿಷ್, ನಾನು ದುರಂತದ ಸಾಂಗ್ ಹಾಡ್ಬೇಕು" ಎಂದ ಅಳುಮುಖ ಮಾಡುತ್ತ.

ಸೂರ್ಯಪ್ರಕಾಶ್ ಜೋರಾಗಿ ನಕ್ಕುಬಿಟ್ಟರು. ತುಂಬ ಟೆನ್‌ಷನ್ ಎನ್ನಿಸಿದಾಗ ರಿಲ್ಯಾಕ್ಸ್‌ಗಾಗಿ ತಮ್ಮನನ್ನು ಹುಡುಕಿಕೊಂಡು ಬರುತ್ತಿದ್ದರು.

"ಯೂ ನಾಟಿ, ಮೊದ್ಲೇ ನೀನೊಂದು ತೀರ್ಮಾನಕ್ಕೆ ಬಂದಿದ್ರೆ, ಒಂದು ಹೆಣ್ಣನ್ನ ಸಂಕಟದಿಂದ ಪಾರು ಮಾಡಬಹುದಿತ್ತು. ದಾಂಪತ್ಯ ಬದ್ಕಿನ ಬಗ್ಗೆ ನಂಗೆ ಯಾವ್ದೇ ಇಂಟರೆಸ್ಟ್ ಇಲ್ಲ. ಅಪ್ಪ ಈ ಮನೆಗೆ ಒಂದು ಹೆಣ್ಣು ಬೇಕೇಬೇಕೂಂತ ಹಠ ಮಾಡಿದ್ರು. ನಂಗೆ ಅವ್ರಿಗೆ ಎದುರಾಡಿ, ನೋಯ್ಸಿ ಅಭ್ಯಾಸವಿಲ್ಲ." ಪಶ್ಚಾತ್ತಾಪವಿತ್ತು ಸೂರ್ಯಪ್ರಕಾಶ್ ದನಿಯಲ್ಲಿ.

ತುಟಿಯವರೆಗೂ ಬಂದ ಮಾತನ್ನು ತಡೆದು ಭಾನುಪ್ರಕಾಶ್ ಅಣ್ಣನ ಮುಂದೆ

ಅವನು ಮಗುವಾಗಿ ಮಾತಾಡಿದರೂ, ಸೀರಿಯಸ್ ವಿಷಯಗಳನ್ನಾಡಲು ಹಿಂಜರಿಯುತ್ತಿದ್ದ.

"ಅಣ್ಣ, ನಂಗೆ ಅಷ್ಟೆಲ್ಲ ಗೊತ್ತಿಲ್ಲ, ಚೈತನ್ಯ ಈಚೆಗೆ ಬರೀ ರಾಮಕೃಷ್ಣ ಪರಮ ಹಂಸರ ಪುಸ್ತಕಗಳ್ನ ತಂದಿಟ್ಕೊಂಡು ಓದ್ತಾ ಇರ್ತಾನೆ" ವಿಷಯ ಬದಲಾಯಿಸಿದ.

ಬೇರೆಯವರು ಹೇಗೆ ಪ್ರತಿಕ್ರಿಯಿಸುತ್ತಿದ್ದರೋ, ಅವನು ತಣ್ಣನೆಯ ದನಿಯಲ್ಲಿ ನುಡಿದ "ಒಳ್ಳೇದೇ, ಮಹಾತ್ಮರ ಜೀವನವನ್ನ ಆದರ್ಶವಾಗಿಟ್ಕೊಂಡ್ರೆ... ಮನೋಧೈರ್ಯ ತಾನಾಗಿ ರೂಢಿಸಿಕೊಳ್ಳುತ್ತೆ."

ಅಣ್ಣ, ತಮ್ಮ ಬೆಳಗಿನ ಜಾವದವರೆಗೂ ಮಾತಾಡಿದರೇನು ಬೆಳಕು ಹರಿದಿದ್ದು ಅವನ ಕೋಣೆಯಲ್ಲಿಯೇ.

"ಭಾನು, ಕಾಫಿ..." ಹೇಮ ಬಾಗಿಲಲ್ಲೇ ನಿಂತಳು.

"ಆಗ್ಲೇ ಬೆಳಕು ಹರಿದುಹೋಯ್ತಾ? ಅಣ್ಣ, ನಾನು ಇಡೀ ರಾತ್ರಿ ಮಾತಾಡಿದ್ದೀವಿ. ಎಂತೆಂಥ ಜೋಕ್ಸ್ ಕಟ್ ಮಾಡ್ದೆ ಗೊತ್ತಾ! ನೀವಿರಬೇಕಿತ್ತು" ಕಾಫಿ ಕಪ್‌ನ ತಾನೇ ತೆಗೆದುಕೊಂಡ.

ಹೇಮ ತಂಗಾಳಿಯಂತೆ ಸರಿದುಹೋದಳು.

"ಅಣ್ಣ, ನೀನು ಬೆಳಗಿನ ಕಾಫಿ ಅಭ್ಯಾಸ ಮಾಡ್ಕೊಂಡ್ ಬಿಡು. ಎಷ್ಟು ಒಳ್ಳೆ ಕಾಫಿ ಸಿಗುತ್ತೆ... ಗೊತ್ತಾ! ಅತ್ತಿಗೆ ಕೈ ಕಾಫಿಯ ರುಚಿಯೇ... ರುಚಿ" ಲೊಟ್ಟೆ ಹಾಕಿದ.

ಸೂರ್ಯಪ್ರಕಾಶ್ ಪ್ರತಿಕ್ರಿಯಿಸದೆ ಎದ್ದುಹೋದ.

ಮುಂದಿನ ವರಾಂಡದಲ್ಲಿ ಕೂತು ಪೇಪರ್ ನೋಡುತ್ತಿದ್ದ ತಂದೆಯ ಬಳಿ ಏನೋ ಮಾತಾಡುತ್ತಿದ್ದುದು ಅವನ ಅರಿವಿಗೆ ಬಂತು. ಆ ಹುಡುಗಿ ಬೇಗ ಹೊಂದಿಕೊಂಡಳು ಎಂದುಕೊಂಡ.

ಇಂದು ಊಟಕ್ಕೆ ಡೈನಿಂಗ್ ಟೇಬಲ್ ಬಳಿ ಬಂದಾಗ ಬಡಿಸುವ ಕೈ ಹೇಮಳದಾಗಿತ್ತು. "ಇವತ್ತು ಅಡುಗೆಯವನು ಚಕ್ಕರ್, ಸುಶೀಲಮ್ಮ ಬರ್ಲಿಲ್ಲ. ಹೊರ್ಗಿನ ಪ್ರಾಬ್ಲಮ್‌ಗಳಿಗಿಂತ ಮನೆಯ ಸಮಸ್ಯೆಗಳೇ ಅಗಾಧವಾಗಿ ಕಾಣುತ್ತೆ" ಬಿಸಿ ಅನ್ನದ ಮೇಲೆ ಹಾಕಿದ್ದ ತುಪ್ಪವನ್ನ ಹದವಾಗಿ ಅನ್ನದ ಪ್ರತಿಯೊಂದು ಅಗುಳಿಗೂ ಮಿಶ್ರವಾದ ನಂತರವೇ ಹುಳಿಯನ್ನು ಹಾಕಿಸಿಕೊಳ್ಳುತ್ತಿದ್ದುದು, ಆಮೇಲೆ ಕಲೆಸಿ ಊಟ ಪ್ರಾರಂಭ ಮಾಡುವುದು ಚಂದ್ರಪ್ರಕಾಶ್ ಅಭ್ಯಾಸ.

ಎರಡು ಸ್ಪೂನ್ ತುಪ್ಪ ಬಿಸಿ ಅನ್ನದ ಮೇಲೆ ಬಿದ್ದ ಕೂಡಲೇ ಕೈ ಅಡ್ಡ ಹಿಡಿದ ಸೂರ್ಯಪ್ರಕಾಶ್ "ಒಂದೇ ಎತ್ತರ, ಅಪ್ಪ, ಮಗ ಒಂದೇ ಗಾತ್ರವಾಗ್ಬಿಟ್ಟರೇ, ಬರೀ ಜನರಿಗೆ ಕನ್‌ಫ್ಯೂಷನ್" ಎಂದ ನವಿರಾಗಿ.

ಚಂದ್ರಪ್ರಕಾಶ್ ಜೋರಾಗಿ ನಕ್ಕರು. ಊಟದ ಸಮಯದಲ್ಲಿ ನಗು ಅಪರೂಪ.

ಆದರೆ ಇಂದಿನ ನಗು ಅರ್ಥಪೂರ್ಣವಾಗಿತ್ತು. ಬಹುಶಃ ಎಂದಿಗಿಂತ ಎರಡು ತುತ್ತು ಜಾಸ್ತಿಯೇ ಊಟ ಮಾಡಿದರು.

ಮಿನ್ನಿಯನ್ನ ಎತ್ತಿಕೊಂಡು ಬಂದ ಚೈತನ್ಯ ಕೈತೊಳೆದು ಟವಲಿಗೆ ಒದ್ದೆಯ ನ್ನೊತ್ತುತ್ತಿದ್ದ ಅಣ್ಣನ ಮುಂದಿಡಿದ.

"ಡ್ಯಾಡಿಗೆ... ಮುತ್ತು ಕೊಡು."

ತಾನೇ ಮಿನಿಯನ್ನೆತ್ತಿಕೊಂಡು ಮುತ್ತಿಟ್ಟು "ಐದು ನಿಮಿಷ ಲೇಟು" ದಢದಢ ತನ್ನ ರೂಮಿಗೆ ಹೋದವನು ಐದು ನಿಮಿಷದಲ್ಲಿ ರೆಡಿಯಾಗಿ ಕೆಳಗಿಳಿದು ಬಂದು ತಂದೆಯ ರೂಮಿನ ಬಳಿ ನಿಂತ. ಹೊರಗಡೆ ಗಜಿಬಿಜಿಯೆನ್ನುತ್ತಿದ್ದ ಜ್ಯೂನಿಯರ್ಸ್ ಸದ್ದಾಗಿತ್ತು. ಅಂದು ಅಟೆಂಡ್ ಮಾಡಬೇಕಾದ ಕೇಸ್‌ಗಳ ಫೈಲುಗಳು ಕಾರಿನೊಳಕ್ಕೆ ರವಾನೆಯಾಯಿತು.

ಸುಮಾರು ಟೂ–ವೀಲರ್ಸ್ ಹತ್ತು ನಿಮಿಷದಲ್ಲಿ ಮಾಯವಾಯಿತು. ಇಂದು ಚೈತನ್ಯ ಹೋಗಿ ಕಾರಿನ ಬಾಗಿಲು ತೆರೆದ. ಅಪ್ಪ, ಮಗ ಹತ್ತಿ ಕೂತರು. ಎರಡು ನಿಮಿಷದಲ್ಲಿ ಮೈನ್ ಗೇಟು ದಾಟಿ ಕಾರು ಅದೃಶ್ಯವಾಯಿತು.

ಮಿನ್ನಿಗೆ ಸ್ನಾನ ಮಾಡಿಸಿ ತಿಂಡಿ ತಿನ್ನಿಸಿ ಚೈತನ್ಯನ ರೂಮಿಗೆ ಬಂದಾಗ ಮೇಜಿನ ಒಂದು ಪಕ್ಕದಲ್ಲಿ ಇದ್ದಿದ್ದು ರಾಮಕೃಷ್ಣ ಪರಮಹಂಸರ ಫೋಟೋ ಸ್ಟ್ಯಾಂಡ್. ಅವರಿಗೆ ಸಂಬಂಧಪಟ್ಟ ಸಾಹಿತ್ಯ ಗ್ರಂಥವನ್ನು ಪಕ್ಕದಲ್ಲಿ ಜೋಡಿಸಲಾಗಿತ್ತು.

"ನೀವೇನು... ತಗೋತೀರಾ?" ಮೆಲ್ಲಗೆ ಕೇಳಿದಳು.

ಹಿಂದಕ್ಕೆ ತಿರುಗಿದ ಚೈತನ್ಯ ಸಣ್ಣಗೆ ನಕ್ಕ "ಪ್ಲೀಸ್ ಅತ್ತಿಗೆ... ನೀವು, ತಾನು ಅನ್ನೋ ಸಂಬೋಧನೆ ಬೇಡ. ಬಹುಶಃ ಅಮ್ಮನ ಪ್ರೀತಿಯ ರುಚಿ ಕಾಣೋಕೆ ಮೊದ್ಲು, ಅವರು ಕಣ್ಮರೆಯಾದರು. ನಮ್ಮ ಸೂರ್ಯಣ್ಣನಿಗೆ ವಿವಾಹವಾದಾಗ ನಮ್ಮ ಬದ್ಕಿನಲ್ಲಿ ದೊಡ್ಡ ಬದಲಾವಣೆ ನಿರೀಕ್ಷಿಸಿದ್ವಿ, ಅತ್ತಿಗೆ ತವರುಮನೆ ಇಲ್ಲೇ. ಮೆಟ್ಟಿಲು ಜಾರಿದ್ದು ನೆನಪಾಗಿ ಅಲ್ಲೇ ಉಳಿದರು. ಅವ್ರ ನಮ್ಮ ನಡ್ವೆ ಆತ್ಮೀಯತೆ ಮೂಡೋಕೆ ಮೊದ್ಲು ಅವ್ರು ಕಣ್ಮರೆಯಾದ್ರು. ಹೆಣ್ಣೂಂತ ಇದ್ದಿದ್ದು ಅಡುಗೆಯ ಸುಶೀಲಮ್ಮ ಮಾತ್ರ. ಈಗ ನೀವು ಬಂದಿದ್ದೀರಿ. ನಾನು, ಭಾನು ಮಿನ್ನಿಯಂಗೆ ನಿಮ್ಮ ಕೈನ ಮಕ್ಳೇ. ಇಲ್ಲಿ ವಯಸ್ಸಲ್ಲ ಪ್ರಧಾನ, ಹುದ್ದೆ, ಅಧಿಕಾರ. ಚೈತನ್ಯ ಅಂತ ಕೂಗಿ ಸಾಕು" ಅತ್ಯಂತ ಸ್ಪಷ್ಟವಾಗಿ ಹೇಳಿದ.

ಹೇಮಳ ಕಣ್ತುಂಬಿತು. ದುಃಖವೋ, ಆನಂದವೋ ಒಂದು ಅರ್ಥವಾಗಲಿಲ್ಲ. ತಂದೆಯ ನೆನಪು ಮಾತ್ರ ಎದೆಯನ್ನು ಭಾರವಾಗಿಸಿತು.

"ನಂಗೇನು ಹೇಳ್ಬೇಕೋ ಒಂದು ಅರ್ಥವಾಗೋಲ್ಲ! ತೀರಾ ಕಲೀಲಿಲ್ಲ. ನಾಲ್ಕು ಗೋಡೆಗಳ ನಡ್ವೆ ಒಡನಾಟ. ನಾವು ಹೆಚ್ಚು ಮಾತಾಡ್ತ ಇದ್ದಿದ್ದು ಗಿಡ, ಸಸಿ, ಹೂಗಳ ಬಳಿ ಮಾತ್ರ" ಮಾತು ಮುಗಿಯುವ ಮುನ್ನವೇ ಅವಳ ಕಣ್ಣಿಂದ ಕಂಬನಿ ಜಾರಿಬಿಟ್ಟಿತು.

ಚೈತನ್ಯ ಚಲಿಸಿ ಹೋದ. ನಾಲ್ಕು ದಿನದ ಒಡನಾಟವೆ ಅಪಾರವಾದ ಆತ್ಮೀಯತೆ

ಯನ್ನು ಮೂಡಿಸಿದ್ದು. ಸಂಕೋಚವಿದ್ದರೂ ಆಗಾಗ ಬಂದು ಅವನ ಊಟ, ತಿಂಡಿ, ಬೇಕು, ಬೇಡಗಳನ್ನ ವಿಚಾರಿಸಿದ್ದುದು ಅಕ್ಕರೆಯಿಂದ.

"ಅಳ್ಬೇಡಿ, ಅತ್ತಿಗೆ! ಯಾವ ಯೂನಿವರ್ಸಿಟಿಯಲ್ಲು ಕಲಿಸದಷ್ಟು ಕಲಿತಿದ್ದೀರಿ. ಉತ್ತಮ ನಡತೆಯೇ ಒಂದು ಫೌಂಡೇಷನ್ ಬದುಕಿಗೆ" ನುಡಿದ. ಆ ನುಡಿಗಳು ಬೆಲೆ ಬಾಳುವ ಮುತ್ತುಗಳಂತಿದ್ದವು. ಒಂದೊಂದೇ ಹೆಕ್ಕಿಕೊಂಡು ಮುಂದಿನ ಜೀವನಕ್ಕೆ ಬುತ್ತಿಯಾಗಿಸಿಕೊಳ್ಳಬಹುದಿತ್ತು.

ಮಿನ್ನಿ ಎರಡೇ ದಿನದಲ್ಲಿ ಅವಳಿಗೆ ಪೂರ್ತಿ ಒಗ್ಗಿಕೊಂಡಳು. ಆಯಾ, ಅಜ್ಜಿ, ತಾತ, ಅತ್ತೆಯರಿಗಿಂತ 'ಮಮ್ಮೀ'ನೇ ಪ್ರಿಯವಾದಳು.

* * *

ಪರಮಶಿವಯ್ಯ ಬಂದಾಗ ಒಂಬತ್ತೂವರೆಗೆ ಐದು ನಿಮಿಷವಿತ್ತು. ಆತಂಕ, ಗಾಬರಿಯ ಜೊತೆ ನೋವಿನಿಂದಲೇ ಓಡಿಬಂದಿದ್ದರು. ತಾವು ಎರಡನೇ ಮದುವೆ ಮಾಡಿಕೊಂಡಿದ್ದರ ಪ್ರಭಾವ ಅಲ್ಲಿ ಮರುಕಳಿಸಿದರೇ, ಹೇಮಾ ಕೂಡ ಸ್ವಾರ್ಥಿಯಾದರೇ ಆ ಮಗುವಿನ ದಿಕ್ಕೇನು? ಇದೊಂದು ರೀತಿಯ ತುಮುಲವಾದರೇ, ಹೆಚ್ಚು ಓದು, ತಿಳಿವಳಿಕೆ ಇಲ್ಲದ ಮುಗ್ಧ ಹೇಮ ವಿದ್ಯಾವಂತರ ನಡುವೆ ಕುಗ್ಗಿ ಆತ್ಮಹತ್ಯೆ ಮಾಡಿ ಕೊಂಡರೆ ಗತಿಯೇನು? ಹೇಮಳನ್ನು ಬಿಟ್ಟುಹೋದ ದಿನದಿಂದ ಚಡಪಡಿಸಿಬಿಟ್ಟಿದ್ದರು. ಯಾರ ಮುಂದೆ ತೋಡಿಕೊಂಡಾರು?

ಹಿಂದಿನ ದಿನ ಪಶುಪತಿ ರೇಗಿಕೊಂಡಿದ್ದರು.

"ಈ ಕೊರಗಿನಲ್ಲಿ ಬಹಳ ಬೇಗ ಸತ್ತುಹೋಗ್ತೀಯೋ! ಹೇಮ ತುಂಬ ಒಳ್ಳೆ ಹುಡ್ಗಿ. ಬೇಗ ಒಗ್ಗಿಕೋತಾಳೆ. ಆ ಮನೆಯವರು ಕೂಡ ಹೃದಯವಂತ ಜನರು. ನಿನ್ನ ಮಗ್ಳನ ಚೆನ್ನಾಗಿ ನೋಡ್ಕೋತಾರೆ. ಇನ್ನ ಅನುಮಾನವಿದ್ದರೆ, ಒಮ್ಮೆ ಹೋಗಿ... ಬಂದ್ಬಿಡು."

ಆ ಮಾತು ಎಷ್ಟು ಪರಿಣಾಮ ಬೀರಿತೆಂದರೇ ಇಡೀ ರಾತ್ರಿ ಕಣ್ಮುಚ್ಚದೆ ಹೆಂಡತಿಗೂ ಸಹ ಹೇಳದೆ ಎದ್ದು ಬಂದಿದ್ದರು. ಗೇಟು ಬಳಿ ಅಡಿ ಇಟ್ಟಾಗ ಅವರೆದೆ ಸ್ತಬ್ಧವಾಯಿತು, ಕೆಲವು ಕ್ಷಣಗಳು. ಬಾಲ್ಕನಿಯಲ್ಲಿ ಒಂದು ವಿದೇಶಿ ಕಾರು. ಬಲ ಭಾಗದ ಆಫೀಸ್ ಗೇಟ್ ರೋಡ್‌ನ ಉದ್ದಕ್ಕೂ ವೆಹಿಕಲ್‌ಗಳು ಸಾಲುಗಟ್ಟಿ ನಿಂತಿದ್ದವು. ಹೆಂಡತಿ ತನ್ನ ಸಂಸಾರದ ಮೇಲೆ ಒಂದಿಷ್ಟು ಅಭಿಮಾನ ಬೆಳೆಸಿಕೊಂಡಿದ್ದರೇ ಒಂದು ಫೋರ್ ವ್ಹೀಲರ್ ಇಟ್ಟುಕೊಳ್ಳುವುದು ಕಷ್ಟವೇನು ಆಗಿರಲಿಲ್ಲ.

"ಹಲೋ... ಅಂಕಲ್..." ಹಿಂದಿನಿಂದ ಹೀರೋ ಹೊಂಡದಲ್ಲಿ ಬಂದಿಳಿದ ಭಾನು, "ಇಲ್ಯಾಕೆ, ನಿಂತ್ರಿ? ಬನ್ನಿ... ಒಳ್ಗೆ" ಕರೆದೊಯ್ದುವನು ಬಾಗಿಲಲ್ಲಿ ನಿಂತು, "ಅತ್ತಿಗೆ, ಯಾರು ಬಂದಿದ್ದಾರೆ ನೋಡು" ಕೂಗಿದ.

ಅಂದು ಕೋರ್ಟಿಗೆ ಹಾಲಿಡೇ ಇದ್ದಿದ್ದರಿಂದ, ಮೇಲಿನ ಆಫೀಸ್ ಬಿಜಿಯಾಗಿತ್ತು. ಅಪ್ಪ, ಮಗ ಗಂಟೆ ಮೂರಾದರೂ ಕೆಳಗೆ ಇಳಿದಿರಲಿಲ್ಲ.

ಮಿನಿಯನ್ನ ಎತ್ತಿಕೊಂಡು ಹೊರಬಂದ ಹೇಮ ನಿಂತಲ್ಲಿಂದ ಚಲಿಸಲಿಲ್ಲ. ಅದು ಆನಂದದ ಸಂಭ್ರಮ ಅವಳ ಕಣ್ಣಲ್ಲಿ ಆನಂದಾಶ್ರುಗಳು.

ಹತ್ತಿರಕ್ಕೆ ಬಂದ ಮಿನ್ನಿಯನ್ನ ಅವರ ಕೈಗಿತ್ತು ಕಾಲಿಗೆ ನಮಸ್ಕರಿಸಿದಳು, "ಹೇಗಿದ್ದೀರಿ? ಚಿಕ್ಕಮ್ಮ ಬರಲಿಲ್ವಾ?" ಸ್ವರ ಒದ್ದೆಯಾಯಿತು.

"ಚೆನ್ನಾಗಿದ್ದೀನಿ! ಪುಟ್ಟ ಮರಿ ಎಷ್ಟು ಮುದ್ದಾಗಿದೆ!" ಮಗುವನ್ನ ಮುದ್ದಾಡುವ ವೇಳೆಗೆ, ಭಾನು ಅವರ ಲೆದರ್ ಬ್ಯಾಗ್‌ನ ಒಯ್ದು ಗೆಸ್ಟ್ ರೂಮಿನಲ್ಲಿಡಲು ಆಳುಗೆ ಹೇಳಿ "ಅತ್ತಿಗೆ, ನಂಗಂತು ಬಡ್ತಿಬಿಡಿ! ಏನಾದ್ರಾಗ್ಲಿ, ಅಡ್ವೋಕೇಟ್ ಆಗ್ಬಾರ್ದು. ನಡೀರಿ, ಬೇಗ" ಅಷ್ಟು ದೂರ ಎಳೆದೊಯ್ದವನು "ಸಾರಿ, ನಾನು ಡೈನಿಂಗ್ ಹಾಲ್‌ನಲ್ಲಿ ಇರ್ತೀನಿ. ನೀವ್ಹೋಗಿ, ನಿಮ್ತಂದೆನ ಉಪಚರಿಸಿ" ಓಡಿದ. ಮನೆಯಲ್ಲಿ ಅವನೊಬ್ಬನದೇ ಗಲಾಟೆ. ಚೈತನ್ಯಪ್ರಕಾಶ್ ಅಣ್ಣನಂತೆ ಸ್ವಲ್ಪ ಸೈಲೆಂಟ್.

ತಂದೆಯನ್ನ ಗೆಸ್ಟ್‌ರೂಮಿಗೆ ಕರೆದೊಯ್ದಳು. ಮಂಚ, ಸೋಫಾ, ನೆಲಕ್ಕೆ ಕಾರ್ಪೆಟ್... ಅತ್ಯಂತ ಶ್ರೀಮಂತವಾಗಿ ಅಣಿಗೊಳಿಸಿದ್ದರು.

"ಸ್ವಲ್ಪ ಸ್ನಾನ ಮಾಡ್ಕೊಳ್ಳಿ, ಇನ್ನ ಯಾರ್ದೂ ಊಟ ಇಲ್ಲ. ತುಂಬ ಇಳ್ದುಹೋಗಿದ್ದೀರಿ. ಚಿಕ್ಕಮ್ಮ, ಅಲ್ಲೇ... ಇದ್ದಾರ?" ಕೊನೆಯಲ್ಲಿ ಅವಳ ದನಿ ಕಂಪಿಸಿದ್ದು ಪರಮ ಶಿವಯ್ಯನ ಅವಗಾಹನೆಗೆ ಬಂತು.

"ಅಲ್ಲಿಗೂ, ಇಲ್ಲಿಗೂ ಮಾಮೂಲಾಗಿ ಓಡಾಡಿಕೊಂಡಿದ್ದಾಳೆ."

ಅಡುಗೆಯವನು ಕುಡಿಯಲು ನೀರು, ಜ್ಯೂಸ್ ಹಿಡಿದು ಬಂದ. "ಅಮ್ಮ, ಬೇಗ ಬರ್ಬೇಕಂತೆ. ಚಿಕ್ಕವ್ರು ತಟ್ಟೆ ಬಡಿಯೋಕೆ ಶುರು ಮಾಡಿದ್ದಾರೆ" ವಿಷಯ ಮುಟ್ಟಿಸಿದ.

ಇಷ್ಟು ಕಡಿಮೆ ಸಮಯದಲ್ಲಿಯೇ ಮಗಳು ಆ ಮನೆಯನ್ನ ಆವರಿಸಿಕೊಂಡ ಪರಿಯನ್ನು ನೋಡಿ ಸಂತಸ ಕಂಡಿತು ಅವರ ಮನ.

ನೀರು ಕುಡಿದು ಮಗಳ ಕಡೆ ಅಭಿಮಾನದಿಂದ, "ನೀನು ನಡೀ, ನಾನೊಂದಿಷ್ಟು ಬಸ್ಸಿನ ಮೈಲಿಗೆ ತೊಳ್ಕೊಂಡ್ ಡೈನಿಗ್ ಹಾಲ್‌ಗೆ ಬರ್ತೀನಿ. ಆಮೇಲೆ ಮಾತಾಡ್ಬಹ್ದು" ಮಗಳನ್ನ ಕಳಿಸಿ ಮಂಚದ ಮೇಲೆ ಕೂತಾಗ ಬಳಬಳ ನೀರಿಳಿಯಿತು.

ಹೇಮನ ನತದೃಷ್ಟ ಹೆಣ್ಣೆಂದುಕೊಂಡಿದ್ದರು. ಅವಳೀಗ ತುಂಬು ಭಾಗ್ಯವಂತೆ. ಹತ್ತು ನಿಮಿಷ ಚಲಿಸದೆ ಕೂತರು. ಮತ್ತೆ ಕರೆ ಬಂದಾಗಲೇ ಎದ್ದಿದ್ದು.

ಭಾನು ಊಟ ಮುಗಿದು, ಹರಟೆಯೊಡೆಯುತ್ತಿದ್ದ ಅತ್ತಿಗೆಯ ಬಳಿ. ಆದರೆ ಪೂರ್ತಿ ಸದ್ದಡಗಿದ್ದು ಚಂದ್ರಪ್ರಕಾಶ್, ಸೂರ್ಯಪ್ರಕಾಶ್ ಬಂದಾಗ. ಮೊದಲು ತಾವೇ ಬೀಗರನ್ನ ಮಾತಾಡಿಸಿ ಕುಶಲೋಪರಿ ವಿಚಾರಿಸಿದರು. ಸೂರ್ಯಪ್ರಕಾಶ್ ಮೌನ ವಹಿಸಿದ. ಅವನಲ್ಲಿ ಆಡಲು ಮಾತುಗಳಿಲ್ಲ.

ಎಲ್ಲರೂ ಜೊತೆಯಾಗಿಯೇ ಕೂತರು. ಮಾತು ಕಮ್ಮಿ ಆಯಿತು. ಸೂರ್ಯ ಪ್ರಕಾಶ್ ಮಾತ್ರ ಸಾಕು, ಬೇಕು ಅಷ್ಟೆ ಮಾತು. ಚಂದ್ರಪ್ರಕಾಶ್ ಮಾತ್ರ ತಮ್ಮ ವೃತ್ತಿಯಲ್ಲಿನ ವಿಶೇಷ ಸಮಸ್ಯೆಗಳೆರಡನ್ನ ಹೇಳಿಕೊಂಡರು ಮುಕ್ತ ಮನಸ್ಸಿನಿಂದ.

ಸೂರನ್ನ ನೋಡುತ್ತ ಮಲಗಿದ್ದ ತಂದೆಯ ಪಕ್ಕದಲ್ಲಿ ಬಂದು ಕೂತ ಹೇಮ ಕೈ ಹಿಡಿದು, "ಅಪ್ಪ, ನೀವು ತುಂಬ ಬಡವಾಗಿದ್ದೀರಿ" ಅವಳ ದನಿ ಮೃದುವೆನಿಸಿತು.

ಪರಮಶಿವಯ್ಯ ಎದ್ದು ಕೂತು ಕಣ್ತುಂಬ ನೋಡಿದರು ಮಗಳನ್ನ. ತೃಪ್ತ ಭಾವವಿತ್ತು ಅವರಲ್ಲಿ. ಧನ್ಯತೆ ಎದ್ದು ಕಾಣುತ್ತಿತ್ತು ಮುಖದಲ್ಲಿ. ಮಾನಸ ಸರೋವರದಲ್ಲಿ ಮಿಂದು ಬಂದಂಥ ಭಕ್ತಿವಭಾವ.

"ಅಂಥದೇನಿಲ್ಲ, ಬಹಳ ಸುಖವಾಗಿದ್ದೀನಿ. ಇಲ್ಲಿ ನೋಡಿದ್ಮೇಲೆ ಹೇಗಿದ್ದೀಯಾಂತ ಕೇಳಕೆ ಮನಸ್ಸು ಬರ್ತಾ ಇಲ್ಲ. ಆದ್ರೂ, ನನ್ನಿಂದ ಒಂದು ತಪ್ಪಾಗಿದೆ. ಸಕಲ ಸೌಭಾಗ್ಯಗಳಿದ್ದರು ಎರಡನೇ ಗಂಡು ಅನ್ನೋ ಅತೃಪ್ತ ಭಾವ ನಿನ್ನಲ್ಲಿ ಇರುತ್ತೆ. ಆತುರಪಟ್ಟೇನೇನೋ, ಎನ್ನುವ ಹಿಂದೆ... ಮಗು" ಅವರ ಕಂಠ ಗದ್ಗದವಾಯಿತು. ತೃಪ್ತ ಭಾವ ಅಳಿದು ಅಲ್ಲಿ ನೋವು ವಿಜೃಂಭಿಸಿತು.

"ಖಂಡಿತ ಇಲ್ಲ, ಅಪ್ಪ ನಾನು ಅತ್ಯಂತ ಸುಖವಾಗಿದ್ದೀನಿ."

ತಂದೆ, ಮಗಳು ಸಾಕಷ್ಟು ಮಾತಾಡಿದರು. "ಅವರು, ಚೈತನ್ಯ ಮಾತು ಕಡ್ಮೆ, ಸ್ವಲ್ಪ ಹೆಚ್ಚು ಮಾತಾಡೋದು ಭಾನುಪ್ರಕಾಶ್ ಒಬ್ರೇ. ಮಿನ್ನಿ ಬಂದ್ಮೇಲೆ ಪೂರ್ತಿ ಬೇಜಾರು ಕಡ್ಮೆ ಆಗಿದೆ. ಓದೋಕೆ ಪತ್ರಿಕೆ, ಪುಸ್ತಕಗಳು ಇವೆ. ಅಲ್ಲಿ ಚಿಕ್ಕದಾಗಿದ್ದ ನನ್ನ ಪ್ರಪಂಚ ಇಲ್ಲಿ ವಿಶಾಲವಾಗಿದೆ" ಇವು ಮುಖ್ಯವಾದ ಮಾತುಗಳು.

"ಮಮ್ಮಿ... ಮಮ್ಮಿ... ಒಂದೇ ರಾಗ. ಸಾರಿ ಫಾರ್ ದಿ ಡಿಸ್ಟರ್ಬ್. ಇವ್ಳುನ ನೀವು ತುಂಬ ಮುದ್ದು ಮಾಡ್ಬಿಟ್ರಿ. ಅತ್ತಿಗೆ, ನಾವೂಂದ್ರೆ... ಕೇರ್‌ಲೆಸ್" ಮಿನ್ನಿಯನ್ನ ಕೊಟ್ಟು ಹೋದ ಭಾನು.

ಅವಳ ಕುತ್ತಿಗೆಗೆ ಜೋತುಬಿದ್ದಳು ಮಿನ್ನಿ. ತಲೆ ತುಂಬ ಗೊಂಚಲು ಕೂದಲು. ಸ್ವತಃ ದೇವಕಿ ಇಂಟರೆಸ್ಟಾಗಿ ಮೊಮ್ಮಗಳ ಕೂದಲು ಕತ್ತರಿಸುವಾಗ ಪ್ರೊಫೆಸರ್ ಕೃಷ್ಣ ಮೂರ್ತಿಗಳು ರೇಗಿಕೊಂಡಿದ್ದರು.

"ನಾಲ್ಕು ವರ್ಷದವರ್ಗೂ ಅವ್ಳ ಕೂದಲಿಗೆ ಕೈ ಹಾಕ್ಬೇಡ. ಒತ್ತಾಗಿ ಒಂದಿಷ್ಟು ಬೆಳ್ದುಕೊಳ್ಳಿ."

ಆ ಮಾತಿನ ಪ್ರಭಾವದಿಂದ ಕತ್ತನೆಯ ಒತ್ತದ ಗೊಂಚಲಿನಂಥ ಕೂದಲು ಉಳಿದುಕೊಂಡು, ಅವಳ ಮುದ್ದು ಮುಖಕ್ಕೆ ಶೋಭೆ ತಂದಿತ್ತು.

ನೆನಪಿಸಿಕೊಂಡವರಂತೆ ಒಂದು ಸಣ್ಣ ಬಾಕ್ಸ್ ತೆಗೆದು ಅವಳ ಕೈಯಲ್ಲಿಟ್ಟರು. "ನಿಂಗೇಂತ ನಿಮ್ಮ ಚಿಕ್ಕಮ್ಮ ಮಾಡ್ಸಿ ತಂದು ಕೊಟ್ಲು. ಅವ್ಳಿಗೆ ಈಗೀಗ ಪಶ್ಚಾತ್ತಾಪವಾಗಿದೆ. ಅದ್ರಿಂದ... ಏನು ಪ್ರಯೋಜನವಿಲ್ಲ. ಹುಡುಗ್ರು ಇಲ್ಲಿಗೆ ಒಗ್ಗಿಕೊಳ್ಳಲಾರರು. ಅವ್ರನ್ನ ಬಿಟ್ಟು ಈ ಮನೆಯಲ್ಲಿ ಉಳ್ಯೋದು ಅವ್ಳಿಗೆ ಕಷ್ಟ. ನಂಗೂ ಕೂಡ, ಒಂಟಿತನ ಇಷ್ಟವಾಗಿದೆ. ಅವ್ಳ ನನ್ನ ನಡ್ವೇ ಮಾತುಗಳಿಲ್ಲ, ಭಾವಗಳಿಲ್ಲ... ಮೂಕರಾಗಿ ನಾಲ್ಕು ಗೋಡೆಯ ಮಧ್ಯೆ ಬಾಳೋಕ್ಕಿಂತ ಅವ್ರು... ಅಲ್ಲೇ ಉಳ್ದುಕೊಳ್ಳಿ. ನಾನೇ ಆಗಾಗ ಹೋಗಿ ನೋಡ್ಕೊಂಡ್ಬ

ರ್ತೀನಿ. ಒಗ್ಗಿಕೊಳ್ಳದ ಬದ್ಕು... ನರ್ಕ" ಇಂದು ಸಂಕೋಚವಿಲ್ಲದೆ ಬಹಳ ಸ್ಪಷ್ಟವಾಗಿ ಹೇಳಿದರು.

ಹೇಮಳದು ಏನು ಹೇಳಲಾರದ ಸ್ಥಿತಿ. ಅವಳಿಗೆ ಬುದ್ಧಿ ತಿಳಿದಾಗಿನಿಂದ ಕಸ್ತೂರಿ ವರ್ತನೆ ಹಾಗೆಯೇ. ಈಗ ಬದಲಾವಣೆ ನಿರೀಕ್ಷಿಸುವುದು ಮೂರ್ಖತನವೆಂದು ಗೊತ್ತು.

"ನಿಮ್ಗೆ ಹೇಳೋಷ್ಟು ತಿಳಿವಳಿಕೆ... ನಂಗಿಲ್ಲ. ಹುಡುಗರು, ಚಿಕ್ಕಮ್ಮ, ನೀವು ಎಲ್ಲಾ ಒಂದೇ ಕಡೆ ಇರಬೇಕೆಂಬ ಕನಸು ನಂದು."

ಮಗಳ ಮಾತಿಗೆ ಅವರ ತುಟಿಯಂಚಿನಲ್ಲಿ ವಿಷಣ್ಣತೆಯ ನಗು ತೇಲಿತು. "ಅದು ಬರೀ ಕನಸಷ್ಟೆ, ನನಸಾಗುವ ಸಾಧ್ಯತೆ ಇಲ್ಲ. ಈಚೆಗೊಂದು ದಿನ ಕಂಠಿ ಫ್ರೆಂಡ್ಸ್ ಜೊತೆ ಜನರಲ್ ಸ್ಟೋರ್‌ಗೆ ಬಂದ. ನಾನು ಸಾಮಾನಿಗೋಸ್ಕರ ಹೋಗಿದ್ದೆ. ಅಲ್ಲೇ ಹತ್ತು ನಿಮಿಷಗಳ ಕಾಲ ಅಡ್ಡಾಡಿದ. ಬಹುಶಃ ನನ್ನ ಗುರುತು ಕೂಡ ಹತ್ತಲಿಲ್ಲವೇನೋ! ಒಂದಿಷ್ಟು ಕಾಸ್ಮೆಟಿಕ್ಸ್ ಕೊಂಡು ಬಿಲ್ ಹಾಕ್ಸಿಕೊಂಡು ಕೌಂಟರ್‌ನಲ್ಲಿ ಹಣ ತೆರುವಾಗ ಅಲ್ಲೇ ಇದ್ದ. ಸ್ವಂತ ಮಗ... ತೀರಾ ಹತ್ತಿರದಲ್ಲೇ ಅವನು ಮಾತಾಡಿಸುವ ಕಷ್ಟ ತಗೊಳ್ಳಲಿಲ್ಲ. ಅಂದು ಒಂದು ನಿರ್ಧಾರಕ್ಕೆ ಬಂದೆ. ಅವ್ರೆಲ್ಲ ಕಸ್ತೂರಿ ಮಕ್ಳು. ಹಾಗೇ... ಇದ್ಕೊಳ್ಳಿ, ಕೂಡ" ನೋವಿನ ನುಡಿಗಳು ಇಲ್ಲಿ ಬೆಂಕಿಯ ಚೆಂಡುಗಳಾಗಿತ್ತು. ಅರಗಿಸಿಕೊಳ್ಳಲು ಇಬ್ಬರಿಗೂ ಪ್ರಯಾಸವೇ.

"ಬಾ ಮರಿ..." ಅವರು ಮಿನ್ನಿಯನ್ನ ಎತ್ತಿಕೊಂಡಾಗ ರೂಮಿನಿಂದ ಹೊರ ಬಂದಳು. ಅರ್ಥ ಕಳೆದುಕೊಂಡ ಸಂಬಂಧಗಳಿಂದ ಪ್ರಯೋಜನವೇನು?

ಹಿಂಬಾಲಿಸಿಕೊಂಡು ಬಂದ ಭಾನು "ಅತ್ತಿಗೆ, ಒಂದ್ಮಾತು... ಇದ್ನ ನೀವು ಅಣ್ಣನ ಕಿವಿ ಮೇಲೆ ಹಾಕ್ಬೇಕು" ಅವನ ಮಾತಿನಿಂದ ಅವಳ ಎದೆಯಬಡಿತ ನಿಂತಂತಾಯಿತು.

"ನಾನಾ..."

"ನೀವೇ... ನೀವೇ! ಕೊರಗಪ್ಪ ಬಿಲ್ಡರ್ಸ್ ಕೇಸ್ ಅಣ್ಣನ ಹತ್ರ ಬಂದಿದೆ. ಅವ್ರೆಲ್ಲ ತೀರಾ ಕ್ರಿಮಿನಲ್ಸ್. ಅಣ್ಣ ಕೆಲವು ವಿಷ್ಯಗಳಲ್ಲಿ ರಾಜಿಯಾಗೋಲ್ಲ. ಅವ್ರ ಎದುರು ಪಾರ್ಟಿಯವ್ರು ಕೂಡ ಸಾಮಾನ್ಯರಲ್ಲ. ಇವರಿಬ್ರು ಹಿಂದೆ ರಾಜಕೀಯ ಶಕ್ತಿಗಳ ಕೈವಾಡವಿದೆ" ಉಸುರಿದ.

ಹೇಮ ಸೋಫಾ ಅಂಚಿಗೆ ಅಂಟಿದಂತೆ ಕೂತುಬಿಟ್ಟಳು. ತೀರಾ ಕಡಿಮೆ ನಾಲೆಡ್ಜ್‌ನ ತಾನು ಇಂಥ ವಿಷಯಗಳನ್ನ ಹೇಗೆ ಪ್ರಸ್ತಾಪಿಸುವುದು. ಸ್ನೇಹ, ಸಲಿಗೆ ಎಂಥದ್ದು ಇಲ್ಲದ ದಾಂಪತ್ಯ.

ಹಣೆಯ ಬೆವರನ್ನೊತ್ತಿಕೊಂಡಳು ಮೆಲ್ಲಗೆ.

"ಯಾಕೆ, ಇಷ್ಟೊಂದು ನರ್ವಸ್ ಆಗ್ತೀರಾ, ಅತ್ತಿಗೆ. ನಮ್ಮ ಮೀರಾ ಅತ್ತಿಗೆ ಎಷ್ಟೊಂದು ಜೋರು ಇದ್ರು... ಗೊತ್ತಾ! ಅಮ್ಮ, ಅವರಿದ್ದರೆ ಗಲಾಟೆಯೋ... ಗಲಾಟೆ. ನಮ್ಮನ್ನೆಲ್ಲ ಡ್ರಿಲ್‌ಗೆ ನಿಲ್ಸಿದಂಗೆ ನಿಲ್ಸಿಬಿಡೋರು" ಅಟೆನ್ಷನ್‌ನಲ್ಲಿ ನಿಂತ.

ಬಾಯಿಗೆ ಕೈಅಡ್ಡ ಹಿಡಿದು ನಕ್ಕಳು. ಮೀರಾ ಮತ್ತು ಅವಳ ಸ್ಥಿತಿಯಲ್ಲಿ ವ್ಯತ್ಯಾಸವಿತ್ತು. ಕಲಿತವಳು, ಯಾವ ವಿಷಯದ ಬಗ್ಗೆಯಾದರೂ ಮಾತಾಡಬಲ್ಲಳು. ಅವರ, ಇವರ ಅಂತಸ್ತಿನಲ್ಲಿ ದೊಡ್ಡ ವ್ಯತ್ಯಾಸವಿಲ್ಲ. ತಾಯ್ತಂದೆಯರ ಮುದ್ದಿನ ಮಗಳು. ಹೆತ್ತ ತಾಯಿ ಜೋಪಾನದಲ್ಲಿ ಬೆಳೆದ ಮಮತೆಯ ಕೂಸು ಅವಳು.

"ನಂಗೆ ಖಂಡಿತ ಅಷ್ಟೊಂದು ಧೈರ್ಯವಿಲ್ಲ. ನೀವೇ... ಹೇಳ್ಬಹ್ದು. ಅವೆಲ್ಲ ನಂಗೆ ಅರ್ಥವಾಗದ ವಿಷ್ಯಗಳು" ಕೈ ಚೆಲ್ಲಿದಳು.

ಹಣೆಯೊತ್ತಿಕೊಂಡ ಭಾನು "ಮೈ ಗಾಡ್, ನಂಗೆ ನೀವು, ತಾವೂಂತ ಬಹು ವಚನದ ಪ್ರಯೋಗ ಬೇಡ. ಇಲ್ಲಿ ನಿಮ್ದು ತಾಯಿ ಸ್ಥಾನ, ನಾನು, ಚೈತನ್ಯ ಮಕ್ಳು ಸ್ಥಾನದಲ್ಲಿದ್ದೀವಿ. ನೀವು ವಿಪರೀತ ಗೌರವ ಕೊಟ್ಟರೇ ನಮ್ಗೆ ಮುಜುಗರ. ಪ್ಲೀಸ್... ಪ್ಲೀಸ್... ಪ್ಲೀಸ್..." ಅನ್ನುವುದಕ್ಕೆ ಸರಿಯಾಗಿ ಸೂರ್ಯಪ್ರಕಾಶ್ ಬಂದ.

ತಕ್ಷಣ ಅವನತ್ತ ತಿರುಗಿದ ಭಾನುಪ್ರಕಾಶ್ ಸಲುಗೆಯಿಂದ ಅಣ್ಣನ ಕೈಹಿಡಿದು ಕರೆದೊಯ್ದು ಸೋಫಾ ಮೇಲೆ ಕೂಡಿಸಿ ತಾನು ನಿಂತ "ಈಗ, ಒಂದು ಕೇಸ್!" ಜೇಬುಗಳಲ್ಲಿ ತಡಕಾಡಿ ಇರೋ ನೋಟುಗಳನ್ನ ಟೀಪಾಯಿ ಮೇಲಿಟ್ಟು ಕೈಕಟ್ಟಿ ನಿಂದ.

ಮೆಲ್ಲಗೆ ಸರಿಯುತ್ತಿದ್ದ ಹೇಮನ ಕೈಹಿಡಿದು ನಿಲ್ಲಿಸಿದ.

"ನಾನು ವಾದಿ, ಅವ್ರು ಫಿರಿಯಾದಿ. ನನ್ನ ನೀನು, ತಾನು ಅಂತ ಬಹುವಚನದಿಂದ ಸಂಬೋಧಿಸುತ್ತಾರೆ. ಇದು ಸರೀನಾ, ತಪ್ಪಾ? ಅತ್ತಿಗೆ ಅಂದರೇ ತಾಯಿ ಸ್ಥಾನಾಂತ ನಮ್ಮ ಸಂಸ್ಕೃತಿ ಹೇಳುತ್ತೆ. ತಾವು ಅದ್ನ ಎತ್ತಿ ಹಿಡಿದು, ಫಿರ್ಯಾದಿಯವರಿಗೆ ಇನ್ಮೇಲೆ ತಾವೂ, ನೀವೂಂತ ಸಂಬೋಧಿಸ್ಬಾರ್ದೂಂತ ಆದೇಶ ನೀಡಬೇಕು, ಮೈ ಆನರ್."

ಸೂರ್ಯಪ್ರಕಾಶ್ ಜೋರಾಗಿ ನಕ್ಕುಬಿಟ್ಟ. ಹೇಮಳ ತಲೆತಗ್ಗಿತು. ಗಂಡನ ಮೇಲಿನ ಅತಿಯಾದ ಗೌರವದಿಂದ ತಲೆಯೆತ್ತಿ ಸೂರ್ಯಪ್ರಕಾಶ್‌ನೆಡೆಗೆ ನೋಡಲು ಕೂಡ ಅವಳಿಂದ ಸಾಧ್ಯವಾಗುತ್ತಿರಲಿಲ್ಲ.

"ಬಹಳ ಕೆಟ್ಟೆ!" ತಮ್ಮನ ಕಿವಿ ಹಿಂಡಿ ಎಳೆದು ಪಕ್ಕದಲ್ಲಿ ಕೂಡಿಸಿಕೊಂಡ "ನಂಗೆ ಅನ್ಯಾಯ!" ಪೇಲವ ಮುಖ ಮಾಡಿದ ಭಾನು.

"ಖಂಡಿತ ಸಿಕ್ಕುತ್ತೆ. ಒಂದೇ ಒಂದು ಪೋಸ್ಟ್‌ನಲ್ಲಿದ್ದ ಹೇಮಾಗೆ ಹಲವು ಪೋಸ್ಟ್ ಗಳನ್ನ ನಿಭಾಯಿಸಬೇಕಾದರೆ, ಹೊಂದಿಕೊಳ್ಳಬೇಕಾದರೇ, ಅರಗಿಸಿಕೊಳ್ಳಬೇಕಾದರೆ ಕಾಲಾವಕಾಶ ಬೇಕಾಗುತ್ತೆ. ಅದ್ವರ್ಗೂ" ಸ್ನೇಹದಿಂದ ತಮ್ಮನ ಕೈಯನ್ನು ತನ್ನ ಕೈಯೊಳಗೆ ತಗೊಂಡ. ಆ ದೃಶ್ಯವೇ ಅಪರೂಪವೆನಿಸಿತು.

"ಅಂತೂ, ನೀನು ಅತ್ತಿಗೆ ಪರನೇ!" ಅಣ್ಣನನ್ನ ಟೀಕಿಸಿಯೇ ಅವನು ಓಡಿ ಹೋಗಿದ್ದು. ನಿಂತಿದ್ದ ಜಾಗದಿಂದಲೇ ಹೇಮ ಅದೃಶ್ಯಳಾಗಿದ್ದು ಆಶ್ಚರ್ಯವೆನಿಸಿತು.

ಮನೆಯಲ್ಲಿನ ಬದಲಾವಣೆ ಸೂರ್ಯಪ್ರಕಾಶ್ ಗಮನಕ್ಕೆ ಬಂದಿತು. ತಂದೆಗೆ ಕಾಫಿ, ಊಟ, ಮಾತ್ರೆ ಕೊಡುವುದು ಸಮಸ್ತವನ್ನ ಹೇಮಾನೇ ಮಾಡುತ್ತಿದ್ದಳು. ಈಚೆಗೆ

ಅವರ ಮುಖದಲ್ಲಿ ಹೊಸ ತೇಜಸ್ಸು, ಹುರುಪು. ಸದಾ ಕೇಸ್‌ಗಳ ಬಗ್ಗೆ ಮಾತಾಡು ತ್ತಿದ್ದವರು ಮಿನ್ನಿ, ಹೇಮ ಅವರ ಬಗ್ಗೆಯೆಲ್ಲ ಮಾತಾಡುತ್ತಿದ್ದುದು ಉತ್ಸಾಹದಿಂದ.

ಈ ಬದಲಾವಣೆ ಬೇಕಿತ್ತು ಅಂದುಕೊಂಡ. ಹೇಮಾಳ ಬಗ್ಗೆ ಕಿಂಚಿತ್ ಯೋಚಿಸಿದ.

ರೂಮಿಗೆ ಬಂದಾಗ ಲಾಂಡ್ರಿಯಿಂದ ಬಂದ ಬಟ್ಟೆಗಳನ್ನೆಲ್ಲ ಹ್ಯಾಂಗರ್‌ಗೆ ಹಾಕುತ್ತಿದ್ದವಳ ಕೈನಿಂತಿತು.

"ಹೇಮಾ, ಟೇಬಲ್ ಮೇಲಿರೋ ಪುಸ್ತಕಗಳ್ನ ನಿಂಗಾಗಿ ತಂದಿರೋದು. ಒಂದಿಷ್ಟು ನಾಲೆಡ್ಜ್ ಬೆಳೆಯಬೇಕೆಂದರೇ ಓದಿನ ಅಗತ್ಯವಿದೆ. 'ನಾಲೆಡ್ಜ್' ಎನ್ನುವ ಪದ ವನ್ನು ನಾನು ಪ್ರಯೋಗಿಸಿದ್ದು ವಿಶಾಲಾರ್ಥದಲ್ಲಿ. ಆಸಕ್ತಿ ಬದ್ಕಿನಲ್ಲಿ ಉತ್ಸಾಹ ಮೂಡಿ ಸುತ್ತೆ. ನಿನ್ನ ವಿದ್ಯಾಭ್ಯಾಸ ಮೊಟಕಾದ್ರೂ... ಈಗ ಕಂಟಿನ್ಯೂ ಮಾಡ್ಬಹ್ದು." ಒಂದೊಂದು ಪದವನ್ನ ನಾಟುವಂತೆ ಕರಾರುವಾಕ್ಕಾದ ದನಿಯಲ್ಲಿ ಹೇಳಿದ.

ಅದು ಅವನ ಸ್ಪೆಷಾಲಿಟಿ. ಅವನು ವಾದ ಮಾಡುವಾಗಿನ ವೈಖರಿ, ಎದುರು ಪಾರ್ಟಿಯ ವಕೀಲರನ್ನ ದಂಗಾಗಿಸುತ್ತಿತ್ತು. ಕೆಲವೊಮ್ಮೆ ಚಂದ್ರಪ್ರಕಾಶ್ ವಿಸ್ಮಯದಿಂದ ತಲೆದೂಗುತ್ತಿದ್ದರು. 'ನಂಗಿಂತ ನನ್ಮಗ ಗ್ರೇಟ್ ಅಡ್ವೊಕೇಟ್, ಇಂದಲ್ಲ ನಾಳೆ ಸುಪ್ರೀಮ್ ಕೋರ್ಟಿನಲ್ಲಿ ವಾದ ಮಾಡ್ತಾನೆ' ಎದೆಯುಬ್ಬಿಸಿ ಹೇಳುತ್ತಿದ್ದರು. ಅದೇನು ದೊಡ್ಡ ಕನಸಲ್ಲ; ಅಂಥ ಪ್ರಯತ್ನ ಮಾಡಿರಲಿಲ್ಲ ಅಷ್ಟೆ.

ತಲೆದೂಗಿದಳು ಸಮ್ಮತವೆನ್ನುವಂತೆ. ಬಟ್ಟೆಗಳನ್ನು ಹ್ಯಾಂಗರ್‌ಗೆ ಹಾಕಿ, ಒಗೆ ಯುವ ಬಟ್ಟೆಗಳನ್ನ ತೆಗೆದಿಟ್ಟು ಪುಸ್ತಕಗಳನ್ನೊಯ್ದಳು.

ರಾತ್ರಿ ಪರಮಶಿವಯ್ಯ ಚಂದ್ರಪ್ರಕಾಶ್ ಮುಂದೆ ಒಂದು ಮನವಿ ಇಟ್ಟರು. "ಒಂದು ನಾಲ್ಕು ದಿನದ ಮಟ್ಟಿಗೆ ಹೇಮಾನ ಕರ್ಕೊಂಡ್ಹೋಗ್ತೀನಿ. ಅವ್ರು ಇರೋ ಬಿಜಿ ಯಲ್ಲಿ ಅಳಿಯಂದಿರರನಂತು ಕರೆದೊಯ್ಯೊ ಸ್ಥಿತಿಯಲ್ಲಿಲ್ಲ."

ಪೇಪರ್‌ನಿಂದ ನಿಧಾನವಾಗಿ ತಲೆಯೆತ್ತಿದರು. ಕೆಲವೇ ಕೆಲವು ದಿನಗಳ ಒಡನಾಟ ದಲ್ಲಿ ಹೇಮ ಮನೆ, ಮನೆಯವರನ್ನ ಆವರಿಸಿಕೊಂಡ ಅನುಭವವಾಗಿತ್ತು. ಈಗ ಮತ್ತೆ ಹಿಂದಿನ ದಿನಗಳು ಕಷ್ಟವೆನಿಸಿತು.

ಅಲ್ಲೇ ಕೂತಿದ್ದ ಮಗನತ್ತ ನೋಟ ಹರಿಸಿದರು. ಅವನು ಇದ್ದಿದ್ದು ಲಾ ಜರ್ನಲ್ಸ್ ನಡುವೆ. ಬಹುಶಃ ಕೇಳಿಸಿಕೊಂಡಿರಲಾರ. ಕೇಳಿಸಿಕೊಂಡಿದ್ದರೂ ಪ್ರತಿಕ್ರಿಯಿಸಲಾರ. 'ಪ್ಲೀಸ್, ಅಪ್ಪ... ನಂಗೆ ವಿವಾಹದಲ್ಲಿ ಆಸಕ್ತಿನೇ ಇಲ್ಲ. ಒತ್ತಡಗಳು ಕೆಲವು ಸಮಸ್ಯೆಗಳ್ನ ಸೃಷ್ಟಿಸುತ್ತೆ. ಅವೆಲ್ಲ ನೀವೇ ಫೇಸ್ ಮಾಡ್ಬೇಕು. ಪದೇಪದೇ, ಆ ಹೆಣ್ಣಿನ ಪ್ರಸ್ತಾಪ ನನ್ನ ನಡತೆಯ ವಿಶ್ಲೇಷಣೆ ಖಂಡಿತ ಬೇಡ' ಹೇಳಿದ್ದ. ಅದಕ್ಕೆ ಅವರ ಒಪ್ಪಿಗೆ ಇತ್ತು.

"ಒಂದೆರಡು ದಿನ ಇರ್ತೀರಲ್ಲ, ನಿಧಾನವಾಗಿ ಮಾತಾಡೋಣ" ಮೇಲೆದ್ದರು. ಅದೇ ಕ್ಷೇಮವಾಗಿ ಕಂಡಿತು ಅವರಿಗೆ.

"ಇಲ್ಲ, ನಾಳೆ ಬೆಳಿಗ್ಗೆ ಹೊರಡೋ ತೀರ್ಮಾನ. ಹೇಮನ ಕಳ್ಸಿ ಕೊಟ್ಟರೆ ಒಂದೆಂಟು ದಿನ ಇಟ್ಕೊಂಡ್, ತಂದು ನಾನೇ ಬಿಟ್ಹೋಗ್ತೀನಿ" ಎಂದರು ಪರಮಶಿವಯ್ಯ.

ಕೈಯಲ್ಲಿನ ಪೇಪರ್ ಟೀಪಾಯಿ ಮೇಲೆ ಹಾಕಿ "ಡೋಂಟ್ ಮೈಂಡ್, ಫ್ರಾಂಕಾಗಿ ಮಾತಾಡ್ತೀನಿಂತ ಏನೂ ತಿಳ್ಕೋಬೇಡಿ. ನಾಲ್ಕು ದಿನ ನೀವಿದ್ದರೆ ಸಂತೋಷವಾಗುತ್ತೆ. ಭಾನುವಾರದವರ್ಗೂ... ಇರಿ. ಇನ್ನೊಂದ್ಮಾತು... ಬೇಡ" ಜಾಗ ಖಾಲಿ ಮಾಡಿದರು.

ಪರಮಶಿವಯ್ಯ ಸುಮ್ಮನೆ ಕೂತರು. ನಾಲ್ಕು ದಿನ ಇಲ್ಲಿದ್ದರೇ ಅವರಿಗೇನು ದೊಡ್ಡ 'ಲಾಸ್' ಆಗದು. ಆದರೆ ಇಷ್ಟವಿಲ್ಲ. ಆದರೂ ಚಂದ್ರಪ್ರಕಾಶ್ ಮಾತು ವಿರೋಧಿಸ ಲಾರದು.

"ಗುಡ್‌ನೈಟ್, ಮಲ್ಗಿಕೊಳ್ಳಿ. ಭಾನು, ನಿನ್ನ ಅತ್ತಿಗೇನ ಕಳ್ಸು" ಹೇಳಿ ಎದ್ದುಹೋದ ಅಳಿಯನತ್ತ ನೋಡಿದರು. ಎತ್ತಿಡುವ ಹೆಜ್ಜೆಗಳು ದೃಢತೆಯನ್ನ ಸೂಚಿಸುತ್ತಿತ್ತು. 'ಎರಡನೇ ಗಂಡು' ಎನ್ನುವ ಮಿಡಿತವಲ್ಲದಿದ್ದರೇ ಅತ್ಯಂತ ಯೋಗ ಗಂಡು ಮಗಳಿಗೆ ಎನ್ನುವ ಭಾವ ಅವರದು.

ಹೇಮ ಬರುವ ವೇಳೆಗೆ ಪರಮಶಿವಯ್ಯ ಹೋಗಿ ಮಲಗಿದ್ದರು. 'ನಿನ್ನ ತಂದೆನ ನಾಲ್ಕು ದಿನ ಇರೋದಿಕ್ಕೆ ಹೇಳು' ಮಾತ್ರೆ, ಹಾಲು ಕೊಡೋಕೆ ಹೋದಾಗ ಚಂದ್ರಪ್ರಕಾಶ್ ಹೇಳಿದ್ದರು. ಅದು ಅವಳಿಗೂ ಇಷ್ಟವೇ.

"ಅಪ್ಪ, ಹಾಲು ಕುಡೀರಿ" ಅವರ ಪಕ್ಕ ಕೂತಳು.

"ಈಚೆಗೆ ಆ ಅಭ್ಯಾಸ ರೆಗ್ಯುಲರ್ ಆಗಿಲ್ಲ, ಊಟ ಬೇಡವೆನಿಸಿದ ದಿನ ಉಳಿದಿದ್ದ ಹಾಲನ್ನೆಲ್ಲ ಕುಡ್ದು ಮಲಗ್ತೀನಿ. ಕೆಲವು ದಿನ ಕುಡ್ಯೋಲ್ಲ. ಈಗ ಊಟವೇ ಜಾಸ್ತಿಯಾಗಿದೆ. ನಂಗೆ... ಬೇಡ" ನಿರಾಕರಿಸುತ್ತಲೇ ಎದ್ದು ಕೂತ ಪರಮಶಿವಯ್ಯನವರು ಕೃಶರಾಗಿದ್ದಂತೆ ಕಂಡರು.

ಕಸ್ತೂರಿ ನೆನಪಾಗಿ ಅವಳೆದೆ ಭಾರವಾಯಿತು.

"ಅಪ್ಪ, ನೀವು ಇಲ್ಲೇ... ಇದ್ಬಿಡಿ" ಸಲಹೆ ಕೊಟ್ಟಳು ಸಂಕೋಚಿಸುತ್ತಲೇ. "ಖಂಡಿತ ಇರ್ಬಾರ್ದು. ಇಲ್ಲಿ ಬೋರಿಡಿದು ಹೋಗುತ್ತೆ. ಅಲ್ಲಿ ಪಶುಪತಿ ಜೊತೆ ಸಾಕಷ್ಟು ಗೆಳೆಯರು ಕೂಡ ಇದ್ದಾರೆ. ಮಾತಾಡೋಕೆ... ನೆನಪುಗಳನ್ನ ಹಂಚಿಕೊಳ್ಳೋಕೆ. ನೋಡ್ಬೇಕೂಂತ ಅನ್ನಿಸಿದಾಗ... ಓಡ್ಬರ್ತೀನಿ" ಅವರ ಸ್ವರದಲ್ಲಿ ಸಂತೃಪ್ತಿಯ ಭಾವವಿತ್ತು.

"ಮಾವನವರು, ನಿಮ್ಮನ್ನ ನಾಲ್ಕು ದಿನ ಇಲ್ಲಿರಿಸಿಕೊಳ್ಳೋಕೆ ಹೇಳಿದ್ದಾರೆ ಖಂಡಿತ ಇರ್ತೀರಲ್ಲ" ನಾಲ್ಕು ದಿನ ಇಲ್ಲಿರಲಿ ಎನ್ನುವ ಆಕಾಂಕ್ಷೆ ಅವಳದು ಕೂಡ.

ಪರಮಶಿವಯ್ಯ ಮೌನ ವಹಿಸಿದರು.

"ಚಂದ್ರಪ್ರಕಾಶ್ ಮಾತಿನ ಮನ್ನಣೆ ನೀಡಲೇಬೇಕು. ನಾಲ್ಕು ದಿನ ಮಿನ್ನಿ ಜೊತೆಯಲ್ಲಿ ಆಡಿಕೊಂಡು ಇರ್ತೀನಿ. ಎಂಥ ಮುದ್ದಾದ ಮಗು. ಅವ್ಳ ನಗುವಿನಲ್ಲಿ ದೈವ ದರ್ಶನವಾಗುತ್ತೆ. ನಾನು ಕೂಡ ಪುಣ್ಯ ಮಾಡಿದ್ದೆ" ವಿಶಾಲ ಹೃದಯದಿಂದ ನುಡಿದರು.

ಪಕ್ವಗೊಂಡ ಅವರ ಮನ ಪಾಸಿಟೀವ್ ಆಗಿ ಯೋಚಿಸುತ್ತಿತ್ತು. ಬರೀ ನಾನು, ನನ್ನ ಮಡದಿ, ಮಕ್ಕಳು ಸಂಸಾರ ಅನ್ನೋದು ಬಿಟ್ಟು, ಅದರಾಚೆಯಲ್ಲಿ ಚಿಂತನೆ ನಡೆಸಿದ್ದರು. ಇದೊಂದು ಆರೋಗ್ಯಕರವಾದ ಬೆಳವಣಿಗೆ. ಒಂದೇ ರೀತಿಯ ವಾನಪ್ರಸ್ಥ!

ಸುಮ್ಮನೆ ಕೂತ ಮಗಳನ್ನ ನೋಡಿ "ಮಲಕ್ಕೋ, ಹೋಗು... ಹೇಮಾ ನಾಲ್ಕು ದಿನ ಇರ್ತೀನಿ" ಎಂದರು.

ರೂಮಿನಿಂದ ಹೊರಗೆ ಬಂದಾಗ ಭಾನು ಕಾಯುತ್ತಿದ್ದ "ಆ ಇಬ್ರೂ ಪಾರ್ಟಿಗಳೂ ಅಣ್ಣ ಕರೆಸಿ ರಾಜಿ ಮಾಡ್ಸಿದ್ದಾನೆ. ದೊಡ್ಡ ಅಪಾಯ ಬರುತ್ತೆ ಅಂದ್ಕೊಂಡಿದ್ದೆ. ಎರಡು ಪಾರ್ಟಿಯವ್ರೂ ಪೂರ್ತಿ ಕ್ರಿಮಿನಲ್. ಒಂದೊಂದು ಗ್ಯಾಂಗ್ ನಾಯಿಗಳ್ನ ಸಾಕಿಕೊಂಡಿದ್ದಾರೆ, ಎರಡು ಕಡೆಯವ್ರೂ. ನಂಗೆ ನ್ಯೂಸ್ ಬಂದಾಗ ದಿಗ್ಭ್ರಮೆಗೊಂಡೆ. ತನ್ನ ಮಾತಿನ ವಾದದ ಮೋಡಿಯಿಂದ ಎರ್ಡು ಕಡೆಯವ್ರಿಗೂ ಕೈಕಾಲುಗಳ್ನ ತೆಗ್ದು ಬಿಟ್ಟಿದ್ದಾರೆ, ಅಣ್ಣ" ಹರ್ಷ ಸೂಚಿಸಿದ.

"ಭಾನು, ನಿಂಗೆ ಓದೋದು ತುಂಬ ಇರುತ್ತಂತಲ್ಲ" ನೆನಪಿಸಿದಾಗ ಹಣೆಯೊತ್ತಿಕೊಂಡ "ನೋಡಿದ್ರಾ, ನಾನೀಗ ಪ್ರೈಮರಿ ಸ್ಕೂಲು ವಿದ್ಯಾರ್ಥಿಯಾಗ್ಬಿಟ್ಟೆ. ನೋಡಿದ್ರಾ, ನಿಮ್ಮ ಸ್ಥಾನದ ಮಹಿಮೆ" ಅಣಕವಾಡಿ ಹಂಗಿಸಿಯೇ ತನ್ನ ರೂಮಿಗೆ ಹೋದ.

ಊಟ ಬೇಡವೆಂದ ಚೈತನ್ಯನ ರೂಮಿಗೆ ಹೋದಳು. ಮಂದದೀಪದ ಬೆಳಕಿನಲ್ಲಿ ಪದ್ಮಾಸನ ಹಾಕಿಕೊಂಡು ಕೂತು ಕಣ್ಮುಚ್ಚಿ ಧ್ಯಾನ ಮಾಡುತ್ತಿದ್ದ. ಅವನ ಮುಖ ಪ್ರಸನ್ನವಾಗಿತ್ತು.

ಗೋಡೆಗೊರಗಿ ನಿಂತಳು. ಹತ್ತು ನಿಮಿಷದ ನಂತರ ಗಡಿಯಾರ ಸದ್ದು ಮಾಡಿತು. ಧ್ಯಾನದಿಂದ ಹೊರಬಂದು ಕಣ್ತೆರೆದವನು ಹೇಮಾನ ನೋಡಿದ.

"ಅತ್ತಿಗೆ, ನೀವು... ಇಲ್ಲಿ! ಬಂದು ಎಷ್ಟೊತ್ತು ಆಯ್ತು?" ಹಸನ್ಮುಖನಾಗಿ ಪ್ರಶ್ನಿಸಿದ. "ಈಗ್ಲೇ, ಊಟ ಮಾಡಿಲ್ಲ ಅಂತ ಹಾಲು ತಂದೆ. ಇಟ್ಹೋದ್ರೆ... ಎಲ್ಲಿ ಕುಡ್ಯೋಲ್ಲ ವೋಂತ... ನಿಂತೆ. ತಗೊಳ್ಳಿ ಹಾಲು" ದೊಡ್ಡ ಬೆಳ್ಳಿಯಲೋಟದಲ್ಲಿದ್ದ ಹಾಲನ್ನು ಅವನ ಮುಂದಿಡಿದಳು.

"ಅತ್ತಿಗೆ, ನಾನು ಭಾನುಗಿಂತ ದೊಡ್ಡವನು. ಆದರೆ ಸೂರ್ಯಪ್ರಕಾಶ್‌ಗೆ ಭಾನು ಹಾಗೇ ನಾನು ಕೂಡ ತಮ್ಮ. ಭಾನು, ಚೈತನ್ಯ ಇಬ್ರೂ ನಿಮ್ಗೆ... ಒಂದೇನೇ! ಪ್ಲೀಸ್, ನಂಗೂ ಬಹುವಚನದ ಪ್ರಯೋಗ ಇಷ್ಟವಾಗೋಲ್ಲ. ನಂಗೇನು ಈಗ ಕುಡ್ಯಬೇಕೂಂತ... ಅನ್ನಿಸಲಿಲ್ಲ" ನಿರಾಕರಿಸಿದ. ನಿರಾಕರಣೆಯಲ್ಲು ಅತ್ಯಂತ ನವಿರುತನವಿತ್ತು.

ಹೇಮ ಅವನತ್ತಲೇ ನೋಡಿದಳು. ಅವಳಿಗಿಂತ ಎತ್ತರವಿದ್ದ, ವಯಸ್ಸಿನಲ್ಲು ಕೂಡ ಒಂದು ಮೂರು ವರ್ಷ ಹಿರಿಯವ. ಆದರೂ ಒಂದು ಪದವಿಯಲ್ಲಿ ಕೂಡಿಸಿ ಹಿರಿಯಳನ್ನಾಗಿಸಿದ್ದರು.

"ದಯವಿಟ್ಟು ಕುಡೀರಿ, ಚೈತನ್ಯ" ಎಂದಳು.

"ರೀ, ಪ್ರಯೋಗ ಬೇಡ, ಅತ್ತಿಗೆ! ಕುಡೀ... ಅನ್ನಿ! ನಮ್ಮ ಪಾಲಿಗೆ ಇಂಥ ಅವಕಾಶಗಳೇ ಇರ್ಲಿಲ್ಲ. ಐಯಾಮ್ ವೆರಿ ಹ್ಯಾಪಿ. ಬದ್ಕಿಗೆ ಇವೆಲ್ಲ ಎಷ್ಟು ಆಪ್ಯಾಯಮಾನ, ಅಮೂಲ್ಯ" ಅವನ ಹೃದಯ ತುಂಬಿ ಬಂದ ನುಡಿಗಳು ಚೆಲ್ಲಾಡಿ ಆತ್ಮೀಯ ವಾತಾವರಣ ನಿರ್ಮಿಸಿತು.

"ನಾನು ತುಂಬ ಚಿಕ್ಕ ಪ್ರಪಂಚದಲ್ಲಿ ಬೆಳೆದವಳು. ಚೈತನ್ಯ. ಕೆಲವು ಪದಗಳ್ನ ಅರ್ಥೈಸಿಕೊಳ್ಳೋದು ಕೂಡ ನನ್ನಿಂದ ಸಾಧ್ಯವಿಲ್ಲ" ಸರಳವಾದ ಮಾತು. ಅದಕ್ಕೆ ಬೆಡಗಿನ ಬಣ್ಣವಿರಲಿಲ್ಲ. ಅಭಿನಯವೆನಿಸಲಿಲ್ಲ.

ಚೈತನ್ಯ ಎಷ್ಟೋ ಮಾತಾಡಿದ.

ಮಧ್ಯಾಹ್ನ ಒಂದಿಷ್ಟು ನಿದ್ದೆ ಮಾಡಿದ ಮಿನ್ನಿ ಇನ್ನ ಎದ್ದೇ ಇದ್ದಳು. ಇಂದು ತಂದೆಯ ಪಕ್ಕದಲ್ಲಿ ಮಲಗಿ ಅವಳ ಜಗತ್ತಿನ ವಿಸ್ಮಯಗಳನ್ನ ಅವಳದೇ ಆದ ಭಾಷೆಯಲ್ಲಿ ಪ್ರಚಾರಪಡಿಸುತ್ತಿದ್ದಳು. ಇದು ಸೂರ್ಯಪ್ರಕಾಶ್‌ಗೂ ಹೊಸದು.

ಹಾಲು ತಂದು ಮಂಚದ ಪಕ್ಕದ ಟೀಪಾಯಿ ಮೇಲಿಟ್ಟು "ಮಿನ್ನಿ... ಬಾಮ್ಮ" ಕೈ ಚಾಚಿದಳು. ತಂದೆಯ ತೋಳಲ್ಲಿದ್ದ ಪಾಪು ಅವಳೆಡೆ ಧಾವಿಸಿತು. "ಮಮ್ಮಿ..."

ಸೂರ್ಯಪ್ರಕಾಶ್ ಆಶ್ಚರ್ಯದಿಂದ ನೋಡಿದ. ಮಗು, ಹೇಮ ನಡುವೆ ಯಾವುದೇ ಸಂಬಂಧವಿಲ್ಲ! ಅಂಗಾತ ಮಲಗಿ ಯೋಚಿಸಿದ. ಅಗತ್ಯವೋ, ಅನಗತ್ಯವೋ, ಇಷ್ಟವಿಲ್ಲದೆಯೋ... ತಾಳಿಕಟ್ಟಿ ಧರ್ಮಪತ್ನಿಯಾಗಿ ಸ್ವೀಕರಿಸಿದ್ದ ಸಮಾಜದ ಎದುರು. ಬೇರೆಯವರು ಅದರ ಬಗ್ಗೆ ಹೇಗೆ ತಿಳಿಯಬಹುದೋ, ಅವನ ಮಟ್ಟಿಗೆ ಅಪರಾಧವೇ. ಅವನ ಮನ ಕೋಡುಗಳನ್ನು ಹುಡುಕಾಡಿತು.

ಬಹಳ ಹೊತ್ತು ನಿದ್ರಿಸಲಾಗಲಿಲ್ಲ. ನ್ಯಾಯಕ್ಕಾಗಿ ವಾದಿಸುವ, ದನಿಯೆತ್ತುವ ತನ್ನ ಪ್ರೊಫೆಷನ್‌ನಲ್ಲಿ ಹೇಮಳಂಥ ಹುಡುಗಿಗೆ ಅನ್ಯಾಯವಾಗಬಾರದು. 'ಆ ಹುಡ್ಗಿಯ ಎಜುಕೇಷನ್ ಹೈಸ್ಕೂಲು ಕೂಡ ಪೂರ್ತಿಯಾಗಿಲ್ಲ. ಅದ್ಕೆ ಅವ್ರು ಕೊಡೋ ಕಾರಣಗಳೇ ಬೇಡ. ಛೆ, ಮೂರ್ಖ ಜನ. ಒಬ್ಬ ಒಳ್ಳೇ ಸರ್ಕಾರಿ ಹುದ್ದೆಯಲ್ಲಿದ್ದ ತಂದೆ ತನ್ನ ಮಗಳಿಗೆ ಕೆಲಸ ಕೊಡದಿದ್ದರೇ, ಅದ್ಕಿಂತ ದೊಡ್ಡ ಆಫೆನ್ಸ್ ಇಲ್ಲ' ತಂದೆ ಅವನ ಮುಂದೆಯೇ ಸಿಡಿಮಿಡಿಗುಟ್ಟಿದ.

ಅವಳ ಎಜುಕೇಷನ್ ಮುಂದುವರಿಸಬೇಕು. ಕಳೆದುಕೊಂಡಿದ್ದು ಅವಳಿಗೆ ಸಿಗಬೇಕು. ಒಂದು ನಿರ್ಧಾರಕ್ಕೆ ಬಂದ.

ಪುಟ್ಟ ಹೇಮ ವಿದ್ಯಾಭ್ಯಾಸ ಪರಿತಪಿಸುವ ದೃಶ್ಯ ನೆನಸಿಕೊಂಡ. ಇಂಥ ಹೇಮ ಎಷ್ಟೋ ಜನರಿದ್ದಾರೆಂದುಕೊಂಡ.

* * *

ಮಗಳ ಮನೆಯಿಂದ ಊರಿಗೆ ಮರಳಿದ ಪರಮಶಿವಯ್ಯ ಸಂತೃಪ್ತಿಯಿಂದ ಇದ್ದರು. ಅವರ ಮನದ ಆಂದೋಲನ ಅಡಗಿತ್ತು. ಅಲ್ಲಿ ಇದ್ದಿದ್ದು ನಿಶ್ಶಬ್ದ.

ಬಹುಶಃ ಹಿಂದಿನ ದಿನ ಕಸ್ತೂರಿ ಬಂದಿದ್ದರೇನೋ, ಕೆಲಸದವಳನ್ನ ಕರೆತಂದು ಎಲ್ಲಾ ಕ್ಲೀನ್ ಮಾಡಿಸಿಟ್ಟಿದ್ದು ಉಪಕಾರವಾಯಿತು. ಒಂದು ಪಾವು ಅಕ್ಕಿ ತೊಳೆದಿಟ್ಟು ಬಂದು ಅಡ್ಡಾದರು.

ಕುಕ್ಕರ್ ಕೂಗಿದಾಗ ಆಫ್ ಮಾಡಿ ಉಪ್ಪಿನಕಾಯಿ, ಚಟ್ನಿಪುಡಿಯನ್ನ ಡೈನಿಂಗ್ ಟೇಬಲ್ ಮೇಲೆ ತಂದಿಟ್ಟು ತಟ್ಟೆ ಹಾಕಿದರು. ಅಂಥ ಕೆಲಸಗಳೆಲ್ಲ ಹೇಮಾಳದು. ಇಂದು ಅವರೇ ಮಾಡಿಕೊಳ್ಳುತ್ತಿದ್ದರು.

ಅನ್ನ ತಟ್ಟೆಗೆ ಬಡಿಸುವ ವೇಳೆಗೆ ಕಾಲಿಂಗ್ ಬೆಲ್ ಸದ್ದಾಯಿತು. ಅವರು ಪಶುಪತಿಯನ್ನ ನಿರೀಕ್ಷಿಸಿದ್ದರು. ಆದರೆ ಬಂದಿದ್ದು ಕಸ್ತೂರಿ. ನೋಡಿದಕೂಡಲೇ ಗಡಿಗೆ ಗಾತ್ರವಾಯಿತು ಮುಖ.

"ಎಲ್ಹೋಗಿದ್ರಿ?" ಒಂದೇ ಪ್ರಶ್ನೆ ಕಲಕುವಂತಿತ್ತು.

"ಹೇಮನ ನೋಡೋಕೆ ಹೋಗಿದ್ದೆ. ಊಟ ಮಾಡ್ತೀಯಾ?" ಬಿಸಿ ಅನ್ನದ ಮೇಲೆ ಎರಡು ಸ್ಪೂನ್ ತುಪ್ಪ ಹಾಕಿದರು. "ಇನ್ನೊಂದು ತಟ್ಟೆಗೆ... ಹಾಕ್ಲಾ?" ಉತ್ಸಾಹ ತೋರಲಿಲ್ಲ ಮಾತಾಡಲು.

ಕಸ್ತೂರಿ ದಢಕ್ಕನೆ ಕೂತರು ಇನ್ನೊಂದು ಚೇರ್ ಎಳೆದುಕೊಂಡು. ಗಂಡ ಮಾಡಿದ್ದು ದೊಡ್ಡ ಅಪರಾಧವಾಗಿ ಕಾಣದಿದ್ದರೂ ಇಷ್ಟವಾಗಲಿಲ್ಲ. ಬರುವ ಪೆನ್‌ಷನ್ ಹಣ ಈ ತರಹದ ಓಡಾಟಗಳಿಗೆ ಖರ್ಚಾದರೇ, ಹುಡುಗರಿಗೆ ಪಾಕೆಟ್ ಮನೀ ಹೇಗೆ ಹೊಂದಿಸುವುದು? ಇಂಥ ಒಂದು ಚಿಂತೆ ಶುರುವಾಗಿತ್ತು.

"ನನ್ನ ಊಟವಾಯ್ತು! ನಿಮ್ಗೆ ಬಡಿಸ್ತೀನಿ, ಬಿಡಿ" ಉಪ್ಪಿನಕಾಯಿ ಬಾಟಲು ಎತ್ತಿಕೊಂಡಾಗ "ಕಸ್ತೂರಿ ಅಂಥ ಕಷ್ಟ ನೀನೇನು ತಗೋಬೇಡ. ಹೇಮ ಹೋದ್ಮೇಲೆ ಎಲ್ಲಾ ಸ್ವತಃ ಮಾಡಿಕೊಳ್ಳೋ ಅಭ್ಯಾಸವಾಗಿದೆ. ಹಾಗೇ... ಮುಂದುವರೀಲಿ, ಕೂತ್ಕೋ" ತಾವೇ ಉಪ್ಪಿನಕಾಯಿ ರಸವನ್ನ ಅನ್ನದ ಮೇಲೆ ಸುರಿದುಕೊಂಡರು.

ಆರಾಮಾಗಿ ಕಲೆಸಿ ಊಟ ಮಾಡತೊಡಗಿದರು. ಮುಕ್ತಗೊಂಡ ಮನಸ್ಸು, ಹಿಂದಿನ ದಿನಗಳ ಬಗ್ಗೆ ಚಿಂತಿಸದೇ, ಮುಂದಿನ ದಿನಗಳನ್ನ ಹೇಗೆ ಕಳೆದರೇ ಚೆನ್ನ ಎನ್ನುವುದರ ಬಗ್ಗೆ ಮಂಥನ ನಡೆಸುತ್ತಿತ್ತು.

"ಒಂದ್ಮಾತು, ಕೇಳಿ ಹೋಗ್ಬೇಕೂಂತ ಅನ್ನಿಸಲಿಲ್ವಾ?" ಆಕ್ಷೇಪಣೆ ಇತ್ತು ಆಕೆಯ ದನಿಯಲ್ಲಿ. "ಇಲ್ಲ, ದಿಢೀರೆಂದು ಹೊರಟಿದ್ದರು. ಅಲ್ಲಿಗ್ಬಂದು ನಿನ್ನ ಹುಡ್ಕಿ ಹೇಳಿ ಹೋಗ್ಬೇಕೂಂತ ಅನ್ನಿಸಲಿಲ್ಲ" ಸತ್ಯವನ್ನೇ ನುಡಿದರು. ಈಗ ಮಾತು ಬೇಡವೆನಿಸಿತ್ತು ಅವರಿಗೆ.

"ಹೇಗಿದ್ದಾಳೆ?" ಕೇಳಿದರು ಕಸ್ತೂರಿ.

"ಚೆನ್ನಾಗಿದ್ದಾಳೆ, ಒಳ್ಳೆ ಕಡೆ ಸೇರಿದಳು ಅನ್ನೋ ಸಮಾಧಾನ. ಹೃದಯವಂತ ಜನ. ಚೆನ್ನಾಗಿ ನೋಡ್ಕೊಂಡಿದ್ದಾರೆ, ನಂಗೆ ಇನ್ನೇನು ಬೇಕು. ನಾಲ್ಕು ದಿನ

ಕರ್ಕೊಂಡ್ಬರೋ ಆಸೆ ಇತ್ತು. ಯಾರ್ಗೂ ಇಷ್ಟವಿಲ್ಲೆ ಅವಳ್ನ ಕಳಿಸೋಕೆ. ಭಾನುಪ್ರಕಾಶ್, ಚೈತನ್ಯಪ್ರಕಾಸ್ ಅವ್ರ ಅತ್ತಿಗೇನಾ ಹೇಗೆ ಹಚ್ಚಿಕೊಂಡಿದ್ದಾರೆ ಅಂದರೇ, ಅವಳ ಸುತ್ತಲೂ ಸಣ್ಣ ಹುಡುಗರ ಹಾಗೆ ಗಿರಕಿ ಹೊಡೀತಾರೆ. ಎಲ್ಲಾ ಇಷ್ಟವಾಯ್ತು" ವಿವರಿಸಿದರು.

ಬರೀ ಉಪ್ಪಿನಕಾಯಿ ರಸ, ಚಟ್ನಿ ಪುಡಿಯಲ್ಲಿ ಊಟ ಮಾಡುತ್ತಿದ್ದ ಗಂಡನನ್ನ ನೋಡಿ ಆಕೆಗೆ ಬೇಸರವಾಯಿತು.

"ಸಾರು, ಹುಳಿ... ಏನು ಮಾಡಿಲ್ವಾ? ಅಲ್ಲಿಗೆ ಬಂದ್ಬಿಡಬೇಕಿತ್ತು."

ಬಟ್ಟಲಲ್ಲಿದ್ದ ಮೊಸರನ್ನ ಅನ್ನದ ಮೇಲೆ ಸುರಿದುಕೊಂಡರು. "ಬಂದಕೂಡಲೇ ಅನ್ನಕ್ಕೆ ಇಟ್ಟೆ. ಇಲ್ಲಿನ ಸ್ವತಂತ್ರ ನಂಗೆ ಅಲ್ಲಿ ಇರೋಲ್ವಲ್ಲ, ಅದೇನಿದ್ರೂ ಹೆಣ್ಣು ಕೊಟ್ಟ ಮಾವನ ಮನೆ. ಅಪರೂಪಕ್ಕೆ ಹೋಗಿ ಬರಬಹ್ದು. ಈ ವಯಸ್ಸಿನಲ್ಲಿ ಅಳಿಯತನ ಮಾಡ್ಸಿ ಕೊಳ್ಳೋಕು ಮುಜುಗರವೆ" ಅನ್ನ ಕಲೆಸಿದರು. ಹುಳಿಯ ವಾಸನೆ ಮೂಗಿಗೊಡೆಯುತ್ತಿತ್ತು. ಬಾಯಿಯವರೆಗೂ ಅನ್ನವನ್ನ ಒಯ್ಯಲು ಹಿಂಜರಿದರು. ತಟ್ಟೆಯನ್ನೊಯ್ದು ಹಿತ್ತಲಲ್ಲಿಟ್ಟು ಬಂದರು.

"ನೀನು... ಹೇಗಿದ್ದಿ?" ಕೈಯೊರೆಸಿ ಟವಲನ್ನ ಚೇರ್‌ನ ಬೆನ್ನಿಗೆ ಹಾಕಿ "ಅಲ್ಲೆಲ್ಲ... ಆರಾಮಾ?" ವಿಚಾರಿಸಿದ್ದು ಮಹಾನ್ ಪ್ರೀತಿಯಿಂದಾಗಲೀ ಕಕ್ಕುಲತೆಯಿಂದಾಗಿ ಅಲ್ಲ, ಬರೀ ಸೌಜನ್ಯಕ್ಕಾಗಿ ಅಷ್ಟೆ.

ಕಸ್ತೂರಿ ಮುಖ ಕುಂದಿತು.

"ಎಲ್ಲಾ ಚೆನ್ನಾಗೇ ಇದ್ದಾರೆ, ಫೋನಾದ್ರೂ ಮಾಡಿ ತಿಳಿಸಬಹುದಿತ್ತು" ಹೆಂಡತಿಯ ಮಾತಿಗೆ ಅವರಿಗೆ ನಗುಬಂತು. ಈಗೇನಾಯ್ತು! ಒಂದೇ ಊರಿನಲ್ಲಿದ್ರೂ... ನಾವಿಬ್ರೂ ಮೂರ್‍ನಾಲ್ಕು ದಿನ ಭೇಟಿಯಾಗೋಲ್ಲ. ಇಲ್ಲಿಗೆ ಫೋನ್‌ನ ಅಗತ್ಯವಿಲ್ಲಾಂತ ಡಿಸ್‌ಕನೆಕ್ಟ್ ಮಾಡಿಸ್ದ, ಅವೆಲ್ಲ ವೃಥಾ ಖರ್ಚುಗಳೇ. ಅಂಥದ್ದರಲ್ಲಿ, ಅಲ್ಲಿಂದ ಫೋನ್ ಮಾಡೋ ಅಗತ್ಯವಿತ್ತ" ಆದಷ್ಟು ಸಹಜವಾಗಿಯೇ ನುಡಿದಿದ್ದು.

ಕಸ್ತೂರಿಗಂತೂ ರೇಗಿಹೋಯಿತು. ಹೇಮ ಮದುವೆಯಾದ ಮೇಲೆ ಗಂಡ ಪೂರ್ತಿ ಬದಲಾಗಿದ್ದಾನೆಂದು ಆಕೆಯ ಅನಿಸಿಕೆ. ಅದಂತೂ ಖಂಡಿತ ಸುಳ್ಳಲ್ಲ. ಯಾಕೋ ಏನೋ ವ್ಯವಹಾರಿಕ ಜೀವನವೇ ಬೇಸರವಾಗಿತ್ತು.

"ನೀವು ತುಂಬ... ತುಂಬ ಬದಲಾದ್ರಿ. ಬಂದವರು ನೇರವಾಗಿ ಅಲ್ಲಿಗೆ ಬರಬಹುದಿತ್ತು. ಯಾವಾಗ್ಲೂ ನನ್ನತಾಯಿ ಮನೆಯಲ್ಲಿ ಇಬ್ಬರ ಅಡುಗೆ ಮಿಕ್ಕೇ ಇರುತ್ತೆ. ಊಟ ಮಾಡಿ ಅಲ್ಲೇ ರೆಸ್ಟ್ ತಗೋಬಹುದಿತ್ತು" ಉದ್ವಿಗ್ನರಾದರು ಆಕೆ.

"ನಂಗೆ ಇಷ್ಟವಿರ್ಲಿಲ್ಲ, ಹೇಳ್ದ ಮಾತುಗಳ್ನ ಮತ್ತೆ ಮತ್ತೆ ರಿಪೀಟ್ ಮಾಡೋದ್ಬೇಡ. ಈಗ ಬಂದಿದ್ದೇನೆ; ನಂಗೆ ಮಲಗ್ಬೇಕೂಂತ ಅನ್ನಿಸಿದೆ" ರೂಮಿಗೆ ಹೋಗಿ ಮಲಗಿಬಿಟ್ಟರು.

ಇಂದಲ್ಲ, ಮೊದಮೊದಲು ವಾರದಲ್ಲಿ ನಾಲ್ಕು ದಿನ ಅಲ್ಲಿ ಉಳಿದರೆ, ಮೂರು ದಿನ ಇಲ್ಲಿ ಉಳಿಯುತ್ತಿದ್ದ ಕಸ್ತೂರಿ, ಆಮೇಲೆ ವಾರದಲ್ಲಿ ಎರಡು ದಿನ ಇಲ್ಲಿ ಉಳಿಯುವ

ಪರಿಪಾಠ ಬೆಳೆಸಿಕೊಂಡರು. ಈಚೆಗಂತೂ ವಾರಕ್ಕೊಮ್ಮೆ ಬಂದವರು ಒಂದು ರಾತ್ರಿ ಉಳಿದರೇ ಬೆಳಿಗ್ಗೆ ಎದ್ದಕೂಡಲೇ ಧಾವಂತದಿಂದ ಹೊರಡುತ್ತಿದ್ದರು. ಆಮೇಲೆ ಗಂಟೆಗಳು ನಿಮಿಷಗಳವರೆಗೆ ಬಂದು ನಿಂತಿತು.

ಬಂದ ಕಸ್ತೂರಿ ಗಂಡನ ಪಕ್ಕದಲ್ಲಿ ಕೂತರು.

"ಎಲ್ಲಾ ನನ್ತಲೆ ಮೇಲೆ ಹಾಕಿ, ನೀವು ನಿಶ್ಚಿಂತೆಯಿಂದ ಉಳ್ದುಬಿಟ್ಟಿರಿ. ಈಗ ನಿಧಿ ಮೆಡಿಕಲ್‌ಗೆ ಸೇರಲೇಬೇಕೂಂತ ಹಠ ಹಿಡಿದಿದ್ದಾನೆ. ಅವ್ನ ಡೊನೇಷನ್ ಕೊಟ್ಟೇ ಸೇರಿಸ್ಬೇಕು. ಅಣ್ಣಂದಿರು ತಾನೇ ಎಷ್ಟೂಂತ ಮಾಡಿಯಾರು. ಅವ್ರಿಗೂ ಅವ್ರದೇ ಆದ ಸಂಸಾರಗಳು ಇವೆ. ನೀವೊಬ್ರಿಗೆ ಯಾಕೆ, ಇಲ್ಲಿ ಮನೆ? ಈ ಏರಿಯಾದಲ್ಲಿ ಮನೆ, ಸೈಟುಗಳಿಗೆ ಒಳ್ಳೆ ಬೆಲೆ ಇದೆ" ಪೀಠಿಕೆ ಹಾಕಿದಕೂಡಲೇ ಎದ್ದು ಕೂತ ಪರಮಶಿವಯ್ಯನ ಮುಖ ಕೆಂಪಗಾಯಿತು. ಲೋನ್‌ನಲ್ಲಿ ಪಡೆದುಕೊಂಡ ಮನೆ, ಈ ಮನೆಗಾಗಿ ಹೆಂಡತಿ ಏನು ಮಾಡದಿದ್ದರೂ ಹೇಮ ತನ್ನ ಮಿತಿಯಲ್ಲಿ ಜೋಪಾನ ಮಾಡಿದ್ದಳು.

ಇಂಥ ಗಿಡ ಇಲ್ಲ ಎನ್ನುವಂತಿರಲಿಲ್ಲ. ಅವರಿವರ ಮನೆಗಳಿಂದ ಬೀಜ, ಸಸಿ, ಕಡ್ಡಿಗಳನ್ನ ತಂದು ಬೆಳೆಸಿ ನಂದನವಾಗಿಸಿದ್ದಳು.

"ಕಸ್ತೂರಿ, ಈ ಮನೆಯ ಹೊಸಲಲ್ಲಿ ಅಕ್ಕಿ ಚಿಮ್ಮಿ ಒಳಗೆಬಂದ ಹೆಣ್ಣಾ? ನಂಗೆ ಅನಗತ್ಯ ಮಾತುಗಳು ಬೇಕಿಲ್ಲ. ನಾನು ಬದ್ಕಿರೋವರ್ಗ್ಗೂ ಇಲ್ಲಿ ಇರ್ತೀನಿ. ನಿಂಗೂ, ಮಕ್ಳಿಗೂ ಇಷ್ಟವೆನಿಸಿದ್ರೆ... ಬಂದು ಇಲ್ಲಿರಿ. ಅದ್ಬಿಟ್ಟು, ಇನ್ನೊಂದ್ಮಾತು ಬೇಡ" ಸಿಡಿದು ಬಿದ್ದರು.

ಹೆಂಡತಿಯ ಮುಖ ನೋಡುವುದು ಕೂಡ ಬೇಡವೆನಿಸಿತು. ಎದ್ದು ಹೊರಗೆ ಬಂದರು. ಭಾನುಪ್ರಕಾಶ್ ಎಷ್ಟು ಅಕ್ಕರೆಯಿಂದ ತನ್ನ ಹೀರೋ ಹೊಂಡದಲ್ಲಿ ಕೂಡಿಸಿ ಕೊಂಡು ಸಿಟಿಯಲ್ಲಿರುವ ಎಲ್ಲ ದೇವರುಗಳ ದರ್ಶನ ಮಾಡಿಸಿದ್ದು ಮಾತ್ರವಲ್ಲ, ಪ್ರೇಕ್ಷಣೀಯ ಸ್ಥಳಗಳಿಗೆಲ್ಲ ರೌಂಡ್ ಹೊಡೆಸಿಕೊಡು ಬಂದಿದ್ದು. ಅಂಥ ಪ್ರೀತಿ, ಆತ್ಮೀಯತೆ ಯನ್ನ ಸ್ವಂತ ಗಂಡುಮಕ್ಕಳಿಂದ ಕೂಡ ಪಡೆಯದ ಜನ.

ಹೊರಗೆ ಬಂದ ಕಸ್ತೂರಿಗೆ ತಾವಾಗಿ ಅರ್ಥೈಸಿದರು.

"ಕಸ್ತೂರಿ, ನಾನು ವಿಶ್ಲೇಷಣೆ, ವಿಮರ್ಶೆ ಮಾಡಿ ನಿನ್ನ ನೋಯಿಸೋಕೆ ಇಷ್ಟಪಡೋಲ್ಲ. ಹಿಂದೆ ಬದುಕಿದಷ್ಟು ಕಾಲ ಮುಂದೆ ನಾವು ಬದ್ಕೋಲ್ಲ. ಎರಡನೆ ಮದ್ವೆ ಆಗಿದು ನಂದು ತಪ್ಪು ಅಂದ್ಕೊಂಡ್ರೂ ನಿಂಗೇನು ಅನ್ಯಾಯ ಮಾಡ್ಲಿಲ್ಲ. ದುಡಿಮೆಯ ಜೊತೆ ನನ್ಮಕ್ಳನ್ನ ಕೂಡ ನಿನ್ನ ಕೈಯಲ್ಲಿಟ್ಟೆ. ಆದರೆ ಈ ಮನೆ ಮಾತ್ರ ನಿನ್ನ ಕೈಯಲ್ಲಿಟ್ಟು ಈ ವಯಸ್ಸಿನಲ್ಲಿ ನಾನು ಎಲ್ಲಿ ಹೋಗ್ಲಿ. ನಂಗೆ ಬರೋ ಪೆನ್‌ಷನ್‌ನಲ್ಲಿ ಅರ್ಧ ಹಣ ನಿಂಗೆ ತಲುಪಿಸ್ತೀನಿ. ಅಷ್ಟು ಬಿಟ್ಟು ನಾನು ಬೇರೇನು ಮಾಡ್ಲಾರೆ. ದಯವಿಟ್ಟು ಅರ್ಥ ಮಾಡ್ಕೋ" ಒಂದು ಸ್ಪಷ್ಟ ಚಿತ್ರವನ್ನ ಹೆಂಡತಿಯ ಮುಂದಿಟ್ಟರು.

ಆಕೆಯ ದನಿ ಉಡುಗಿತು. ಮಾತನಾಡಲು ಶಕ್ತಿ ಇಲ್ಲದಂತೆ ಚಡಪಡಿಸಿದರು. ಮೂರು ನಾಲ್ಕು ದಿನದಿಂದ ಅವಳಣ್ಣ "ಈಗ ತುಂಬ ಲಾಸ್‌ನಲ್ಲಿದ್ದೀವಿ. ಬೇರೆ ಏನಾದ್ರೂ

ಮಾಡೋಕೆ ಹಣ ಬೇಕು. ಹುಡುಗ್ರು, ನೀವು ಇಲ್ಲೇ ಇದ್ಕೊಂಡಿದ್ದೀರಿ. ಭಾವ ಒಬ್ರು ಅಲ್ಲೇನು... ಮಾಡ್ತಾರೆ? ಇಲ್ಲಿ ಅವ್ರಿಗೇನು ಕೊರತೆ? ಇಲ್ಲೇ... ಇದ್ಕೊಳ್ಳಿ. ಆ ಮನೇನ ಮಾರಿ ಬಿಡೋಣ" ಅತ್ಯುತ್ತಮ ಸಲಹೆ ದಯಪಾಲಿಸಿದ್ದರು. ಎಂದೂ ಅಣ್ಣನ ಮಾತಿಗೆ ವಿರೋಧ ವ್ಯಕ್ತಪಡಿಸದ ಆಕೆ ಚಡಪಡಿಸಿದ್ದರು.

ಈಗೇನು ಮಾಡೋದು? ಪರಮಶಿವಯ್ಯ ರಿಟೈರ್ಡ್ ಆದಾಗ ಇಡೀ ಮೊತ್ತವನ್ನು ತಗೊಂಡು ಹೋಗಿ ಅಣ್ಣನ ಮಡಿಲಿಗೆ ಸುರಿದಿದ್ದು ಈಗ ಇತಿಹಾಸ. ಎಂದೂ ಹಣದ ಬಗ್ಗೆ ಪ್ರಶ್ನಿಸದ ಹೃದಯವಂತ ತಂಗಿ.

"ಹೇಮ, ನಿನ್ನ ನೋಡ್ಬೇಕೂಂದ್ಲು. ನಿಂಗೂ ನೋಡೋ ಇರಾದೆ ಇದ್ದರೆ, ಒಮ್ಮೆ... ಹೋಗ಼್ಾ" ಸೂಚಿಸಿ, ತಮ್ಮ ಪಾಡಿಗೆ ತಾವು ಮಲಗಿದರು ಪರಮಶಿವಯ್ಯ.

ಕಸ್ತೂರಿ ಕೂಡ ಕಡೆ ಕಲ್ಲಾಗಿದ್ದರು. ಮುಂದೇನು? ತವರಿನ ಬಳಗವೆಂದರೆ ಪ್ರಾಣ. ಅವರ ಪ್ರೀತಿ ಗಳಿಸುವುದಕ್ಕಾಗಿಯೇ ಏನಾದರೂ ಇಲ್ಲಿಂದ ಒಯ್ದು ಒಯ್ದು ಕೊಡುತ್ತಿದ್ದರು.

ಅತ್ತಿಂದಿತ್ತ ಹೊರಳಾಡಿ ಎದ್ದು ಕೂತ ಪರಮಶಿವಯ್ಯ "ಹೇಗೂ, ಮಕ್ಳ ಜೊತೆ ಸಮಸ್ತವನ್ನ ಅವ್ರ ಕೈಗೆ ಹಾಕಿದ್ದೀಯಾ. ಈಗ್ಲೂ ಪೆನ್ಷನ್ ಬರುತ್ತೆ. ಬಂದು... ಇಲ್ಲೇ ಇದ್ಬಿಡು."

ಇದಕ್ಕೆ ಕಸ್ತೂರಿಯ ಮನ ಸಮ್ಮತಿಸದು. ಮನೆಯ ತುಂಬ ಜನ, ಶ್ರೀಮಂತಿಕೆ ವಾತಾವರಣಕ್ಕೆ ಒಗ್ಗಿಕೊಂಡಿದ್ದ ಆಕೆ ಪರಮಶಿವಯ್ಯನೊಂದಿಗೆ ಬಂದು ಬದುಕಲಾರಳು. ಪ್ರಯಾಸಪಟ್ಟರೂ ಒಗ್ಗಿಕೊಳ್ಳುವುದು ಸುತರಾಂ ಸಾಧ್ಯವಿಲ್ಲವೆಂದು ಗೊತ್ತು.

ದಢಕ್ಕನೇ ಮೇಲೆದ್ದ ಕಸ್ತೂರಿ "ನಿಮ್ಗೆ ಸಾರು, ಹುಳಿ ಏನಾದ್ರೂ ಕಳ್ಸಿ ಕೊಡ್ಬೇಕಾ? ಇಲ್ಲದಿದ್ರೆ... ಅಲ್ಲಿಗೆ ಬಂದ್ಬಿಡಿ. ಆಗಾಗ್ಬಂದ್ರಿ... ಏನು ತಪ್ಪಿಲ್ಲ! ಅಣ್ಣಂದಿರಾಗ್ಲಿ, ಅತ್ತಿಗೆಯಂದಿರಾಗ್ಲಿ ಏನು ಅಂದುಕೊಳ್ಳೋಲ್ಲ."

"ಆಯ್ತು" ಅಷ್ಟೇ ನುಡಿದಿದ್ದು.

ಒಂಟಿತನವನ್ನ ಪೂರ್ತಿಯಾಗಿ ಅಭ್ಯಾಸ ಮಾಡಿಕೊಳ್ಳಬೇಕಿತ್ತು ಅಥವಾ ಉಳಿದ ದಿನಗಳನ್ನ ಉತ್ತಮ ರೀತಿಯಲ್ಲಿ ಕಳೆಯಬೇಕಿತ್ತು ಪರಮಶಿವಯ್ಯ.

ಕಸ್ತೂರಿ ಹೊರಟೇಬಿಟ್ಟರು. ಓಡಾಟ ಹೊಸದಲ್ಲ. ಇಂದು ಮಾತ್ರ ಅವರ ಕಾಲುಗಳು ಶಕ್ತಿಹೀನಗೊಂಡಂತೆ ಕುಸಿಯುತ್ತಿತ್ತು. ಯಾಕೆ? ಉತ್ತರವಿಲ್ಲ. ಅದಕ್ಕೆ ಮುಖ್ಯವಾದ ಕಾರಣ, ಮನೆ ಮಾರಲು ಗಂಡ ಒಪ್ಪಲಿಲ್ಲವೆಂದು ಅಣ್ಣನಿಗೆ ತಿಳಿಸುವುದು ಕಠಿಣವಾಗಿ ಕಂಡಿತು. ಪೂರ್ತಿಯಾಗಿ ಅಲ್ಲಿಗೆ ಒಗ್ಗಿಕೊಂಡಿದ್ದರಿಂದ ಹಿಂದಕ್ಕೆ ಬರಲಾರರು.

ಇಂದು ಹೊರಗೆ ಬಂದು ಕಾಂಪೌಂಡ್‌ನಲ್ಲಿ ನಿಂತು ಹೋಗುತ್ತಿದ್ದ ಹೆಂಡತಿಯನ್ನೇ ನೋಡಿ ನಿಟ್ಟುಸಿರು ದಬ್ಬಿದರು ಪರಮಶಿವಯ್ಯ. ಇಲ್ಲಿ ಯಾರದು ತಪ್ಪು? ವಿಶ್ಲೇಷಣೆ ಬೇಡವೆನಿಸಿತು.

"ಯಾವಾಗ... ಬಂದ್ಯೋ?" ಪಶುಪತಿ ಬೆನ್ನಿಗೊಂದೇಟು ಹಾಕಿದಾಗ, ವಾಸ್ತವಕ್ಕೆ ಬಂದಿದ್ದು. "ಆಯ್ತು, ಒಂದ್ಮೂರು ಗಂಟೆ, ಆಮೇಲೆ ನಾನೇ ಬರೋನಿದ್ದೆ. ಚಂದ್ರಪ್ರಕಾಶ್ ನಿನ್ನ ತುಂಬ ವಿಚಾರಿಸಿದ್ರು, ಒಮ್ಮೆ ಬರೋಕೂ ಆಹ್ವಾನ ಕೊಟ್ಟಿದ್ದಾರೆ" ಎನ್ನುತ್ತಲೇ ಹೊರಗೆ ಕರೆದೊಯ್ದರು. ಆ ಮನುಷ್ಯನಿಗೆ ಹೆಂಡತಿ ಸತ್ತು ಬಹಳ ಕಾಲವಾಗಿತ್ತು. ಮಕ್ಕಳು ಕೂಡ ಅಷ್ಟಿಷ್ಟು ನೆಮ್ಮದಿಯಾಗಿದ್ದರು. ತುಂಬ ಆದರ್ಶವಂತರಲ್ಲದಿದ್ದರೂ ಕಾಡೋ ಮಕ್ಕಳು, ಸೊಸೆಯರು ಅಲ್ಲಿಲ್ಲ. ಆದ್ದರಿಂದಲೇ ಆರಾಮಾಗಿ ಓಡಾಡಿಕೊಂಡಿದ್ದರು.

ಗೆಳೆಯನ ಎರಡು ಕೈಗಳನ್ನ ಹಿಡಿದುಕೊಂಡು ಪರಮಶಿವಯ್ಯ ಕಣ್ತುಂಬಿ "ನಿನ್ನ ಉಪಕಾರ ಎಂದಿಗೂ ಮರ್ಯೋಕ್ಕಾಗೋಲ್ಲ. ಹೇಮ ಸುಖವಾಗಿದ್ದಾಳೆ. ಚಂದ್ರಪ್ರಕಾಶ್‌ಗೆ ಸ್ವಂತ ಮಗಳಂತೆ. ಇನ್ನ ಅಳಿಯಂದಿರ ಬಗ್ಗೆ ಆರೋಪ ಮಾಡೋಕ್ಕಾಗೋಲ್ಲ. ಬಂಗಾರ ದಂಥ ಮೈದುನರು. ದಂತದ ಗೊಂಬೆಯಂಥ ಮಗು ಮಿನ್ನಿ. ಒಟ್ಟಿನಲ್ಲಿ ಸ್ವರ್ಗದಂಥ ಮನೆ" ಕೃತಜ್ಞತೆಯಿಂದ ಅವರ ಕಂಠ ಭಾರವಾಯಿತು.

ಗೆಳೆಯರಿಬ್ಬರು ಬಹಳ ಹೊತ್ತು ಕೂತು ಮಾತಾಡಿದರು. ಪಶುಪತಿ ಒಂದು ವಿಷಯ ಹಿಡಿದು ಬಂದಿದ್ದರು.

"ಹೇಗೂ, ನಾವಿನ್ನ ಬಹಳ ಗಟ್ಟಿಮುಟ್ಟಾಗಿದ್ದೀವಿ. ಸುಮ್ನೆ ವ್ಯರ್ಥವಾಗಿ ಜೀವ್ನ ಕಳ್ಯೋದರ ಬದಲು ಊರಾಚೆ ಒಂದು ವೃದ್ಧಾಶ್ರಮ ಮಾಡಿದ್ದಾರೆ. ಬದ್ಕಿನಲ್ಲಿ ತೀರಾ ಹಣ್ಣಾದ ಜನ ಅಲ್ಲಿರೋದು. ಒಂದು ನಾಲ್ಕು ಗಂಟೆ ಅವ್ರ ಜೊತೆ ಇದು ಆಧ್ಯಾತ್ಮಿಕ ವಿಚಾರಗಳ್ನ ಅವ್ರ ಕಿವಿಯ ಮೇಲೆ ಹಾಕಿದರೇ... ಹೇಗೆ? ಇಬ್ರೂ ಒಂದೇ ದೋಣಿಯಲ್ಲಿ ಇದ್ದೀವಿ. ನೀನೇನು... ಹೇಳ್ತೀಯಾ" ವಿಷಯ ಕೂಲಂಕಷವಾಗಿ ಗೆಳೆಯನ ಮುಂದೆ ಇಟ್ಟರು.

ಜಿಜ್ಞಾಸೆಯಲ್ಲಿದ್ದ ವ್ಯಕ್ತಿಯ ಮುಂದೆ ಅಲೌಕಿಕವಾದ ಬೆಳಕು ಗೋಚರವಾದಂತಾ ಯಿತು.

"ನನ್ನ ಒಪ್ಪಿಗೆ ಪೂರ್ತಿಯಿದೆ" ತಟ್ಟನೆ ತಮ್ಮ ನಿರ್ಧಾರ ಹೊರಗೆಡವಿದರು. ಆರಾಮಾಗಿ ದಿನಗಳನ್ನ ಕಳೆಯಲು ಮಾರ್ಗದರ್ಶನ ಸಿಕ್ಕಂತಾಯಿತು.

ಆದರೆ ಪಶುಪತಿ ಒಂದಿಷ್ಟು ಹಿಂಜರಿಕೆ. ಇಲ್ಲಿ ಕಸ್ತೂರಿಯ ಒಪ್ಪಿಗೆ ಅನಿವಾರ್ಯ ವಾಗಿತ್ತು. ನನ್ನ ಮಕ್ಕಳು ಯಾವ ಸ್ಟೇಜ್‌ನಲ್ಲಿದ್ದಾರೆಂದು ಖಂಡಿತ ಅವರಿಗೇನು, ಪರಮಶಿವಯ್ಯನಿಗೂ ಗೊತ್ತಿಲ್ಲ.

"ನಾನೇನೋ ಉತ್ಸಾಹದಿಂದ ವಿಷ್ಯವನ್ನ ಮುಂದಿಟ್ಟೆ. ನೀನು ಕಸ್ತೂರಿಯವ್ರನ್ನ ಕೇಳಿಯೇ ನಿರ್ಧಾರ ತಗೋಬೇಕು. ಆಕೆಗೆ ಇಷ್ಟವೆನಿಸದೋ, ಏನೋ! ಮಕ್ಳು ಕೂಡ ಮುಖ್ಯವಾಗ್ತಾರೆ" ಅನುಮಾನ ವ್ಯಕ್ತಪಡಿಸಿದರು.

ಪರಮಶಿವಯ್ಯನ ಮುಖದ ಮೇಲೆ ವಿಷಾದ ಮಿನುಗಿತು. 'ಹೆಂಡತಿ, ಮಕ್ಕಳು' ಇವರು ಹಾತೊರೆದರೂ, ಆ ಬಂಧನ ಬಿಗಿಯಾಗಲೇ ಇಲ್ಲ. ಒಂದೆರಡು ಸಲ ಅನಾರೋಗ್ಯದಿಂದ ಮಲಗಿದ್ದಾಗಲೂ ಸ್ವಂತ ಮಕ್ಕಳು ಕನಿಷ್ಠ ನೋಡಲು ಸಹ

ಬಂದಿರಲಿಲ್ಲ. ಆ ತಿಳಿವಳಿಕೆಯನ್ನ ಕಸ್ತೂರಿ ನೀಡಿರಲಿಲ್ಲ. ಅದಕ್ಕೆ ಮುಖ್ಯವಾದ ಕಾರಣ ವೆಂದರೆ ಆಕೆ ಮಾತ್ರ ಹೇಳಬಲ್ಲರು.

"ಏನು ಬೇಕಾಗೋಲ್ಲ! ಅವ್ಳು ಪೂರ್ತಿ ಸ್ವತಂತ್ರ ತಗೊಂಡಾಗ್ಲೇ ನಂಗೂ ಸ್ವತಂತ್ರ ಸಿಕ್ಕಿದೆ. ಇನ್ನ ಮಕ್ಳು, ಬಹಳ ದೂರ ಉಳಿದಿದ್ದಾರೆ. ಅಂತರ ತುಂಬ ದೊಡ್ಡದಾಗಿರೋ ದ್ರಿಂದ, ನಾನು ಅವರಿಗೆ, ಅವರು ನಂಗೆ ಮುಖ್ಯವೆನಿಸೋಲ್ಲ. ಆ ಬಗ್ಗೆ ಚಿಂತೆ ಬೇಡ. ನಾಳೆ ಬೆಳಿಗ್ಗೆಯೇ ಹೋಗೋಣ. ಹಿಂದೆ ಕಳೆದುಹೋದ ದಿನಗಳು ನಮ್ಮ 'ಅಹಂ', 'ಪ್ರತಿಷ್ಠೆ' ಮಡದಿ, ಮಕ್ಳಿಗಾಗಿ ಮೀಸಲಾಗಿದ್ದರೇ, ಮುಂದಿನ ದಿನಗಳ್ನ ಋಣಸಂದಾಯಕ್ಕೆ ಇಟ್ಟುಕೊಳ್ಳೋಣ" ಪೂರ್ತಿ ನಿರ್ಧಾರದ ನುಡಿಗಳು ಅವರದು.

"ಇನ್ನೊಮ್ಮೆ ಯೋಚ್ಸಿ ನೋಡು. ಒಂದ್ಸಲ ಕಸ್ತೂರಿಯವ್ರನ್ನ ಕೇಳಿದ್ರೂ... ತಪ್ಪಿಲ್ಲ" ಬಲವಂತವಿತ್ತು ಪಶುಪತಿಯ ದನಿಯಲ್ಲಿ.

ಆದರೆ ಪರಮಶಿವಯ್ಯ ನಿರ್ಧಾರ ಅಚಲವಾಗಿತ್ತು. ಬಂಡೆಗಲ್ಲಿನಂತೆ. ಮಾತು ಗಳು ಬೇಡವೆನಿಸಿತು. ಯಾಕೋ ಎಲ್ಲಾ ಬಂಧನಗಳನ್ನ ಪೂರ್ತಿಯಾಗಿ ತೊಡೆದುಹಾಕಿ ಬೇಡವೆನಿಸಿತು.

"ಪಶುಪತಿ, ನನ್ನ ವಾಸಕ್ಕೆ ಒಂದು ಸಣ್ಣ ರೂಮು ನೋಡು. ಈ ಮನೆ ಮಾರಿಬಿಡೋಣಾಂತ ನಿಶ್ಚಯಿಸಿದ್ದೀನಿ. ಕಸ್ತೂರಿ ತುಂಬ ತಾಪತ್ರಯಗಳ್ನ ಹೇಳಿಕೊಂಡ್ಲು. ಅನಗತ್ಯವಾಗಿ ಇಷ್ಟು ದೊಡ್ಡ ಮನೆ ಯಾಕೆ? ವ್ಯಾಮೋಹಗಳಿಂದ ಕಳಚಿಕೊಂಡರೇನೇ ಸುಖಿಯಾಗಿರಲು ಸಾಧ್ಯ."

ಪಶುಪತಿ ಸ್ತಬ್ಧರಾದರು. ಇಂಥ ಒಂದು ನಿರ್ಣಯಕ್ಕೆ ಬೆಚ್ಚಿದರು. ಬುದ್ಧಿವಂತಿಕೆ ಯಲ್ಲವೆನಿಸಿತು.

"ನಂಗೇನೋ, ಸರಿಯೆನಿಸಲಿಲ್ಲ ಶಿವ. ಮುಂದಿನ ಸ್ಥಿತಿ ಹೇಗಿರುತ್ತೋ? ಭವಿಷ್ಯ ದಲ್ಲಿ ನಿನ್ನ ಮಕ್ಳು ಬೀದಿ ಪಾಲಾಗ್ಬಾರ್ದು. ಕಸ್ತೂರಿ ಬುದ್ಧಿವಂತೆ ಅಲ್ಲ. ನೀನೊಬ್ಬ ತಂದೆ ಯಾಗಿ ನಿನ್ನ ಕರ್ತವ್ಯ ಇದೆ. ಖಂಡಿತ ಮನೆ ಮಾರೋಂಥ ತಪ್ಪು ಮಾಡ್ಬೇಡ. ನಿನ್ನ ಭಾವಮೈದುನರಿಗೆ ಹೆಂಡತಿ ಮಕ್ಳು ಇದ್ದಾರೆ. ಅವರದೇ ಆದ ಜವಾಬ್ದಾರಿಗಳು ಇವೆ. ಇನ್ನ, ನಿನ್ನ ಮಕ್ಳು ಜವಾಬ್ದಾರಿ ಹೇಗೆ ಹೊತ್ಕೋತಾರೆ? ಇವೆಲ್ಲ, ನಿನ್ತಲೆಯಲ್ಲಿ ಇರ್ಲಿ. ಕನಿಷ್ಟ ಹೊರ್ಗಡೆ ಬಂದರೇ ತಲೆ ಬಾಚಿಕೊಳ್ಳೋಕೆ, ಈ ಮನೆಯಾದ್ರೂ... ಇರ್ಲಿ." ವಸ್ತುಸ್ಥಿತಿಯನ್ನ ವಿವರಿಸಿ ವಿವೇಕ ಬೋಧಿಸಿದರು, ಅವರೊಬ್ಬ ಹಿತೈಷಿಯಾಗಿ.

ಪರಮಶಿವಯ್ಯನ ಬಾಯಿಂದ ಮಾತುಗಳೇ ಬರಲಿಲ್ಲ. ಮಕ್ಕಳ ಮೇಲಿನ ಮಮತೆ ಯೇನು ಸತ್ತಿಲ್ಲ, ಸಾಯುವಂಥದ್ದು ಅಲ್ಲ, ನಿರ್ಧಾರ ತರಗೆಲೆಯಂತೆ ಅಲ್ಲಾಡಿತು.

"ನಿನ್ನ ಮಾತು ನಿಜ ಕಣೋ!" ಕುಸಿದರು.

ಎಷ್ಟೋ ಹೊತ್ತು ಗೆಳೆಯರು ಕೂತು ಮಾತಾಡಿದರು. ಕಸ್ತೂರಿ, ಮಕ್ಕಳ ಬಗ್ಗೆ ಯೋಚಿಸಿದರೇ ಭಯವೇ ಆಯಿತು. ಗಂಡನ ಸಂಪಾದನೆಯನ್ನ ಅಲ್ಲಿ ಸುರಿದಿದ್ದರೇ ವಿನಃ ಕೂಡಿಟ್ಟಿರಲಿಲ್ಲ. ಅವರುಗಳು ಕೈಬಿಟ್ಟರೇ ಬೀದಿಯ ಭಿಕಾರಿಗಳೇ.

"ಎಷ್ಟೋ ಸಲ ಹುಡುಗರ ಓದಿನ ಬಗ್ಗೆ ಪ್ರಸ್ತಾಪಿಸಿದರೇ ಉತ್ಪ್ರೇಕ್ಷೆ ಮಾಡಿದಳೇ ಹೊರತು, ಏನು ಹೇಳಲಿಲ್ಲ. ಈಗ ಅನುಭವಿಸ್ಲಿ" ಕೋಪವಲ್ಲ, ನೋವಿನ ನುಡಿಗಳಷ್ಟೆ.

ಅಂತೂಇಂತೂ ಬೆಳಿಗ್ಗೆ ವೃದ್ಧಾಶ್ರಮಕ್ಕೆ ಹೋಗುವ ನಿರ್ಣಯಕ್ಕೆ ಬಂದರು.

* * *

ಅಂದು ಚಂದ್ರಪ್ರಕಾಶ್ ಲಾ ಕೌನ್ಸಿಲ್‌ನ ಸಿಟ್ಟಿಂಗ್ ಇದ್ದುದ್ದರಿಂದ ಸೂರ್ಯ ಪ್ರಕಾಶ್ ಬೇಗ ಬಂದರು. ಬೇರೆಯವರಿಗೆ ಅಪಾಯಿಂಟ್‌ಮೆಂಟ್ ಕೊಟ್ಟಿದ್ದರಿಂದ ಬರುವ ಅನಿವಾರ್ಯತೆ ಇತ್ತು.

ಬಾಲ್ಕನಿಯಲ್ಲಿ ಮಿನ್ನಿಯ ಜೊತೆ ಮಗುವಾಗಿ ಆಡುತ್ತಿದ್ದ, ಹೇಮಾನ ನೋಡಿ ನಿಂತ. ಸರಳವಾಗಿ ಉಟ್ಟ ಸೀರೆ, ಯಾವ ಹೇರ್‌ಸ್ಟೈಲ್‌ಗೂ ಒಳಗಾಗದೇ ಜಡೆಯಾಗಿದ್ದ ಕೂದಲು. ಮುಖದಲ್ಲಿ ತುಂಬು ಪ್ರಶಾಂತತೆ.

"ಮಿನ್ನಿ..." ಎಂದಕೂಡಲೇ ಹೋಗಿ ಅವನ ಕಾಲುಗಳನ್ನ ತಬ್ಬಿದ ಮಗಳನ್ನೆತ್ತಿ ಕೊಂಡ. ಆಯಾಸ ಎಷ್ಟೋ ಪರಿಹಾರವಾದಂತಾಯಿತು. "ಪಪ್ಪ..." ಮಗುವಿನ ಭಾಷೆಯಲ್ಲಿ ಎಷ್ಟೋ ಹೇಳಿದಳು. ಫೈಲು ಬ್ರೀಫ್‌ಕೇಸ್‌ನ ತಂದಿಟ್ಟು ಹೋದ ಡ್ರೈವರ್.

ಮಗಳನ್ನೆತ್ತಿಕೊಂಡೇ ತನ್ನ ರೂಮಿಗೆ ಹೋದ. ಇವೆಲ್ಲ ಅವನಿಗೆ ಹೊಸ ಅನುಭವಗಳೇ. ಮಂಚದ ಮೇಲೆ ಮಿನ್ನಿಯನ್ನು ಕೂಡಿಸಿ ಬಿಟ್ಟೆ ಬದಲಾಯಿಸಿ ಬಾತ್‌ರೂಂಗೆ ಹೋಗಿಬಂದವನು ಮಗಳ ಪಕ್ಕ ಉರುಳಿಕೊಂಡ.

"ಯಾವುದಾದ್ರೂ ಬೇಬಿ ಸಿಟ್ಟಿಂಗ್ ಸೆಂಟರ್‌ಗೆ ಕಳ್ಸಬೇಕು. ಭಾನು ಒಂದಿಷ್ಟು ಪ್ರಯತ್ನಮಾಡು!" ವಾರದ ಹಿಂದೆ ತಮ್ಮನಿಗೆ ಹೇಳಿದ್ದ. ಎರಡು ದಿನದ ಹಿಂದೆ ಭಾನು "ಅಣ್ಣ, ಡೋಂಟ್ ಮೈಂಡ್, ನನ್ನ ಪ್ರಕಾರ ಅನಗತ್ಯ! ನಮ್ಮ ಹೇಮಾ ಅತ್ತಿಗೆಯಂಗೆ, ಸ್ವರ್ಗದಿಂದ ಇಳಿದುಬಂದರೂ ನಮ್ಮ ಮೀರಾ ಅತ್ತಿಗೆ ಕೂಡ ನೋಡಿಕೊಳ್ಳಲಾರರು. ಬಹುಶಃ ಅತ್ತಿಗೆ ಒಪ್ಗೆ ಸಿಗಲಾರ್ರು" ಎಂದಾಗ ಅವನ ಮೈ ಉರಿದುಹೋಗಿತ್ತು.

"ಮಿನ್ನಿ ನನ್ಮಗ್ಳು! ಹೇಮಾ ಕೂಡ ಓದಿನಲ್ಲಿ ಆಸಕ್ತಿ ಬೆಳ್ಸಿಕೊಳ್ಳಿ. ನಮ್ಮ ಸ್ವಾರ್ಥಕ್ಕಾಗಿ ಅವಳ್ನ ಉಪಯೋಗ್ಸಿಕೊಂಡರೇ ಶೋಷಣೆಯಾಗುತ್ತೆ" ಸ್ವಲ್ಪ ದನಿಯೇರಿಸಿದ್ದ.

ಭಾನು ಮಾತಾಡದೆ ಹೋಗಿದ್ದ.

ಹಿಂದಿನ ದಿನ ಹತ್ತಿರದ ಬೇಬಿ ಸಿಟ್ಟಿಂಗ್ ಸೆಂಟರ್‌ಗೆ ಫೋನ್ ಮಾಡಿ ವಿಚಾರಿಸಿದ್ದ. ಒಬ್ಬ ಜೂನಿಯರ್ ಹೋಗಿ ಪೂರ್ತಿ ಮಾಹಿತಿ ಸಂಗ್ರಹಿಸಿ ತಂದಿದ್ದ. ಅದು ಚಂದ್ರಪ್ರಕಾಶ್‌ವರೆಗೂ ಹೋದರೂ ಮೌನ ವಹಿಸಿದ್ದು ಬುದ್ಧಿವಂತಿಕೆಯಿಂದಲೇ.

ಹಾರ್ಲಿಕ್ಸ್ ಲೋಟ ಹಿಡಿದು ಬಂದ ಹೇಮ ನಿಂತಳು.

"ಮಮ್ಮಿ... ಮಮ್ಮಿ..." ಮಂಚ ಇಳಿದ ಮಿನ್ನಿ ಓಡಿದ್ದು ಹೇಮಳತ್ತ. "ಹಾರ್ಲಿಕ್ಸ್..." ಟೇಬಲ್ ಮೇಲಿಟ್ಟು ಅದರೊಂದಿಗೆ ತಣ್ಣನೆಯ ನೀರನ್ನ ಬಗ್ಗಿಸಿ ಕೊಟ್ಟು ಮಿನ್ನಿಯನ್ನೆತ್ತಿಕೊಂಡು "ಒಂದ್ಮಾತು..." ಅವಳ ದನಿ ತಗ್ಗಿತು ಪೂರಾ.

ಮೊದಲ ಸಲ ಕೈಹಿಡಿದವನೊಂದಿಗೆ ಮಾತನಾಡಬಯಸಿದ್ದು ಸೂರ್ಯ ಪ್ರಕಾಶ್‌ಗೆ ಸೋಜಿಗವೆನಿಸಿತು.

"ಹೇಳು..." ಎಂದ ಸರಿಯಾಗಿ ಎದ್ದು ಕೂತು, ಏನು ಹೇಳಬಹುದೆಂಬ ಪ್ರಶ್ನೆ ಅವನಲ್ಲಿ ಮೂಡಿ ಮರೆಯಾಯಿತು. ಮೂರು ನಾಲ್ಕು ಸಲ ನೋಟ ಎತ್ತಿ ಇಳಿಸಿ ನಂತರ ಇರೋ ಧೈರ್ಯವನ್ನೆಲ್ಲ ಕೂಡಿಸಿ "ಮಿನ್ನಿ ನರ್ಸರಿಗೆ ಸೇರಿಸೋವರ್ಗೂ ನಾನೇ ನೋಡ್ಕೋತೀನಿ" ಹೇಳಿದಳು. ಆಪ್ಯಾಯತೆ ಇತ್ತು.

ದೀರ್ಘವಾಗಿ ಅವಳನ್ನ ನೋಡಿದ. ಈ ಮನೆಗೊಂದು ಬದಲಾವಣೆ, ಬದುಕಿ ಗೊಂದು ಹೊಸತನ ತಂದ ಹೆಣ್ಣು. ತೀರಾ ಮೃದುವಾಯಿತು ಅವಳ ಬಗ್ಗೆ ಅವನ ಭಾವನೆಗಳು.

"ಕೆಲವನ್ನ ನಿನ್ನ ಬಾಲ್ಯದಲ್ಲಿ ಕಳಕೊಂಡಿದ್ದೀಯಾ. ಅದ್ನ ಪಡ್ಕೋ ಛಲ ತಂದ್ಕೋ. ಕಲಿಕೆಗೆ ಮುಖ್ಯವಾಗಿ ಬೇಕಾಗಿರೋದು ಇಂಟರೆಸ್ಟ್. ಸಾಕಷ್ಟು ಕಲೀಬಹ್ದು. ಆ ಕಡೆಗೆ ಪರಿಜ್ಞಾನ ಬೆಳಕ್ಕೋ. ಎಂಟರಿಂದ ಆರರವರ್ಗೆ ಮಗು ಬೇಬಿ ಸಿಟ್ಟಿಂಗ್ ಸೆಂಟರ್‌ನಲ್ಲಿರುತ್ತೆ. ಆ ಸಮಯವನ್ನ ನಿಂಗಾಗಿ ಉಪಯೋಗಿಸ್ಕೋ" ವಿವರಿಸಿದ. ಅವಳ ಮನಸ್ಸನ್ನ ನೋಯಿಸುವ ಇಚ್ಛೆ ಅವನಿಗೇನು ಇರಲಿಲ್ಲ.

"ನಂಗೆ ಬೇಕಾದಷ್ಟು ಸಮಯ ಸಿಗುತ್ತೆ. ಮಗು ಮನೆಯಲ್ಲೇ... ಇರ್ಲಿ. ಅದೊಂದು ಉಪಕಾರ ಮಾಡಿ" ಅಳು ನುಂಗಿಬಂತು ಹೇಮಳ ದನಿಯಲ್ಲಿ.

ಅವನು ಪೂರ್ತಿ ಮೆತ್ತಗಾದ. ಸತ್ತ ಮೀರಾಗಿಂತ ಬದುಕಿರುವ ಹೇಮಾಗೆ ನ್ಯಾಯ ಒದಗಿಸುವುದು ಅತ್ಯಂತ ಸೂಕ್ತವಾಗಿ ಕಂಡಿತು.

"ನಿನ್ನಿಷ್ಟ, ಇಷ್ಟಕ್ಕೆ ನಿನ್ನ ಬದ್ಕನ್ನ ಮೀಸಲಿಡ್ಬೇಡ."

"ಥ್ಯಾಂಕ್ಯೂ... ಥ್ಯಾಂಕ್ಯೂ..." ಎಂದವಳು ಉತ್ಸಾಹದಿಂದ ಹೊರಗೆ ಓಡಿದಾಗ ಕಣ್ಣರಳಿಸಿದ. ಕ್ಷಣದಲ್ಲಿ ಕಣ್ಮರೆಯಾಗಿದ್ದಳು. ವರ್ಷಗಳ ನಂತರ ಒಂದು ರೀತಿಯ ಹರ್ಷ ದಲ್ಲಿ ಅವನ ಮನ ತುಂಬಿ ತೇಲಿತು.

ಭಾನುಪ್ರಕಾಶ್ ರೂಮಿಗೆ ನುಗ್ಗಿದಳು. ಚೇರ್, ಸೋಫಾ ಅಂಥದೆಲ್ಲ ಬಿಟ್ಟು ಅವನು ಕೆಳಗೆ ಪುಸ್ತಕಗಳನ್ನ ಹರಡಿಕೊಂಡು ಕೂತಿದ್ದ. ಇಂದು ಮೂರ್ತಿ ಹೊರಗೆ ಹೋಗಿರಲಿಲ್ಲ, ಅಭ್ಯಾಸದಲ್ಲಿ ಮುಳುಗಿದ್ದ.

ಅಡುಗೆ ಮನೆಗೆ ಹೋಗಿ ಹಾರ್ಲಿಕ್ಸ್ ಬೆರೆಸಿಕೊಡು ಬಂದು ಭಾನುಪ್ರಕಾಶ್ ಮುಂದಿಡಿದಳು. "ಭಾನು, ತುಂಬ ಸುಸ್ತಾಗಿ ಕಾಣ್ತೀರಾ. ಸ್ವಲ್ಪ ಕುಡ್ದು... ಸುಧಾರ್ಸಿಕೊಳ್ಳಿ" ಅವನ ಮುಂದೆನೇ ಕೂತಳು.

ಅವನು ಪೂರ್ತಿ ಗೋಡೆಗೊರಗಿ ಕೂತು ಆತ್ಮೀಯತೆಯ ನೋಟ ಬೀರಿದ "ಬೇರೆಯ ಜನ, ಕೊಟ್ಟ ಕಾಸಿಗಷ್ಟೇ ಕೆಲ್ಸ. ಹತ್ತಾರು, ವರ್ಷದಿಂದ ಇಲ್ಲೇ ಇದ್ದ ಸುಶೀಲಮ್ಮ ಮಾತ್ರ ನಮ್ಮ ಬಗ್ಗೆ ಅಕ್ಕರೆ ತೋರಿದಳು. ಇಷ್ಟ ಜೀವನ ಅಂದ್ಕೊಂಡಿದ್ದ ನಂಗೆ... ಇಷ್ಟೆ

ಅಲ್ಲ... ತುಂಬ ತುಂಬ ಇದೇಂತ ತೋರ್ಸಿಕೊಟ್ರಿ. ಐಯಾಮ್ ವೆರಿ ಹ್ಯಾಪಿ ಅತ್ತಿಗೆ. ನನ್ನ ಬೈಕ್‌ನಲ್ಲಿ ನಿಮ್ಮನ್ನ ಒಂದು ರೌಂಡ್ ಹಾಕ್ಸಿಬಿಡ್ಡೀನಿ."

ಭಾನು ಉತ್ಸಾಹದ ನುಡಿಗಳಿಗೆ ಸಂತೋಷವಾದರೂ ಕೊನೆಯ ವಾಕ್ಯಕ್ಕೆ ಬೆಚ್ಚಿದಳು. ಒಮ್ಮೆ ಒಂದೇ... ಒಂದುಸಲ ಅರ್ಜೆಂಟಾಗಿ ಅವಳನ್ನ ಕರೆದೊಯ್ಯಲು ಬಂದಿದ್ದ ಶ್ರೀಕಂಠಿ ಹೀರೋ ಹೊಂಡಾದಲ್ಲಿ ಕೂಡಿಸಿಕೊಂಡು ಹೋಗಿ ಎತ್ತ ಹಾಕಿದ್ದ. ಒಂದಿಷ್ಟು ತರಚು ಗಾಯಗಳ ಜೊತೆ ಸೊಂಟ ಉಳುಕಿ ಹದಿನೈದು ದಿನ ಪಾಡುಪಟ್ಟಿದ್ದಳು. ಅದನ್ನ ಅವಳು ಮರೆಯಳು.

"ಖಂಡಿತ ಬೇಡ ಭಾನು. ನಂಗೆ ಬೈಕ್ ಮೇಲೆ ಕೂಡೋದೂಂದರೇ, ಜೀವ ಕೈಗೆ ಬಂದ್ಬಿಡುತ್ತೆ. ನಮ್ಮ ಶ್ರೀಕಂಠಿ ಒಂದ್ಸಲ ಎತ್ತಿ ಹಾಕಿದ್ದ" ಅಂದಳು.

ತಕ್ಷಣ ಅವನ ಮುಖ ಗಂಭೀರವಾಯಿತು.

"ಯಾರು... ಕಂಠಿ?"

"ನನ್ನ ತಮ್ಮ ಕಂಠಿ. ಅವ್ನು ವಿವಾಹದ ಸಮಯದಲ್ಲಿ ಇರ್ಲಿಲ್ಲ. ಕಾಲೇಜ್ ಟೂರ್‌ನಲ್ಲಿದ್ದ. ಅವ್ನು ಸದನಾ ಹೀರೊ ಹೊಂಡದಲ್ಲಿ ತಿರುಗೋದು." ನೆನಪುಗಳು ನೋವನ್ನ ತಂದಿತು. ಅವರನ್ನ ಕಂಡರೇ ಅವಳಿಗೆ ತುಂಬ ಪ್ರೀತಿ. ಎಂದೋ ಬಂದರೂ ಅವಳನ್ನೇನು ಮಾತಾಡಿಸುತ್ತಿರಲಿಲ್ಲ ಕಸ್ತೂರಿಯ ಮಕ್ಕಳು.

ತೀರಾ ಸಪ್ಪಗಾದಳು. ಉತ್ಸಾಹದ ಮುಖದಲ್ಲಿ ವ್ಯಥೆಯ ಗೆರೆಗಳು. ಭಾನು ಪ್ರಕಾಶ್‌ಗೆ ತನ್ನ ತಪ್ಪಿನ ಅರಿವಾಯಿತು.

"ನಾನು ಷ್ಯೂರಿಟಿ ಕೊಡ್ತೀನಿ ಅತ್ತಿಗೆ. ನಿನ್ನ ಖಂಡಿತ ಎತ್ತಿ ಹಾಕೋಲ್ಲ. ನನ್ಮೇಲೆ ನಂಬಿಕೆ ಇಡಿ. ಇಷ್ಟೊಂದು ಭಯ ಒಳ್ಳೇದಲ್ಲ. ನಿಮಗೊಂದು ಲೇಡಿಸ್ ಟೂ ವೀಲರ್ ಕೊಡ್ಸಿಬಿಟ್ಟರೇ, ಆರಾಮಾಗಿ ಮಿನ್ನಿನ ಶಾಲೆಗೆ ಬಿಟ್ಟು... ಕರ್ಕೊಂಡ್ ಬರಬಹ್ದು. ತುಂಬ ಮಜಾ ಇರುತ್ತೆ."

"ಮೊದ್ಲು ಹಾರ್ಲಿಕ್ಸ್ ಕುಡಿ, ನಂತರ ಮಾತು. ನೀನು ತುಂಬ... ತುಂಬ... ಓದ್ತೀಯಾ, ಭಾನು" ಕಣ್ಣರಳಿಸಿದಳು ಹೇಮ. ಅಂಥ ವಾತಾವರಣದಿಂದ ಹೊರಗೆ ಇದ್ದವಳು. ಅಕ್ಕಪಕ್ಕದ ಮನೆಗಳತ್ತ ಕೂಡ ಇಣುಕಿ ನೋಡಕೂಡದೆಂದು ಕಸ್ತೂರಿಯ ತಾಕೀತು. "ಮನೆಯಲ್ಲಿ ಒಂಟಿಯಾಗಿ ಇರ್ತೀಯಾ! ಕರೆದವ್ರ ಮನೆಗೆ ಹೋಗೋವಾಗ್ಲಿ, ಅವ್ರನ್ನ ಇಲ್ಲಿ ತಂದು ಕೂಡ್ಸಿಕೊಳ್ಳೋದಾಗ್ಲಿ... ಕೂಡದು" ಅದನ್ನ ಅನವರತ ಪಾಲಿಸಿದ್ದು ಅವಳ ತುಂಬು ವಿಧೇಯತೆ. ತಂದೆ ಇಲ್ಲದ ಸಮಯದಲ್ಲಿ ಯಾರಾದರೂ ಬಂದರೂ ಬಾಗಿಲು ತೆಗೆಯುತ್ತಿದ್ದುದು ಅಪರೂಪವೇ.

ಭಾನುಪ್ರಕಾಶ್ ಹಾರ್ಲಿಕ್ಸ್ ಕುಡಿದಿಟ್ಟ ನಂತರ ಮನದ ಸಂತೋಷ ಹಂಚಿ ಕೊಳ್ಳುವ ಹಾತೊರಿಕೆ, ಅಷ್ಟೇ ಹಿಂಜರಿಕೆ ಕೂಡ. ಸಂಕೋಚದ ಜೊತೆ ಲಜ್ಜೆ ಕೂಡ ಕಾಡಿತು. ಹೇಮಾನ ಅರ್ಥಮಾಡಿಕೊಂಡು ಕಿರುನಗೆ ಬೀರಿದ.

"ನೀವೇನೋ, ಹೇಳೋ ಸಲುವಾಗಿ ಬಂದ್ರಿ. ಹೇಳೋಕೆ ಮಾತ್ರ... ಹಿಂಜರಿಕೆ. ಅದ್ನ ಯಾಕೇಂತ ಕೇಳ್ಬಹುದಾ? ನನ್ಹತ್ರ ಅಂಥ ಸಂಕೋಚಗಳೇ ಬೇಡ. ನಾನು ಮಾತು ಜಾಸ್ತಿ ಆಡ್ಬಹ್ದು... ಹಾಗಂತ ಏನೇನೋ ಮಾತಾಡೋಲ್ಲ. ಧೈರ್ಯವಾಗಿ ಹೇಳಿ" ತನ್ನದೇ ಧಾಟಿಯಲ್ಲಿ ಪುರಿದುಂಬಿಸಿದ.

ಖಂಡಿತ ಅದನ್ನ ಇಲ್ಲವೆನ್ನಲಾರರು. ಇಷ್ಟು ಬೇಗ ಇಲ್ಲಿ ಹೊಂದಿಕೊಳ್ಳಲು ಭಾನುಪ್ರಕಾಶ್ ಹೆಚ್ಚು ಕಾರಣ. ಹೆಚ್ಚು ಹೆಚ್ಚು ಮಾತಿಗೆಳೆಯುವುದು ಮಾತ್ರವಲ್ಲ, ಮನೆಯ ಒಂದೊಂದೇ ಜವಾಬ್ದಾರಿಗಳನ್ನ ಹಸ್ತಾಂತರಿಸಲು ಸರ್ವಪ್ರಯತ್ನ ಮಾಡುತ್ತಿದ್ದ.

"ನಿಮ್ಮಣ್ಣ, ಮಿನ್ನಿನ ಬೇಬಿ ಸಿಟ್ಟಿಂಗ್ ಸೆಂಟರ್‌ಗೆ..." ಪೂರ್ತಿ ಮಾಡುವ ಮುನ್ನವೇ "ಡೋಂಟ್ ವರೀ, ಸತ್ಯಾಗ್ರಹ ಮಾಡೋಣ. ಚೈತನ್ಯನ ಕೋ–ಆಪರೇಟ್ ನಮ್ಗೆ ಸಿಕ್ಕುತ್ತೆ. ಮಿನ್ನಿನ ನಮ್ಮ ಜೊತೆ ಕೂಡಿಸ್ಕೋಬಹ್ದು. ಅನುಮಾನ ಇರೋದು ಅಪ್ಪನ ಬಗ್ಗೆ... ನಮ್ಮ ಡ್ಯಾಡಿ ಚಂದ್ರಪ್ರಕಾಶ್ ಬಗ್ಗೆ. ಸೂರ್ಯಣ್ಣ ಹೇಗೆ ತಂದೆಗೆ ವಿಧೇಯನೋ ಮಗನ ಮಾತಿಗೆ ಈ ಚಂದ್ರಪ್ರಕಾಶ್ ಅಷ್ಟೇ ವಿಧೇಯರು. ಇದೊಂದು ಸೀರಿಯಸ್... ಸೀಕ್ರೆಟ್. ಎಂದಾದ್ರೂ ಏಕಾಂತದಲ್ಲಿ ಅಣ್ಣನ ಹತ್ರ ಬಾಯಿ ಬಿಟ್ಟರಿ, ನಾನು ನನ್ನ ಡ್ಯಾಡ್‌ಗಿಂತ... ಆ ಪುಣ್ಯಾತ್ಮನಿಗೆ ಹೆಚ್ಚು ಹೆದರೋದು. ರಿಯಲೀ ಫೆಂಟಾಸ್ಟಿಕ್ ಮ್ಯಾನ್ ಸೂರ್ಯಪ್ರಕಾಶ್. ನಾನು ಎಟಕಿಸಿಕೊಳ್ಳಲಾರ್ದಷ್ಟು ಎತ್ತರಕ್ಕೆ ಬೆಳೆದಿದ್ದಾನೆ" ಅವನ ಅಭಿಮಾನ ಬೆರೆತ ದನಿಗೆ ಹಾಲು ಜೇನು ಸುರಿದಂತಿತ್ತು. ತನ್ಮಯತೆ ಆವರಿಸಿತು ಹೇಮಳನ್ನ.

ಸ್ವಲ್ಪ ಚೇತರಿಸಿಕೊಂಡು "ಅಷ್ಟೊಂದು ಅಭಿಮಾನ ಇರೋ ಅಣ್ಣನ ಮಾತಿಗೆ ವಿರುದ್ಧವಾಗಿ ಹೇಗೆ ಸತ್ಯಾಗ್ರಹ ಹೂಡುತ್ತೀರಾ?" ಬಾಯಿಗೆ ಕೈ ಅಡ್ಡ ಹಿಡಿದು ನಕ್ಕಳು.

"ವ್ಹಾ, ಪರ್ವಾಗಿಲ್ಲ... ಅತ್ತಿಗೆ! ನಿಮ್ಗೂ ತಮಾಷೆ ಮಾಡೋಕೆ ಬರುತ್ತೆ. ಅಭಿಮಾನ ಇದ್ದ ಮಾತ್ರಕ್ಕೆ ಎಲ್ಲಾನು ಒಪ್ಕೋಬೇಕೂಂತ... ಎಲ್ಲಿದೆ? ದಿಕ್ಕು ತಪ್ಪೋ ಸೂಚನೆ ಕಂಡಾಗ... ಗಾಂಧಿಮಾರ್ಗದಲ್ಲಿ ತಿದ್ದು ಪ್ರಯತ್ನ ಮಾಡ್ಬೇಕು" ಗುಟ್ಟು ಹೇಳುವಂತೆ ಹೇಳಿದಾಗ ಕಿಲಕಿಲ ನಕ್ಕಳು.

ಮೆಟ್ಟಿಲು ಇಳಿದು ಹಾಲ್‌ಗೆ ಬರುತ್ತಿದ್ದ ಸೂರ್ಯಪ್ರಕಾಶ್ ಕಿವಿಗೆ ಇಂಪಾದ ಸಂಗೀತದಂತೆ ಕೇಳಿಸಿತು. ಮೀರಾ ಹೆಚ್ಚು ಹಚ್ಚಿಕೊಂಡಿದ್ದು, ಅವನನ್ನೆ. ಅವನಿಗಾಗಿ ಎದೆಯಲ್ಲಿ ಪ್ರೀತಿಯ ಹೊಂಡವನ್ನೆ ತೆರೆದಿದ್ದಳು. ಎಲ್ಲರೂ ಅದರಲ್ಲಿ ಸೇರ್ಪಡೆಯಾಗುವ ಮುನ್ನ ದೂರ ಸರಿದಿದ್ದು ಮಾತ್ರ ವಿಧಿಯಾಟ.

ಅಲ್ಲೇ ಪೇಪರ್ ಹಿಡಿದು ಕೂತ ಚಂದ್ರಪ್ರಕಾಶ್ "ಬಿ ಕೇರ್‌ಫುಲ್, ಮನೆಯಲ್ಲಿ ಒಂದು ಸಂಘಟನೆ ಶುರುವಾಗಿದೆ. ಮಿನ್ನಿ ಸಮೇತ ಚೈತನ್ಯ, ಭಾನು ಹೇಮ ಕಡೆ ಸೇರ್ಕೊಂಡ್ ಪಿತೂರಿ ನಡೆಸ್ತಾ ಇದ್ದಾರೆ. ನನ್ನ ಮಾತ್ರ ನಿನ್ನ ಪರ ನಿಲ್ಲಿಸಿರೋದು... ಪುಣ್ಯ. ಒಂದು ಸತ್ಯಾಗ್ರಹಕ್ಕೆ ನಿನ್ತಮ್ಮ ನೋಟಿಸ್ ರೆಡಿ ಮಾಡ್ತಾ ಇದ್ದಾನೆ" ಮುಸಿ ನಗುವಿನಿಂದ ಮಗನಿಗೆ ಬಿತ್ತರಿಸಿದರು. ಆಗ ಭಾನುಗೆ ರೂಮಿನ ಬಾಗಿಲು ಹಾಕದಿದ್ದುದು

ಅರಿವಿಗೆ ಬಂತು. ಕೈ ಬಾಯಿ ಮೇಲೆ ಹೋಯಿತು. ಭಯವನ್ನ ನಟಿಸಿದ. ತಂದೆ ಕೋರ್ಟಿನಿಂದ ಹಿಂದಿರುಗಿರುವುದು ಅವನಿಗೆ ಗೊತ್ತಿರಲಿಲ್ಲ.

ಅಲ್ಲಿಗೆ ತಟಸ್ಥಳಾದಳು ಹೇಮ. ಅವಳು ತಿಳಿಸಬೇಕಾದ ವಿಷಯ ಇನ್ನ ತಿಳಿಸಿರಲಿಲ್ಲ. ಆದರೆ ದನಿಯೇಳಲಿಲ್ಲ.

ಮೆಲ್ಲಗೆ ಬಾಯಿ ಮೇಲಿಂದ ಕೈತೆಗೆದ ಭಾನು ಉಸಿರೆಳೆದುಕೊಂಡು "ನಂಗೇನು ಭಯವಿಲ್ಲ! ಈ ಅಟ್ಯಾಕ್‌ನ ನಾನು ನಿರೀಕ್ಷಿಸಿರಲಿಲ್ಲ, ಅಷ್ಟೆ. ಎರಡು ಸಿಂಹಗಳೇ... ಗರ್ಜಿಸಿದರೇ, ಇದೇನು ಕೋರ್ಟಿನ ಕಲ್ಲು ಕಟ್ಟಡವಲ್ಲ ನೋಡಿ" ಪಿಸುಗುಟ್ಟಿದ ಹೇಮಾಳ ಕಿವಿಯ ಬಳಿ.

"ಭಾನು..." ಸೂರ್ಯಪ್ರಕಾಶ್ ಕರೆಗೆ ಎದ್ದು ನಿಂತ ಅಟೆಷನ್‌ನಲ್ಲಿ "ನೀವು ನನ್ನ ಸಪೋರ್ಟ್‌ಗೆ ಇರ್ಬೇಕು. ಚೈತನ್ಯ ಅಂತರ್ಮುಖಿ ಸ್ಥಿತಿಯಲ್ಲಿದ್ದಾನೋ, ಬಹಿರ್ಮುಖಿಯೋ ಗೊತ್ತಿಲ್ಲ. ಎನಿ ವೇ... ನೀವು ನನ್ಜೊತೆ ನಿಲ್ಲಬೇಕು" ಕೀಚಲು ದನಿಯಲ್ಲಿ ಹೇಳಿ, ಹೊರಗೆ ಬಂದ.

ಚಂದ್ರಪ್ರಕಾಶ್ ಕೈಯಲ್ಲಿನ ಪೇಪರ್‌ನ ತೆಗೆದಿಟ್ಟು ಸರಿಯಾಗಿ ಕೂತು ನೋಡಿದರು ಮಗನನ್ನ ನೇರವಾಗಿ. ಗಂಟಲು ಸರಿಮಾಡಿಕೊಂಡು ಮೆಲ್ಲಗೆ ಉಸಿರೆಳೆದುಕೊಂಡ ಭಾನು ಸರ್ವಸಿದ್ಧತೆಯಲ್ಲಿದ್ದಂತೆ ಕಂಡ.

"ಏನು... ವಿಷ್ಯ?" ವಿಚಾರಿಸಿದರು.

ಆಕಡೆ ಈಕಡೆ ಹಿಂದೆಮುಂದೆಯೆಲ್ಲ ನೋಡಿ "ಎಕ್ಸ್‌ಕ್ಯೂಸ್ ಮೀ, ಜಸ್ಟ್ ಎ ಮಿನಿಟ್" ರೂಮಿಗೆ ಬಂದವನೇ "ಬನ್ನಿ, ಅತ್ತಿಗೆ... ಅಪ್ಪ ಎಲ್ಲಾ ಕೇಳ್ಸಿಕೊಂಡ್ಬಿಟ್ಟಿದ್ದಾರೆ. ಒಂಟೊಂಟಿಯಾಗಿ ಎದುರಿಸ್ಬಹ್ದು. ಜೊತೆಯಾಗಿ ಕೂತಿರೋದು ಸಮಸ್ಯೆ ಆಗಿದೆ" ಪೇಚಾಡಿಕೊಂಡ.

"ನಂಗೆ... ಭಯ!" ಎದೆಯ ಮೇಲೆ ಕೈಯಿಟ್ಟುಕೊಂಡಳು. "ಭಯ ಪಡೋಕೆ, ಅವ್ರೇನು... ಸಿಂಹಗಳೇ? ಮಾತಿನ ಸಿಂಹಗಳೇ... ನಾವು ಸನ್ನದ್ಧರಾಗಿ ಹೋದರೇನು ಭಯವಿಲ್ಲ" ಅವಳು ಕೊಸರಿಕೊಂಡರೂ ಬಿಡದೇ ಕೈಹಿಡಿದು ಎಳೆದೊಯ್ದ.

ಬಂದನಗು ಪ್ರದರ್ಶನವಾಗಬಾರದೆಂದು ಸೂರ್ಯ ಗಲ್ಲದ ಸಮೇತ ತುಟಿಗಳನ್ನ ಕೂಡ ಕೈಯಿಂದ ಮುಚ್ಚಿಕೊಂಡರು. ಅದು ಭಾನುಗೊಬ್ಬನಿಗೆ ಮಾತ್ರ ಕಂಡಿತು.

ಕನ್ನಡಕದೊಳಗಿನ ಕಣ್ಣುಗಳನ್ನ ಕಿರಿದಾಗಿಸಿ ಹೇಮಾ, ಭಾನುಪ್ರಕಾಶ್‌ನ ಬದಲಿಸಿ ಬದಲಿಸಿ ನೋಡಿದ ಚಂದ್ರಪ್ರಕಾಶ್. "ಏನು... ವಿಷ್ಯ?" ವಾದದ ದಾಟಿಗೆ ಇಳಿದರು.

ಮೊದಲು ಅಣ್ಣನ ಕಡೆ ನೋಡಿದ ಭಾನುಪ್ರಕಾಶ್ ಅತ್ತಿಗೆಯ ಕಡೆ ನೋಡಿ "ಯುವರ್ ಆನರ್, ತಾಯಿ ಒಪ್ಗೇ ಇಲ್ದೆ ಮಗುನ ಬೇಬಿ ಸಿಟ್ಟಿಂಗ್ ಸೆಂಟರ್‌ಗೆ ಸೇರಿಸೋದು ಎಷ್ಟೊಂದು ಸಮಂಜಸ? ಮಿನ್ನಿನ ಕಳಿಸೋಕೆ ಅತ್ತಿಗೆ ಇಷ್ಟಪಡೋಲ್ಲ. ಇದ್ಕೆ ನನ್ನ, ಚೈತನ್ಯನ ಬೆಂಬಲವಿದೆ. ಈ ಕಡೆ ನ್ಯಾಯ ಇರೋದ್ರಿಂದ... ನೀವು ಕೂಡ ನಮ್ಮಕಡೆನೆ

ನಿಲ್ಲಬೇಕು." ಒಂದೊಂದೇ ಪದವನ್ನ ಹೆಕ್ಕಿಹೆಕ್ಕಿ ಪೋಣಿಸಿದ್ದು ಸುಂದರವಾದ ಮಾಲೆಯಂತೆ. ಸುವಾಸನೆಯುಕ್ತವಾಗಿತ್ತು, ನೋಡಲು ಚೆಂದವಿತ್ತು.

ಇಂಥ ಸಂದರ್ಭಗಳು, ಸನ್ನಿವೇಶಗಳು ಬದುಕನ್ನ ಅರ್ಥಪೂರ್ಣವಾಗಿರಿಸುತ್ತೆ.

ಸೂರ್ಯಪ್ರಕಾಶ್ ಹೇಮ ಕಡೆ ನೋಡಿದ. ಕಣ್ಣಲ್ಲಿ ಕಂಬನಿ ಜಿನುಗಿತ್ತು.

"ಸದ್ಯಕ್ಕೆ ನೀನು ಸತ್ಯಾಗ್ರಹ ಮಾಡೋ ಅಗತ್ಯವಿಲ್ಲ. ಆಗ್ಲೇ ವಿಷ್ಯ ತೀರ್ಮಾನವಾಗಿದೆ. ಅಂತೂ ಸಂಘಟನೆ ಮಾಡೋದ್ರಲ್ಲಿ ನಿಸ್ಸೀಮ" ತಮ್ಮನ ಬಗ್ಗೆ ಕಡೆಯಲ್ಲಿ ಮೆಚ್ಚಿಗೆಯಾಡಿದ ಕೂಡ.

ಚಂದ್ರಪ್ರಕಾಶ್ ಪೇಪರ್ ಕೈಗೆತ್ತಿಕೊಂಡರು. ಹರ್ಷಗೊಂಡಿತ್ತು ಅವರ ಮನ. ಈ ಮನೆಗೆ ಹೊಸತನ, ಹರುಷ ತಂದ ಹೇಮ ಸುಖವಾಗಿರಬೇಕು. ಅಂಥ ಒಂದು ಬೆಳವಣಿಗೆಯನ್ನ ನೋಡಿ ಆನಂದತುಂದಿಲರಾದರು.

ಹೇಮ ತಣ್ಣಗೆ ಸರಿದುಹೋದಾಗ ಭಾನುಪ್ರಕಾಶ್ ಹಿಂಬಾಲಿಸಿದ "ಅತ್ತಿಗೆ, ಏನು ತೀರ್ಮಾನವಾಗಿದೇಂತ ನೀವು ನಂಗೆ ತಿಳಿಸೋದ್ಬೇಡ. ನೀವೇ ವಿರೋಧ ಪಕ್ಷದವ್ರ ಜೊತೆಯಲ್ಲಿ ಷಾಮೀಲಾಗ್ಬಿಟ್ರೇ, ನಿಮ್ಮ ಹಿಂಬಾಲಕರ ಗತಿಯೇನು?" ತಲೆಯ ಮೇಲೆ ಕೈಹೊತ್ತು ನಿಂತ.

"ಸಾರಿ... ಸಾರಿ... ನಾನು ಅದ್ನ ತಿಳಿಸ್ಬೇಕೂಂತಲೇ ಬಂದಿದ್ದು. ನೀವು ಅವಕಾಶನೇ ಕೊಡ್ಲಿಲ್ಲ, ನಾನೇನ್ಮಾಡ್ಲಿ?" ತೀರಾ ಮೃದುವಾದ ದನಿಯಿಂದ ಹೇಳಿದಳು. ಅವಳಿಗೆ ಒಂದು ರೀತಿಯ ಗಡಿಬಿಡಿ. ಇಂಥ ತಪ್ಪುಗಳಿಂದ ಇವರುಗಳ ವಿಶ್ವಾಸ ಎಲ್ಲಿ ಕಳೆದುಕೊಂಡುಬಿಡುವೆನೋ ಎನ್ನುವ ಭಯ.

ಗೆಲುವಾದ ಸ್ವಲ್ಪ "ಡೋಂಟ್‌ವರೀ, ಅತ್ತಿಗೆ. ನಿಮ್ಗೆಷ್ಟು ಭಯಾನೋ, ನಂಗೂ ಅಷ್ಟೇ ಭಯ! ನಿಮ್ಮ ಪ್ರೀತಿ, ಆತ್ಮೀಯತೆ, ಮನೆಯಲ್ಲಿ ಮೂಡಿರುವ ಬೆಳಕನ್ನ ಯಾವ ಕಾರಣಕ್ಕೂ ಕಳ್ಕೊಳ್ಳೋಕೆ ಇಷ್ಟಪಡೋಲ್ಲ. ಅಣ್ಣ, ನಾನು ಮುಳುಗಿರೋ ಜಗತ್ತಿನಿಂದ ಸುತ್ತಮುತ್ತ ಜನಕ್ಕಾಗಿ, ಸ್ವಂತದವ್ರಿಗಾಗಿ ಇನ್ನ ಸಂವೇದನೆ ಕಾಯ್ದಿಟ್ಟಿದ್ದಾನೆ ಅನ್ನೋದೆ ಸಂತೋಷ" ಹುಡುಗಾಟದ ಭಾನುಪ್ರಕಾಶ್ ಅನುಭವಯುಕ್ತವಾದ ಮಾತುಗಳನ್ನಾಡಿದ.

ಇಂಥ ಸಂದರ್ಭಗಳು, ಸನ್ನಿವೇಶಗಳು ಭಾನುಪ್ರಕಾಶ್ ಬಗ್ಗೆ ಇದ್ದ ಸಂಕೋಚವನ್ನ ಕಡಿಮೆ ಮಾಡಿತು.

* * *

ಪ್ರೊಫೆಸರ್ ಕೃಷ್ಣಮೂರ್ತಿಗಳು ಹೆಂಡತಿಯ ಕಾಳಿಕಾವತಾರ ನೋಡಿ ಬೆಚ್ಚಿದರು. ಆಕೆಯಂತೂ ಭೂಮಿ, ಆಕಾಶ ಒಂದು ಮಾಡಿದರು. ಮನೆಯಲ್ಲಿದ್ದವರಿಗೆಲ್ಲ ಸಹಸ್ರನಾಮಗಳು.

"ಹೇಗೆ ಕೊಟ್ರಿ, ಮಗುನಾ? ದಿನಗಳ ಮಗುನ ನನ್ನ ಮಡಿಲಲ್ಲಿ ಹಾಕಿ, ಅವ್ಳು ಕಣ್ಮುಚ್ಚಿಕೊಂಡ್ಲು. ಆದರೆ ನಾನು ಬದ್ಕಿದ್ದೀನಲ್ಲ. ಆ ಮಗುನ ಪರದೇಶಿ ಆಗೋಕೆ ನಾನು...

ಬಿಡ್ತೀನಾ! ಖಂಡಿತ ಬಿಡೋಲ್ಲ. ಹೇಗೆ ಕೊಟ್ಟಿರಿ... ಮಗುನಾ?" ದನಿ ಚಾವಣಿಯೆತ್ತರಕ್ಕೇರಿತು.

"ಬಿ.ಪಿ. ಏರುತ್ತೆ, ಸುಮ್ನೆ ಕೂತ್ಕೋ" ಭುಜಗಳ ಮೇಲೆ ಕೈಯಿಟ್ಟು ಹೆಂಡತಿಯನ್ನ ಕೂಡಿಸಿದರು ಬಲವಂತದಿಂದ. ಆಕೆಯ ಮುಖ ಕೆಂಪೇರಿತ್ತು. "ನಂಗೆ ಸಹಿಸೋಕೆ ಆಗ್ತಾ ಇಲ್ಲ. ಇದು ಇನ್‌ಸಲ್ಟ್. ಇದ್ವರ್ಗೂ ಆ ಮಗು ಏನಾಗಿ ಹೋಗಿದ್ಯೋ. ತಾಯಿ ಸತ್ತ ಮೇಲೆ ತಂದೆ ದಾಯಾದಿ ಅಂತಾರೆ. ಮಲತಾಯಿ... ಮಲತಾಯಿನೇ..." ಅಬ್ಬರಿಸಿದರು, ಅತ್ತು ಗೋಳಾಡಿದರು.

ಮೊದಲ ಸೊಸೆ ಬಂದು ಪಕ್ಕದಲ್ಲಿ ಕೂತು "ಈಗ್ಲೂ ಏನು ತೊಂದರೆ ಇಲ್ಲ. ಬೇಕೂಂದರೇ... ತಂದ್ಕೋಬಹ್ದು. ಅದ್ನ ಹೇಳಿಯೇ ಅವುಗಳು ತಗೊಂಡ್ಹೋಗಿರೋದು. ಈಗ್ಲೇ ಫೋನ್ ಮಾಡೋಣ" ಅತ್ತೆಯನ್ನ ಸಮಾಧಾನಿಸಲು ತನ್ನ ಬುದ್ಧಿ ಪೂರ್ತಿ ಖರ್ಚು ಮಾಡಬೇಕಾಯಿತು ಆ ಹೆಣ್ಣು.

ಅಂತೂ ಇಂತು ಮನೆಯವರೆಲ್ಲ ಹೇಳಿ ಆಕೇನ ಒಂದು ಹಂತಕ್ಕೆ ತಂದರು. 'ಮಿನ್ನಿಯನ್ನ ಹಿಂದಕ್ಕೆ ಪಡೆಯುವ ತೀರ್ಮಾನವನ್ನ ಸರ್ವಾನುಮತದಿಂದ ಅಂಗೀಕರಿಸಲಾಯಿತು.'

"ಈಗ್ಲೇ, ಫೋನ್... ಮಾಡಿ" ಗಂಡನಿಗೆ ಅಣತಿ ಇತ್ತರು.

ಮಕ್ಕಳ ಸಹಾಯ ಸಿಗದೆಂದು ಅರಿತ ಪ್ರೊಫೆಸರ್ ಕೃಷ್ಣಮೂರ್ತಿಗಳು ತಾವೇ ಫೋನ್‌ನ ಬಟನ್‌ಗಳನ್ನೊತ್ತಿದರು ಕೆಳಗಿಟ್ಟರು ತಟ್ಟನೇ.

"ಈ ಸಮಯದಲ್ಲಿ ಚಂದ್ರಪ್ರಕಾಶ್ ಸಿಗೋಲ್ಲ. ತಂದೆ ಇಲ್ದೇ ಸೂರ್ಯಪ್ರಕಾಶ್ ಯಾವ್ದೇ ನಿರ್ಣಯ ತಗೋಳೊಲ್ಲ. ರಾತ್ರಿ ಹತ್ತರ ಮೇಲೆ ಎಲ್ಲಾ ಫ್ರೀಯಾಗಿ ಮನೆಯಲ್ಲೆ ಇರ್ತಾರೆ. ಆಗ ಕಾಂಟ್ಯಾಕ್ಟ್ ಮಾಡಿದರೆ ಸೂಕ್ತ" ಇದು ಕೃಷ್ಣಮೂರ್ತಿಗಳ ಅಭಿಪ್ರಾಯ. ಅದನ್ನ ದೇವಕಿ ಒಪ್ಪಿದರು.

"ಐ ಡೋಂಟ್ ಲೈಕ್ ಇಟ್. ನಂಗೆ ನಿಮ್ಮ ವರಸೆ ಎಂದೂ ಇಷ್ಟವಾಗ್ದು. ರಾತ್ರಿ ಅವರನ್ನೇನು ಕೇಳೋದು, ನಡೀರಿ ಈಗ ಹೋಗಿ ಮಗೂನ ತಂದ್ಬಿಡೋಣ" ಒಂದು ನಿರ್ಣಯಕ್ಕೆ ಬಂದರು.

ಮಗನಿಗೆ ಇದು ಒಪ್ಪಿಗೆಯಾಗಲಿಲ್ಲ. ಚಂದ್ರಪ್ರಕಾಶ್ ಸೂರ್ಯಪ್ರಕಾಶ್‌ಗಿದ್ದ ಸ್ಟೇಟಸ್ ಗೊತ್ತು. ನಾಳೆ ಹೆಚ್ಚುಕಮ್ಮಿಯಾದರೇ ತೊಂದರೆಗೆ ಸಿಕ್ಕಿಹಾಕಿಕೊಳ್ಳಬೇಕಾಗುತ್ತೆ.

"ಅಣ್ಣಾ, ಹೇಳೋದು... ಸರಿ! ಅವ್ರು ನಮ್ಗೇನು ಶತ್ರುಗಳು ಅಲ್ಲ, ತುಂಬ ಒಳ್ಳೇ ಜನ. ಮೀರಾ ಸತ್ತಿರಬಹ್ದು. ನಾವು ಅವುಗಳ ಸಂಬಂಧ ಬೆಳೆಸಿದ್ದು ಮರೆಯಾಗಿ ಹೋಗೋಲ್ವಲ್ಲ. ಅನಗತ್ಯವಾಗಿ ಯುದ್ಧ ಘೋಷಿಸೋದು ವಿವೇಕವಂತರ ಲಕ್ಷಣವಲ್ಲ" ಬುದ್ಧಿ ಹೇಳಿದ. ಪರೋಕ್ಷವಾಗಿ ಇದಕ್ಕೆ ತಮ್ಮ ಸಹಕಾರವಿಲ್ಲವೆಂದು ಹೇಳಿದಂತಾಯಿತು.

ಮೇಲೆದ್ದ ದೇವಕಿ ತಾನೇ ಕಾರಿನ ಕೀ ತಗೊಂಡು ಹೊರಟಾಗ, ಕೃಷ್ಣಮೂರ್ತಿ

ಹೆಂಡತಿಯ ರಟ್ಟೆ ಹಿಡಿದು "ಆತುರದಿಂದ ಅನಾಹುತಗಳೇ ಜಾಸ್ತಿ. ತಂದೆ, ಮಕ್ಕ ಬಗ್ಗೆ ನಿಂಗೆ ಗೊತ್ತು. ನೀನು ಪ್ರೆಸಿಡೆಂಟ್ ಆಗಿರೋ ಅಬಲಾಶ್ರಮದಲ್ಲಿ ಒಂದು ಸಾವು ಆಯ್ತು. ಹೇಗೋ, ಮುಚ್ಚಿಹೋಯ್ತು. ನಿನ್ನ ಅವಿವೇಕದಿಂದ ಅವ್ರೇನಾದ್ರೂ ಹಠಕ್ಕೆ ಬಿದ್ದರೇ... ಮುಲಾಜಿಲ್ಲದೆ ಒಳಕ್ಕೆ ಕಳ್ಸಿಬಿಡ್ತಾರೆ. ನೀನು ಮೊದ್ಲೇ ಬೈಲ್ ತಗೊಂಡ್ಬಿಡು" ಬಾಂಬ್ ಸಿಡಿಸಿದರು. ಯಾರೊಂದಿಗೂ ಹಗೆತನ ಬೇಡದ ವ್ಯಕ್ತಿ ಆತ.

ಸುಮ್ಮನೆ ಕೂತ ದೇವಕಿ ಬಿಕ್ಕಿಬಿಕ್ಕಿ ಅತ್ತು ಅತ್ತು ಒಂದು ಸೀನ್ ಕ್ರಿಯೇಟ್ ಮಾಡಿಬಿಟ್ಟರು. ನಿರಾಯಾಸವಾಗಿ. ಮಿನ್ನಿ ಬಿಟ್ಟು ಮೂರು ಮೊಮ್ಮಕ್ಕಳು ಇದ್ದರು. ಆದರೆ ಮಗಳ ಮಗು ಮೇಲೆ ವಿಪರೀತ ಪ್ರೇಮ. ಮಗಳು ಸತ್ತ ಕೊರಗನ್ನ ಅವಳಿಂದ ತುಂಬಿಕೊಳ್ಳಲು ಬಯಸಿದ್ದು ತಪ್ಪಲ್ಲ, ಆದರೆ ನೂರೆಂಟು ಸಾಮಾಜಿಕ ಕಾರ್ಯಗಳನ್ನ ಗಂಟು ಹಾಕಿಕೊಂಡಿದ್ದೇ ಅಪರಾಧವಾಗಿತ್ತು. ಅದರ ಸಲುವಾಗಿ ಆಕೆ ಹೆಚ್ಚು ಹೊರಗೆ ಉಳಿಯಬೇಕಾಗುತ್ತಿದ್ದುದೇ ಒಂದು ದೊಡ್ಡ ಸಮಸ್ಯೆಯೆ!

"ಸಮಾಧಾನ ಮಾಡ್ಕೊಮ್ಮ. ರಾತ್ರಿ ಚಂದ್ರಪ್ರಕಾಶ್‌ನೊಂದಿಗೆ ನೇರವಾಗಿಯೇ ಮಾತಾಡೋಣ. ಉತ್ತಮ ಜನರೊಂದಿಗೆ ಘರ್ಷಣೆ ಬೇಡ" ಚಿಕ್ಕ ಮಗ ಮಗುವಿನಂತೆ ಸಂತೈಸಿದ.

ಅಂತು, ಅವರಿಗೆ ಕ್ಷಣಗಳು ಗಂಟೆಗಳಾದಂತೆ ಕಾದೇ ಕಾದರು.

ಹತ್ತರ ಸುಮಾರಿಗೆ ಫೋನ್ ಮಾಡಿದಾಗ, ಫೋನೆತ್ತಿದ್ದು ಭಾನುಪ್ರಕಾಶ್. "ಹಲೋ, ದಯವಿಟ್ಟು ಅಪ್ಪ, ಅಣ್ಣ ಡಿಸ್ಕರ್ಷನ್‌ನಲ್ಲಿದ್ದಾರೆ. ಆಮೇಲೆ ಫೋನ್ ಮಾಡಿ" ಎಂದ. ಅವನು ಫೋನ್ ಅಟೆಂಡ್ ಮಾಡಿ ಮಾಡಿ ಸಾಕಾಗಿದ್ದ.

"ಆಗ್ಲೇ, ಹತ್ತು ಆಯ್ತು. ಮಧ್ಯ ರಾತ್ರಿಯಲ್ಲಿ ಫೋನ್ ಮಾಡಿ ಮಾತಾಡೋಣ್ವಾ?" ಗಂಡನ ಕೈಯಿಂದ ಫೋನ್ ಕಿತ್ತುಕೊಂಡ ದೇವಕಿ ಅಸಹನೆಯಿಂದ ಸಿಡಿದಳು. "ಟ್ರೈ ಮಾಡಿ... ನೋಡಿ" ಫೋನಿಟ್ಟೇ ಬಿಟ್ಟ.

ಹಿಂದೆ ಮತ್ತೆ ರಿಂಗಾಯಿತು. ಮುಖ್ಯವಾದ ಡಿಸ್ಕರ್ಷನ್ ಇದ್ದಿದ್ದರಿಂದ ಮೇಲಿನ ಎರಡು ಲೈನ್‌ಗಳನ್ನ ಡಿಸ್‌ಕನೆಕ್ಟ್ ಮಾಡಿ, ತೀರಾ ಇಂಪಾರ್ಟೆಂಟ್ ಇದ್ದರೇ ಮೆಸೇಜ್ ಕಲೆಕ್ಟ್ ಮಾಡಿಕೋಂತ ಭಾನುಪ್ರಕಾಶ್‌ಗೆ ಹೇಳಿದ್ದರು.

"ಹಲೋ..." ಎಂದ. ಅದೇ ಸಿಡಿದ ವಾಯ್ಸ್ "ಫೋನಿಡ್ಬೇಡ, ನಾನು ಚಂದ್ರ ಪ್ರಕಾಶ್ ಕಕ್ಷಿಗಾರಳಲ್ಲ, ಪ್ರೊಫೆಸರ್ ಕೃಷ್ಣಮೂರ್ತಿಯವ್ರ ಧರ್ಮಪತ್ನಿ, ಸೂರ್ಯಪ್ರಕಾಶ್ ಅತ್ತೆ, ಮೀರಾ ತಾಯಿ" ಪೂರ್ಣ ವಿಳಾಸವನ್ನ ಕೊಟ್ಟರು ಆಕೆ.

"ಸಾರಿ ಆಂಟಿ... ನಾಳೆಯೊಂದು, ಇಂಪಾರ್ಟೆಂಟ್ ಛಾಲೆಂಜಿಂಗ್ ಕೇಸಿದೆ. ಆ ಡಿಸ್ಕರ್ಷನ್‌ನಲ್ಲಿ ಮುಳುಗಿಬಿಟ್ಟಿದ್ದಾರೆ. ಹೇಗಿದ್ದೀರಾ, ಯಾವಾಗ್ಬಂದ್ರಿ?" ಕುಶಲ ವಿಚಾರಿಸಿದ ಸಹನೆಯಿಂದ. ಆಕೆಯನ್ನ ಆ ಮನೆಯಲ್ಲಿ ಬಹಳ ಚೆನ್ನಾಗಿ ಬಲ್ಲವ ಬಹುಶಃ ಇವನೊಬ್ಬನೆ.

"ನಾಳೆ ಬೆಳಿಗ್ಗೆ ಬಂದು ಮಿನ್ನಿನ ಕರ್ಕೊಂಡ್ಹೋಗ್ತೀನಿ. ನಾನು ಇಲ್ದೇ ಇರೋ

ಸಮಯನ ನೋಡಿ ಬ್ಲಾಕ್‌ಮೇಲ್ ಮಾಡಿ ನೀನು, ಆ ಹೊಸ ಹುಡ್ಗಿ ಮಗುನ ಎತ್ಕೊಂಡ್ ಹೋಗಿದ್ದೀರಾ. ನಾನು ಮನಸ್ಸು ಮಾಡಿದ್ರೆ ಪೊಲೀಸ್‌ಗೆ ಕಂಪ್ಲೇಂಟ್ ಕೊಟ್ಟು ಮಗುನ ಕರೆಸಿಕೊಳ್ಳಬಲ್ಲೆ" ಆಕೆಯ ವಿವೇಕ ಸತ್ತಿತ್ತು. ದೊಡ್ಡದಾಗಿ ರೋಪ್ ಹಾಕಿದ್ದು ತಲೆ ಕೆಟ್ಟೆ.

ಭಾನುಪ್ರಕಾಶ್ ಮುಖ ಕೆಂಪಾಯಿತು.

"ನೀವಂತು... ಬರ್ಬೇಡಿ. ಪೊಲೀಸ್ ಕಳ್ಸಿ ಮಗುನ ಕರ್ಸಿಕೊಳ್ಳಿ" ಫೋನಿಟ್ಟ ಅವನಿಗೆ ಮೈಯೆಲ್ಲ ಉರಿದುಹೋಯಿತು. 'ಪೊಲೀಸ್...' ಹಲ್ಲುಗಳನ್ನ ಕಚ್ಚಿಡಿದ.

ತಂದೆ, ಅಣ್ಣ ಕೆಳಗಿಳಿದು ಬರೋವರೆಗೂ ಶಥಃಪಥಃ ಹಾಕುತ್ತಿದ್ದುದನ್ನು ಕಂಡು ಅಚ್ಚರಿಗೊಂಡಳು ಹೇಮ.

"ಯಾಕೋ ಒಂದು ತರಹ ಇದ್ದೀಯಲ್ಲ ಭಾನು? ನೀನ್ಹೋಗಿ ಹಾರ್ಲಿಕ್ಸ್ ಕುಡ್ದು ಓದ್ಕೋ. ಮಿಕ್ಕ ಫೋನ್ ಕಾಲ್‌ಗಳ್ನ ನಾನು ಅಟೆಂಡ್ ಮಾಡಿ, ಮೆಸೆಜ್‌ನ ನೋಟ್ ಮಾಡ್ಕೋತೀನಿ" ಅಂದಳು.

"ಬೇಡ, ನೀವ್ಹೋಗಿ ಮಲ್ಗಿಕೊಳ್ಳಿ. ಅಪ್ಪ, ಅಣ್ಣ ಬರೋವರ್ಗ್ಗೂ ನಾನು ಎದ್ದಿರಲೇ ಬೇಕು" ಹೇಮಾನ ಬಲವಂತದಿಂದ ಕಳಿಸಿದ.

ದೇವಕಿ ನೋವು, ದುಃಖ ತೋಡಿಕೊಂಡಿದ್ದರೇ ಸಂತೈಸಬೇಕಾಗಿತ್ತು. ಆಕೆ ಸಾರಿದ್ದು ಯುದ್ಧವನ್ನ. ಅದು ಧರ್ಮ ಯುದ್ಧವಲ್ಲ.

ಹನ್ನೆರಡು ಗಂಟೆಯಾಗಿತ್ತು. ಚಂದ್ರಪ್ರಕಾಶ್, ಸೂರ್ಯಪ್ರಕಾಶ್ ಕೆಳಗಿಳಿದು ಬರಲು. ಒಂಟಿಯಾಗಿ ಕೂತ ಭಾನುನ ನೋಡಿ ಗಾಬರಿಗೊಂಡರು.

"ಏನು ವಿಷ್ಯ? ಚೈತನ್ಯ ಮನೆಗೆ ಬಂದಿದ್ದಾನೆ ತಾನೇ?" ಸಹಜವಾಗಿ ಕೇಳಿದರು ಚಂದ್ರಪ್ರಕಾಶ್. ಈಚೆಗೆ ಸದಾ ಯಾವುದೋ ಮೂಡ್‌ನಲ್ಲಿ ಮೌನಿಯಾಗಿರುತ್ತಾನೆ. ಏಕಾಂಗಿಯಾಗಿ ಕಣ್ಮುಚ್ಚಿ ಕೂಡುವ ವಿಷಯ ಕೂಡ ಗೊತ್ತು.

"ಊ್ಞ, ಇದ್ದಾನೆ" ಅಂದವನು ಮುಂದುವರಿಸಿದ "ಅರ್ಜೆಂಟಾಗಿ ನಿಮ್ಹತ್ರ ಮಾತಾಡೋದಿದೆ, ಡ್ಯಾಡ್" ಅಸಹನೆ, ಕೋಪ ಎರಡೂ ಮಿಶ್ರವಾಗಿತ್ತು. ಅವನ ಮುಖದಲ್ಲಿ. ಪ್ರತಿಯೊಂದನ್ನು ಸರಳವಾಗಿ, ತುಂಬ ಈಸಿಯಾಗಿ ತಗೊಳ್ಳುತ್ತಿದ್ದ ಇವನಿಗೆ ಏನಾಗಿದೆ?

ಮಗನ ಭುಜದ ಮೇಲೆ ಕೈಯಿಟ್ಟು "ಡೋಂಟ್ ಬಿ ಎಕ್ಸೈಟೆಡ್, ಬಾ... ಹೋಗೋಣ" ತಮ್ಮ ಬೆಡ್‌ರೂಮಿಗೆ ಕರೆದೊಯ್ದರು. ಸೂರ್ಯಪ್ರಕಾಶ್ ಹಿಂಬಾಲಿಸಿದ.

ತಾವೇ ಒಂದು ಗ್ಲಾಸ್ ತಣ್ಣನೆಯ ನೀರು ಬಗ್ಗಿಸಿ ಮಗನಿಗೆ ಕೊಟ್ಟು ಕೂತು "ಈಗ್ಹೇಳು, ಏನು ವಿಷ್ಯ?" ಕೇಳಿದರು.

ಸ್ವಲ್ಪ ಉದ್ವಿಗ್ನನಾಗಿಯೇ ವಿವರಿಸಿದ.

"ಡೋಂಟ್ ವರಿ, ಆಕೆ ಸಮಾಜಸೇವಕಿಯಲ್ಲವಾ. ಈ ತರಹ ಮಾತಾಡೋದು ಅನಿವಾರ್ಯವಾಗಿರುತ್ತೆ. ಬರಲಿ... ಬಂದ್ಮೇಲೆ... ನೋಡೋಣ. ಆಡಿದ ಮಾತಿನ ಪ್ರಕಾರ

ನಡ್ಯೋಕೆ ಆಗೋಲ್ಲ ಬಿಡು. ದೇವಕಿ ಕಲಿತವರು. ಅಷ್ಟಿಷ್ಟು ಲಾ ಕೂಡ ಗೊತ್ತು. ಯಾವಾಗ್ಲೂ, ಸಂಬಂಧಗಳ್ನ ಕಾನೂನೆಂಬ ಚಾಕುನ ಹಿಡ್ದು ಪರೀಕ್ಷಿಸೋಕೆ ಹೋಗ್ಬಾರ್ದು. ಅದು ಕಡೆಯ ಹಂತ" ಮಾರ್ಮಿಕವಾಗಿ ನುಡಿದರು.

ಸೂರ್ಯಪ್ರಕಾಶ್ ಮೌನ ವಹಿಸಿದ. ಹೆಚ್ಚು ಮಾತಾಡುವ ಮೀರಾ ತಾಯಿ ದೇವಕಿ ಗೊತ್ತು. ಅಂದು ಮಗಳ ಹೆಣದ ಮೇಲೆ ಬಿದ್ದು ಗೋಳಾಡಿ ಪ್ರಜ್ಞೆ ತಪ್ಪುತ್ತಿದ್ದ ಹೆತ್ತ ಕರುಳಿನ ಸಂಕಟವನ್ನ ಈ ಕಣ್ಣಾರೆ ನೋಡಿದ್ದ. ಮಗಳ ರೂಪವನ್ನ ಮೊಮ್ಮಗಳಲ್ಲಿ ಕಾಣಬೇಕೆಂದು ಬಯಸುವುದು ತಪ್ಪಲ್ಲ.

"ಭಾನು, ಏಳು... ಅಪ್ಪ ಮಲಗಿಕೊಳ್ಳಿ. ಈಗ್ಲೇ ತುಂಬ ಹೊತ್ತಾಯ್ತು" ತಮ್ಮನನ್ನ ಎಬ್ಬಿಸಿಕೊಂಡು ಹೊರಬಂದವನು ಒಂದು ಮಾತು ಕೂಡ ಆಡದೇ ಬೆಡ್‌ರೂಮಿಗೆ ಹೋದ.

ಮೂವರು ಸಹಜವಾಗಿ 'ಅಪ್ಪ' ಎಂದು ಕೂಗಿದರೂ ಅವರವರಲ್ಲಿ ಸಂಬೋಧಿಸುವಾಗ, ಇಲ್ಲ ಕೆಲವೊಮ್ಮೆ 'ಡ್ಯಾಡ್' ಎನ್ನುವ ಪದಗಳು ಕೂಡ ಹೊರ ಬೀಳುತ್ತಿತ್ತು.

ಮಲಗಿ ಕಣ್ಮುಚ್ಚಿದ ಮೀರಾನ ಇಲ್ಲೇ ಉಳಿಸಿಕೊಳ್ಳಲು ಪ್ರಯತ್ನಪಟ್ಟಿದ್ದ. ದೇವಕಿ ಯದು ಒಂದೇ ಪಟ್ಟು "ಬೇಡಿ, ನಂಗ್ಯಾಕೋ ಭಯವಾಗಿದೆ. ಬಸುರಿ ಹೆಣ್ಣು ಬಿದ್ದು ಪೆಟ್ಟು ಮಾಡಿಕೊಳ್ಳೋದು ಅಂದ್ರೇನು. ಸದ್ಯಕ್ಕೆ ಡೆಲಿವರಿ ಆಗೋವರ್ಗೂ ನಮ್ಮಲ್ಲೇ ಇರ್ಲಿ. ಹೇಗೂ ಒಂದೇ ಊರು, ನೀವು ಅಲ್ಲೇ ಉಳ್ದುಕೊಳ್ಳಬಹ್ದು" ಆಕೆಯ ಸಲಹೆಯನ್ನ ಎಂದೂ ಪುರಸ್ಕರಿಸಲಿಲ್ಲ.

ಆಗಾಗ ಹೋಗುತ್ತಿದ್ದ. ಕೆಲವೊಮ್ಮೆ ಫೋನ್ ಮಾಡಲಾರದಷ್ಟು ಬಿಜಿ. 'ಇಲ್ಲೇ... ಇದ್ಬಿಡಿ' ಮೀರಾ ವಿನಂತಿಯನ್ನು ತಳ್ಳಿ ಹಾಕಿದ್ದ. "ಆಗೋಲ್ಲ ಮೀರಾ, ಇಡೀರಾತ್ರಿ ಕೆಲವೊಮ್ಮೆ ಫೈಲುಗಳ ಮಧ್ಯೆ ಆಫೀಸ್‌ನಲ್ಲಿ ಉಳಿಯಬೇಕಾಗುತ್ತೆ. ಇಲ್ಲಿ ಹೇಗಿರೋಕೆ ಸಾಧ್ಯ? ಅಲ್ಲಿ ತಾನೇ, ನಿಂಗೇನು ತೊಂದರೆ? ನಿನ್ನ ಶುಶ್ರೂಷೆಗೆ ಒಬ್ಬ ಸಿಸ್ಟರ್‌ನ ಗೊತ್ತುಮಾಡೋಣ. ಬೇಕಾದ್ರೆ, ನಿಮ್ಮಮ್ಮ ಬಂದು ಅಲ್ಲೇ ಇರಲಿ ಹೆರಿಗೆ ಆಗುವವರೆಗೆ."

ಬಹುಶಃ ಅವಳು ಒಪ್ಪುತ್ತಿದ್ದಳೇನೋ, ಆದರೆ ದೇವಕಿ ಸುತರಾಂ ಒಪ್ಪರು. ಒಂದಲ್ಲ ಒಂದು ಕಾರ್ಯಕ್ರಮವೆಂದು ಓಡಿಯಾಡುವ ಸೋಷಿಯಲ್ ವರ್ಕರ್ ಮನೆಯಲ್ಲಿ ಹಗ್ಗದಿಂದ ಬಿಗಿದುಕೊಂಡು ಕೂತಿರಲು ಸಾಧ್ಯವಿರಲಿಲ್ಲ.

"ಬೇಡ, ಬೇಡ... ಡೆಲಿವರಿ ಆಗೋವರ್ಗೂ ಇಲ್ಲೇ ಇರ್ಬೇಕು. ನಾನು ಜ್ಯೋತಿಷಿ ಗಳ್ನ ಮೀಟ್ ಮಾಡಿದ್ದೀನಿ. ಆ ಮನೆಯಲ್ಲಿ ನಿಂಗೆ ಗಂಡಾಂತರವಿದೆ" ಮಗಳ ಎದೆಯಲ್ಲಿ ಹೆದರಿಕೆ ಬೀಜ ಬಿತ್ತಿದರು ಪ್ರೀತಿಯಿಂದ.

ಬಹುಶಃ ತಾಯಿ ಪ್ರೀತಿ ಮೀರಾಗೆ ಉರುಳಾಯಿತೇನೋ, ಪೂರ್ತಿ ದಿನಗಳು ತುಂಬದ ಮುನ್ನವೇ ನೋವು ಶುರುವಾಗಿ ಕೋರ್ಟು ಕೆಲಸಕ್ಕೆ ಸೂರ್ಯಪ್ರಕಾಶ್

ಹೋದಾಗ ಮಗುವನ್ನ ಹೆತ್ತು ಕಣ್ಣು ಮುಚ್ಚಿದ್ದಳು. ಗಂಡಾಂತರದಿಂದ ಅಲ್ಲಿಯೂ ತಪ್ಪಿಸಿ ಕೊಳ್ಳಲಾಗಲಿಲ್ಲ.

ತೀರಾ ನೆನಪುಗಳು ಸೂರ್ಯಪ್ರಕಾಶ್‌ನ ಬಾಧಿಸಿದಾಗ ಎದ್ದು ಕೂತ. ನೀರು ಕುಡಿದ, ಮತ್ತೆ ಮಲಗಿದ. ಎದ್ದು ಕೂತ. ಬೆಳಗಿನ ಜಾವ ಒಂದಿಷ್ಟು ನಿದ್ದೆ ಹತ್ತಿತು.

ಎಷ್ಟೋ ಸಮಸ್ಯೆಗಳನ್ನ ಲೀಲಾಜಾಲವಾಗಿ ಪರಿಹರಿಸಿದ್ದ. 'ನೆರೆಮನೆಯವರ ಜಗಳ ನಮಗೇ ಕಾಮಿಡಿ, ಅದೇ ಜಗಳ ನಮ್ಮಲ್ಲಿ ನಡೆದರೇ ಟ್ರಾಜಿಡಿ' ಆಗಾಗ ಈ ಮಾತನ್ನ ಚಂದ್ರಪ್ರಕಾಶ್ ಉದಾಹರಿಸುತ್ತಿದ್ದರು.

ಏಳರ ಸುಮಾರಿಗೆ ಚಂದ್ರಪ್ರಕಾಶ್ ಪರ್ಸನಲ್ ನಂಬರ್‌ಗೆ ಒಂದು ಫೋನ್ ಬಂತು. ಆ ಕೊನೆಯಲ್ಲಿ ಪ್ರೊಫೆಸರ್ ಕೃಷ್ಣಮೂರ್ತಿಗಳು ಇದ್ದರು.

"ಗುಡ್ ಮಾರ್ನಿಂಗ್ ಬೀಗರಿಗೆ" ಆ ಕಡೆ ಕೈಕೈ ಹೊಸೆಯುತ್ತ ನಿಂತ ಕೃಷ್ಣಮೂರ್ತಿ ಗಳನ್ನ ನೆನಪಿಸಿಕೊಂಡು ಚಂದ್ರಪ್ರಕಾಶ್ ತುಟಿಯಂಚಿನಲ್ಲಿ ಕಿರುನಗು ಮೂಡಿತು. "ಹಲೋ... ಹಲೋ..." ಹಿಂದೆ... ಹಿಂದೆನೇ ಕೂಗಿಬಿಟ್ಟರು.

"ಹಲೋ ವೆರಿಗುಡ್ ಮಾರ್ನಿಂಗ್, ಏನ್ಹೇಳಿ... ಬೀಗರೇ? ಇದು ಕುಶಲೋಪರಿ ವಿಚಾರಿಸುವ ಧಾಟಿಯೇನಲ್ಲ. ಎನಿ... ಪ್ರಾಬ್ಲಮ್?" ಅರಿವಾಗದಂತೆ ಚಂದ್ರಪ್ರಕಾಶ್ ದನಿ ಕಟುವಾಯಿತು.

ಫೋನ್ ಹಿಡಿದ ಗಂಡನ ಬಳಿ ದೇವಕಿ ನಿಂತಿದ್ದರು. ಅದನ್ನ ಊಹಿಸಿದ್ದರು ಚಂದ್ರ ಪ್ರಕಾಶ್ "ಛೇ, ಛೆ... ಏನು ಹಾಗಂದರೆ ಅರ್ಥ? ಮಿನ್ನಿ ಬಗ್ಗೆ ಆಗಾಗ ವಿಚಾರಿಸುತ್ತಿದ್ದೆ. ನಿಮ್ಮ ಸೊಸೆ ಕೂಡ ಫೋನ್ ಮಾಡಿ ಮಗು ಬಗ್ಗೆ ತಿಳಿಸುತ್ತಿದ್ದರು. ಹೇಗಿದೆ... ಪ್ರಾಕ್ಟಿಸ್?" ಅವರ ಪ್ರೊಫೆಷನ್‌ನತ್ತ ಹೊರಳಿಸಿದರು ಮಾತನ್ನ.

"ಬನ್ನಿ... ಮಾತಾಡೋಣ. ಕಕ್ಷಿಗಾರರು ಕಾಯ್ತಾ ಇದ್ದಾರೆ" ಫೋನ್ ಇಟ್ಟೇ ಬಿಟ್ಟರು ಚಂದ್ರಪ್ರಕಾಶ್ ಮಾತಿಗೆ ಅವಕಾಶ ಕೊಡದೆ. ಆರಾಮಾಗಿ ಸ್ನಾನಕ್ಕೆ ಹೋದರು.

ನಾಲ್ಕನೆ ಸಲ ಫೋನ್ ಮೊಳಗಿದಾಗ ಚೈತನ್ಯ ಬಂದು ಎತ್ತಿಕೊಂಡ "ಹಲೋ... ಹಲೋ..." ಚೈತನ್ಯನ ಸ್ವರ ಕೇಳಿದಾಗ ಕೃಷ್ಣಮೂರ್ತಿಗಳು "ನಾನು ಪ್ರೊಫೆಸರ್ ಕೃಷ್ಣ ಮೂರ್ತಿ... ನಿನ್ನ ತಂದೆ ಹತ್ರ ಮಾತಾಡ್ಬೇಕಿತ್ತಲ್ಲ."

"ಅವ್ರು ಬಾತ್‌ರೂಂನಲ್ಲಿದ್ದಾರೆ. ಆಮೇಲೆ... ಮಾಡಿ" ಫೋನಿಟ್ಟ ನಿಶ್ಚಿಂತೆಯಿಂದ. ಮತ್ತೆ ಫೋನ್ ಮೊಳಗಿದಾಗ ಎತ್ತಿದ "ಅದೇನು ಹೇಳಿ, ಅವ್ರು, ಇನ್ನ ಬಾತ್‌ರೂಂನಿಂದ ಬಂದಿಲ್ಲ. ನಿಮ್ಮ ಹೆಸರೇನು ಫೋನ್ ಪೇಜರ್ ನಂಬರ್ ಜೊತೆ ಏನಾದ್ರೂ ಮೆಸೇಜ್ ಇದ್ದರೇ ಕೊಡಿ. ಅವ್ರೇ ಕಾಂಟ್ಯಾಕ್ಟ್ ಮಾಡ್ತಾರೆ" ಎಂದ. ಆ ಸಮಯದಲ್ಲಿ ತನ್ನ ಮೊದಲ ಅತ್ತಿಗೆ ಮೀರಾ ತಂದೆಯೆನ್ನುವುದು ಅವನ ನೆನಪಿಗೆ ಬರಲಿಲ್ಲ.

"ಮಹರಾಯ, ನೀನು ಚೈತನ್ಯ ಅಲ್ವಾ, ನಾನು ನಿನ್ನ ಮೊದಲ ಅತ್ತಿಗೆ ಮೀರಾ ತಂದೆ. ಒಂದಿಷ್ಟು ಅರ್ಜೆಂಟಾಗಿ ಮಾತಾಡೋದಿದೆ. ತಂದೆ, ಮಕ್ಳು ಸೇರಿಕೊಂಡು

ಸತಾಯಿಸ್ತಾ ಇದ್ದೀರಲ್ಲ." ಅಸಹನೆ ಎರಚಾಡಿತು ಕೃಷ್ಣಮೂರ್ತಿಗಳ ದನಿಯಲ್ಲಿ. ಅವನಿಗೆ ಏನೇನೂ ಅರ್ಥವಾಗಲಿಲ್ಲ.

"ಸಾರಿ, ಅಂಕಲ್... ನೀವು ಏನು ಹೇಳ್ತಾ ಇದ್ದೀರೋ ನಂಗೆ ಅರ್ಥವಾಗ್ತಿಲ್ಲ. ಅಂತು ಡ್ಯಾಡ್ ಬಾತ್‌ರೂಂನಲ್ಲಿದ್ದಾರೆ. ಬಂದ್ಮೇಲೆ ನಿಮ್ಗೆ ಫೋನ್ ಮಾಡೋಕೆ ಹೇಳ್ತೀನಿ" ಎಂದ ಚೈತನ್ಯ ಮಾಮೂಲಿ ದನಿಯಲ್ಲಿ.

ಗಂಡನ ಕೈಯಿಂದ ಫೋನ್ ಕಿತ್ತುಕೊಂಡ ದೇವಕಿ "ನಿಮ್ಮಪ್ಪ ಫೋನ್ ಮಾಡ್ತಾರೆ ಅನ್ನೋ ನಂಬ್ಕೆ ನಮ್ಗಿಲ್ಲ. ಒಲ್ಲದ ಸಂಬಂಧ ಮಾಡಿದಂಗಾಯ್ತು." ಆಕೆಯ ಮಾತು ಬಂದು ಅವನ ಕೆನ್ನೆಗೆ ಅಪ್ಪಳಿಸಿದಂತಾಯಿತು. "ಅದು ನಿಮ್ಮ ವಿಧಿ" ಫೋನಿಟ್ಟ.

ಅವನು ಹುಡುಕಿಕೊಂಡು ಬಂದಿದ್ದು ಭಾನುನ "ಏಯ್ ಭಾನು, ಏನು ವಿಷ್ಯ? ದೇವಕಿ ಆಂಟೀ ಯಾಕೋ ತುಂಬ ರ್‍ಯಾಷ್ ಆಗಿ ಮಾತಾಡ್ತಾರೆ" ವಿಷಯ ಅವನ ಮುಂದಿಟ್ಟ.

ಕೂದಲಲ್ಲಿ ಬ್ರಷ್ ಆಡಿಸುತ್ತಿದ್ದವನು ಎಸೆದು ಸರಕ್ಕನೆ ಅವನತ್ತ ತಿರುಗಿದ "ಆಕೆ ಕ್ಯಾರೆಕ್ಟರೇ... ಅಂಥದ್ದು. ಫೋನ್‌ನಲ್ಲಿ ಯಾಕೆ... ಯುದ್ಧ ನೇರವಾಗಿ ಕ್ರೀಡಾಂಗಣಕ್ಕೆ ಇಳಿಯಲಿ. ಒಂದು ಕೈ ನೋಡೇಬಿಡೋಣ" ಮುಷ್ಟಿ ಹಿಡಿದು ಕೈ ಮೇಲಕ್ಕೆತ್ತಿದ.

ಚೈತನ್ಯ ಅವನ ರಟ್ಟೆ ಹಿಡಿದು "ಏನೇನೋ ಮಾತಾಡ್ಬೇಡ. ನಂಗೆ ಅರ್ಥ ವಾಗೋಲ್ಲ. ಸ್ವಲ್ಪ ಸರ್‍ಯಾಗಿ ಬಿಡ್ಸಿ ಹೇಳು. ಅವ್ರ ನಮ್ಮ ಮಧ್ಯೆ ಯಾಕಪ್ಪ ಘರ್ಷಣೆ?" ಅವನಿಗೆ ಇದೆಲ್ಲ ಇಷ್ಟವಾಗದೆಂದು ಅವನ ಸ್ವರವೇ ದೃಢಪಡಿಸಿತು.

ಎಲ್ಲಾ ವಿವರಿಸಿದ ಭಾನುಪ್ರಕಾಶ್. ಅವನ ಮತ್ತು ಚೈತನ್ಯನ ನಡುವೆ ಎರಡೇ ವರ್ಷ ಅಂತರವಿದ್ದುದರಿಂದ ಅಣ್ಣ, ತಮ್ಮ ಎನ್ನುವ ಸಂಬಂಧಕ್ಕಿಂತ ಸ್ನೇಹವಿತ್ತು. 'ಬಾರೋ ಹೋಗೋ' ಎನ್ನುವ ಸಂಬೋಧನೆಯೇ ಇಬ್ಬರು ಇದ್ದಾಗ.

"ಆಕೆ ಮಗುವಿಗಾಗಿ ತುಂಬ ತಲೆ ಕೆಡ್ಸಿಕೊಂಡು ಬಿಟ್ಟಿದ್ದಾರೆ. ಆದ್ದರಿಂದಲೇ ಈ ರೀತಿಯ ಮಾತುಗಳು. ಹೇಮ ಅತ್ತಿಗೆ ಮಗುನ ತುಂಬ ಹಚ್ಚಿಕೊಂಡ್ಬಿಟ್ಟಿದ್ದಾರೆ. ಈಗೇನು ಮಾಡೋದು?" ಚೈತನ್ಯ ಗೊಂದಲದಲ್ಲಿ ಬಿದ್ದ.

ಭಾನುಪ್ರಕಾಶ್ ಪ್ರತಿಕ್ರಿಯಿಸುವ ಮುನ್ನವೇ ಅಡುಗೆಮನೆಯಲ್ಲಿ ಹೇಮಾನ ಹುಡುಕಿಕೊಂಡು ಬಂದ ಚೈತನ್ಯ. ಅವನ ಹಿಂದೆಯೇ ಬಂದ ಭಾನು ಹಿಂದಕ್ಕೆ ಎಳೆದೊಯ್ದ.

"ಕೇಸ್‌ನ ನೇರವಾಗಿ ಸುಪ್ರೀಮ್‌ಕೋರ್ಟಿನಲ್ಲಿ ಲಾಡ್ಜ್ ಮಾಡಲಾಗಿದೆ. ಅಲ್ಲಿನ ತೀರ್ಪು ಕಟ್ಟಕಡೆಯದಾಗುತ್ತೆ. ಸುಮ್ನೆ ಅತ್ತಿಗೆ ತಲೆ ಯಾಕೆ ಬಿಸಿ ಮಾಡ್ತೀಯಾ?"

ಆದರೂ ಚೈತನ್ಯನಿಗೆ ಸರಿಯೆನಿಸಲಿಲ್ಲ.

"ಭಾನು, ಇಲ್ಲಿ ಅತ್ತಿಗೆ ತೀರಾ ಇಪಾರ್ಟೆಂಟ್ ಪರ್ಸನ್. ತೀರ್ಪು ಹೊರಬೀಳುವ ಮುನ್ನ ತನ್ನ ಅಹವಾಲು ಸಲ್ಲಿಸಬೇಕಲ್ಲ. ಅದ್ಕೆ ಮೊದ್ಲು, ಅವಕಾಶ ಮಾಡಿ ಕೊಡ್ಬೇಕು" ಚೈತನ್ಯನ ಪ್ರತಿಪಾದನೆ ಸರಿಯೆನಿಸಿತು ಭಾನುಪ್ರಕಾಶ್‌ಗೆ.

ಅಂತೂ ಇಂತು ಇಬ್ಬರು ಒಂದೇ ನಿರ್ಣಯಕ್ಕೆ ಬಂದವರೇ ಹೇಮನ ರೂಮಿಗೆ ಕರೆದೊಯ್ದು ವಿಷಯನ ವಿವರಿಸಿದಾಗ ಮಾತಿಲ್ಲದೆ ಕೂತಳು. ಮಿನ್ನಿ ಅವಳ ಪಾಲಿಗೆ ಬೆಳದಿಂಗಳಾಗಿದ್ದಳು... ಮುಂದೇನು?

"ಗಾಬ್ರಿಯಾಗೋಂಥದ್ದೇನಿಲ್ಲ! ಮಿನ್ನಿ ನಿಮ್ಮ ಬಳಿ ಉಳಿಯಬೇಕಾದರೆ ಅಣ್ಣನ ನೆರವು ಬೇಕಾಗುತ್ತೆ. ಅದ್ಕೆ ನೀವು ಒಂದಿಷ್ಟು ಪ್ರಯತ್ನಾನ ಮಾಡ್ಬೇಕು. ಇದು ಎಷ್ಟೋ ಕೇಸುಗಳಲ್ಲೊಂದು ಅಂದ್ಕೊಂಡರೇ... ತುಂಬ ಕಷ್ಟವಾಗುತ್ತೆ. ನೀವು ನೇರವಾಗಿ ಅಣ್ಣನ ಹತ್ರ ಮಾತಾಡಿ. ನಿಮ್ಗೆ ಆ ಹಕ್ಕು ಇದೆ. ನಾವೆಲ್ಲ ನಿಮ್ಮ ಹಿಂದೆ... ಇರ್ತೀವಿ" ಭಾನು ಧೈರ್ಯ ತುಂಬಿದ.

ಹೇಮ ರೂಮಿಗೆ ಹೋದಾಗ ಆಗತಾನೇ ಸ್ನಾನ ಮುಗಿಸಿ ಬಂದಿದ್ದ ಸೂರ್ಯ ಪ್ರಕಾಶ್ ತಲೆಯೊರೆಸಿಕೊಳ್ಳುತ್ತಿದ್ದ. ತಕ್ಷಣ ಅವಳ ತಲೆ ತಗ್ಗಿತು.

"ಎಲ್ಲಿ ಮಿನ್ನಿ?" ವಿಚಾರಿಸಿದ.

"ಕೆಳ್ಗಡೆ ಇದ್ದಾಳೆ" ಎಂದಳು ಕ್ಷೀಣವಾಗಿ.

ಸದಾ ಸರಿದುಹೋಗುವ ಹೇಮ ನಿಂತಿದ್ದಕ್ಕೆ ಕಾರಣವಿದೆಯೆನಿಸಿತು. "ಹೇಮ, ಏನಾದ್ರೂ ಹೇಳೋದು ಇದ್ದರೇ ನೇರವಾಗಿ ಹೇಳು. ಇಲ್ಲಿ ಭಯಪಡ್ಬೇಕಾದ ಅಗತ್ಯವಿಲ್ಲ." ಸಾಂತ್ವನವಿತ್ತು ಅವನ ದನಿಯಲ್ಲಿ. ಅವಳ ಬಗ್ಗೆ ಅವನಿಗೆ ಸಹಾನುಭೂತಿಯೆ.

"ಮಿನ್ನಿ ಅವರ ಅಜ್ಜಿ ಮಗುಗೋಸ್ಕರ ಬರ್ತಾ ಇದ್ದಾರಂತೆ. ನಂಗೆ ಅವಳ್ನ ಬಿಟ್ಟು ಇರೋಕ್ಕಾಗೋಲ್ಲ" ಉಗುಳು ನುಂಗಿದಳು.

ಮಲತಾಯಿಗೆ ಸಂಬಂಧಪಟ್ಟ ಎಷ್ಟೋ ಕೇಸ್‌ಗಳನ್ನ ನೋಡಿದ್ದ. 'ಮಲತಾಯಿ' ಎನ್ನುವ ಪದವೇ ವ್ಯಂಗ್ಯವಾಗಿ ಉಪಯೋಗಿಸಲ್ಪಡುತ್ತಿತ್ತು. ಮಲ ಮಕ್ಕಳ ಆಸ್ತಿ ಹಂಚಿಕೆಯ ಕಿತ್ತಾಟಗಳೇ ಕೋರ್ಟು ಮೆಟ್ಟಿಲುಗಳನ್ನ ಹತ್ತುತ್ತಿದ್ದುದು.

ಸತ್ತ ಮೀರಾ, ಅಂದು ಗೋಳಾಡಿ ಮಗುವನ್ನ ತಮ್ಮ ಬಳಿ ಇರಿಸಿಕೊಂಡ ದೇವಕಿ ಸೂರ್ಯಪ್ರಕಾಶ್ ಮನಸ್ಸು ಉಯ್ಯಾಲೆಯಾಯಿತು. ಬರೀ ತೂಗಾಡಿತೇ ವಿನಃ ಒಂದು ಕಡೆಗೆ ನಿಲ್ಲಲಿಲ್ಲ.

"ಮಿನ್ನಿ ಬೆಳೆದಿದ್ದು ಅಲ್ಲೇ. ಅವರಿಗೆ ಮಗುವಿನ ಮೇಲೆ ಸಹಜವಾದ ಮಮತೆ. ಇಂಥದ್ದರಲ್ಲಿ ಅವ್ರನ್ನ ನೋಯಿಸೋದು ಸಮಂಜಸವೆನಿಸೋಲ್ಲ. ಒಪ್ಪಿಸೋದು ಕೂಡ ಅಷ್ಟೆ ಕಷ್ಟ" ಎಂದ ದೀರ್ಘವಾಗಿ ಉಸಿರೆಳೆದುಕೊಂಡು.

ಕೆಳ ತುಟಿಯನ್ನ ಕಚ್ಚಿಡಿದು ಅಳುವನ್ನ ನುಂಗಿದಳು ಹೇಮ. ಅವನ ಮಾತಿನಲ್ಲಿ ಸತ್ಯವಿತ್ತು. ಕಳೆದುಕೊಂಡ ಮಗಳನ್ನ ಮೊಮ್ಮಗಳಲ್ಲಿ ಕಾಣುತ್ತಿದ್ದ ದೇವಕಿಯಿಂದ ಮಿನ್ನಿಯನ್ನ ಕಿತ್ತುಕೊಳ್ಳುವುದು ಕೂಡ ಅಪರಾಧವಾಗಿ ಕಂಡಿತು.

ಇನ್ನೊಂದು ಮಾತಾಡದೇ ಹಿಂದಿರುಗಿ ಬಂದಾಗ ಅವಳಿಗಾಗಿಯೇ ಕಾಯುತ್ತಿದ್ದ ಚೈತನ್ಯ, ಭಾನುಪ್ರಕಾಶ್ ಸುತ್ತುವರಿದರು.

"ಅಣ್ಣ, ಏನ್ಹೇಳಿದ್ರು?" ಭಾನುಪ್ರಕಾಶ್ ಉದ್ವೇಗದಿಂದ ಪ್ರಶ್ನಿಸಿದ. ಸೂರ್ಯ ಪ್ರಕಾಶ್ ಹೇಳಿದ್ದನ್ನಷ್ಟೆ ನುಡಿದಳು. ಅವನ ಕೈ ಹಣೆಯತ್ತ ಹೋಯಿತು. "ಹೇಳಿದ್ದು ಕೇಳ್ಕೊಂಡ್ ಬಂದ್ಬಿಟ್ರಿ. ನೀವು ವಾದ ಮಾಡ್ಬೇಕಿತ್ತು, ಅತ್ತಿಗೆ. ನ್ಯಾಯ ನಮ್ಕಡೆ ಇದೆ. ಮಗು ನಮ್ಮ ವಂಶದ್ದು. ನಾನು ನೋಡೇಬಿಡ್ತೀನಿ. ಮಗು ನಮ್ಗೆ ಸೇರಿದ್ದು. ಸಾಕಿದ್ದಕ್ಕೆ ಬೇಕಾದರೆ... ಒಂದಿಷ್ಟು ಹಣ ಕೇಳಲಿ. ಕಾಂಟ್ರಿಬ್ಯೂಷನ್ ಪಡೆದು ಅವರಿಗೆ ಅಭ್ಯಾಸವಿದೆ. ನೀವು ಬಲವಾದ ಪ್ರಯತ್ನ ಮಾಡ್ಬೇಕಿತ್ತು" ಬೇಸರದಿಂದ ಹೋದ.

ಚೈತನ್ಯ ಹೇಮ ಬಳಿಗೆ ಹೋಗಿ "ಡೋಂಟ್ ವರಿ, ಭಾನು ಮನಸ್ಸಿನಲ್ಲಿದ್ದನ್ನ ಒದರಿಬಿಡ್ತಾನೆ. ವಿಪರೀತ ಸಿಟ್ಟು, ಒಂದಿಷ್ಟು ಛಲವಾದಿ, ಅಷ್ಟೆ ಜಾಲಿಯ ಮನುಷ್ಯ. ಅವನಿದ್ದ ಕಡೆ ಜಯ ಖಚಿತ" ಸಂತೈಸಿದ.

ಚೈತನ್ಯ ಹೋದಮೇಲೆ ಕಣ್ಣೀರು ಸುರಿಸಿದಳು. ಮಿನ್ನಿ ಅವಳನ್ನ ಎಷ್ಟು ಆವರಿಸಿ ಬಿಟ್ಟಿದ್ದಾಳೆಂದರೆ ಕೆಲವು ದಿನಗಳ ಸನಿಹವೇ ಎಷ್ಟೋ ವರ್ಷದಿಂದ ಮಿನ್ನಿ ತನ್ನ ಬಳಿಯೇ ಇದ್ದಾಳೆ ಎನ್ನುವ ಭಾವನೆ ಅವಳಲ್ಲಿ ಉಂಟಾಗಿತ್ತು.

ಎದ್ದು ಊಟದ ಮನೆಗೆ ಹೋದಳು. ಈಗಾಗಲೇ ತಟ್ಟೆಹಾಕಿ ಆಗಿತ್ತು. ಹತ್ತು ನಿಮಿಷದಲ್ಲಿ ಅಪ್ಪ, ಮಗ ಬಂದು ಕೂತರು. ರಾತ್ರಿಯ ಊಟವೇ ನಿಧಾನ. ಹಗಲಿನ ಊಟ ನಿಮಿಷಗಳಲ್ಲಿ ಮುಗಿದುಹೋಗುತ್ತಿತ್ತು.

ಇಂದು ಭಾನುಪ್ರಕಾಶ್, ಚೈತನ್ಯಪ್ರಕಾಶ್ ಕೂಡ ಬಂದು ಊಟಕ್ಕೆ ಕೂತಾಗ ಚಂದ್ರಪ್ರಕಾಶ್‌ಗೆ ಅರ್ಥವಾಯಿತು. ಎಂದಿಗಿಂತ ಬೇಗ ಊಟ ಮುಗಿಸಿ ಹೊರಬಂದಾಗ, ಇನ್ನ ಮೊಸರನ್ನದವರೆಗೂ ಕೂಡ ಬರದ ಭಾನುಪ್ರಕಾಶ್ ಎದ್ದು "ಸಾರಿ..." ಎಂದು ಹೊರಹೋದ.

ತಂದೆಯನ್ನ ಹಿಂಬಾಲಿಸಿ ರೂಮಿಗೆ ಹೋದವನು "ಆಕೆ ಮತ್ತೆ ಫೋನ್ ಮಾಡಿದ್ರಂತೆ" ಎಂದ ಬಿಡಿಬಿಡಿಯಾಗಿ.

"ಮಾಡ್ಲಿ, ಈಗ ಆಕೆಗೆ ಸ್ವಲ್ಪ ಫ್ರೀ ಇರ್ಬೇಕು. ನಮ್ಗೆ ಪುರುಸೊತ್ತಿಲ್ಲ. ಅಕಸ್ಮಾತ್ ಬಂದರೆ, ಒಂದು ಅಪಾಯಿಂಟ್‌ಮೆಂಟ್ ಕೊಟ್ಟು ಕಳ್ಸು" ಉದಾಸೀನವಿತ್ತು ಅವರ ದನಿಯಲ್ಲಿ. 'ಪೊಲೀಸ್' ಎನ್ನುವ ಸುದ್ದಿ ಎತ್ತಿ ಅವರನ್ನ ಕಸಿವಿಸಿಗೊಳಿಸಿದ್ದರು. ಇಲ್ಲಿ ಆಕೆ ಸೆಂಟಿಮೆಂಟ್ಸ್ ಉಪಯೋಗಿಸಬೇಕಿತ್ತು.

"ಅಪ್ಪ, ಮಿನ್ನಿ ನಮ್ಗೆಲ್ಲ ಮಗುನೆ ಅಲ್ವಾ?" ಚೈತನ್ಯನ ಪೀಠಿಕೆಗೆ ತಲೆಯೆತ್ತಿ ನಸುನಗೆ ಬೀರಿದರು. ತೀರಾ ಮೌನಿಯಾಗಿರುತ್ತಿದ್ದ ಅವನು ಈ ವಿಷಯದಲ್ಲಿ ಪ್ರವೇಶಿಸಿದ್ದು ಸಂತೋಷವೆನಿಸಿತು. "ಹೌದು, ಅದ್ರಲ್ಲಿ ಅನುಮಾನವೇಕೆ? ನೋಡೋಣ. ಆದ್ರೂ ಫೈನಲ್ಲಾಗಿ ಸೂರ್ಯ ತೀರ್ಮಾನಿಸ್ಬೇಕಾದ ವಿಚಾರ. ಎಲ್ಲರ್ಗಿಂತ ಹೆಚ್ಚಿನ ಪವರ್ ಇರೋದು ಅವನಿಗೆನೇ" ಮಗನ ಭುಜದ ಮೇಲೆ ಕೈಹಾಕಿದರು. ಭಾನು ಕುದಿದ.

"ಇರ್ಬಹ್ದು! ಅಣ್ಣ, ಇಲ್ಲಿ ಪಕ್ಷಪಾತಿಯಾಗೋಕೆ ನಾವು ಬಿಡೋಲ್ಲ. ಬಹುಶಃ ನಾವು ಸ್ವಲ್ಪ ಸಮಯದಲ್ಲಿ ಯಾರು ತೀರ್ಮಾನ ತಗೋಬಾರದಷ್ಟೆ" ಹೇಳಿ ಹೋದ

ಭಾನುಪ್ರಕಾಶ್‌ನತ್ತಲೇ ನೋಡಿದರು. 'ಕಡೆಯ ಮಕ್ಳು ಜೋರು ಜಾಸ್ತಿ, ಹಠನು ಹೆಚ್ಚು' ವರ್ಷಗಳ ಹಿಂದಿನ ಹೆಂಡತಿಯ ನುಡಿಗಳು ನೆನಪಾದವು.

"ಚೈತನ್ಯ ಹೇಗೆ, ಸಾಗ್ತಾ ಇದೆ ಓದು?" ಮಾತನ್ನು ಬೇರೆ ಕಡೆ ಹೊರಳಿಸಿದರು. ಅವನು ಸಪ್ಪಗಾದ. ತಂದೆಯಂಥ ವ್ಯಕ್ತಿಯ ಬಳಿ ಅಸತ್ಯವನ್ನಾಡಲಾರ. "ನಂಗ್ಯಾಕ ಇಂಟರೆಸ್ಟ್ ಕಡ್ಮೆಯಾಗಿದೆಯೆನಿಸುತ್ತೆ. ಇಂಥ ಓದಿನಿಂದ ಸಿಗೋದಾದ್ರೂ ಏನು ಅನ್ನೋ ಪ್ರಶ್ನೆ ನಂದು." ಅವನ ದನಿ ಆಳವಾಯಿತು. ಅದರಲ್ಲಿ ಅಸ್ಪಷ್ಟವಾದ ಬದಲಾವಣೆ ಗೋಚರಿಸಿತು.

ಚಂದ್ರಪ್ರಕಾಶ್ ಎದೆಯಲ್ಲಿ ಛಳಕ್ ಎಂದಿತು. ಮಗ ಬೇರೊಂದು ದಾರಿಯನ್ನ ಆಯ್ದುಕೊಂಡಿದ್ದಾನೆ ಅಥವಾ ಅತ್ತ ಸಾಗತೊಡಗಿದ್ದು ಸ್ಪಷ್ಟವಾಗಿತ್ತು. ಅದನ್ನ ಅವನ ಮುಂದೆ ತೋರ್ಪಡಿಸಿಕೊಳ್ಳಲಿಲ್ಲ.

"ಇಷ್ಟವಿಲ್ಲಾಂದ್ರೆ ಬಿಟ್ಟುಬಿಡು. ನಿಂಗೆ ಬೇರೆ ಕೋರ್ಸಿನಲ್ಲಿ ಜಾಯಿನ್ ಆಗೋ ಇಷ್ಟವಿದ್ದರೇ, ಇಲ್ಲೇನು ನಿರ್ಬಂಧವಿಲ್ಲ" ಭುಜ ತಟ್ಟಿದರು. ಆದರೂ ಅವರ ಹೃದಯದಲ್ಲಿ ತಣ್ಣನೆಯ ಹಾವಿನ ಹರಿದಾಟ. ಬೇಗ ವಿಚಲಿತರಾದರು. ಆದರೆ ಈ ಮೂಡ್‌ನಿಂದ ಹೊರಬರಬೇಕಿತ್ತು.

ಚೈತನ್ಯ ಕೋಟು ತಂದು ತಂದೆಗೆ ತೊಡಿಸಿದ. ತಂದೆಯ ಮಗನ ತುಮುಲ ಬಹಳ ಅಸ್ಪಷ್ಟವಾಗಿ ಕೇಳಿಸುತ್ತಿತ್ತು. ಈ ಸಮಯದಲ್ಲಿ ಹೇಳಿ ಅವನ ಮನ ಕದಡಬಾರ ದಾಗಿತ್ತೆಂದುಕೊಂಡ.

"ಡ್ಯಾಡ್, ಸಾರಿ" ಎಂದ ವ್ಯಥೆಯಾಗಿ.

"ವಾಟ್... ಯಾರ್? ಹಾಗೇನಿಲ್ಲ. ನನ್ಮೇಲಿನ ನಂಬಿಕೆಯಿಂದಲೇ ಸತ್ಯ ಹೇಳಿದೆ. ನಂಗೆ ಹೆಮ್ಮೆಯಾಗಿದೆ. ಇಷ್ಟು ವರ್ಷಗಳ ನಂತರವ್ರೂ ತಂದೆ, ಮಗನ ಸಂಬಂಧದಲ್ಲಿ ನಂಬಿಕೆ, ವಿಶ್ವಾಸ, ಅನ್ಯೋನ್ಯತೆ ಇದೆಯೆಂಬುದೇ ದೊಡ್ಡ ಮಾತು. ಐಯಾಮ್ ವೆರಿ ಹ್ಯಾಪಿ. ಎಲ್ಲಿದೆ ಸಮಸ್ಯೆಯೆಂದು ಹುಡುಕೋಣ" ಮಗನ ಬಗ್ಗೆ ಪೂರವನ್ನೆ ಹರಿಸಿದರು. ಅವರು ಅತ್ಯುತ್ತಮವಾದ ತಂದೆಯಾದುದ್ದರಿಂದಲೇ ಮಕ್ಕಳು ಕೂಡ ಇಂದಿಗೂ ಅತ್ಯುತ್ತಮ ಮಕ್ಕಳಾಗಿಯೇ ಉಳಿದಿದ್ದರು. ಇದೊಂದು ಗುಟ್ಟು.

ಇವರು ಕಾರು ಹತ್ತುವ ವೇಳೆಗೆ, ದೇವಕಿಯವರ ಇನ್ನೊಂದು ಕಾರು ಬಂದು ನಿಂತಿತು. ಇಡೀ ಕುಟುಂಬದವರು ಬಂದಿಳಿದರು.

ಕಾರಿನ ಡೋರ್ ಹಿಡಿದ ಸೂರ್ಯ ಅವರುಗಳತ್ತ ನೋಟ ಹರಿಸಿದ. ಮೊದಲು ಅಳಿಯನ ಬಳಿ ಬಂದ ಕೃಷ್ಣಮೂರ್ತಿಗಳು ಪ್ರೀತಿಯ ತೋಳು ಹಿಡಿದು ವ್ಯಥೆಯನ್ನ ಪ್ರದರ್ಶಿಸಿದರು.

"ಮಗ್ಳು ಸತ್ತರೆ ಸಂಬಂಧ ಮುರಿಯುತ್ತ? ವಿವಾಹ ಒಂದು ಹೆಣ್ಣು, ಗಂಡಿನ ಬೆಸುಗೆ ಮಾತ್ರವಲ್ಲ, ಅಲ್ಲಿ ಎರಡು ಕುಟುಂಬಗಳು ಇರುತ್ತೆ" ಉಪನ್ಯಾಸಕನ ಶೈಲಿಯಲ್ಲಿ ಮಾತು ಪ್ರಾರಂಭಿಸಿದಾಗ, ತಡೆದ ಸೂರ್ಯ ವಾಚ್‌ನತ್ತ ನೋಡಿ "ಕೋರ್ಟಿಗೆ

ಹೊತ್ತಾಗುತ್ತೆ" ಎಂದು ಬಗ್ಗಿ ತಂದೆಯ ಬಳಿ ಏನೋ ಹೇಳಿದಾಗ ಅವರು ಇಳಿದರು. "ಅಪರೂಪಕ್ಕೆ ಬಂದಿದ್ದೀರಿ. ಸಂಜೆವರ್ಗೂ ಇಲ್ಲೇ ಇದ್ದು ನಮ್ಮ ಆತಿಥ್ಯ ಸ್ವೀಕರಿಸಿ" ಅಂದವರು ಒಳಗೆ ಕರೆದೊಯ್ದು ಹೇಮಾಗೆ ಅವರುಗಳನ್ನ ಪರಿಚಯಿಸಿದರು. "ಇನ್ನ, ಮಿಕ್ಕಿದ್ದೆಲ್ಲ ನಮ್ಮ ಹೇಮ ಮ್ಯಾನೇಜ್ ಮಾಡ್ಕೋತಾರೆ. ನಾವು ಬರ್ತೀವಿ" ಕಾರು ಏರಿ ಹೊರಟೇಬಿಟ್ಟರು.

ಮಿನ್ನಿಯನ್ನ ಕೆಲಸದ ಹುಡುಗ ಮೇಲಿನ ದೊಡ್ಡ ಹಾಲ್‌ನಲ್ಲಿನ ಪುಟಾಣಿ ಕಾರಿನಲ್ಲಿ ಕೂಡಿಸಿ ಆಡಿಸುತ್ತಿದ್ದ.

"ಮಿನ್ನಿ... ಎಲ್ಲಿ?" ಉದ್ವೇಗದಿಂದ ಕೇಳಿದರು ದೇವಕಿ.

"ಮೇಲಿನ ಹಾಲ್‌ನಲ್ಲಿದ್ದಾಳೆ. ಕರ್ಕೊಂಡ್ ಬರ್ತೀನಿ" ಎಂದು ಹೇಳಿದ ಕೂಡಲೇ ಆಕೆ "ಈ ಮನೆಗೆ ನೀನು ಹೊಸಬ್ಬು. ನಾವೇನು ಹೊಸಬರಲ್ಲ. ಇದು ನಮ್ಮ ಮಗ್ಳು ಮನೆ. ಇಲ್ಲಿನ ಇಂಚು ಇಂಚು ಪರಿಚಯ ನಮಗಿದೆ" ಎಂದ ದೇವಕಿ ದಢದಢ ಮೆಟ್ಟಿಲು ಹತ್ತಿ ಮೇಲೆ ಹೋದರು. ಆಕೆಯ ಪ್ರೀತಿ ಇಲ್ಲಿ ಜಲಪಾತವಾಗಿ ಭೋರ್ಗರೆಯುತ್ತಿತ್ತು.

ಇಲ್ಲಿ ಹೇಮ ಗೊಂಬೆಯಾದರು ಕರ್ತವ್ಯವಿಮುಖಳಾಗಲಿಲ್ಲ. "ಕೂತ್ಕೊಳ್ಳಿ ಅಂಕಲ್. ಎಲ್ಲಾ ಕೂತ್ಕೊಳ್ಳಿ" ಉಪಚರಿಸಿದ್ದು ಕೃಷ್ಣಮೂರ್ತಿಗಳ ಗಂಟುಮುಖವನ್ನು ಸಡಿಲಿಸಿತು.

ಸ್ವಲ್ಪ ಇರಿಸುಮುರುಸು ಮುಖದಲ್ಲಿ ಪ್ರಕಟಿಸಿದರೂ ಒಬ್ಬರಾದ ಮೇಲೊಬ್ಬರು ಕೂತರು. ಎಲ್ಲರಿಗೂ ಮೀರಾಳ ನೆನಪೇ. ಅವಳು ಬದುಕಿದ್ದರೇ ಈ ಮನೆ ಬೇರೆಯದು. ಇಲ್ಲಿ ನಾವು ಅತಿಥಿಗಳು ಅನಿಸುತ್ತಿರಲಿಲ್ಲ. ಎಲ್ಲರ ಮನಗಳು ದುಗುಡಗೊಂಡವು.

ಸಂಭ್ರಮದಿಂದಲೇ ಒಳಗೆಹೋದವಳು ಹಿಂದಕ್ಕೆ ಬಂದು "ಎಲ್ಲ ತಿಂಡಿ ತಗೋಬಹ್ದು. ಅಲ್ಲಿಗ್ಬನ್ನಿ" ಕರೆದಳು. ಅಲ್ಲಾಡಲಿಲ್ಲ ಯಾರು. "ದಯವಿಟ್ಟು ಬನ್ನಿ, ನೀವೆಲ್ಲ ಮನೆಯವರೇ ಆಗಿರೋದ್ರಿಂದ ನಂಗೆ ಹೇಗೆ ನಿಮ್ಮನ್ನೆಲ್ಲ ಉಪಚರಿಸ್ಬೇಕೋ ಗೊತ್ತಾಗ್ತಾ ಇಲ್ಲ" ದನಿಗೆ ಆತ್ಮೀಯತೆ ತುಂಬಿದ ಗೌರವ ಬೆರೆಸಿ ಹೇಳಿದಳು.

"ಏನು ಬೇಡ, ಎಲ್ಲಾ ಮುಗಿದಿದೆ" ದೇವಕಿ ದೊಡ್ಡ ಸೊಸೆಯ ಮಾತು. ಅವಳಿಗೆ ಮಿನ್ನಿಯನ್ನ ಕೊಂಡೊಯ್ಯಬೇಕೆನ್ನೋ ಇರಾದೆಯೇನು ಇರಲಿಲ್ಲ. "ನಮ್ಮ ಮಕ್ಳು ನಿಮ್ಮಮ್ಮನಿಗೆ ಮೊಮ್ಮಕ್ಳು ಅಲ್ವಾ! ಮಿನ್ನಿ ಮೇಲಿನ ಪ್ರೀತಿಯನ್ನ ಇವ್ರ ಮೇಲೆ ಯಾಕೆ ತೋರಿಸ್ಬಾರ್ದು? ಎಷ್ಟೊಂದು ವಂಚನೆ ಮಾಡ್ತಾರೆ, ನೋಡಿ. ಸಮಾಜಸೇವೆ ನಿಲ್ಸಿ ಮನೆಯಲ್ಲಿದ್ದು ಮೊಮ್ಮಗ್ಳ ನೋಡಿಕೊಳ್ಳೋಕೆ ಹೇಳಿ" ಗಂಡನ ಮುಂದೆ ಖಾರ ಕಾರಿದ್ದಳು.

ಒಳಗೆಹೋದ ಹೇಮ ತಿಂಡಿಯನ್ನ ಕಳುಹಿಸಿದಳು ಅಡಿಗೆಯವನೊಂದಿಗೆ. ಆ ವೇಳೆಗೆ ಮೊಮ್ಮಗಳನ್ನ ಲೊಚಗುಟ್ಟುತ್ತ ಎತ್ತಿಕೊಂಡು ಬಂದರು ದೇವಕಿ.

"ಹೇಗಿದ್ದೀಯಾ?" ತನ್ನ ಧಾಟಿಯಲ್ಲಿ ಪ್ರಶ್ನಿಸಿದಳು.

"ಚೆನ್ನಾಗಿದ್ದೀನಿ, ಅಮ್ಮನೋರೆ. ತೀರಾ ಅಪರೂಪವಾಗ್ಬಿಟ್ರಿ" ಅವನದು ಸಹಜವಾದ ಮಾತು. ಸಂಕಟದಿಂದ ಒದ್ದಾಡಿದರು ದೇವಕಿ "ಯಾಕೆ ಬರೋಣ, ಇಲ್ಲಿಗ್ಹೇಳು. ನಮ್ಮ ವಸ್ತುನ ಕಳ್ಕೊಂಡ ದುರಾದೃಷ್ಟದ ಜನ, ನಾವು ಅವ್ಳು ಇಲ್ಲಿಗೆ ಬಂದ್ಮೇಲೆ ಸುಖವಾಗಿದ್ದು ಎಷ್ಟು ದಿನ? ಬಿದ್ಲು, ಸಾಯೋಕೆ ಅದೊಂದು ನೆಪವಾಯ್ತು. ಈ ಮನೆಯ ವಾಸ್ತು ಸರ್ಯಾಗಿಲ್ಲ. ಕಾಲಿಟ್ಟ ಹೆಣ್ಣಿಗೆ ಉಳಿಗಾಲವಿಲ್ಲ" ಬಾಯಿಗೆ ಬಂದಿದ್ದನ್ನ ಆಡಿ ತಮ್ಮ ಸಂಕಟ ಪರಿಹರಿಸಿಕೊಂಡರು. ಬಹುಶಃ ಚಂದ್ರಪ್ರಕಾಶ್, ಸೂರ್ಯಪ್ರಕಾಶ್ ಇದ್ದಿದ್ದರೆ ನಾಲಿಗೆ ಉದ್ಧಟತನದಿಂದ ವರ್ತಿಸುತ್ತಿರಲಿಲ್ಲ.

ಅಡುಗೆಯವನ ಎದೆ ಢವಗುಟ್ಟಿತು "ಅಮ್ಮಾವರೇ, ಚಿಕ್ಕೋರು ಇದ್ದಾರೆ" ಪಿಸುಗುಟ್ಟಿದ. ಭಾನುಪ್ರಕಾಶ್ ಮುಖ ಆಕೆಯ ಕಣ್ಮುಂದೆ ತೇಲಿತು "ಇರ್ಲಿ ಬಿಡು. ನಾನು ಅನ್ನಬಾರ್ದೇನು ಅನ್ನಲಿಲ್ಲ. ಇರೋದೇ ತಾನೇ! ಅದ್ಕೆ ಮೀರಾನ ಇಲ್ಲಿ ಬಿಡ್ದೆ ಕರ್ಕೊಂಡ್ಹೋಗಿದ್ದು. ಇದ್ನೆಲ್ಲ ಒಳ್ಗೆ ತಗೊಂಡ್ಹೋಗು. ನಮ್ಗೇನ್ಬೇಡ" ಎಂದರಾಕೆ.

ಕೃಷ್ಣಮೂರ್ತಿಗಳು ಮಧ್ಯೆ ತಲೆ ಹಾಕಲಿಲ್ಲ. ಹೆಂಡತಿಗೆ ಹೈಪರ್ ಬಿ.ಪಿ. ಇರೋದು ಗೊತ್ತು. 'ಮಿನ್ನಿ ಇಲ್ಲದಿದ್ರೆ ನಾನು ಸಾಯ್ತೀನಿ' ಎನ್ನುವ ಬೆದರಿಕೆ ಕೂಡ ಹಾಕಿದ್ದರು ರಾತ್ರಿ. ಆದ್ದರಿಂದ ತೆಪ್ಪಗಿರುವುದು ಅನಿವಾರ್ಯ. ಸೊಸೆಯರು ಗಂಡುಮಕ್ಕಳು ಅದನ್ನ ಪಾಲಿಸಿದ್ದರು.

ತಿಂಡಿಯನ್ನ ಒಳಗೆ ಒಯ್ದು ಇಟ್ಟ. "ಅಮ್ಮ, ಅವ್ರು ಬೇಡಾಂದ್ರು" ಹಚ್ಚುತ್ತಿದ್ದ ತರಕಾರಿಯನ್ನ ಹಾಗೆಯೇ ನಿಲ್ಲಿಸಿ ತಾನೇ ಹಾರ್ಲಿಕ್ಸ್ ಬೆರೆಸಿಕೊಂಡು ಬಂದಳು. "ಹಾರ್ಲಿಕ್ಸ್ ತಗೊಳ್ಳಿ" ಟ್ರೇಯನ್ನ ಟೀಪಾಯಿ ಮೇಲಿಟ್ಟ ಕೂಡಲೇ ಚಾಕಲೇಟು ಹಿಡಿದು ಅಜ್ಜಿಯ ಮಡಿಲಲ್ಲಿ ಕೂತಿದ್ದ ಮಿನ್ನಿ "ಮಮ್ಮಿ..." ಎನ್ನುತ್ತ ಇಳಿದು ಬಂದು ಅವಳ ಕಾಲುಗಳಿಗೆ ಸುತ್ತಿಕೊಂಡ ನೋಟವನ್ನ ಸೈರಿಸಲಾರದೆ ಹೋದರು ಆಕೆ.

ಆ ಸಮಯಕ್ಕೆ ಭಾನುಪ್ರಕಾಶ್ ಹೊರಗೆ ಬರದಿದ್ದರೇ, ಕಾರಯುಕ್ತವಾದ ಮಾತು ಗಳ ಮುತ್ತುಗಳನ್ನ ಉದುರಿಸುತ್ತಿದ್ದರೋ ಏನೋ ಮಗಳು ಸ್ಥಾನದಲ್ಲಿರುವ ಹೆಣ್ಣನ್ನ ಸೈರಿಸಲಾರದೆ ಹೋಗಿದ್ದರು. ಒಳಗೆ ಕೋಪದ ರುದ್ರತಾಂಡವ, ಮಿದುಳಿನಲ್ಲಿ ಪ್ರಳಯದ ಆರ್ಭಟ.

"ಹಲೋ, ಎವ್ವೆರಿಬಡಿ" ಸ್ವರದಲ್ಲಿ ನಗುವನ್ನ ಹಾಯಿಸುತ್ತಲೇ ಬಂದವನು ಅವರುಗಳ ನಡುವೆ ಕೂತ. ನಂತರ ವಾಚ್ ಕಡೆ ನೋಡಿದವನು "ಮಿನ್ನಿಯ ಬ್ರೇಕ್ ಫಾಸ್ಟ್ ಸಮಯವಲ್ವಾ, ಅತ್ತಿಗೆ. ನೀವು ಬರೋವರ್ಗೂ ನಾನು ಮಾತಾಡ್ತಾ ಇರ್ತೀನಿ" ಆರಾಮಾಗಿ ಹೇಮ, ಮಿನ್ನಿಯನ್ನ ಒಳಗೆ ಕಳಿಸಿದ.

ಕೆಲಸದ ಹುಡುಗನನ್ನ ಕರೆದು "ವರಾಂಡ, ಬಾಲ್ಕನಿಯಲ್ಲಿ ಯಾರಾದ್ರೂ ಇದ್ದಾರೇನೋ ನೋಡು" ಹೇಳಿಕಳಿಸಿದ. ಎಲ್ಲರೂ ಮುಖ ಮುಖ ನೋಡಿಕೊಂಡರು. ಕೃಷ್ಣಮೂರ್ತಿಗಳ ನಾಲಿಗೆಯಲ್ಲಿ ಪಸೆಯಾರಿತು. 'ಒಂಟಿಯಾಗಿ ಬರಲೇಬೇಡಿ ಪೊಲೀಸ್ ಸಮೇತ ಬನ್ನೀಂತ ಹೇಳ್ತಾನಲ್ಲ' ಹೆಂಡತಿ ಜೋರು ಮಾಡಿದ್ದು ಅವರಿಗೆ ನೆನಪಿತ್ತು.

"ನಮ್ಮ ಹಾಗೇ ಸ್ಮೂತ್ ಹ್ಯಾಂಡ್ಲಿಂಗ್ ಅಲ್ಲ. ಒಂದಿಷ್ಟು ರಫ್" ಒಮ್ಮೆ ಅಂದಿದ್ದರು, ಮಗನ ಬಗ್ಗೆ ಅಭಿಮಾನದಿಂದ ಚಂದ್ರಪ್ರಕಾಶ್. ಅದು ಮೀರಾ ಬದುಕಿದ್ದ ದಿನಗಳದು. ಇಂದು ಜ್ಞಾಪಕಕ್ಕೆ ಬಂದು ಅವರನ್ನ ಎಚ್ಚರಿಸಿತು. ಸ್ವಲ್ಪ ಧೃತಿಗೆಟ್ಟರು.

"ಯಾರಿಲ್ಲ" ಎಂದು ನಿಂತಾಗ "ಸ್ವಲ್ಪ ಕಣ್ಣು ಬಿಟ್ಟು ಸರ್‍ಯಾಗಿ ನೋಡು ಇಲ್ಲಿ, ಎಲ್ಲಾ ಜೀಪಿನಲ್ಲಿ ಕೂತು ಮೇಡಮ್ ಆರ್ಡರ್‌ಗೆ ಕಾಯ್ತಾ ಇರ್ತಾರೆ" ಗದರಿದ. ಅವನು ಹೋಗಿ ಮತ್ತೆ ಬಂದು ನಿಂತ "ಜೀಪ್... ಇಲ್ಲ" ಅಂದ. ಹೋಗುವಂತೆ ಸನ್ನೆ ಮಾಡಿದ ಭಾನು ಪ್ರಕಾಶ್.

"ತಗೊಳ್ಳಿ, ಎಲ್ಲಾ ಒಟ್ಟಿಗೆ ಬಂದಿದ್ದು ಸಂತೋಷ. ಮದ್ವೆಗೆ ಯಾಕೆ... ಬರ್ಲಿಲ್ಲ. ಸಿಂಪಲ್ ವಿವಾಹವಾದ್ರೂ ತೃಪ್ತಿಯಾಗಿತ್ತು. ಒಳ್ಳೆ ಊಟ ತಿಂಡಿಯ ಏರ್ಪಾಟು" ಎಂದ. ಅವನಿಗೆ ನೋಯಿಸುವ ಉದ್ದೇಶವಾಗಲಿ, ಹಂಗಿಸಬೇಕೆನ್ನುವುದಾಗಲಿ ಇರಲಿಲ್ಲ. ದೇವಕಿ ಮಾತುಗಳಿಂದ ಅದಕ್ಕೆ ಅವಕಾಶ ಮಾಡಿಕೊಟ್ಟಿದ್ದರು.

"ಏನು, ನಿನ್ನ ಉದ್ದೇಶ?" ವಾಗ್ವಾದಕ್ಕೆ ಇಳಿದರು ದೇವಕಿ. ಕೃಷ್ಣಮೂರ್ತಿಗಳು "ಈ ಮನೆಯ ಕಡೆ ಸಂತಾನವಲ್ಲ ಒಂದಿಷ್ಟು ತುಂಟತನ ಇರುತ್ತೆ. ಅದ್ನ ನೀನು ಸೀರಿಯಸ್ಸಾಗಿ ತಗೋಬೇಡ" ಹೆಂಡತಿಯನ್ನ ಸುಮ್ಮನಾಗಿಸಿದರು.

ಹೆಚ್ಚು ಹೇಳಿಸಿಕೊಳ್ಳದೇ ಎಲ್ಲಾ ಹಾರ್ಲಿಕ್ಸ್ ಕುಡಿದರು.

"ನಾವು ಹೊರಡ್ತೀವಿ" ದೇವಕಿ ಎದ್ದರು.

"ಕೂತ್ಕೊಳ್ಳಿ ಅತ್ತಿಗೆ, ಗೆಸ್ಟ್‌ಗೋಸ್ಕರ ವಿಶೇಷವಾದ ಅಡುಗೆ ಮಾಡಿಸ್ತಾ ಇದ್ದಾರೆ. ಆರಾಮಾಗಿ ಊಟ ಮಾಡ್ಕೊಂಡ್ ಸಂಜೆ ಹೋಗ್ಬಹ್ದು" ಎಂದ. ಅವರು ಬೇಗ ಹೊರಟರೇ ಅವನಿಗೆ ಕಾಲೇಜಿಗೆ ಹೋಗುವುದಿತ್ತು.

ಆದಷ್ಟು ಬೇಗ ಹೊರಗೆ ಹೋಗುವುದು ಬೇಕಿತ್ತು ಕೃಷ್ಣಮೂರ್ತಿಗಳಿಗೆ. ಎಲ್ಲರ ಉದ್ದೇಶವು ಅದೆ. ಆದರೆ ಮಿನ್ನಿಯನ್ನ ಹೇಗೆ ಒಯ್ಯುವುದು? ಅದಕ್ಕೆ ಪ್ರಬಲವಾದ ವಿರೋಧ ವ್ಯಕ್ತವಾಗಬಹುದು. ಭಾನುಪ್ರಕಾಶ್ ಬಿಸಿರಕ್ತದ ಯುವಕ, ಮಾತು ಕೂಡ ಜೋರು. ಜೋರಾದ ಘರ್ಷಣೆ ಸಂಭವಿಸಬಹುದು. ಇದು ಯಾರಿಗೂ ಬೇಕಿರಲಿಲ್ಲ. ಹಾಗೆಂದು ದೇವಕಿ ಬರೀ ಕೈಯಲ್ಲಿ ಹಿಂದಿರುಗಲು ಸಿದ್ಧವಿಲ್ಲ.

ಗಂಡನ ಕಡೆ ನೋಡಿದರು ದೇವಕಿ. ಸದ್ಯಕ್ಕೆ ತಾನು ಮಾತಾಡುವುದು ಉತ್ತಮವೆನಿಸಿತು ಅವರಿಗೆ.

"ಮಿನ್ನಿನ ಕರ್ಕೊಂಡ್ ಹೋಗೋಣಾಂತ. ಅಪ್ಪಿಗಂತು ಮಗುನ ಬಿಟ್ಟಿರೋದು ಕಷ್ಟ. ಇನ್ನ ನಾಲ್ಕಾರು ವರ್ಷ ನಮ್ಮಲ್ಲಿ ಇರಲಿ. ಆಮೇಲೆ ಬೇಕೂಂದರೇ ಅಲ್ಲಿ... ಇಲ್ಲಿ ಎರ್ಡು ಕಡೆನು ಇದ್ಕೊಳ್ಳಿ" ನಯವಾಗಿಯೇ ಪ್ರಾರಂಭಿಸಿದರು.

"ಆಂಟೀ ವಿಷ್ಯನ ಅಂಕಲ್, ನೀವು ಹೇಳ್ತಾ ಇರೋದು? ಆಕೆಯ ಸೇವೆ ಸಮಾಜಕ್ಕೆ ಬೇಕಾಗುತ್ತೆ. ದಯವಿಟ್ಟು ಈ ಸಣ್ಣಪುಟ್ಟ ವಿಷ್ಯಗಳಿಗಾಗಿ ನಿರ್ಬಂಧಿಸ್ಬೇಡಿ.

ಹೇಗೂ ಮಿನ್ನಿ ಅತ್ತಿಗೆಗೆ ಹೊಂದಿಕೊಂಡಿದ್ದಾಳೆ" ಅವನೇ ಧೈರ್ಯವಾಗಿ ಒಂದು ತೀರ್ಪು ಕೊಟ್ಟ.

"ಅದೆಲ್ಲ ಆಗೋಂಥ ವಿಷ್ಯವಲ್ಲ. ಮಿನ್ನಿ ನನ್ಮಗ್ಳು ಮಗು. ಅಲ್ಲೇ ಹುಟ್ಟಿದ್ದು. ಅಲ್ಲೇ ಇರ್ಬೇಕು ಕೂಡ" ದೇವಕಿ ದನಿಯೇರಿಸಿದರು.

ಭಾನುಪ್ರಕಾಶ್ ಒಂದೊಂದೇ ಕೈಬೆರಳುಗಳನ್ನ ಮಡಚಿದ. "ಅದೆಲ್ಲ ಆಗೋಂಥ ವಿಷ್ಯವಲ್ಲ! ಅದು ಯಾವ್ದು? ಮಿನ್ನಿ ನಿಮ್ಮ ಮಗ್ಳು ಮಗು. ಅದು ಕೂಡ ಪೂರ್ತಿ ನಿಜವಲ್ಲ. ಅವ್ಳು ಸೂರ್ಯಪ್ರಕಾಶ್ ಮಗ್ಳು ಕೂಡ. ಅಲ್ಲೇ ಹುಟ್ಟಿದ್ದು. ಅದು ಪೂರ್ತಿ ನಿಜ್ವಲ್ಲ. ಮಿನ್ನಿ ಹುಟ್ಟಿದ್ದು ನರ್ಸಿಂಗ್‌ಹೋಂನಲ್ಲಿ. ಹುಟ್ಟಿದ ಕಡೆನೇ ಇರ್ಬೇಕು ಅನ್ನೋದು ದೊಡ್ಡ ಮೂರ್ಖತನ. ನೀವು ಹೇಳಿದ್ದು ನೋಡಿದ್ರೆ ಕೇಸ್ ಬಿದ್ದೋಗುತ್ತೆ. ಬೇರೆ ಏನಾದ್ರು ಎವಿಡೆನ್ಸ್ ಹುಡ್ಕಿಕೊಳ್ಳಿ. ನೀವು ಪಂಚಾಯಿತಿಗೆ ಹೊರಟಿರೋದು ಫೇಮಸ್ ಅಡ್ವೋಕೇಟ್ಸ್ ಚಂದ್ರಪ್ರಕಾಶ್, ಸೂರ್ಯಪ್ರಕಾಶ್ ಮುಂದೆ. ಎನಿವೇ ಆಲ್ ದಿ ಬೆಸ್ಟ್" ಸರಿಯಾಗಿ ಚುರುಕು ಮುಟ್ಟಿಸಿ ಎದ್ದುಹೋದ.

"ನೋಡಿದ್ಯಾ, ಇವ್ನು ಮೆಡಿಕಲ್‌ಗೆ ಸೇರೋ ಬದ್ಲು... ಲಾಗೆ ಸೇರಿ ಬಿಟ್ಟಿದ್ದರೇ, ಅಪ್ಪ, ಮಗ್ನ ಆಪೋಶನ್ ತಗೊಂಡ್‌ಬಿಡ್ತಾ ಇದ್ದ. ದೊಡ್ಡ... ಪ್ರಚಂಡ... ಇವ್ರ ಸಂತಾನವೇ ಇಷ್ಟು ಭಯಂಕರ ಬುದ್ಧಿ" ಕೃಷ್ಣಮೂರ್ತಿಗಳ ಸ್ವರದಲ್ಲಿ ಮೆಚ್ಚಿಗೆ ಮೂಡಿತು ಕೂಡ.

"ಇಲ್ಲಿಗೆ ಬಂದ್ಕೆಲ್ಸವೇನು? ಅವ್ನ ದಬಾಯಿಸೋದ್ಬಿಟ್ಟು ಹೊಗಳುತ್ತ ಕೂತಿದ್ದೀರಲ್ಲ! ನಾನು ಸಾಕಷ್ಟು ಜನಾನ ಕಂಡಿದ್ದೀನಿ. ಮಾತು, ಪಂಚಾಯಿತಿ ಯಾಕ್ಬೇಕು? ಮಿನ್ನಿನ ಎತ್ಕೊಂಡ್ ಹೋಗೋಣ. ಬೇಕೂಂತ ಅನ್ನಿಸಿದ್ರೆ... ಅವ್ರುಗಳೇ ಬರ್ತಾರೆ. ಮುಖದ ನೀರು ಇಳ್ಸಿ ಕಳ್ಸಿಬಿಡೋಣ" ದೇವಕಿ ಸೂಚಿಸಿದರು.

ಇದು ಯಾರಿಗೂ ಒಪ್ಪಿತವಲ್ಲ. ಗುಸುಗುಸು ಪಿಸಿಪಿಸಿಯ ನಡುವೆ ಹೊರಗಿನಿಂದ ಬಂದ ಚೈತನ್ಯಪ್ರಕಾಶ್. ಆಕೆ ಹೆಂಡತಿ 'ವಲರ್' ಎಂದಿದ್ದಕ್ಕೆ ಕೃಷ್ಣಮೂರ್ತಿ ಸಾಕ್ಷಿಯಾಗಿದ್ದರು.

"ಯಾವಾಗ್ಬಂದಿದ್ದು?" ಅವನದು ಮೃದು ವ್ಯಕ್ತಿತ್ವ.

"ಬಹಳ ಹೊತ್ತೇನು ಆಗ್ಲಿಲ್ಲ. ನಿಮ್ತಂದೆ, ಅಣ್ಣ ಹೊರಡೋ ಸಮಯಕ್ಕೆ ಬಂದ್ವಿ. ನಮ್ಗೂ ಹೊರಡೋದು ಇದೆ. ಮಿನ್ನಿನ ಕರ್ಕೊಂಡ್ಹೋಗ್ತೀವಿ" ಎಂದರು ಕೃಷ್ಣಮೂರ್ತಿಗಳು.

ಆಕೆಯ ಮಾತುಗಳಿಂದ ಪರಿಸ್ಥಿತಿ ಹದಗೆಟ್ಟಿತ್ತೇ ವಿನಃ ಮಿನ್ನಿ ಅಲ್ಲಿಗೂ ಇಲ್ಲಿಗೂ ಓಡಾಡುವುದು ಯಾರಿಗೂ ಅಸಮ್ಮತವಾಗಿ ಕಾಣುತ್ತಿರಲಿಲ್ಲ. ಬುಡಕ್ಕೆ ಕೊಡಲಿಯೆತ್ತುವ ದೇವಕಿಯೊಂದಿಗೆ ಯಾರು ಕಾಂಪ್ರಮೈಸ್ ಆಗರು.

"ನಂಗೆ ಅರ್ಥವಾಗಿಲ್ಲ, ಆಂಟಿ! ನಮ್ಗೂ ಮನೆಯಲ್ಲಿ ಮಕ್ಳಿಲ್ಲ. ಆ ಸಮಯದಲ್ಲಿ ಮಿನ್ನಿನ ನೋಡಿಕೊಳ್ಳೋಂಥ ಯಾರೂ ಇರ್ಲಿಲ್ಲ. ಈಗ ಅತ್ತಿಗೆ ಇದ್ದಾರೆ, ನೋಡ್ಕೋತಾರೆ. ಆಗಾಗ್ಬಂದು... ನೀವು ಹೋಗ್ಬಹ್ದು" ಸಮರ್ಥಿಸಿಕೊಂಡ.

ದೇವಕಿಗೆ ಕಸಿವಿಸಿಯ ಜೊತೆ ಆತಂಕ ಕೂಡ. ಮಿನ್ನಿಯನ್ನ ಕರೆದೊಯ್ಯುವುದು ಸುಲಭವಾಗಿ ಕಾಣಲಿಲ್ಲ. ಆದರೂ ಪಟ್ಟು ಬಿಡರು, ಅವಳ ಮೇಲೆ ಅಷ್ಟೊಂದು ಪ್ರೇಮ.

"ನಮ್ಮಲ್ಲಿ ಮಗು ಇರೋದು ಸೇಫ್. ಅವ್ಳ ಭವಿಷ್ಯದ ದೃಷ್ಟಿಯಿಂದ್ಲೂ ಒಳ್ಳೇದು. ಮೀರಾ ಸತ್ತಿರಬಹ್ದು, ನಾವೆಲ್ಲ ಇದ್ದೀವಿ. ಅವಳ್ನ ಅನಾಥಳಾಗೋಕೆ ಬಿಡೋಲ್ಲ" ದೇವಕಿ ಮೊದಲನೆ ಧಾಟಿಯಲ್ಲೆ ಮುಂದುವರಿಸಿದರು. ಚೈತನ್ಯನಿಗೆ ತಲೆ ಕೆಟ್ಟಂತಾಯಿತು. "ನಂಗೆ ವಿಪರೀತ ಮಾತು ಇಷ್ಟವಾಗೋಲ್ಲ. ಹೇಳಿದ್ದನ್ನೆ ಮತ್ತೆ ಮತ್ತೆ ರಿಪೀಟ್ ಮಾಡೋಕೆ ನಂಗೆ ಬೋರ್. ಹೇಗೂ ಬಂದಿದ್ದೀರಾ, ಸಂಜೆಯವರ್ಗೂ ಇರಿ" ಅಷ್ಟು ಹೇಳಿ ಜಾಗ ಖಾಲಿ ಮಾಡಿದ.

ಮಿನ್ನಿಯನ್ನ ಕರೆತಂದು ಹೇಮ ದೇವಕಿಯ ಬಳಿ ಬಿಟ್ಟು "ನಿಮ್ಮನ್ನ ತುಂಬ ನೆನಸಿಕೊಳ್ತಾಳೆ" ಅಲ್ಲೇ ಕೂತಳು. ಅವರ ಬಗ್ಗೆ ಗೌರವವೆ.

ಒಂದರಮೇಲೊಂದು ಪ್ರಶ್ನೆ ಹಾಕಿ, ಹೇಮಾಳ ತವರಿನ ಬಗ್ಗೆ ವಿಚಾರಿಸಿದ ದೇವಕಿ "ಅಂತು ನೀನು ಬೆಳೆದಿದ್ದು ಮಲತಾಯಿ ಬಳಿಯಲ್ಲೇ. ನಿಮ್ಮ ಮಿನ್ನಿಗೆ ಅಂಥದ್ದೇಡ" ಲೊಚಲೊಚ ಮುತ್ತಿಟ್ಟು ಮುದ್ದಾಡಿದರು.

"ನಾನು ಚೆನ್ನಾಗಿ ನೋಡ್ಕೋತೀನಿ" ಆಶ್ವಾಸನೆ ಇತ್ತು ಹೇಮಾಳ ದನಿಯಲ್ಲಿ ನೂರು ಆಸೆಗಳು ಕಣ್ಣಲ್ಲಿ. ಮಿನ್ನಿಯನ್ನ ಇಲ್ಲಿ ಉಳಿಸಿಕೊಳ್ಳೇಕೆಂದು ಸಾವಿರ ದೇವರುಗಳಿಗೆ ಮನದಲ್ಲೆ ಮುಡುಪು ಕಟ್ಟಿದ್ದಳು.

ಒಂದು ತರಹ ಮುಖ ಮಾಡಿದ ಆಕೆ "ಆ ಹಣೆಬರಹ ಮಿನ್ನಿಗೆ ಬೇಡ. ಸುಮ್ನೆ ಈ ಹೊಣೆನೆ ಬೇಕೂಂತ ಯಾಕೆ ತಂದ್ಕೋತೀಯಾ? ನಿಂಗೆ ಮಕ್ಳುಮರೀಂತ ಆಗುತ್ತೆ" ಸ್ವಲ್ಪ ಖಾರವಾಗಿಯೇ ಅಂದರು.

ಹೇಮ ಮಾತಾಡದೆ ಒಳಗೆ ಹೋಗಿ ಅಡುಗೆಮನೆಯ ಗೋಡೆಗೆ ಕಣ್ಣೀರು ಸುರಿಸಿದಾಗ, ಅದು ಸಂವೇದಿಸಲಾರದೆ ಮಿಡುಕಿತು. ಆದರೆ ಇಲ್ಲಿನ ಜನರ ಕಷ್ಟಸುಖ ಗಳಲ್ಲಿ ನಾನು ಭಾಗಿ. ಮೀರಾನು ಗೊತ್ತು. ಈಗ ಸಂಸಾರಕ್ಕೆ ಬಂದರೋ ಹೇಮಾನು ಗೊತ್ತು. ಮುದ್ದು ಮಿನ್ನಿಯ ನಗು, ಆಟದಲ್ಲಿ ನಾನು ಭಾಗಿ ಎನ್ನುವ ಹೆಮ್ಮೆ ಅವರದು.

ಹೊರಗೆ ಬಂದ ಅಡುಗೆಯವನನ್ನ ಕರೆದು ದೇವಕಿ, "ಹೇಗೆ, ಹೊಸ ಸೊಸೆ?" ವಿಚಾರಿಸಿದರು. ಮತ್ತಷ್ಟು ತಿಳಿಯುವ ಕುತೂಹಲ ಆಕೆಯದು.

"ತುಂಬ ಒಳ್ಳೆಯವ್ರು. ಹುಡುಗರಂತೂ ಅತ್ತಿಗೆ, ಅತ್ತಿಗೇಂತ ಹಿಂದುಮುಂದು ಸುತ್ತಾಡ್ತಾರೆ. ಪ್ರತಿಯೊಬ್ಬರನ್ನ ಎಷ್ಟೊಂದು ಅಕ್ಕರೆಯಿಂದ ನೋಡ್ಕೋತಾರೇಂದರೆ...' ಅವನದು ಪ್ರಾಮಾಣಿಕತೆಯ ನುಡಿಗಳು. ಅದೂಅಲ್ಲದೆ ಮೀರಾ ಕೂಡ ಗೊತ್ತು, ಅವನಿಗೆ. ಸದಾ ಕೂತು ಮಲಗಿ ಇರುತ್ತಿದ್ದವಳಿಗಿಂತ ತುಂಬು ಚಟುವಟಿಕೆಯಿಂದ ಸರಳ ಸ್ವಭಾವದ ಹೇಮಾಳನ್ನ ಯಾರಾದರೂ ಮೆಚ್ಚಬೇಕಿತ್ತು. "ಅಯ್ಯೊ, ಅಬ್ಬ... ಮಗುನಂತು ಸ್ವಂತದ್ದ ಕ್ಕಿಂತ ಹೆಚ್ಚಾಗಿ ನೋಡ್ಕೋತಾರೆ" ಇನ್ನೊಂದು ಮಾತು ಸೇರಿಸಿದ.

"ನೀವು ಬಿಡೀ!" ಎಂದಳು ವ್ಯಂಗ್ಯವಾಗಿ.

ಮಿನ್ನಿಯನ್ನೆತ್ತಿಕೊಂಡ ದೇವಕಿ "ಹೋಗೋಣ ನಡೀರಿ" ಎದ್ದೇಬಿಟ್ಟರು. ಮಗ ವಿರೋಧಿಸಿದ "ಸುಮ್ನೆ ಇಲ್ದ ಹಗರಣ ಯಾಕಮ್ಮ? ಪೊಲೀಸ್, ಕೋರ್ಟು ಮೆಟ್ಟಿಲು ಹತ್ತಬೇಕಾಗುತ್ತೆ. ಅವರಂತೂ ಅದರಲ್ಲೇ ಮುಳುಗಿ ತೇಲೋ ಜನ. ನಮ್ಗೆ ಎಲ್ಲಿದೆ ಪುರುಸೊತ್ತು. ಇವನ್ನೆಲ್ಲ ಮೈಂಡ್‌ನಲ್ಲಿ ಇಟ್ಕೋ."

ಆಕೆ ಈಗ ಯಾರ ಮಾತನ್ನ ಕೇಳುವ ಸ್ಥಿತಿಯಲ್ಲಿರಲಿಲ್ಲ. ಮಿನ್ನಿಯನ್ನೆತ್ತಿಕೊಂಡು ಹೊರಟಾಗ, ರೂಮಿನಿಂದ ಹೊರಬಂದ ಭಾನುಪ್ರಕಾಶ್. ಅವನು ಗಮನಿಸುತ್ತಲೇ ಇದ್ದ ಇವರ ಚಟುವಟಿಕೆಗಳನ್ನ.

"ಆಂಟಿ, ಇಲ್ದ ಧೈರ್ಯ ಮಾಡ್ಬೇಡಿ. ಸಂಜೆಯವರ್ಗೂ ಇರಿ. ಅಥ್ವಾ ಒಂದು ಅಪಾಯಿಂಟ್‌ಮೆಂಟ್ ತಗೊಂಡು ಇನ್ನೊಂದು ದಿನ ಬನ್ನಿ. ಇವೆರಡು ಬಿಟ್ಟು ಇಂಥ ಕಚಡಾದ ಮಾರ್ಗ ಅನುಸರಿಸಿದರೇ ತೀವ್ರವಾದ ಪರಿಣಾಮವನ್ನೆದುರಿಸ್ಬೇಕಾಗುತ್ತೆ. ಆಗ ಸೋಷಿಯಲ್ ವರ್ಕ್ ಬಿಟ್ಟು ಸೆಲ್‌ನಲ್ಲಿದ್ದ ಕೈದಿಗಳ ಕಷ್ಟಸುಖ ವಿಚಾರಿಸ್ಬೇಕಾಗುತ್ತೆ" ಅವನ ಮಾತುಗಲು ಬಾಣಗಳಂತೆ ಬಂದವು.

ಕೃಷ್ಣಮೂರ್ತಿಗಳು ಬೆವತರು "ದಿಸ್ ಈಸ್ ಟೂ ಮಚ್ ಮಿಸ್ಟರ್ ಭಾನುಪ್ರಕಾಶ್. ಅಂದು ನೀವುಗಳು ಬಂದಾಗ ನಾನೆಷ್ಟು ನೆರವಾದೆ. ನಿಮ್ಗೆ ನಾನು ಮಾನವೀಯತೆಯ ದೃಷ್ಟಿಯಿಂದ ನೋಡ್ದೆ. ಅಲ್ಲು ಸ್ವಲ್ಪ ದಿನ ಮಿನ್ನಿ ಇರಲಿ ಅನ್ನೋ ದೃಷ್ಟಿಯೇ ವಿನಃ ಮಗುನ ನಿಮ್ಗೆ ಪೂರ್ತಿಯಾಗಿ ಕೊಡ್ಲಿಲ್ಲ. ಅದ್ಕೆ ಅನುಸರಿಸಿದರೆ ಉತ್ತಮ. ಈಗ ಮಿನಿನ ನಾವು ಕರ್ಕೊಂಡ್ಹೋಗ್ತೀವಿ. ಅಲ್ಲು ಇಲ್ಲು... ಇರಲಿ" ಧಾರಾಳತನ ಪ್ರದರ್ಶಿಸಿದರು. ಸ್ವಲ್ಪ ಒರಟಾಗಿ ವರ್ತಿಸಿದರೆ ಕಟ್ಟುಮಸ್ತಿನ ಭಾನುಪ್ರಕಾಶ್‌ನಿಂದ ಎಲ್ಲಿ ಪೆಟ್ಟುಗಳು ಬೀಳುತ್ತ ದೆಯೋ ಎನ್ನುವ ಭಯ ಅವರನ್ನ ಆವರಿಸಿತು.

"ಆ ತರಹ ಮಾತುಕತೆಗಳು ನಿಮ್ಮ ಕಡೆಯಿಂದ ಶುರುವಾಗಲಿಲ್ವಲ್ಲ. ನಂಗೆ ಸಕತ್ತು ಬೆದರಿಕೆ ಹಾಕಿದ್ರು ಆಂಟಿ ಫೋನ್‌ನಲ್ಲಿಯೇ. ಆದ್ದರಿಂದ ಸ್ವಲ್ಪ ಅಲರ್ಟ್ ಆಗಿರೋದು ಅನಿವಾರ್ಯ. ಅಪ್ಪ, ಅಣ್ಣ ಬರೋವರ್ಗೂ ಇದ್ದು ಮಾತಾಡಿಕೊಂಡ್ಹೋಗಿ. ಮಿನ್ನಿ..." ಎಂದು ಬೆರಗುಗಣ್ಣುಗಳಿಂದ ನೋಡುತ್ತಿದ್ದ ಅವಳನ್ನೆತ್ತಿಕೊಂಡು "ಮಮ್ಮಿ ಹತ್ರ ಹೋಗು" ಮತ್ತೆ ಕೆಳಗೆ ಇಳಿಸಿದ.

ಒಂದೇ ಓಟಕ್ಕೆ ಕಿಚನ್‌ನತ್ತ ಧಾವಿಸುತ್ತಿದ್ದ ಮಗುವನ್ನ ಬಿಟ್ಟ ಕಣ್ಣುಗಳಿಂದ ನೋಡಿದರು ಎಲ್ಲರೂ. ಯಾರಿಗೆಂದರೆ ಅವರಿಗೆ ಬೇಗ ಹೊಂದಿಕೊಂಡು ಬಿಡುವ ಮಿನ್ನಿ ಈ ವಾತಾವರಣ, ಜನಕ್ಕೆ ಪೂರ್ತಿಯಾಗಿ ಹೊಂದಿಕೊಂಡಿದ್ದಕ್ಕೆ ಯಾರು ಅಚ್ಚರಿಪಡ ಬೇಕಾಗಿರಲಿಲ್ಲ.

ಮತ್ತೆ ಹೇಳಿಸಿಕೊಳ್ಳದೆಯೇ ದೇವಕಿಯ ಮಗ, ಸೊಸೆಯರು ಹೊರಕ್ಕೆ ಹೋದರು. ಎದ್ದ ಕೃಷ್ಣಮೂರ್ತಿ ಭಾನುಪ್ರಕಾಶ್‌ನ ಭುಜದ ಮೇಲೆ ಕೈಯಿಟ್ಟು "ತುಂಬ ಮಾತು ಕಲಿತಿದ್ದೀಯಾ. ಇಂಥ ಮಾತುಗಳು ಬೇರೆ ಕಡೆ ಪ್ರಯೋಜನಕ್ಕೆ ಬರುತ್ತೆ. ಸಂಬಂಧಗಳು ತೀರಾ ನವಿರಾದದ್ದು. ಇಂಥ ಮಾತುಗಳ ಬಳಕೆಯಿಂದ ಎಲ್ಲರೂ ನೋಯುವಂತಾಗುತ್ತೆ.

ಸಂಜೆಗೆ ನೀನೇ ಒಂದು ಅಪಾಯಿಂಟ್‌ಮೆಂಟ್ ಫಿಕ್ಸ್ ಮಾಡಿ ಫೋನ್ ಮಾಡು, ನಾನು ನಿಮ್ಮ ಆಂಟೀ ಬರ್ತೀವಿ. ನೀನು ನಮ್ಮಕಡೆ ನಿಲ್ಲಬೇಕು." ಬುದ್ಧಿವಾದದ ಜೊತೆ ನೆರವನ್ನ ಕೋರಿದಾಗ 'ವ್ಹಾ, ಮಾಸ್ಟರ್' ಎಂದುಕೊಂಡ ಮನದಲ್ಲಿಯೇ.

"ನೀವು ತುಂಬ ಬುದ್ಧಿವಂತರು, ಅಂಕಲ್. ಈ ಪ್ರಯತ್ನ ಟೂ–ಲೇಟ್. ಎನಿವೇ ಸಾಯಂಕಾಲ ನಿಮಗೊಂದು ಅಪಾಯಿಂಟ್‌ಮೆಂಟ್ ಕೊಡ್ಸೋ ಭಾರವಂತು ನಂದು. ಇಷ್ಟು ಸಹಾಯ ಮಾಡ್ಬಲ್ಲೆ, ಅಂಕಲ್. ಸಂಬಂಧಗಳ ಬಗ್ಗೆ ವ್ಯಾಖ್ಯಾನಿಸಿದರಲ್ಲ, ಮೊದಲು ನಿಮ್ಮ ಶ್ರೀಮತಿಯವ್ರಿಗೆ ಆ ಪಾಠ ಶುರು ಮಾಡಿ. ನಂಗೊಂದಿಷ್ಟು ಕೆಲ್ಸವಿದೆ" ಅಲ್ಲೇ ಬೀಳ್ಕೊಟ್ಟ.

ಬಂದ ಹೇಮ ಅತ್ಯಂತ ಪ್ರೀತಿಯಿಂದ "ಇರಿ ಆಂಟಿ, ಏನು ತಗೊಳ್ಳಲಿಲ್ಲ, ಊಟ ಮಾಡ್ಕೊಂಡ್ಹೋಗಿ. ಈಗ್ಲೂ ಇದು ನಿಮ್ಮ ಮಗಳ ಮನೆನೇ" ವಿನಂತಿಸಿದಳು. ಅದನ್ನ ಒಪ್ಪಿಕೊಳ್ಳುವ ಸ್ಥಿತಿಯಲ್ಲಿರಲಿಲ್ಲ ದಂಪತಿಗಳು.

"ಸಂಜೆ ಬರ್ತೀವಲ್ಲ, ಸುಮ್ನೆ ವಾದವಿವಾದ ಬೆಳಸ್ದೆ ಮಿನ್ನಿ ಕೊಟ್ಟು ಬಿಟ್ಟರೇ.. ಊಟ ಮಾಡ್ಕೊಂಡ್ ಹೋಗ್ತೀವಿ" ಎಂದ ದೇವಕಿ ಟೀಪಾಯಿ ಮೇಲಿದ್ದ ತಮ್ಮ ಹ್ಯಾಂಡ್ ಬ್ಯಾಗೆತ್ತಿಕೊಂಡು ಹೊರಗೆಹೋದರು ಮುಖಗಂಟಿಕ್ಕಿ. ಆಕೆಯ ರಕ್ತ ಒಳಗೊಳಗೇ ಕುದಿಯುತ್ತಿತ್ತು.

ಕಾರು ಹತ್ತಿದಕೂಡಲೇ ಮಕ್ಕಳಿಗೆ ಛೀಮಾರಿ ಹಾಕಿದರು. "ನಿಮ್ಗೆ ನಾಚ್ಕೆ ಆಗೋಲ್ವಾ? ಒಬ್ಬರಾದ್ರೂ ನನ್ನ ಪರ ವಾದಿಸಿದ್ರಾ? ಮಗು ಮನೆಯಿಂದ ಹೊರ್ಗೆ ಹೋಗೋದು ನಿಮ್ಗೆಲ್ಲ ಬೇಕಾಗಿತ್ತು. ನನ್ನ ಹೊಟ್ಟೆ ಸಂಕ್ಟ... ನಿಮ್ಗೆ ಹೇಗೆ ಗೊತ್ತಾಗ್ಬೇಕು?" ಆಕೆಯ ಕಣ್ಣಿಂದ ಕಂಬನಿ ಇಳಿಯತೊಡಗಿತು. ಮಿನ್ನಿಯನ್ನ ಕಳೆದುಕೊಂಡ ದೇವಕಿಗೆ ಮತ್ತೆ ಮಗಳನ್ನ ಕಳೆದುಕೊಂಡಂತೆ ರೋದಿಸುತ್ತಿತ್ತು ಆಕೆಯ ಮನ.

"ನಾವ್ಯಾರು ಕೊಟ್ಟಿದ್ದಲ್ಲ! ಅದೆಲ್ಲ ರಿಟೈರ್ಡ್ ಆಗಿ ಮನೆಯಲ್ಲಿ ಕೂತ ನಿನ್ನ ಪತಿ ಮಹಾಶಯರು. ಅವ್ರನ್ನ ಬೇಕಾದರೆ... ವಿಚಾರ್ಸಿಕೊಳ್ಳಿ" ಮಗ ಸಿಡಿದು ಬಿದ್ದು ಕಾರಿನ ವೇಗ ಹೆಚ್ಚಿಸಿದ.

"ಮೊದ್ಲು ವೇಗ ತಗ್ಗಿಸು. ನಿಮ್ಮನ್ನೆಲ್ಲ ಕರೆತಂದಿದ್ದು ನಮ್ದೆ ತಪ್ಪು? ಹದಿನೆಂಟು ಅಕ್ಷೋಹಿಣಿ ಸೈನ್ಯವನ್ನು ಹಿಂದಿಟ್ಕೊಂಡ್ಬಂದ ದುರ್ಯೋಧನನ ಸ್ಥಿತಿಯಾಯ್ತು ನಮ್ದು." ಗೊಣಗಿದರು ಕೃಷ್ಣಮೂರ್ತಿಗಳು. ಕಾರಿನ ವೇಗ ಒಂದಿಷ್ಟು ತಗ್ಗಿತು. ಆಕ್ಸಿಡೆಂಟ್ ಯಾರಿಗೂ ಬೇಡವಲ್ಲ.

ಬಂದ ದೇವಕಿ ಮಲಗಿಬಿಟ್ಟರು. ಮೂರು ಗಂಡು, ಒಂದು ಹೆಣ್ಣುಮಗುವಿನ ತಾಯಿಯಾದರೂ, ಮಗಳ ಮೇಲೆ ವಿಪರೀತ ಮಮತೆ. ಆದ್ದರಿಂದಲೇ ಇದೇ ಊರಿನಲ್ಲಿ ಸಂಬಂಧ ಬೆಳೆಸಿದ್ದು. ಆ ಕುಟುಂಬದ ಬಗ್ಗೆ ಸೂರ್ಯಪ್ರಕಾಶ್ ವಿಷಯದಲ್ಲಿ ಮಾತಾಡಲು ನಾಲಿಗೆ ಏಳದು. ಮೀರಾಳಿಗೆ ಅಲ್ಲಿ ಯಾವ ಕೊರತೆ ಇರಲಿಲ್ಲ. ನೆಪವಾಗಿಸಿ ಮಗಳನ್ನ ಮನೆಯಲ್ಲಿ ತಂದಿಟ್ಟುಕೊಂಡು ಪತಿಪತ್ನಿಯನ್ನ ಅಗಲಿಸಿದ ಪಾಪ ಆಕೆಯದೇ.

"ಅತ್ತೆ, ತಟ್ಟೆ ಹಾಕಿದೆ" ಸೊಸೆ ಬಂದು ಹೇಳಿದಳು.

ದೇವಕಿ ಮಿಸುಕಾಡಲಿಲ್ಲ. ಸೊಸೆಯರನ್ನ ಕೂಡ ಒಳ್ಳೆಯ ರೀತಿಯಲ್ಲಿ ನಡೆಸಿಕೊಂಡ ಅತ್ತೆಯೇ. ಆರ್ಥಿಕವಾಗಿ ಸುಭದ್ರವಾದ ಕುಟುಂಬ. ಒಬ್ಬ ಮಗ ಮಾತ್ರ ದೆಹಲಿಯಲ್ಲಿದ್ದ. ಉಳಿದಿಬ್ಬರು ಒಟ್ಟಿಗಿದ್ದರು. ಘರ್ಷಣೆಗಳಿರಲಿಲ್ಲ. "ಏಳಿ ಅತ್ತೆ" ತೋಳಿನ ಮೇಲೆ ಕೈಇಟ್ಟು "ಬೆಳಿಗ್ಗೇನು ಏನು ತಗೊಳ್ಳಲಿಲ್ಲ. ಬಂದಾಗ್ನಿಂದ ಊಟ ಬಿಟ್ಟಿದ್ದೇ ಆಯ್ತು. ದಯವಿಟ್ಟು... ಏಳಿ" ಸೊಸೆಯ ಬಲವಂತಕ್ಕೆ ಮಣಿಯಲಿಲ್ಲ. ಸಾಕಾಗಿ ಹೊರಗೆ ಬಂದಳಷ್ಟೆ.

"ನೀವುಗಳೇ ವಿಚಾರ್ಸಿಕೊಳ್ಳಿ" ಅಪ್ಪ, ಮಗನಿಗೆ ಆ ಕೆಲಸ ಒಪ್ಪಿಸಿ ಡೈನಿಂಗ್ ಹಾಲ್‌ಗೆ ಹೋದವಳೇ ವಾರಗಿತ್ತಿ ಬಳಿ ಪಿಸುಗುಟ್ಟಿದಳು. "ನಮ್ಮ ಮಕ್ಳುನ ನೋಡ್ಕೊಂಡ್ ಸುಮ್ಮನಿರ್ಬಾರ್ದಾ. ಪಾಪ, ಹೇಮಾನು ತುಂಬ ಒಳ್ಳೆ ಹುಡ್ಗಿಯಂಗೆ ಕಾಣ್ತಾಳೆ" ಎಂದು ನಿಲ್ಲಿಸಿ ಬಾಗಿಲತ್ತ ಹೋಗಿಬಂದು "ನಂಗ್ಯಾಕೋ ಅನುಮಾನ! ಅವ್ರು ಮಗುನ ಕೊಡೋಲ್ಲ. ಸಾಯಂಕಾಲವಂತು ನಾನ್ಹೋಗೋಲ್ಲ. ಹೇಗೂ ಷಾಪಿಂಗ್ ಹೋಗೋದಿದೆ" ಎಂದು ಉಪ್ಪಿನಕಾಯಿ ಬಡಿಸಿದಳು ತಟ್ಟೆಗಳಿಗೆ.

ಅವಳು ತಟಸ್ಥ ಧೋರಣೆ ವಹಿಸಿದಳು. ಮನೆಯ ಸ್ವಾಸ್ಥ್ಯ ಸದಾ ಕಾಪಾಡಲು ಮಾತು ಕಮ್ಮಿ ಮಾಡಬೇಕೆಂದು ಅವಳ ತಾಯಿ ಬುದ್ಧಿ ಹೇಳಿ ಕಳಿಸಿದ್ದರಿಂದ ನಿರಂತರವಾಗಿ ಪಾಲಿಸುವಷ್ಟು ವಿಧೇಯತೆ ಅವಳದು.

ಮಗ ಹೋಗಿ ಹೇಳಿದ. ಆಕೆ ಮುಸಿಮುಸಿ ಅತ್ತರೇ ವಿನಃ ಏಳಲಿಲ್ಲ. "ನಿನ್ನಿಷ್ಟಾಮ್ಮ, ನಾವೆಲ್ಲ ಉಪವಾಸ ಇರೋಕ್ಕಾಗೋಲ್ಲ. ಎದ್ದು ಊಟ ಮಾಡೋದ್ರಿಂದ ನಮ್ಗೂ ನೆಮ್ದಿ, ನಿನ್ನ ಆರೋಗ್ಯಕ್ಕೂ ಒಳ್ಳೇದು" ಅಂದು ಹೋದವನು ತಮ್ಮನನ್ನು ಕಳಿಸಿದ.

"ಏಳಮ್ಮ..." ತಾಯಿಯ ಪಕ್ಕ ಕೂತ.

"ಎಲ್ಲ ಸೇರಿ, ಸತ್ತ ನನ್ಮಗಳಿಗೆ ಅನ್ಯಾಯ ಮಾಡ್ಬಿಟ್ರಿ. ನಾನು ಇಲ್ದ ಸಮಯದಲ್ಲಿ ಮಿನ್ನಿನ ಯಾಕೆ ಕೊಟ್ರಿ?" ಪ್ರಲಾಪ ಶುರು ಮಾಡಿದಾಗ ಅವನು ತಲೆ ಚಚ್ಚಿಕೊಂಡ. "ಕೇಳಿದ್ದೇ ಎಷ್ಟು ಸಲ ಕೇಳ್ತೀಯ! ಅದು ಮುಗ್ಧ ಕತೆ. ಮುಂದೆ ನಡೆಯಬೇಕಾದುದ್ದರ ಕಡೆ ಗಮನ ಕೊಡ್ಬೇಕು" ಸಂತೈಸಿದ.

"ನಂಗೆ ಆ ಮಗುನ ಬಿಟ್ಟಿರೋಕೆ ಆಗೋಲ್ಲ!" ಮತ್ತೆ ಅದೇ ಹಠ. ಅವನು ಎರಡು ಕೈಯಲ್ಲು ತಲೆ ಹಿಡಿದುಕೊಂಡ. "ಅಮ್ಮ, ಪ್ರತಿಯೊಂದಕ್ಕೂ ಒಂದು ಮಿತಿ ಅಂತ ಇರುತ್ತೆ. ಮಿನ್ನಿ ಸೂರ್ಯಪ್ರಕಾಶ್ ಮಗು. ನೀನು ಈ ರೀತಿ ಪ್ರಲಾಪಿಸೋದ್ರಿಂದ ಪ್ರಯೋಜನವೇನು? ಹೇಗೂ ಸಂಜೆ ಹೋಗ್ತೀವಲ್ಲ, ಭಾವ ಸಭ್ಯರಲ್ಲಿ... ಸಭ್ಯ! ಸಜ್ಜನರಲ್ಲಿ... ಸಜ್ಜನ! ನಿನ್ನ ನೋಯಿಸೋಕೇನು ಇಷ್ಟಪಡೋಲ್ಲ. ಬಂದು... ಊಟ ಮಾಡು" ತಿಳಿ ಹೇಳಿದ.

"ಇಲ್ಲ, ನಂಗೆ ಊಟ ಮಾಡೋಕೆ ಆಗೋಲ್ಲ" ದೇವಕಿ ಅಂದಾಗ "ನಿನ್ನಿಷ್ಟ,

ನಾವಂತು ಹಸಿದು ಇರೋಕೆ ಸಾಧ್ಯವಿಲ್ಲ. ಅಕಸ್ಮಾತ್ ಹಸಿದು ಇರೋದ್ರಿಂದ ಪ್ರಾಬ್ಲಮ್ ಸಾಲ್ವ್ ಆಗೋಕೆ ಸಾಧ್ಯವಾದ್ರೆ... ಇಡೀ ಮನೆಯವ್ರು ಉಪವಾಸ ಇರ್ತಾ ಇದ್ವಿ. ಅಂಥ ಪವಾಡವೇನು ನಡ್ದು ಹೋಗೋಲ್ಲ" ಸ್ವಲ್ಪ ಅಸಹನೆಯಿಂದಲೇ ಎದ್ದು ಹೋದ. 'ಟೂ ಮಚ್' ಎನಿಸಿತು ಅವನಿಗೆ.

ಕಡೆಯ ಪ್ರಯತ್ನವೆನ್ನುವಂತೆ ಕೃಷ್ಣಮೂರ್ತಿಗಳು ಬಂದು ಹೆಂಡತಿಯ ಬಳಿ ಕೂತರು. ಹೆಂಡತಿಯ ಸ್ಥಿತಿ ನೋಡಿ ಅವರ ಗಂಟಲು ಕಟ್ಟಿತು.

"ದೇವಕಿ, ನನ್ನ ಕ್ಷಮ್ಸಿಬಿಡು. ನನ್ನಿಂದ ತಪ್ಪಾಯ್ತು. ನಂಗೂ ಮೀರಾ ಮಗ್ಳು ಅಲ್ವಾ! ಮಿನ್ನಿನ ಕಂಡರೇ ಪ್ರಾಣನೇ..." ಎಂದು ಅತ್ತಿತ್ತ ನೋಡಿ "ನೀನಂತು ಮನೆಯಲ್ಲಿ ಇರೋಲ್ಲ. ಬೇರೆಯವ್ರು ತಮ್ಮ ಸ್ವಂತ ಮಕ್ಕಳಂತೆ ಅವಳನ್ನ ನೋಡಿಕೊಳ್ಳೋಕೆ ಸಾಧ್ಯನಾ! ನಾನು ಅಂದು ತುಂಬ ಬೇಜಾರಿನಿಂದ ಇದ್ದೆ. ಹೇಮಾನ ನೋಡಿದ ಕೂಡ್ಲೇ ಮೀರಾನ ನೋಡಿದಂತಾಯಿತು. ಮಿನ್ನಿನ ಚೆನ್ನಾಗಿ ನೋಡ್ಕೋತಾಳೇಂತ ಭರವಸೆ ಸಿಕ್ಮೇಲೆ ಕೊಟ್ಟಿದ್ದು. ಈಗ ಅಲ್ಲಿ ಎಷ್ಟೊಂದು ಚೆನ್ನಾಗಿ ಒಗ್ಗಿಕೊಂಡಿದ್ದಾಳೆ. ಈಗ ಇನ್ನಷ್ಟು ಚೆನ್ನಾಗಿ ಆಗಿದ್ದಾಳೆ, ಮಿನ್ನಿ" ಉತ್ತಮ ಅಭಿಪ್ರಾಯ ವ್ಯಕ್ತಪಡಿಸಿದರು ಕೂಡ.

ಆಕೆ ಇದ್ದ ಸ್ಥಿತಿಯಲ್ಲಿ ಗಂಡನ ಮಾತು ಪಥ್ಯವೆನಿಸಲಿಲ್ಲ.

"ಲೀವ್ ಮಿ ಅಲೋನ್, ನನ್ನ ಒಂಟಿಯಾಗಿ ಬಿಟ್ಹೋಗಿ. ಸಂಜೆವರ್ಗೂ ಯಾರು ಬರ್ಬೇಡಿ" ದೇವಕಿ ಕೂಗಾಡಿದರು.

ಆರಾಮಾಗಿ ಎದ್ದು ಹೊರಬಂದರು ಕೃಷ್ಣಮೂರ್ತಿಗಳು ಇಷ್ಟು ದಿನ ಹೆಂಡತಿಯನ್ನ 'ತುಂಬ ಬುದ್ಧಿವಂತೆ, ಡೈನಾಮಿಕ್' ಎಂದು ತಿಳಿದಿದ್ದರು. ಆದರೆ ಮೊದಲನೆಯದು ಮಾತ್ರ ಸುಳ್ಳೆನಿಸಿತು.

ಎಲ್ಲರೊಂದಿಗೆ ಕೂತು ಆರಾಮಾಗಿ ಊಟ ಮಾಡಿದರು. ಅಪ್ಪಿತಪ್ಪಿ ಕೂಡ ಹೆಂಡತಿಯ ವಿಷಯ ಪ್ರಸ್ತಾಪಿಸಲಿಲ್ಲ. ಅವರಿಗೆ ತೀರಾ ಬೇಸರವಾಗಿತ್ತು.

ಸಿಟ್ಟಿಂಗ್ ರೂಮಿಗೆ ಬಂದು ಕೂತವರು 'ತೀರಾ ಮೂರ್ಖತನ' ಎಂದು ಗೊಣಗಿದ್ದು ಬೇರೆ ಯಾರಿಗೂ ಕೇಳಿಸಲಿಲ್ಲ. ಇಂದು ಯೋಚಿಸುವಂತಾಗಿತ್ತು, ಅವರಿಗೆ ಕೆಲವು ತಪ್ಪು ಅತ್ಯಂತ ಸ್ಪಷ್ಟವಾಗಿ ಕಂಡವು.

ಮೀರಾ ಮದುವೆಯಾದ ಮೇಲೆ ಒಂದಲ್ಲ ಒಂದು ಕಾರಣವನ್ನೊಡ್ಡಿ ಮಗಳನ್ನ ಕರೆತರುತ್ತಿದ್ದಾಗ ಚಂದ್ರಪ್ರಕಾಶ್ ವಿರೋಧ ವ್ಯಕ್ತಪಡಿಸಿದ್ದರು. ನಯವಾಗಿ "ಹಬ್ಬ, ಮದುವೆ, ಹುಷಾರಿಲ್ಲ ಅನ್ನೋ ನೆಪಗಳ್ನ ಒಡ್ಡಿ ಮೀರಾನ ಕರ್ಕೊಂಡ್ ಹೋಗ್ತಾ ಇರ್ತೀರಾ. ಮದುವೆಯ ಹೊಸದರಲ್ಲಿ ಒಬ್ಬರನ್ನೊಬ್ಬರು ಅರ್ಥಮಾಡ್ಕೋಬೇಕು. ನಮ್ದು ಹೆಣ್ಣಿಲ್ಲದ ಮನೆ. ಸೊಸೆಯಿಂದ ಹೊಸತನ ತುಂಬಿಕೋಬೇಕು" ದೇವಕಿ ಅದಕ್ಕೆ ಒಪ್ಪಲಿಲ್ಲ. ತಮ್ಮ ಧಾಟಿ ಬದಲಾಯಿಸಲಿಲ್ಲ. ನಿರಂತರವಾಗಿ ಸಾಗುತ್ತಿದ್ದಾಗ ಸೂರ್ಯಪ್ರಕಾಶ್ ಹೆಂಡತಿಗೆ ಪ್ರೀತಿಯಿಂದ ಬುದ್ಧಿ ಹೇಳಿದ್ದ. "ಬೇಡ, ಮೀರಾ! ನೀನು ಸದಾ ಅಲ್ಲಿ ಕುಳಿತರೆ

ನನ್ನಗತಿಯೇನು? ವಾರಕ್ಕೋ ಹದಿನೈದು ದಿನಕ್ಕೋ ಒಮ್ಮೆ ಹೋಗ್ಬರೋಣ" ಅವಳು ಹ್ಲೂಗುಟ್ಟಿದ್ದಳು. ಆದರೆ ದೇವಕಿಯ ಅತಿಯಾದ ಪ್ರೀತಿ ಅವಳನ್ನ ಕೆಡಿಸಿತು.

"ದೇವಕಿ, ನೀನ್ಹೋಗು ಕಾನ್ಫರೆನ್ಸ್‌ಗೇಂತ ದೆಹಲಿಗೆ ಹೋಗ್ತಾ ಇದ್ದೀಯಾ, ಮೀರಾ ಅಲ್ಲಿರಲಿ. ಅವ್ರ ವಸ್ತುನ ಅವ್ರು ಜೋಪಾನ ಮಾಡೋದು... ಗೊತ್ತಿಲ್ವಾ?" ಹೆಂಡತಿಗೆ ಬುದ್ಧಿ ಹೇಳಲು ಹೋಗಿ ಛೀಮಾರಿ ಹಾಕಿಸಿಕೊಂಡ ನಂತರ ತೆಪ್ಪಗಾಗಿದ್ದರು.

ಅದೆಲ್ಲ ಈಗ ತಪ್ಪಾಗಿ ಕಂಡಿತು. ತಮ್ಮಗಳ ವಿಪರೀತ ಮುದ್ದಿನಿಂದ ಮಗಳು ತೀರಾ ಸುಕುಮಾರಿ, ಅಷ್ಟೇ ಸೋಮಾರಿಯಾಗಿ ಕಡೆಗೆ ಬಸಿರನ್ನ ಹೊರಲಾರದ ಸ್ಥಿತಿಗೆ ಬಂದಳು ಎನ್ನುವುದು ಈಗ ಅವರಿಗೆ ಗೋಚರಿಸಿ, ಕಂಗೆಟ್ಟರು.

ಅಂದಿನ ಒಪ್ಪುಗಳೆಲ್ಲ ಈಗ ತಪ್ಪುಗಳಾಗಿ ಕಂಡಿತು.

ಕೃಷ್ಣಮೂರ್ತಿಗಳು ಕೂತ ಕಡೆಯಿಂದ ಅಲ್ಲಾಡಲಿಲ್ಲ. ಬಂದ ಹಿರಿಯ ಮಗ ಅವರೆದುರು ಕೂತು "ಅಣ್ಣ, ಸಂಜೆ ನಾನು ನಿಮ್ಮೊಂದಿಗೆ ಬರಕ್ಕಾಗೋಲ್ಲ. ಅಮ್ಮ ಬಿ.ಪಿ. ಹಚ್ಚಿಸಿಕೊಂಡು ಕೂಗಾಡಿ ರಾದ್ಧಾಂತ ಮಾಡದಂತೆ ನೀವು ನೋಡ್ಕೋಬೇಕು. ನಮ್ಮತ್ರ ಹೆಚ್ಚು ಹಣ ಇರ್ಬಹ್ದು. ಆದರೆ ಸಮಾಜದಲ್ಲಿ ಅವ್ರಿಗೆ ಇರೋ ಬಲವಾಗ್ಲಿ, ಸ್ಟೇಟಸ್ ಆಗ್ಲಿ ನಮ್ಗಿಲ್ಲ. ಬಲಶಾಲಿಗಳ ಜೊತೆ ಯುದ್ಧಕ್ಕೆ ನಿಲ್ಲೋ ಬದ್ಲು ಕೈಜೋಡಿಸೋದು ಬುದ್ಧಿವಂತಿಕೆಯ ಲಕ್ಷಣ ಅಂತಾರೆ. ಅದ್ನ ಅಮ್ಮನಿಗೆ ಮನದಟ್ಟು ಮಾಡ್ಕೊಡಿ" ಎಂದು ಹೇಳಿ, ಅವರ ಪ್ರತಿಕ್ರಿಯೆಗೂ ಕಾಯದೆ ಎದ್ದುಹೋದ.

ಅವನ ಅಭಿಪ್ರಾಯ ಸ್ಪಷ್ಟವಾಗಿ ತಿಳಿಸಿದ್ದ. ಕಿರಿಯವನದೇನು ಇದಕ್ಕಿಂತ ಭಿನ್ನ ವಾಗಿರೋಲ್ಲ ಅಂದುಕೊಂಡರು. ಅಣ್ಣ, ತಮ್ಮ ಒಂದೇ ವ್ಯವಹಾರದಲ್ಲಿ ಇದ್ದುದ್ದರಿಂದ ಹೆಚ್ಚು ವ್ಯವಹಾರಿಕವಾಗಿಯೇ ಇರುತ್ತಿತ್ತು ಅವರುಗಳ ನಡತೆ.

ಮನಸ್ಸು ತಡೆಯದೆ ಒಂದು ಅರ್ಧ ಗಂಟೆ ಬಿಟ್ಟುಕೊಂಡು ಎದ್ದುಹೋಗಿ ಹೆಂಡತಿಯ ಪಕ್ಕ ಕೂತರು. "ದೇವಕಿ, ಎದ್ದು ಊಟ ಮಾಡು. ಕೆಟ್ಟ ಹಠದಿಂದ ಮನೆಯವ್ರಿಗೆಲ್ಲ ಬೇಜಾರು ಮಾಡ್ಬೇಡ. ಸ್ವಲ್ಪ ಜವಾಬ್ದಾರಿಯಿಂದ ನಡೆದುಕೊಳ್ಳೋದು... ಕಲಿ" ಗಟ್ಟಿಯಾಗಿಯೇ ಹೇಳಿದರು.

ಆಕೇನು ತೀರಾ ಹಸಿದಿದ್ದರು. ಒಂದು ಕಡೆ ಹೊಟ್ಟೆಯ ಸಂಕಟ. ಇನ್ನೊಂದು ಕಡೆ ಹೃದಯದ ತುಡಿತ. ಜೊತೆಗೆ ಮಿದುಳಿನಲ್ಲಿ ಭಯಂಕರ ಸಿಡಿತ. ಸ್ವಲ್ಪ ಮಿಸುಕಾಡಿದರು.

"ಮಾತ್ರೆ ತಗೋಬೇಕಲ್ಲ, ಎದ್ದು ಒಂದು ತುತ್ತು ಊಟ ಮಾಡು" ಕೈಯನ್ನು ತಮ್ಮ ಹಸ್ತದೊಳಕ್ಕೆ ತಗೊಂಡು "ನನ್ಮಾತು ಕೇಳಿ, ಎದ್ದು ಊಟ ಮಾಡು" ರಮಿಸಿದರು.

ನರಳುತ್ತಲೇ ಎದ್ದು ಕೂತರು ಆಕೆ.

"ಊಟ ಇಲ್ಲಿಗೆ ತರಿಸ್ಲಾ? ಇಲ್ಲ ಡೈನಿಂಗ್ ಹಾಲ್‌ಗೆ ಬರ್ತೀಯಾ, ನಾನೇ ಬಡ್ಸಿಸ್ತೀನಿ, ಕಣೆ" ಅಂತುಇಂತು ಎಬ್ಬಿಸಿ ಕರೆದೊಯ್ದರು ಡೈನಿಂಗ್ ಹಾಲ್‌ಗೆ.

ಹತ್ತಿರ ಕೂತು ಬಡಿಸಿದರು. ಮಧ್ಯೆ ಮಧ್ಯೆ ಭರವಸೆಯ ಮಾತುಗಳನ್ನಾಡಿದರು.

ನಾಲ್ಕು ತುತ್ತು ತಿನ್ನಿಸುವುದರಲ್ಲಿ ಸಫಲವಾದಾಗ, ತಲೆಯ ಮೇಲಿದ್ದ ದೊಡ್ಡ ಬಂಡೆಯನ್ನ ಇಳಿಸಿಕೊಂಡಂತಾಯಿತು.

ಇಬ್ಬರೂ ಬಂದು ಹಾಲ್‌ನಲ್ಲಿ ಕೂತರು

"ನಾನೇ ಫೋನ್ ಮಾಡ್ಲಾ?" ವಿಚಾರಿಸಿದ್ದು ಕೃಷ್ಣಮೂರ್ತಿ.

"ಇನ್ನ, ಹತ್ತು ನಿಮಿಷ ನೋಡಿ ನಾವೇ ಹೋಗೋಣ." ಹೆಂಡತಿ ಸೂಚಿಸಿದಾಗ ಅವರ ಹಿನ್ನೆಲೆ ಅರ್ಥವಾಗಲಿಲ್ಲ. ಕೃಷ್ಣಮೂರ್ತಿಗಳಿಗೆ "ನಿನ್ನಿಷ್ಟ, ಫೋನ್ ಮಾಡ್ತಾನೆ ಭಾನುಪ್ರಕಾಶ್, ಮಾತು ಕಟುವಾದರೂ ಪ್ರಾಮಾಣಿಕತೆ ಮೈಗೂಡಿಸಿಕೊಂಡಿರೋ ಹುಡ್ಗ" ಈಗಲೂ ಅವನ ಬಗ್ಗೆ ಮೆಚ್ಚಿಗೆಯಾಡಿದರು.

"ನೀವು ಯಾವಾಗ್ಲ ಬೇರೆಯವ್ರ ಪರವೇ. ನಿಮ್ಮನ್ನ ಯಾವಾಗ್ಲೂ ನೆಚ್ಚಿಕೊಳ್ಳೋಕ್ಕಾಗೋಲ್ಲ. ನನ್ನ ನಾನು ನಂಬಿಕೋಬೇಕಷ್ಟೆ 'ಯಥಾ ರಾಜಃ ತಥಾಪ್ರಜಾ' ಅನ್ನೋ ಹಾಗೆ ನಿಮ್ಮ ಮಕ್ಕಳು ಕೂಡ ನಿಮ್ಮಂತೆ. ಅಲ್ಪಸ್ವಲ್ಪನೂ ಡೈನಾಮಿಕ್ ಅಲ್ಲ. ಇದು ಜೆನೆಟಿಕ್ಸ್‌ನಿಂದಾನೇ ಬಂದಿರೋದು, ಅವರ್ನ ಅಂದು ಪ್ರಯೋಜನವೇನು?" ಪರಿತಾಪ ಪಟ್ಟುಕೊಂಡರು ದೇವಕಿ.

ಆ ಕ್ಷಣದಲ್ಲಿ ಚಂದ್ರಪ್ರಕಾಶ್ ನೆನಪಾದರು. ಅವರಂಥ ವ್ಯಕ್ತಿಯ ಕೈಹಿಡಿದಿದ್ದರೇ, ಬಹುಶಃ ತಾನು ಕೂಡ ಸೂರ್ಯಪ್ರಕಾಶ್ ಅಂಥ ಜೀನಿಯಸ್ ಮಗನ ಜೊತೆ ಭಾನುಪ್ರಕಾಶ್ ಅಂಥ ಡೈನಾಮಿಕ್ ಮಗನನ್ನ ಪಡೆಯಬಹುದಾಗಿತ್ತೆಂದುಕೊಂಡವರೇ, ಕೆನ್ನೆಗೆ ಹಾಕಿಕೊಂಡು ಪಶ್ಚಾತ್ತಾಪಪಟ್ಟರು.

ಆರರಿಂದ ಏಳರವರೆಗೆ ಟೆನ್‌ಷನ್‌ನಲ್ಲಿ ಕಳೆದರು. ಏಳು ಮೂರು ನಿಮಿಷಕ್ಕೆ ಫೋನ್ ಬಂತು. "ಹಲೋ, ಗುಡ್ ಈವ್ನಿಂಗ್, ಆಂಟಿ... ಏಳು ಮುಕ್ಕಾಲಿಗೆ ಅಪಾಯಿಂಟ್‌ಮೆಂಟ್ ಕೊಟ್ಟಿದ್ದಾರೆ" ಇಟ್ಟೇಬಿಟ್ಟ.

"ಈಗೇನ್ಮಾಡೋದು?" ಕೃಷ್ಣಮೂರ್ತಿಗಳ ಪ್ರಶ್ನೆ.

"ಮಾಡೋಕೇನಿದೆ, ಯಾಕೆ ಅನುಮಾನಿಸ್ತೀರಾ? ಹೋಗಿ ಮಗುನ ತರೋದೇ" ಎದ್ದೇಬಿಟ್ಟರು ದೇವಕಿ.

ಅಂತೂ ಹೊರಟಿದ್ದು ಇಬ್ಬರೇ, ಕೊನೆಯ ಘಳಿಗೆಯಲ್ಲಿ ಚಿಕ್ಕ ಮಗ ಯೋಗಿ ಡ್ರೈವರ್ ಇಲ್ಲದಿದ್ದರಿಂದ ತಾನೇ ಹೊರಟ.

"ತೀರಾ ಸಿಕ್ಕಾಪಟ್ಟೆ ಮಾತಾಡಬೇಡಮ್ಮ. ನಿನ್ನ ಸಮಾಜಸೇವೆಯಲ್ಲಿ ಎತ್ತರದ ದನಿಗೆ ಬೆಲೆ ಸಿಗಬಹುದೇನೋ, ಅಲ್ಲೇನು ನಡೆಯದು. ಸಂಘರ್ಷಕ್ಕೆ ಅವಕಾಶ ಕೊಡೋದ್ಬೇಡ. 'ಪೊಲೀಸ್, ಕೋರ್ಟು' ಅನ್ನೋ ಪದಗಳ ಬಳಕೆಯಿಂದ ಬಹಳ ಕಷ್ಟ ನಷ್ಟಕ್ಕೆ ಗುರಿಯಾಗ್ಬೇಕಾಗುತ್ತೆ" ದಾರಿಯಲ್ಲಿ ಕಾರು ನಡೆಸುತ್ತಲೇ ತಾಯಿಗೆ ಬುದ್ಧಿ ಹೇಳಿದ ಯೋಗಿ.

ಆಕೆ ಒಳಗೊಳಗೆ ಮಗನ ಬಗ್ಗೆ ಗೊಣಗಿದರೇ ವಿನಃ ಮೇಲ್ಮುಖಕ್ಕೆ ಮೌನ

ನಟಿಸಿದರೂ ಅವರುಗಳ ಸಹಕಾರ ಸಿಗದೆಂದು ತಿಳಿದಮೇಲೆ ಒಂಟಿಯಾಗಿಯೇ ಹೋರಾಡಲು ಸಿದ್ಧವಾದರು.

ಸ್ಟ್ರೀಟ್ ಲೈಟುಗಳು ಆರಿಹೋಗಿದ್ದರು ಚಂದ್ರಪ್ರಕಾಶ್ ಮನೆಯ ಲೈಟುಗಳು ಉರಿಯುತ್ತಿದ್ದವು. ಭವ್ಯವಾದ ಮನೆ. ಚಂದ್ರಪ್ರಕಾಶ್ ತಂದೆಯಿಂದ ಮಗನಿಗೆ ಬಂದ ಉಡುಗೊರೇನೆ ಈಗ ಮೂವರು ಬಾಧ್ಯಸ್ಥರು.

ಈಗಾಗಲೇ ಕಾಂಪೌಂಡ್‌ನಲ್ಲಿ ಎರಡು ಕಾರುಗಳು ಇದ್ದವು. ತೀರಾ ಬಂಧುಗಳು, ಸ್ನೇಹಿತರ ವಾಹನಗಳಿಗೆ ಮಾತ್ರ ಇಲ್ಲಿ ಪ್ರವೇಶ.

ಬಾಲ್ಕನಿಯಲ್ಲಿ ನಿಂತ ಭಾನುಪ್ರಕಾಶ್ ಎರಡು ಹೆಜ್ಜೆ ಮುಂದಕ್ಕೆ ಬಂದು "ಬನ್ನಿ ಆಂಟೀ... ಅಂಕಲ್. ತಗೊಂಡ ಅಪಾಯಿಂಟ್‌ಮೆಂಟ್ ಎಲ್ಲಿ ಮಿಸ್ ಆಗುತ್ತೋ ಅಂದ್ಕೊಂಡೆ... ಪ್ಲೀಸ್... ಕಮಿನ್" ಒಳಗೆ ಕರೆದೊಯ್ದರು.

ಹತ್ತು ನಿಮಿಷಗಳ ನಂತರ ಚಂದ್ರಪ್ರಕಾಶ್, ಸೂರ್ಯಪ್ರಕಾಸ್ ಬಂದವರೇ ಆತ್ಮೀಯತೆಯಿಂದ ಕೃಷ್ಣಮೂರ್ತಿಗಳ ಕೈಕುಲುಕಿ ದೇವಕಿಯನ್ನ ಮಾತಾಡಿಸಿದರು. ಕಹಿ ವಾತಾವರಣ ನಿರ್ಮಾಣ ಅವರಿಗೂ ಇಷ್ಟವಿಲ್ಲ.

"ಈ ಮನೆಗೆ ಬರಬೇಕೂಂದರೇ ನಮ್ಗೆ ನೋವೆ. ನಮ್ಮ ಮಗ್ಳು ಬಾಳಿ ಬದುಕಬೇಕಿತ್ತು" ದೇವಕಿ ಸ್ವರ ಒದ್ದೆಯಾಯಿತು.

ಈ ಪೀಠಿಕೆ ಚಂದ್ರಪ್ರಕಾಶ್‌ಗೆ ಇಷ್ಟವಾಗಲಿಲ್ಲ.

"ಸಾವಿಗೆ ನಾವು ಹೊಣೆಯಲ್ಲ. ಮೀರಾ ಬದ್ಕಿದ್ದಾಗ ಗಂಡನ ಜೊತೆ ಇಲ್ಲಿರಲು ನೀವು ಬಿಡ್ಲಿಲ್ಲ.. ತಾಯಿ ಮಮತೆಯಲ್ಲಿ ಬಿಗಿದಿಟ್ಟಿರಿ. ಅದ್ನ ಬಿಡ್ಸಿಕೊಂಡು ಹೊರ ಬರೋ ಅಷ್ಟು ಮನೋಧೈರ್ಯವಿಲ್ದ ಹುಡ್ಗಿ ಅವ್ಳು. ಸ್ವಲ್ಪ ಒರಟಾಗಿ ಮೂವ್ ಮಾಡಿ ದಾಂಪತ್ಯದ ಸೊಬಗನ್ನ ಹಾಳು ಮಾಡಿಕೊಳ್ಳಲು ಇಷ್ಟಪಡದ ಸೂರ್ಯ ಇವರಿಬ್ರೂ ಅಮಾಯಕರು. ಅಪರಾಧ ಮಾತ್ರ ನಿಮ್ದು." ಚಾಟಿಯೇಟಿನಂತಿತ್ತು ಅವರ ಮಾತುಗಳು. ಗಂಡ, ಹೆಂಡತಿ ಬೆವರೊರೆಸಿಕೊಳ್ಳುವಂತಾಯಿತು. ಬಂದಕೂಡಲೇ ಫೈರಿಂಗ್ ಶುರು ಮಾಡಿದ್ದರು.

"ಆಫ್ ದ ರೆಕಾರ್ಡ್ ಅಂತಾನಾ? ಅದು ಮುಗ್ದ ವಿಷ್ಯ ಬಿಡಿ. ನಾನು ಸ್ವಲ್ಪ ಸ್ಟ್ರೂತಾಗಿ ವರ್ತಿಸ್ದೇ... ಅದು ಅಲ್ಪಸ್ವಲ್ಪದ ಅಪರಾಧವೇನಲ್ಲ. ಸತ್ತ ವಿಷ್ಯಕ್ಕೆ ಜೀವ ಕೊಡೋದ್ಬೇಡ" ಎಂದು ಚಂದ್ರಪ್ರಕಾಶ್ ಭಾರವದ ನಿಟ್ಟುಸಿರು ದಬ್ಬುತ್ತ.

ಹೇಮಾನೆ ಜ್ಯೂಸ್‌ನ ಟ್ರೇ ಹಿಡಿದುಬಂದಳು.

"ದಯವಿಟ್ಟು, ಈಗಲಾದ್ರೂ ಊಟ ಮಾಡ್ಕೊಂಡೇ ಹೋಗ್ಬೇಕು" ಅಷ್ಟು ಹೇಳುವ ಧೈರ್ಯ ಮಾಡಿದಳು. ಅವರಿಬ್ಬರೂ ಪೆಚ್ಚುನಗೆ ಬೀರಿದರೇ ವಿನಃ 'ಹ್ಞೂ' ಎನ್ನಲಿಲ್ಲ. 'ಊಹ್ಞೂ' ಎನ್ನಲಿಲ್ಲ.

"ಮಿನ್ನಿ... ಎಲ್ಲಿ?" ದೇವಕಿ ಕೇಳಿದರು.

"ಕರ್ಕೊಂಡ್ ಬರ್ತೀನಿ" ಹೊರಟಾಗ ಚಂದ್ರಪ್ರಕಾಶ್ ಕರೆದು "ನಂಗೆ ಈ

ಜ್ಯೂಸ್ ಬೇಡ. ನೀನೇ ನಿಂಬೆಹಣ್ಣಿನ ತಾಜಾ ಜ್ಯೂಸ್ ಮಾಡ್ಕೊಂಡ್ಬಾ" ಹೇಳಿದರು. ತಲೆದೂಗಿದಳು ಹಸನ್ಮುಖಿಳಾಗಿ.

"ನಮ್ಮ ಹೇಮ ಪ್ರತಿಯೊಂದರಲ್ಲೂ ಎಕ್ಸ್‌ಪರ್ಟ್ ಬರೀ ಅಡುಗೆ ತಿಂಡಿಯಲ್ಲಿ ಮಾತ್ರವಲ್ಲ... ಅತಿಥಿಗಳನ್ನ ಉಪಚರಿಸುವುದರಿಂದ ಹಿಡಿದು... ಮನೆಯವ್ರನ್ನ ನೋಡಿ ಕೊಳ್ಳುವವರೆಗೆ" ಮೆಚ್ಚುಗೆಯಾಡಿದರು.

"ಮಲತಾಯಿ ಕೈಯಲ್ಲಿ ಬೆಳೆದವ್ಳು. ಎಲ್ಲಾ ಕಲಿತೇ ಇರ್ತಾಳೆ" ಕೊಂಕಿದರು ದೇವಕಿ.

"ಹಾಗೇನು...?" ಚಂದ್ರಪ್ರಕಾಶ್ ಕಣ್ಣಲ್ಲಿ ಆಶ್ಚರ್ಯ ಪ್ರಕಟಿಸಿದರು. "ಪ್ರತಿಯೊಬ್ಬ ತಾಯಿ ನಿಮ್ಮ ಹಾಗೇ ಇರ್ತಾರೆ ಅಂದುಕೊಳ್ಳೋದು ಪ್ರತಿಯೊಬ್ಬ ಮಲತಾಯಿ ಬಾಲನಾಗಮ್ಮ ಸಿನಿಮಾದಲ್ಲಿರುವಂತೆ ಕೆಟ್ಟವರಾಗಿರೋದು ಎಲ್ಲಾದರೂ ಉಂಟಾ? ಗ್ರೇಟ್ ಪೀಪಲ್ ಥಿಂಕಿಂಗ್ ಅಲೈಕ್ (Great people thinking alike) ಅನ್ನೋ ಮಾತೊಂದ್ನ ಮಾತ್ರ ಕೇಳಿದ್ದೆ. ಈಗ ವಿಷ್ಯಕ್ಕೆ ಬಂದ್ಬಿಡೋಣ. ಈಗ ಬಂದ ವಿಷ್ಯನ ಮುಕ್ತವಾಗಿ ಹೇಳಿ. ಆಮೇಲೆ ಲಕ್ಷಣವಾಗಿ ಊಟನ ಮುಗ್ಸಿಕೊಂಡ್ಹೋಗ್ಬಹ್ದು."

ಅಷ್ಟರಲ್ಲಿ ನಿಂಬೆಹಣ್ಣು ರಸ ತಂದಿಟ್ಟು ಹೋದ ಹೇಮಾ ಮಿನ್ನಿಯನ್ನ ಕರೆದು ಕೊಂಡು ಬರುವ ವೇಳೆಗೆ ಗ್ಲಾಸ್‌ಗಳು ಖಾಲಿಯಾಗಿದ್ದವು.

ಕಿರುನಗುವಿನೊಂದಿಗೆ ಎಲ್ಲರನ್ನ ನೋಡುತ್ತಿದ್ದ ಮಿನ್ನಿಯನ್ನ ಎಳೆದು ಕೂಡಿಸಿ ಕೊಂಡ ದೇವಕಿ ಮುದ್ದಾಡಿ "ಇವಳ್ನ ಸಾಕೋಕೆ ನಾನೆಷ್ಟು ಕಷ್ಟಪಟ್ಟೆ, ಗೊತ್ತ! ನಂಗೆ ಆರು ತಿಂಗ್ಳು ಮಗು ಆಗೋವರ್ಗೆ ರಾತ್ರಿ ಹಗ್ಲು ಅನ್ನೋದರ ವ್ಯತ್ಯಾಸನೇ ಗೊತ್ತಾಗ್ತ ಇರ್ಲಿಲ್ಲ." ಗದ್ಗದರಾದರು ಆಕೆ. ಆನಂದ ಬಾಷ್ಪವೋ, ದುಃಖಾಶ್ರುವೋ ಜಿನುಗಿತು ಕಣ್ಣುಗಳಿಂದ.

ರೂಮಿನಿಂದ ಹೊರಗೆಬಂದ ಚೈತನ್ಯ ಒಂದು ಲಿಸ್ಟ್‌ನ ತಂದೆಯ ಮುಂದಿಟ್ಟು "ಇದು, ದೇವಕಿಯವರ ಎರಡ್ವರ್ಷ ಪ್ರೋಗ್ರಾಂಗಳ ಲಿಸ್ಟ್. ಬೇರೇನಿಲ್ಲ, ಕುತೂಹಲಕ್ಕಾಗಿ ಸಂಗ್ರಹಿಸಿದ್ದು. ಕೋರ್ಟಿನ ಜನಕ್ಕೆ ಎವಿಡೆನ್ಸ್‌ಗಳೇ ಮುಖ್ಯವಾಗಿ ಬಿಡುತ್ತೆ."

ಚಂದ್ರಪ್ರಕಾಶ್ ಜೋರಾಗಿ ನಕ್ಕುಬಿಟ್ಟರು.

"ಅಂತು ಮಹಾನ್ ಜೋರಿದ್ದೀಯಾ! ಅವಕಾಶ ಸಿಕ್ಕರೇ ಬಹಳ ದೊಡ್ಡ ವ್ಯಕ್ತಿ ಆಗ್ತೀಯಾ" ಹೊಗಳಿದರು. ಛೀಮಾರಿ ಹಾಕಬಹುದೆಂದುಕೊಂಡವನು ಹೊಗಳಿಕೆಗೆ ಉಬ್ಬಿ "ಥ್ಯಾಂಕ್ಯೂ ಡ್ಯಾಡಿ..." ದೇವಕಿಯತ್ತ ನೋಟ ಹರಿಸಿಹೋದ.

ಕನ್ನಡಕವೇರಿಸಿ ಮುಖದ ಮೇಲೆ ಹಿಡಿದು ನೋಡಿದ ಚಂದ್ರಪ್ರಕಾಶ್ "ವೆರಿ ಗುಡ್, ನಮ್ಮ ಊಹೆಯ ಅಳತೆಗೆ ಮೀರಿ ಬೆಳೆದಿದ್ದೀರಿ. ಎರಡ್ವರ್ಷದಲ್ಲಿ ನಾಲ್ಕು ಸಲ ವಿದೇಶ ಪ್ರಯಾಣ, ದೆಹಲಿ, ಕಲ್ಕತ್ತಾ, ಚೆನ್ನೈನಲ್ಲಿ ನಡೆದ ಮಹಿಳಾ ಸಮ್ಮೇಳನಗಳು, ರ್‍ಯಾಲಿಯಲ್ಲಿ ಭಾಗವಹಿಸಿದ್ದೀರಿ. ಮ್ಯಾರಿಷಸ್‌ಗೆ ಹೋದವರು ಪೂರ್ತಾ ತಿಂಗ್ಳು ಅಲ್ಲೇ ಉಳಿದಿದ್ದೀರಿ. ನೀವು ಸ್ಥಾಪಿಸಿರೋ ಅನಾಥಾಶ್ರಮ, ಅಬಲಾಶ್ರಮಗಳ ಫಂಡ್‌ಗಾಗಿ

ಮಿನಿಸ್ಟರ್‌ಗಳ ಮನೆ ಬಾಗಿಲು ಕಾಯೋದರ ಜೊತೆಗೆ ಸಾಕಷ್ಟು ಸಲ ವಿಧಾನಸೌಧ ಮೆಟ್ಟಿಲು ಹತ್ತಿ ಇಳಿದಿದ್ದೀರಿ. ಈಗ ಒಂದು ವೃದ್ಧಾಶ್ರಮದ ಪ್ರಾಜೆಕ್ಟ್ ಹಿಡಿದು ಸಾಕಷ್ಟು ಓಡಾಡ್ತಾ ಇದ್ದೀರಿ. ವೆಲ್ ಇಂಪ್ರೂವ್‌ಮೆಂಟ್ಸ್" ಹೊಗಳಿದರು. ಅದರ ಹಿಂದೆ ಚಾಣಾಕ್ಷತನ ಅಡಗಿತ್ತು.

ಪೆಟ್ಟಿನ ಮೇಲೆ ಪೆಟ್ಟು. ಇದು ಯಾವುದೂ ಸುಳ್ಳಲ್ಲ. ಅಷ್ಟೆಲ್ಲ ಓಡಾಡಿದ್ದರು. ನಾಲ್ಕು ಗೋಡೆಗಳ ನಡುವಿನ ಬದುಕನ್ನ ದೇವಕಿ ಎಂದು ಇಷ್ಟಪಟ್ಟವರೇ ಅಲ್ಲ. ಕೃಷ್ಣಮೂರ್ತಿ ಗಳು ಗೊಣಗಿದ್ದುಂಟೇ ವಿನಃ ಎಂದೂ ದೊಡ್ಡದಾಗಿ ವಿರೋಧಿಸಿರಲಿಲ್ಲ.

ಸ್ವಲ್ಪ ಧೈರ್ಯ ತಗೊಂಡ ದೇವಕಿ "ವಿಷ್ಯ ಪೂರ್ತಿ ಗೋಜಲು... ಗೋಜಲು ಮಾಡ್ಬೇಡಿ. ದಯವಿಟ್ಟು ನನ್ನ ನೋವನ್ನ ಅರ್ಥಮಾಡ್ಕೊಳ್ಳಿ. ನಂಗೆ ಮೀರಾ ಒಬ್ಳೇ ಮಗ್ಳು. ಅವ್ಳು ನನ್ನ ಪಂಚಪ್ರಾಣವಾಗಿದ್ಲು, ಹೋಗೋವಾಗ ಮಿನ್ನಿನ ನನ್ನ ಮಡಿಲಲ್ಲಿ ಹಾಕಿ ಹೋಗಿದ್ದಾಳೆ. ಅವ್ಳ ಹೊಣೆ ನನ್ನ ಕರ್ತವ್ಯ" ಎಂದು ಆಕೆ ದೀರ್ಘ ಶ್ವಾಸ ತಗೊಂಡಾಗ, ಫೋನ್ ಸದ್ದು ಮಾಡಿತು.

ಅದನ್ನ ಮಗನ ಕೈಗೆ ಕೊಟ್ಟು "ಊಟದ ನಂತರ ಮಾತುಕತೆ ಮುಂದುವರಿ ಸೋಣ. ಷಾ ಬಂದರೇ... ಹೇಳಿದ್ದೇ ಹೇಳಿ... ಅರ್ಧ ರಾತ್ರಿ ಕಳ್ಳುಬಿಡ್ತಾನೆ" ಎದ್ದೇ ಬಿಟ್ಟರು.

ಊಟದ ಮಧ್ಯೆ ಈ ವಿಷಯ ಬಿಟ್ಟು ಚಂದ್ರಪ್ರಕಾಶ್ "ನಮ್ಮ ತಾಯಿ ಅಕ್ಕನ ಬಣ್ಣ ಅಚ್ಚ ಕಪ್ಪು. ಕೃಷ್ಣಸುಂದರಿ ಅಂತ ಇಟ್ಕೊಳ್ಳಿ. ಆದರೆ ಮಹಾನ್ ಬುದ್ಧಿಶಾಲಿ. ಎಲ್ಲಾ ನಮ್ತಂದೆ ಹಾಗೆ. ವಿವಾಹದ ವಿಷಯ ಬಂದಾಗ ನಮ್ಮ ಭಾವ ಅಚ್ಚ ಬಿಳುಪು ಬಣ್ಣ, ಮಹಾನ್ ಸ್ಫುರದ್ರೂಪಿ. ಇದು ಪ್ರಾಯೋಗಿಕವೆಂಬಂತೆ ಒಂದು ಮಾತನ್ನ ನೆನಪಿಸುತ್ತಿದ್ರು, ಮಹಾ ಪ್ರತಿಭಾಶಾಲಿ ಬರ್ನಾಡ್ ಷಾನ ಸುಂದರಿ ಇಸಡೋರ ಡಂಕನ್ ಕೇಳಿದಳಂತೆ. ನೀನೂ ನಾನೂ ಮದುವೆಯಾದರೇ ಅತ್ಯಂತ ಸುಂದರ ಪ್ರತಿಭಾಶಾಲಿ ಸೃಷ್ಟಿಯಾಗುವು ದಿಲ್ಲವೇ? ಷಾ ತಕ್ಷಣ ಪ್ರತಿಕ್ರಿಯಿಸಿದರಂತೆ" ಹಾಗೂ ಆಗಬಹುದು. ಆದರೆ ಆ ಸೃಷ್ಟಿಗೆ ನಿನ್ನ ಬುದ್ಧಿ ನನ್ನ ರೂಪ ಇದ್ದರೇ ಪ್ರಯೋಗ ವಿಫಲವಾಗದೇ? ಅಂಥ ಒಂದು ಪ್ರಯೋಗ ವಿಫಲವಾಗಿ ಷಾನ ಮಾತಿನಂತೆ ಬೆಂಚ್ ಕ್ಲರ್ಕ್ ಆಗಿರೋ ಗಂಧರ್ವ ನಿಮ್ಗೂ ಗೊತ್ತು. ಅವ್ನ ಸ್ಫುರದ್ರೂಪ ನೋಡಿ ನಮ್ಮ ತಾತ ಗಂಧರ್ವ ಅಂತ ಹೆಸರಿಟ್ಟರಂತೆ. ಬೇರೆ ಯಾವುದೋ ವಿಷಯಕ್ಕೆ ಎಳೆದೊಯ್ದು ವೈಯಕ್ತಿಕ ವಿಚಾರಗಳು ಇಣಕದಂತೆ ನೋಡಿಕೊಂಡರು.

ತಂದೆಯ ಜಾಣ್ಮೆಗೆ ಸೂರ್ಯ ತಲೆದೂಗಿದ.

ಊಟದನಂತರ ಹಣ್ಣು, ಬಿಸಿಬಿಸಿ ಬಾದಾಮಿ ಹಾಲು ಆಯಿತು. ಮಿನ್ನಿನ ಕರೆ ದೊಯ್ದು ಊಟ ಮಾಡಿಸಿ ಕರೆದೊಯ್ದು ಮಲಗಿಸಿ ಬಂದ ಹೇಮಾಳ ಎದೆಯ ಬಡಿತ ಸಮಸ್ಥಿತಿಗೆ ಬಂದಿರಲಿಲ್ಲ. ಮಗುವನ್ನ ಅವರು ಒಯ್ದರೇ? ಹೃದಯ ಕಿತ್ತು ಬಾಯಿಗೆ ಬಂದಂತಾಯಿತು ಅವಳಿಗೆ.

"ತುಂಬ ಹೊತ್ತಾಯ್ತು, ಹೊರಡ್ಬೇಕು. ಅಳಿಯಂದಿರು ಆಗಾಗ... ಬರ್ಬೇಕು"

ಸೂರ್ಯಪ್ರಕಾಶ್ ಕೈಹಿಡಿದು ಕೇಳಿದಾಗ ಅವನು ನಸುನಗೆ ಬೀರಿದ "ವಾರಕ್ಕೊಮ್ಮೆ ಸಿಗ ಭಾನುವಾರಕ್ಕಾಗಿ ಸೋಮವಾರವೇ ಅಪಾಯಿಂಟ್‌ಮೆಂಟ್ ಫಿಕ್ಸ್ ಆಗಿಬಿಟ್ಟಿರುತ್ತದೆ. ಹಾಲಿಡೇಸ್‌ಗಿಂತ ಏನಾದ್ರೂ ಪ್ಲಾನ್ ಮಾಡಿದ್ರೂ... ಮತ್ತೆ ಮತ್ತೆ ಎಮರ್ಜನ್ಸಿ ಕೇಸ್‌ಗಳು ಇರುತ್ತೆ. ನಮ್ಗೆ ವೃತ್ತಿ, ಬದ್ಕು ಬೇರೆ ಬೇರೆಯಲ್ಲ" ಸ್ವಲ್ಪ ದೀರ್ಘವಾಗಿಯೇ ಹೇಳಿದ.

ಮಿನ್ನಿನ ಇಲ್ಲಿ ಕರೆ ತಂದಮೇಲೆ ಅಲ್ಲಿಗೆ ಹೋಗುವ ಅಗತ್ಯವೇನು ಕಂಡಿರಲಿಲ್ಲ. ಭಾವ ಮೈದುನರೊಂದಿಗೂ ಅಂಥ ಸ್ನೇಹವಿರಲಿಲ್ಲ. ನಾಲ್ಕು ಮಾತು ಆಡುವ ವೇಳೆಗೆ ಇನ್ನೇನು ಮಾತಾಡುವುದು ಉಳಿದಿಲ್ಲವೆನಿಸಿ ಬಿಡುತ್ತಿತ್ತು.

"ಮಗ್ಳುನ ನೋಡೋಕ್ಕಾದ್ರೂ ಬರ್ತೀರಾ" ಮುಂದಿನ ಯೋಜನೆಗೆ ಪೀಠಿಕೆ ಹಾಕಿದರು ಸೂರ್ಯಪ್ರಕಾಶ್ ಮಾತಾಡಲಿಲ್ಲ.

ಮೇಲೆದ್ದ ದೇವಕಿ, "ಹೇಮ, ಮಿನ್ನಿನ ಕರ್ಕೊಂಡ್ಬಾ" ಕೂಗಿ ಹೇಳಿದರು ದೇವಕಿ. ಅವರು ತೋರಿಸಿದ ಆದರ, ಸತ್ಕಾರದಿಂದ ಧೈರ್ಯಗೊಂಡಿದ್ದರು.

"ಮಿನ್ನಿ ಮಲಗಿದೆ. ಮತ್ತೆ ಡಿಸ್ಟರ್ಬ್ ಆದರೆ ಇಡೀ ರಾತ್ರಿ ಅಳ್ತಾಳೆ" ಸೂರ್ಯನೇ ಹೇಳಿದ.

ಕೃಷ್ಣಮೂರ್ತಿ ಹೆಂಡತಿಯ ಮುಖ ನೋಡಿದರು. ಆಕೆಯಂತೂ ದೃಢವಾಗಿದ್ದರು "ಸುಧಾರಿಸ್ಕೋತೀನಿ. ಏನು ತೊಂದರೆ ಇಲ್ಲ."

"ಮಿನ್ನಿ ಇಲ್ಲೇ ಇರ್ಲಿ. ಹೇಮಾ ನೋಡ್ಕೋತಾಳೆ. ಅಂದಿನ ಸಮಸ್ಯೆ ಇಂದಿಲ್ಲ. ನಿಮ್ಮ ಸೋಷಿಯಲ್ ವರ್ಕ್‌ನಲ್ಲಿ ಅವ್ಳ ನೆನಪೊಂದು ತೊಡಕಾಗ್ಬಾರ್ದು" ಅತ್ಯಂತ ಸ್ಪಷ್ಟವಾಗಿ ಹೇಳಿದರು ಚಂದ್ರಪ್ರಕಾಶ್.

ತೀರಾ ನಾಲ್ಕು ಗೋಡೆಯ ನಡುವೆಯೇ ಪ್ರಪಂಚವೆಂದು ತಿಳಿದಿದ್ದ ಹೆಣ್ಣಾದರೇ, ಸ್ವಲ್ಪ ಮೆತ್ತಗಾಗುತ್ತಿದ್ದರೇನೋ.

"ನನ್ನ ಮೊಮ್ಮಗ್ಳು ನಂಗೆ ತೊಂದರೆ ಅಲ್ಲ. ನಾನು ನಿರೀಕ್ಷಿಸಿರ್ಲಿಲ್ಲ, ಆರಾಮಾಗಿ ನಿಮ್ಮ ಮಗನಿಗೆ ಮತ್ತೊಂದು ಮದ್ವೆ ಮಾಡಿ, ಮೀರಾ ಜಾಗಕ್ಕೆ ಇನ್ನೊಂದು ಹೆಣ್ಣನ್ನ ತಂದ್ಕೊಂಡ್ರಿ" ನಿಷ್ಠೂರವಿತ್ತು ಆಕೆಯ ದನಿಯಲ್ಲಿ.

ಚಂದ್ರಪ್ರಕಾಶ್ ಕೈಗಳನ್ನೆತ್ತಿ ಮೈಮುರಿದು ಮೇಲೆದ್ದರು. ಸೂರ್ಯಪ್ರಕಾಸ್ ಎದ್ದು ಹೋದ. ತಂದೆ ಸಮರ್ಥವಾಗಿ ನಿರ್ವಹಿಸಬಲ್ಲರೆಂದು ಗೊತ್ತು ಅವನಿಗೆ.

ಒಂದಿಷ್ಟು ಅಡ್ಡಾಡಿ ಬಂದು ಕೂತರು ಚಂದ್ರಪ್ರಕಾಶ್. ತಮ್ಮ ಏಟಿಗೆ ಆ ಮನುಷ್ಯ ಮೆತ್ತಗಾಗಿದ್ದಾನೆ, ನೈತಿಕವಾಗಿ ಫೇಸ್ ಮಾಡಲು ಹೆದರುತ್ತಾನೆಂದು ದೇವಕಿ ಒಳಗೊಳಗೆ ಸಂತೋಷಿಸಿದರು.

"ಮೀರಾದೂಂತ ಈ ಮನೆಯಲ್ಲಿ ಯಾವ್ದೇ ಜಾಗವಿರ್ಲಿಲ್ಲ. ಅಂಥ ಒಂದು ಪ್ರಯತ್ನಕ್ಕೆ ನೀವು ಅವಕಾಶನೆ ಕೊಡ್ಲಿಲ್ಲ, ಶ್ರೀಮತಿ ದೇವಕಿ ಕೃಷ್ಣಮೂರ್ತಿಯವ್ರೆ ಮೀರಾ ಜಾಗನ ಹೇಮ ಆಕ್ರಮಿಸಿದ್ದಾಳೆನ್ನುವ ಭ್ರಮೆ ನಿಮ್ಗೆ... ಬೇಡ. ನಂಗೆ ಹೆಚ್ಚು ಮಾತಾಡೋಕೆ

ಇಷ್ಟವಿಲ್ಲ. ಈ ಮನೆಯ ಮಗು ಮೀರಾ ಇಲ್ಲೇ ಇರ್ತಾಳೆ. ಅವಳ್ನ ಇಷ್ಟು ದಿನ ಸಾಕಿದ್ದಕ್ಕೆ ಧನ್ಯವಾದಗಳು" ಎಂದರು ಚಂದ್ರಪ್ರಕಾಶ್.

ಬತ್ತಳಿಕೆಯಲ್ಲಿನ ಬಾಣಗಳು ಬರಿದಾದ ಯೋಧನಂತೆ ಚಡಪಡಿಸಿದರು ದೇವಕಿ.

"ಪ್ಲೀಸ್", ನನ್ಮಗ್ಳು ಅವ್ಳುನ ನಂಗೆ ಒಪ್ಪಿಸಿದ್ಲು."

"ಯಾರು ಹೇಳಿದ್ದು? ಅದ್ಕೆ 'ಸಾಕ್ಷಿ' ಯಾರು? ಅಷ್ಟೊಂದು ಸ್ವತಂತ್ರ ನಿಮ್ಮ ಮಗ್ಳಿಗೆ ಕೊಟ್ಟೋರು ಯಾರು? ಆ ಮಗು ಜನ್ಮಕ್ಕೆ ಕಾರಣನಾದ ತಂದೆಯೆನ್ನುವ ವ್ಯಕ್ತಿ ಇದ್ದ. ಆ ಪರಿಜ್ಞಾನ ಇಬ್ಬರಿಗೂ ಇರಬೇಕಿತ್ತು. ದಯವಿಟ್ಟು ಈ ವಿಷ್ಯದಲ್ಲಿ ಕೋಳಿಜಗಳ ಬೇಡ. ದಿನದಲ್ಲಿ ಎಷ್ಟು ತಾಸು ಮಗುವಿಗಾಗಿ ವಿನಿಯೋಗಿಸಬಲ್ಲಿರಿ? ವರ್ಷದ ಮೂರು ನೂರು ಅರವತ್ತೈದು ದಿನದಲ್ಲಿ ಎಷ್ಟು ದಿನ ಇರ್ತೀರಾ? ಇಂಥ ಪ್ರಶ್ನೆಗಳನ್ನ ಎತ್ತಲು ಅವಕಾಶ ಕೊಡ್ಬೇಡಿ. ಒಂದೇ ಊರು... ಮಿನ್ನಿ ನಿಮ್ಮ ಮೊಮ್ಮಗ್ಳು ಅಲ್ಲಾಂತ ಯಾವ ಕೋರ್ಟೂ ಹೇಳೋಕ್ಕಾಗೋಲ್ಲ. ಆಗಾಗ... ಬನ್ನಿ ಮಿನ್ನಿನ ನೋಡೋಕೆ" ಮೆತ್ತನೆಯ ದನಿಯಲ್ಲಿ ಕನ್ವಿನ್ಸ್ ಮಾಡಿದರು ಸಾಧ್ಯವಾದ ಮಟ್ಟಿಗೆ.

"ಸಾಕಿದೋಳು ನಾನು. ನೀವು ಮಗುನ ಕೊಡದಿದ್ರೆ ಕೋರ್ಟಿಗೆ ಹೋಗ್ತೀನಿ" ಆಕೆ ಚಂಡಿಯಾದರು. ಕೃಷ್ಣಮೂರ್ತಿಗಳು ಹೆಂಡತಿಯನ್ನ ಎಳೆದು ಕೂಡಿಸಿ ಚಂದ್ರಪ್ರಕಾಶ್‌ನ ಕೈ ಹಿಡಿದು ಪಕ್ಕಕ್ಕೆ ಕರೆದೊಯ್ದು ಕೈ ಜೋಡಿಸಿದರು.

ಇದು ತೀರಾ ವಿಪರೀತವೆನಿಸಿತು.

"ನೀನೊಂದು ಕೆಲ್ಸ ಮಾಡಿ. ಡಿಸಿಷನ್ ತಗೋಳ್ಳೋದು ಮುಖ್ಯವಾದ ವ್ಯಕ್ತಿ ಇನ್ನೊಬ್ರು ಇದ್ದಾರೆ. ಹೋಗಿ ನಿಮ್ಮ ಅಳಿಯನನ್ನೆ ಕೇಳಿ, ಅವ್ನು ಸಮ್ಮತಿಸಿದರೇ ನನ್ನ ಅಬ್ಜಕ್ಷನ್ ಏನಿಲ್ಲ" ಎಲ್ಲಾ ಜವಾಬ್ದಾರಿಯನ್ನ ಮಗನ ಮೇಲೊರಿಸಿದರು. ಈ ಮ್ಯಾಟರ್‌ನ ಹೇಗೆ ಡೀಲ್ ಮಾಡ್ತಾನೆ ಎಂದು ಗಮನಿಸುವುದು ಕೂಡ ಅವರ ಉದ್ದೇಶವಾಗಿತ್ತು.

ಹೆಂಡತಿಯನ್ನ ಕರೆದುಕೊಂಡು ಕೃಷ್ಣಮೂರ್ತಿಗಳು ಅಳಿಯನ ಬೆಡ್‌ರೂಮಿಗೆ ಹೋದರು. ಮಿನ್ನಿ ಅವನ ಹಾಸಿಗೆಯ ಮೇಲೆ ಮಲಗಿತ್ತು.

"ಅಳಿಯಂದಿರೇ, ಮಗುನ ತಗೊಂಡ್ಹೋಗೋಕೆ ಬಂದಿದ್ದೀನಿ" ಎಂದಕೂಡಲೇ ಅರೆ ಮಲಗಿದ್ದವನು ಎದ್ದು ಕೂತ. 'ಯಾಕೆ?' ಎನ್ನುವ ಪ್ರಶ್ನೆ ಇತ್ತು ಅವನ ಕಣ್ಣುಗಳಲ್ಲಿ.

"ಮಿನ್ನಿ ಇಲ್ಲೇ ಇರ್ತಾಳೆ. ಈಗ ಮಲಗಿರೋ ಮಗುನ ಯಾಕೆ ಎತ್ಕೊಂಡ್ಹೋಗ್ತೀರಾ? ಅವ್ಳು ಹೇಮಾಗೆ ಹೊಂದಿಕೊಂಡಿದ್ದಾಳೆ. ಅಲ್ಲಿ ನಿಮ್ಮ ನಾಲ್ಕು ಮೊಮ್ಮಕ್ಕಳ ನಡ್ವೆ ಅರೆಬರೆ ಪ್ರೀತಿಯಲ್ಲಿ ಬೇಬಿ ಸಿಟ್ಟಿಂಗ್ ಸೆಂಟರ್‌ನಲ್ಲಿ ಬೆಳೆಯೋಕ್ಕಿಂತ, ಇಲ್ಲಿ ತುಂಬು ಕುಟುಂಬದ ಪರಿಪೂರ್ಣ ಪ್ರೀತಿಯಲ್ಲಿ ಬೆಳೆಯಲಿ. ಇದು ನನ್ನ ಕಡೆಯ ಮಾತು" ದೃಢವಾಗಿತ್ತು ಅವನ ಸ್ವರ. ಅಲ್ಲಿ ಆಂದೋಲನ, ಅನುಮಾನಗಳು ಇರಲಿಲ್ಲ.

ದೇವಕಿ ದೊಪ್ಪೆಂದು ಕುಸಿದರು.

"ಇದು ಅನ್ಯಾಯ, ನನ್ಮಗ್ಳಿಗೆ ಮಾಡ್ತಾ ಇರೋ ಅನ್ಯಾಯ. ನಿಮ್ಗೆ ಮಿನ್ನಿ ಮೇಲೆ

ಯಾವ್ದೇ ಹಕ್ಕು ಇಲ್ಲ. ನಿಮ್ಗೆ ಮೀರಾ ಮೇಲೆ ನಿಜ್ವಾದ ಪ್ರೀತಿ ಇದ್ದಿದ್ದರೆ ಎರಡನೇ ವಿವಾಹವಾಗ್ತ ಇರ್ಲಿಲ್ಲ" ಬಾಯಿಗೆ ಬಂದ ಮಾತುಗಳನ್ನಾಡಲು ಶುರು ಮಾಡಿದರು.

ಮಲಗಿದ್ದ ಮಗು ಕಡೆ ನೋಡಿದ ಸೂರ್ಯಪ್ರಕಾಶ್ ಮುಖದಲ್ಲಿ ಕೆಲವು ಕ್ಷಣ ವ್ಯಥೆಯ ನೆರಳಾಡಿ ಮಾಸಿ ಹೋಯಿತು. ಅಂದಿನ ನೋವು, ಪಶ್ಚಾತ್ತಾಪ ಇಂದು ಇರಲಿಲ್ಲ. ಹೇಮ ಇಡೀ ಕುಟುಂಬಕ್ಕೆ ಚಲನೆ ಕೊಟ್ಟಿದ್ದಳು. ಭಾನು ಮತ್ತು ಚೈತನ್ಯನ ಜವಾಬ್ದಾರಿಯನ್ನ ಅಕ್ಕರೆಯಿಂದ ಹೊತ್ತುಕೊಂಡಿದ್ದಳು.

"ಅದು ನಮ್ಮ ಪರ್ಸನಲ್ ಫ್ಯಾಮಿಲಿ ಮ್ಯಾಟರ್. ಅದ್ನ ಕೇಳೋ ಹಕ್ಕು ನಿಮಗಿಲ್ಲ. ನಂಗೆ ಸತ್ತ ಮೀರಾಗಿಂತ ಬದುಕಿರೋರೇ ಮುಖ್ಯ. ನನ್ನ ನಿಲುವಿನಲ್ಲಿ ಯಾವ್ದೇ ಬದಲಾವಣೆ ಇಲ್ಲ. ಸುಮ್ನೆ ಅನಗತ್ಯವಾಗಿ ಹಗರಣ ಮಾಡ್ಬೇಡಿ" ಗಟ್ಟಿಯಾಗಿ ಅರ್ಥೈಯಿಸಿದ.

ಕೃಷ್ಣಮೂರ್ತಿಗಳಿಗೆ ಪ್ರಯೋಜನವಿಲ್ಲವೆನಿಸಿತು. ಸೂರ್ಯಪ್ರಕಾಶ್ ತಾನೇ ನಡೆಸಿಕೊಂಡು ಬಂದು ಕಾರಿನೊಳಗೆ ಕೂಡಿಸಿ "ನೋಡ್ಬೇಕೂಂತ ಅನ್ನಿಸಿದಾಗ ಖಂಡಿತ ಬನ್ನಿ. ಬರೆ ಮಾರ್ಗ ಅನುಸರಿಸಿದರೇ ತೊಂದರೆಗೆ ಒಳಗಾಗುತ್ತೀರಾ" ಎಂದು ಡೋರ್ ಹಾಕಿದ.

ಕಾರು ಗೇಟ್ ದಾಟುವವರೆಗೂ ಅಲ್ಲೇ ನಿಂತಿದ್ದ ಒಳಗೆ ಬಂದಕೂಡಲೇ ಚೈತನ್ಯ, ಭಾನು ತಮ್ಮ ತಮ್ಮ ರೂಮುಗಳಲ್ಲಿ ಉಳಿದರು. ಅಣ್ಣನಿಗೆ ಮನದಲ್ಲಿಯೇ ನೂರು ಕೃತಜ್ಞತೆಗಳನ್ನ ಅರ್ಪಿಸಿದರು.

ಅವನಿಗೆ ಇದು ಇಷ್ಟಕ್ಕೆ ಮುಗಿಯಿತೆನಿಸಲಿಲ್ಲ. ಬೆಳಿಗ್ಗೆಬೆಳಿಗ್ಗೆಯೇ ದೇವಕಿಯ ಕಡೆಯ ಮಗ ತಾಯಿ ಅರೆ ಪ್ರಜ್ಞಾವಸ್ಥೆಯಲ್ಲಿರುವುದನ್ನು ತಿಳಿಸಿದ.

"ಬರೀ ಮಿನ್ನಿ... ಮಿನ್ನಿ ಅಂತ ಕನವರಿಸ್ತ ಇದ್ದಾರೆ."

ತಂದೆಯ ರೂಮಿಗೆ ಹೋದವನು ಮೌನವಾಗಿ ಕೂತ, ಅವರೇನು ವಿಚಲಿತರಾಗಿರಲಿಲ್ಲ.

"ಡೋಂಟ್ ವರಿ, ಬಿ.ಪಿ. ಕೇಸ್... ಧರಣಿ, ಸತ್ಯಾಗ್ರಹ ಅಂಥದೆಲ್ಲ ಮಾಡಿ ಅಭ್ಯಾಸವೇ. ಅದು ಇಲ್ಲಿ ಮರುಕಳಿಸಿದೆ. ಒಂದೆರಡು ಗಂಟೆಗಳಲ್ಲಿ ಸರಿ ಹೋಗ್ಬಹ್ದು ಅಥ್ವಾ ಒಂದೆರಡು ದಿನಗಳು ಬೇಕಾಗುತ್ತೆ. ಎನಿವೇ ಮಗುವಿನೊಂದಿಗೆ ಹೋಗ್ಬರೋದು ಒಳ್ಳೇದು. ಅಕಸ್ಮಾತ್ ಆಕೆ ಮಗಳ್ನ ಹುಡ್ಕಿಕೊಂಡು ಹೊರಟರೇ ಕಷ್ಟ. ನೀನು, ಹೇಮ, ಮಿನ್ನಿ ಹೋಗ್ಬನ್ನಿ" ಎಂದರು. ತಂದೆಯ ಬುದ್ಧಿವಂತಿಕೆಯ ಬಗ್ಗೆ ಅವನಿಗ ಅನುಮಾನವಿರಲಿಲ್ಲ.

"ನಾನು, ಮಿನ್ನಿ ಹೋಗ್ಬರೋದು ಸಾಕೂಂತ ಅನ್ನಿಸುತ್ತೆ. ಅಳಿದ ಮಗಳ ನೆನಪು ಹೇಮಾನ ನೋಡಿದಕೂಡಲೇ ಕೆರಳಬಹ್ದು" ವಿಷಯ ಮುಂದಿಟ್ಟು ತಂದೆಯ ಸಲಹೆಯನ್ನು ಕೇಳಿದ.

"ಯು ಆರ್ ಕರೆಕ್ಟೇ, ನೀನು ಒಬ್ನೇ ಮಗುನ ಮ್ಯಾನೇಜ್ ಮಾಡೋದು ಕಷ್ಟ. ಭಾನುನ ಅಥ್ವಾ ಚೈತನ್ಯನ ಕರ್ಕೊಂಡ್ಹೋಗು" ಎಂದರು.

ಅಂತೂ ಸೂರ್ಯಪ್ರಕಾಶ್, ಭಾನುಪ್ರಕಾಶ್ ಮಿನ್ನಿಯನ್ನ ಹೊತ್ತ ಕಾರು ಅರುಣ ನರ್ಸಿಂಗ್ ಹೋಂನತ್ತ ಧಾವಿಸಿತು.

ಬಂದ ಮಿನ್ನಿ ಒಬ್ಬರ ಕೈಯಿಂದ ಮತ್ತೊಬ್ಬರ ಕೈಗೆ ಬದಲಾಗಿ ಕೃಷ್ಣಮೂರ್ತಿಗಳು ಒಯ್ದು ಹೆಂಡತಿಯ ಮುಂದಿಡಿದರು. "ಮಿನ್ನಿ ಬಂದಿದ್ದಾಳೆ... ಮಿನ್ನಿ ಬಂದಿದ್ದಾಳೆ ನೋಡು" ದೇವಕಿ ಕಣ್ತೆರೆದು ಮೊಮ್ಮಗಳ ಕೆನ್ನೆ ಸವರಿ ಕಣ್ಣೀರು ಸುರಿಸಿದರು.

"ದಯವಿಟ್ಟು ಒಂದೆರಡು ದಿನಗಳ ಮಟ್ಟಿಗಾದ್ರೂ ಮಿನ್ನಿ ಇಲ್ಲಿರಲಿ. ಆಮೇಲೆ ನಾನೇ ತಂದ್ಬಿಡ್ತೀನಿ" ದೇವಕಿಯ ಹಿರಿಯ ಮಗ ಬಂದು ಕೇಳಿಕೊಂಡ.

ಇಲ್ಲಿ ಮಾನವೀಯತೆ ಮುಖ್ಯವೆನಿಸಿತು ಸೂರ್ಯಪ್ರಕಾಶ್‌ಗೆ. "ಓ.ಕೆ., ಅನಗತ್ಯ ವಾಗಿ ಅವ್ರೇನು ಎಕ್ಸೈಟ್ ಆಗೋದ್ಬೇಡ" ಎಂದು ತಮ್ಮನೊಂದಿಗೆ ಕಾರಿನ ಬಳಿಗೆ ಬಂದಾಗ, ಮನಸ್ಸು 'ಚುಳ್' ಎನಿಸಿತು. ಒಮ್ಮೆ ಹಿಂದಿರುಗಿ ನೋಡಿದ. ಹೇಮಾಳ ಕಂಬನಿ ತುಂಬಿದ ಕಣ್ಣುಗಳು ಪ್ರತ್ಯಕ್ಷವಾಗಿ ಕಂಗೆಡಿಸಿತು.

ಮನಸ್ಸು ಗಟ್ಟಿ ಮಾಡಿಕೊಂಡು ಕಾರು ಹತ್ತಿದ "ಭಾನು, ನನ್ನ ಕೋರ್ಟು ಬಳಿ ಇಳಿಸಿ, ನೀನು ಬೇಕಾದ್ರೆ ಕಾಲೇಜಿಗೆ ಹೋಗು" ಅಂದ. ಭಾನುಪ್ರಕಾಶ್ ಮುಖ ಸಪ್ಪಗೆ ಮಾಡಿದ.

"ಅಣ್ಣ, ಆಕೆದು ಬರೀ ಆ್ಯಕ್ಟಿಂಗ್. ಅತ್ತಿಗೆ ಆರಾಮಾಗಿ ನಮ್ಮ ಮನೆಯಲ್ಲಿರೋಕೆ ಬಿಟ್ಟರಾ? ಈಗ್ಲೂ... ಅಂಥದೊಂದು ದಾರಿ ಹುಡ್ಕಿಕೊಂಡಿದ್ದಾರೆ. ನಾನ್ಹೋಗಿ ಮಗುನ ಎತ್ಕೊಂಡ್ಬರ್ತೀನಿ. ಅಕಸ್ಮಾತ್ ಆಯಸ್ಸು ತೀರಿ ಸತ್ತರೆ... ಸಾಯ್ಲಿ" ತಾಳ್ಮೆ ಕಳೆದು ನುಡಿದ. ಅವನ ಮಾತುಗಳು ಬೆಂಕಿಯ ಚೆಂಡುಗಳಾಗಿತ್ತು.

"ಬೇಡ, ಭಾನು... ಇಂಥ ಸಮಯಗಳಲ್ಲಿ ಒಂದಿಷ್ಟು ತಾಳ್ಮೆಯ ಅಗತ್ಯವಿರುತ್ತೆ. ಕೂತ್ಕೋ... ಬಾ" ಎಂದ. ಭಾನುಪ್ರಕಾಶ್ ಮುಖ ಗಡಿಗೆ ಗಾತ್ರ ಮಾಡಿಕೊಂಡೇ ಹತ್ತಿದ್ದು. "ನೀನು ನನ್ನ ಸರ್ಕಲ್ ಹತ್ರ ಇಳ್ಸಿ ಬಿಡು. ಕಾಲೇಜು ಬೇಡ, ಏನು ಬೇಡ... ನಾನು ಸಿಟಿ ಬಸ್ಸು ಹತ್ತಿ ಸೀದಾ ಮನೆಗೆ ಹೋಗ್ತೀನಿ. ನೆಮ್ದಿಯಾಗಿರೋಕೆ ಬಿಡದ ಜನ" ಗೊಣಗಿದ.

ಸರ್ಕಲ್‌ನಲ್ಲಿ ತಮ್ಮನನ್ನು ಇಳಿಸಿ ಕೋರ್ಟಿನತ್ತ ಹೋದ ಸೂರ್ಯಪ್ರಕಾಶ್ ಬಹಳ ಬೇಗ ಚೇತರಿಸಿಕೊಂಡ. ಅವನಿಗೆ ತನ್ನ ವೃತ್ತಿಯ ಮೇಲೆ ಅಷ್ಟೊಂದು ಪ್ರೇಮ, ಗೌರವ.

ಮಧ್ಯಾಹ್ನದ ಲಂಚ್ ಬ್ರೇಕ್‌ನಲ್ಲಿ ತಂದೆಗಾಗಿ ಬಂದು ಕಾದಿದ್ದ ಭಾನುಪ್ರಕಾಶ್ ಮುಖ ಉರಿಯುತ್ತಿತ್ತು.

"ವಾಟ್... ಹ್ಯಾಪನ್ಡ್? ಎನಿಥಿಂಗ್... ರಾಂಗ್" ಮಗನ ಬಳಿಗೆ ಬಂದರು "ದೇವಕಿಯವ್ರು ಹೇಗಿದ್ದಾರೆ?" ಅತ್ತಿತ್ತ ನೋಡಿ "ಬದ್ಕಿದ್ದಾರೆ. ಆಕೆ ಸತ್ತರೆ ಸಮಾಜಕ್ಕೆ ದೊಡ್ಡ ನಷ್ಟ" ಕೋಪ ಕಕ್ಕಿದ.

"ಸ್ಟಾಪ್ ಇಟ್, ಏನು ಹುಚ್ಚುಚ್ಚಾಗಿ ಮಾತಾಡ್ತೀಯಾ? ಆಕೆಯ ಸಾವಿನಿಂದ ನಿಂಗೇನು ಲಾಭ? ಸಾವು ತರೋ ಲಾಭದಿಂದ ಸುಖಿಸೋ ಅಂಥ ಹೀನ ಸಂಸ್ಕೃತಿಯ ಜನವಾ, ನಾವು?" ಮಗನನ್ನು ತರಾಟೆಗೆ ತಗೊಂಡರು ಚಂದ್ರಪ್ರಕಾಶ್.

ನಂತರ ತಾವೇ, ಅವನ ಹೆಗಲ ಮೇಲೆ ಕೈಹಾಕಿ ಕರೆದೊಯ್ದು "ಕೂತ್ಕೋ, ಏನು ವಿಷ್ಯ?" ಎಲ್ಲವನ್ನ ತಿಳಿದುಕೊಂಡ ನಂತರ ಮಗ ತಗೊಂಡ ತೀರ್ಮಾನ ತಪ್ಪೆನಿಸಲಿಲ್ಲ.

"ಎಕ್ಸೈಟ್ ಆಗೋಂಥ ವಿಷ್ಯವೇನಲ್ಲ? ಆಕೆ ಬೆಡ್ ಮೇಲಿರೋವಾಗ ಕಟುವಾದ ನಿರ್ಣಯಗಳು. ಮಗಳ ಮೇಲೆ ಅಕ್ಕರೆ ಜಾಸ್ತಿ. ಸಾಕಿದ ಮಮತೆ, ಮಗುವಿನ ವಿರಹದಿಂದ ತಟ್ಟುಕೊಳ್ಳಲಾರ್ದೆ ಹೋಗಿದ್ದಾರೆ. ಅಲ್ಲೇ ಇದ್ದ ಮಗು ತಾನೇ, ನಾಲ್ಕು ದಿನವಿದ್ದರೇ ಆಪತ್ತೇನಿಲ್ಲ" ಸಮಾಧಾನಿಸಿದರು. ಮೇಲ್ನೋಟಕ್ಕೆ ತಣ್ಣಗಿದ್ದರೂ ಯಾಕೋ ಮಿನ್ನಿಯನ್ನ ಬಿಟ್ಟು ಬಂದಿದ್ದು ಯಾಕೋ ಸರಿಯೆನಿಸಲಿಲ್ಲ.

ಮಗನ ಜೊತೆ ಕಾಫಿ ಕುಡಿದು ಅವನನ್ನ ಕಳುಹಿಸಿ ಅರುಣ ನರ್ಸಿಂಗ್ ಹೋಂಗೆ ಫೋನ್ ಮಾಡಿ ಡ್ಯೂಟಿ ಡಾಕ್ಟರೊಂದಿಗೆ ದೇವಕಿ ಆರೋಗ್ಯ ವಿಚಾರಿಸಿದರು. ಒಂದೆರಡು ದಿನದಲ್ಲಿ ನಾರ್ಮಲ್‌ಗೆ ಬರುವ ವಿಷಯ ತಿಳಿಸಿ, ಆತಂಕಕ್ಕೆ ಕಾರಣವಿಲ್ಲವೆಂದಾಗ, ಅವರೆದೆಯ ಭಾರ ಎಷ್ಟೋ ಕಡಿಮೆ ಆಯಿತು.

ಸಂಜೆ ಮನೆಗೆ ಹೊರಡುವ ಮುನ್ನ ಅಪ್ಪ, ಮಗನನ್ನು ಹೊತ್ತ ಕಾರು ನರ್ಸಿಂಗ್ ಹೋಂನ ಮುಂದೆ ನಿಂತಿತು. ಹೊರಗಡೆ ಬಾಲ್ಕನಿಯಲ್ಲಿ ನಿಂತ ಯೋಗಿ ಬಂದು ಎದುರುಗೊಂಡು ಕರೆದೊಯ್ದ. ಡ್ರಿಪ್ಸ್ ಹಾಕಿದ್ದರು. ಕಣ್ಮುಚ್ಚಿ ಮಲಗಿದ್ದ ಆಕೆಯ ಮುಖದಲ್ಲಿ ತೀರಾ ಬಲಹೀನತೆ ಕಂಡಿತು.

"ಅಮ್ಮ..." ಬಗ್ಗಿ ಕರೆದಾಗ ಬೇಡವೆಂದು ತಡೆದರು. ಸನ್ನೆಯಿಂದಲೇ ಚಂದ್ರಪ್ರಕಾಶ್ ಹೊರಗೆ ಕರೆದೊಯ್ದು "ನಿದ್ದೆ ಬಂದಿರೋ ಹಾಗಿದೆ, ಡಿಸ್ಟರ್ಬ್ ಮಾಡೋದ್ಬೇಡ. ಹುಷಾರಾದರೇ... ಸಾಕು" ಎಂದು ಸುತ್ತಲು ನೋಟ ಹರಿಸಿದರು. ಕಾರಿಡಾರ್ ಕೊನೆಯಲ್ಲಿ ನಿಂತಿದ್ದ ಯೋಗಿಯ ಹೆಂಡತಿ ಬಂದು, ಅರ್ಥ ಮಾಡಿಕೊಂಡಂತೆ, "ಈಗ ಮಿನ್ನಿನ ಅಣ್ಣ ಮನೆಗೆ ಕರ್ಕೊಂಡ್ಹೋದ್ರು. ಈ ವಾತಾವರಣದಲ್ಲಿನ ಮಗು ಹೆಚ್ಚು ಹೊತ್ತು ಇರೋದ್ಬೇಡಾಂತ ಅನ್ನಿಸ್ತು" ಸ್ವಲ್ಪ ಸಂಕೋಚದಿಂದಲೇ ನುಡಿದಳು.

ಚಂದ್ರಪ್ರಕಾಶ್ ಹುಬ್ಬುಗಳು ಗಂಟಾದವು. ಆದರೆ ಬಹಳ ನಿಧಾನವಾಗಿ ಸಡಿಲಗೊಂಡವು. ಮಾತಾಡದೇ ಬಂದು ಕಾರಲ್ಲಿ ಕೂತರು. ಎಲ್ಲು ಸಿಗದ ಸಂತೋಷವನ್ನ ನೀಡುತ್ತಿದ್ದಳು ಮಿನ್ನಿ ಅವರ ತೊಡೆಯೇರಿ ಮಗುವಿನ ಆಕರ್ಷಣೆ ಎಷ್ಟಿತ್ತೆಂದರೆ ಸಂಜೆ ಫ್ರೆಂಡ್ಸ್ ಸಿಕ್ಕರೂ ತಪ್ಪಿಸಿಕೊಂಡು ಮನೆಗೆ ಬರುತ್ತಿದ್ದರು.

ಅವರು ಮನೆ ತಲುಪುವವರೆಗೂ ಮೌನ ವಹಿಸಿದರು. ಹೇಮಾಳ ಬಳಿ ಇರುತ್ತಿದ್ದ ಮಿನ್ನಿ 'ತಾತ...' ಎಂದು ಹೆಗಲೇರಿ ಕೊರಳಿಗೆ ಹಾರವಾಗುತ್ತಿದ್ದವು ಅವಳ ತೋಳುಗಳು.

"ಈಗ ಹೇಮಾಗೆ ಏನು ಹೇಳೋದು?" ಕಾರು ನಿಂತಕೂಡಲೇ ಕೇಳಿದವರು "ನಾನಂತೂ ಏನೂ ಹೇಳ್ಲಾರೆ, ನೀನೇ ಮ್ಯಾನೇಜ್ ಮಾಡ್ಕೋ. ಮಿನ್ನಿಯನ್ನು ತುಂಬ ಹಚ್ಚಿಕೊಂಡು ಬಿಟ್ಟಿದ್ಲು. ಅವ್ಳ ತಂದೆ ಕರೆದಾಗ್ಲು ನಿರಾಕರಣೆಗೆ ಅದೇ ಕಾರಣ" ಎಂದೇ ಕೆಳಗೆ ಇಳಿದಿದ್ದು.

ಸೂರ್ಯಪ್ರಕಾಶ್ ಮಾಮೂಲಾಗಿ ಒಳಗೆ ಹೋದ. ಹೇಮಾಳ ಮುಖ ನೋಡುವ ಧೈರ್ಯವಾಗಲಿಲ್ಲ ಅವನಿಗೆ.

ಬರೀ ಇಬ್ಬರೇ ಒಳಗೆಬಂದಾಗ ಹೇಮ ಪೂರ್ತಿ ಸಪ್ಪಗಾದಳು. ಅಂದರೆ ಮಿನ್ನಿಯನ್ನ ಅವರಿಗೆ ಒಪ್ಪಿಸಿಬಿಟ್ಟಿದ್ದಾರೆಂದುಕೊಂಡಾಗ ನಿಂತ ನೆಲ ಕುಸಿದ ಅನುಭವವಾಯಿತು ಅವಳಿಗೆ.

ಕಾಫಿಯನ್ನ ಚಂದ್ರಪ್ರಕಾಶ್ ರೂಮಿಗೆ ಒಯ್ದಾಗ "ಸೂರ್ಯ ಏನಾದ್ರೂ ಹೇಳಿದ್ನಾ?" ಕೇಳಿದರು ಆತುರಾತುರವಾಗಿ "ಇಲ್ಲ..." ಎಂದಕೂಡಲೇ "ಅದೇನೂಂತ ವಿಚಾರ್ಸು, ನಾನು ಕಾಫಿ ಕುಡೀತೀನೀ" ಅವಳನ್ನ ಕಳುಹಿಸಿ ಸಮಾಧಾನದಿಂದ ಕಾಫಿಯ ಕಪ್ ಎತ್ತಿಕೊಂಡರು. ಮೊನ್ನೆ ಮೊನ್ನೆ ಈ ಮನೆಗೆ ಅಡಿ ಇಟ್ಟ ಹೇಮಾಗೆ ನಾನು ಹೆದರುತ್ತಿದ್ದೇನೆಯೇ? ಅದು ಹೆದರಿಕೆಯಲ್ಲ ಅವಳು ತೋರುವ ಆತ್ಮೀಯತೆಯ ಭಾರ.

ಹಾರ್ಲಿಕ್ಸ್ ಒಯ್ದಾಗ ಇನ್ನ ಬಟ್ಟೆ ಕೂಡ ಬದಲಾಯಿಸದೇ ಕೂತಿದ್ದ ಸೂರ್ಯ ಪ್ರಕಾಶ್. ಬಂದಕೂಡಲೇ ಅರಸಿಕೊಂಡು ಬರುವ ಮಿನ್ನಿಯ ನೆನಪು ಕಾಡಿತು. ಅರ್ಥ ವಾಗಿದ್ದ ಬದುಕು ಅರ್ಥಪೂರ್ಣವೆನಿಸಿತ್ತು. ಹೇಮ ಮುಂದೆ ಅವನ ಮನ ಅಳುಕಿತು.

"ನೀವೇನೋ ಹೇಳ್ತೀರಾಂತ ಮಾವನವ್ರು... ಹೇಳಿದ್ರು" ಇಂದು ಸಂತೋಷಕ್ಕಿಂತ ಗಾಬರಿಯೇ ಜಾಸ್ತಿ ಇತ್ತು. ತಂದೆಯ ಮಾತಿನ ಅರ್ಥ ಅವನಿಗಾಯಿತು. "ಆಂಟಿಗೆ ಹುಷಾರಿಲ್ಲ. ಅವ್ರು ಮಿನ್ನಿನ ಕನವರಿಸ್ತಾ ಇದ್ದಾರೆ. ಅದ್ಕೇ ಮಗುನ ಅಲ್ಲೆ ಇರ್‍ಸಿಕೊಂಡ್ರು, ಗುಣವಾದ್ಮೇಲೆ ಕರ್ಕೊಂಡ್ಬಂದ್ಬಿಡ್ತಾರೆ" ಅಷ್ಟು ವಿಷಯ ತಿಳಿಸಿದ. ಅವಳ ಕಣ್ಣುಗಳಿಂದ ಕೃತಜ್ಞತೆಯ ಕಣ್ಣೀರೊಡೆಯಿತು.

ಇಂದು ಸೂರ್ಯಪ್ರಕಾಶ್ ಗೌರವಿಸಿದ್ದ. ಹೆಂಡತಿಯೆಂದು ಪುರಸ್ಕರಿಸಿ ಮಗುವಿನ ವಿಷಯ ಹೇಳಿದ್ದ. ಮಿನ್ನಿನ ಜೀವನದಲ್ಲಿ ಅವಳಿಗ ಮುಖ್ಯ ಸ್ಥಾನ ನೀಡಿದ್ದ.

"ತುಂಬ... ತುಂಬ... ಥ್ಯಾಂಕ್ಸ್" ಎಂದವಳೇ ಕಣ್ಣೊರೆಸಿಕೊಂಡು ಹೊರಗೆ ಹೋದಾಗ, ಆ ಧನ್ಯವಾದಕ್ಕೆ ಸುಲಭವಾಗಿ ಉತ್ತರ ಹುಡುಕಿಕೊಂಡ 'ಹೇಮ ಒಳ್ಳೆಯ ಮನಸ್ಸಿನ ಹುಡುಗಿ' ತಂದೆಯ ಮಾತು ನಿಜವೆನಿಸಿತು. ಮಿನ್ನಿಯ ಬಗ್ಗೆ ಪ್ರೀತಿಯ ಧಾರೆಯೆರೆವ ಅವಳನ್ನ ಮೆಚ್ಚಿಕೊಂಡ.

ಫೋನ್‌ಗಳ ಮೇಲೆ ಫೋನ್‌ಗಳು. ಅವನು ಹಾಗೆಲ್ಲ ಸುಮ್ಮನೆ ಕೂಡುವಂತಿರ ಲಿಲ್ಲ. ಇಂದು ಹಾರ್ಲಿಕ್ಸ್ ಕುಡಿದ ನಂತರವೇ ಬಟ್ಟೆ ಬದಲಾಯಿಸಿ ಮುಖ ತೊಳೆದದ್ದು.

"ಮಿನ್ನಿ ಬಗ್ಗೆ ಫೋನ್‌ನಲ್ಲಿ ವಿಚಾರಿಸಬಹುದಾ?" ಅವನನ್ನೇ ಕೇಳಿದಳು. 'ಹ್ಞೂ' ಗುಟ್ಟಿದ. ದಢದಢನೆ ಕೆಳಗೆ ಬಂದವಳು ಚೈತನ್ಯ ರೂಮಿಗೆ ಹೋಗಿ ಸೆಲ್ಯುಲರ್ ಫೋನೆತ್ತಿ ಕೊಂಡು ಬಟನ್ನೊತ್ತಿ ಒತ್ತಿ ಸುಸ್ತಾದಳಷ್ಟೆ. ಆ ಕಡೆ ಯಾರು ರಿಸೀವ್ ಮಾಡಿಕೊಳ್ಳಲಿಲ್ಲ.

ಎಂಟರ ಸುಮಾರಿಗೆ ಬಂದ ಭಾನುಪ್ರಕಾಶ್ ತೀರಾ ಖೇದಗೊಂಡಂತೆ ಕಂಡ. ಅದರ ಹಿಂದೆ ಅಸಾಧ್ಯವಾದ ಕೋಪವಿದೆಯೆಂದು ಅವನ ಮುಖ ಸಾರಿ ಹೇಳುತ್ತಿತ್ತು.

"ಭಾನು, ಯಾಕೆ ಒಂದು ತರಹ ಇದ್ದಿ?"

ಹೇಮಾಳ ಪ್ರಶ್ನೆಗೆ ಉತ್ತರಿಸುವ ಗೋಜಿಗೆ ಹೋಗದೇ ತನ್ನ ಪಾಡಿಗೆ ತಾನು ಹೋದ ರೂಮಿಗೆ. 'ರ್‍ಯಾಸ್ಕಲ್ಸ್' ಮನದಲ್ಲೇ ಬೈದುಕೊಂಡ. 'ಮಿನ್ನಿ ಮೇಲೆ ಅವರ ಅಧಿಕಾರವೇನು?' ಯೋಚಿಸಿದಷ್ಟು ತಲೆ ಕೆಟ್ಟಂತಾಗಿತ್ತು.

"ಭಾನು..." ಹೇಮಾಳ ಸ್ವರ.

ತಲೆಯೆತ್ತಿ ಕೂದಲಲ್ಲಿ ಕೈಹಾಕಿ ಕಿತ್ತ "ಒಳ್ಳೆಯವರೊಡನೆ ಬದುಕೋದು ಕೂಡ ತೀರಾ ಕಷ್ಟ. ಹ್ಯೂಮಾನಿಟಿ, ಮಾನವೀಯ 'ಅನುಕಂಪ' ಇಂಥ ಪದಗಳ ಅರ್ಥವನ್ನ ಬಹಳ ಎಚ್ಚರದಿಂದ ಬಳಸ್ಕೋಬೇಕು. ಕೆಲವರ ಕೈಗೆ ಸಿಕ್ಕ ಅನರ್ಥಗಳೇ ಸಂಭವಿಸಿದೆ" ಒದರಿದ. ಈ ಎಲ್ಲಾ ಮಾತುಗಳು ಸೂರ್ಯಪ್ರಕಾಶ್‌ಗೆ ಸಂದಾಯವಾಗಿತ್ತು.

"ಹೇಗಿದ್ರು... ಆಂಟೀ?" ಪ್ರಶ್ನಿಸಿದಳು.

"ನರ್ಸಿಂಗ್ ಹೋಂ ಬೆಡ್ ತುಂಬ ಇದ್ರು" ಕಹಿಯಾಡಿದ.

ಹೇಮ ಸುಮ್ಮನೆ ನಿಂತಳು. ತೋಳಿಡಿದು ಕೂಡಿಸಿದ "ನಿಮ್ಗೆ ಈ ಅಡ್ವೋಕೇಟ್ಸ್ ಬಗ್ಗೆ ಗೊತ್ತಿಲ್ಲ. ಒಂದು ಕೋರ್ಟ್ ಪ್ರಸಂಗ ಹೇಳ್ತೀನಿ ನೋಡಿ. ನ್ಯಾಯಾಲಯದಲ್ಲಿ ಒಬ್ಬ ಕಕ್ಷಿಗಾರನ ಪರ ವಕೀಲರು 'ದುರಾತ್ಮ, ದಗಲ್ಬಾಜಿ, ಫೋರ್ ಟ್ವೆಂಟಿ ಅಂದಾಗ ಪ್ರತಿಪಕ್ಷದ ವಕೀಲರು ಕೂಡ ಹಿಂದೆ ಬೀಳದೆ ಪ್ರತಿ ದಾಳಿ ನಡೆಸಿದರಂತೆ' ನೀನು ಐಟ್ ಪಾರ್ಟಿ, ಮೋಸಗಾರ, ಅಯೋಗ್ಯ ಎಂದು. ಇವರಿಬ್ಬರ ದಾಳಿ ಪ್ರತಿಧಾಳಿಯನ್ನು ಆಲಿಸಿದ ನ್ಯಾಯಾಧೀಶರು ಅತ್ಯಂತ ಸಹನೆಯಿಂದ 'Each has indentified the other – ನೀವಿಬ್ಬರೂ ಯಾರೆಂದು ಗೊತ್ತಾಗಿದೆ, ಇನ್ನ ಮೊಕದ್ದಮೆಯನ್ನು ಕೈಗೆತ್ತಿಕೊಳ್ಳಿ' ಎಂದರಂತೆ. ನಂತರ ಅದೇ ವಕೀಲರು ಒಬ್ಬರ ಭುಜದ ಮೇಲೆ ಮತ್ತೊಬ್ಬರು ಕೈ ಹಾಕಿಕೊಂಡು ಕಾಫಿಗೆ ಹೋದಾಗ, ಪ್ರೇಕ್ಷಕ ಗ್ಯಾಲರಿಯ ವ್ಯಕ್ತಿ ಕಣ್ಣರಳಿಸಿದರಂತೆ. ಇವನ್ನೆಲ್ಲ ಏನಂತೀರಾ? ಆಕೆಗೆ ಇವಳೊಬ್ಬು ಮೊಮ್ಮಗಳಾ? ಆಕೆ ಒಳ್ಳೇ ಡ್ರಾಮ ಆಡ್ತಾಳೆ" ಆರೋಪಿಸಿದ. ತುಟಿ ಬಿಚ್ಚಲಿಲ್ಲ ಹೇಮ.

ತೀರಾ ತಲೆ ಕೆಡಿಸಿಕೊಂಡಿದ್ದ ಭಾನುಪ್ರಕಾಶ್. ಮಧ್ಯಾಹ್ನದ ಊಟ ಕೂಡ ಮಾಡಿರಲಿಲ್ಲ. ಬಹುಶಃ ಅಣ್ಣನ ಮುಂದೆ ನಿಂತು ಫೈಟಿಂಗ್ ಮಾಡೋ ಮೂಡಿನಲ್ಲೇ ಇದ್ದ.

ಚೈತನ್ಯ ಕೂಡ ಬಂದು ಸೇರಿಕೊಂಡ. ಹೇಮಳಿಂದ ಮಗುವನ್ನ ಕಿತ್ತು ಆ ಕುಟುಂಬಕ್ಕೆ ಕೊಟ್ಟಂತಾಗಿತ್ತು. ಮುಂದೇನು?

"ಈಗೇನ್ಮಾಡೋದು?" ಚೈತನ್ಯನ ಪ್ರಶ್ನೆ.

"ಮಾಡೋಕೇನಿದೆ, ನಾಳೆ ಬೆಳಿಗ್ಗೆ ಹೋಗಿ ಮಗುನ ಎತ್ಕೊಂಡ್ ಬರ್ತೀನಿ. ಯಾರು ತಡೀತಾರೋ ನೋಡೋಣ" ರೋಫ್ ಹಾಕಿದ.

ವಿಷಯ ಬೇರೆ ದಾರಿ ಹಿಡಿದಿದ್ದು ಅವಿವೇಕದಿಂದಲೇ ನರ್ಸಿಂಗ್ ಹೋಂ

ಬೆಡ್‌ನಿಂದಲೇ ಪೊಲೀಸ್ ಕಮೀಷನರ್‌ರ ಸಂಪರ್ಕಿಸಿ 'ಚೆದ್ರಪ್ರಕಾಶ್ ಕುಟುಂಬದಿಂದ ನನಗೆ ಭಯವಿದೆ. ನನ್ನ ಮೊಮ್ಮಗ್ಳು ಮಿನ್ನಿಯನ್ನ ಅಪಹರಿಸುತ್ತಾರೆಂದು ನಮಗೆ ಫೋನ್‌ನ ಕರೆಗಳು ಬರುತ್ತಿದೆ. ದಯವಿಟ್ಟು ನಮಗೆ ರಕ್ಷಣೆ ಕೊಡಿ" ಎಂದು ರೈಟಿಂಗ್ ನಲ್ಲಿಯೇ ಬರೆದು ಕಳುಹಿಸಿ ದೊಡ್ಡ ಗೊಂದಲವನ್ನುಂಟುಮಾಡಿದರು.

ಕಮೀಷನರ್ ಚಂದ್ರಪ್ರಕಾಶ್‌ನ ಫೋನ್‌ನಲ್ಲಿ ಸಂಪರ್ಕಿಸಿ ವಿಷಯ ತಿಳಿಸಿದಾಗ ಉರಿದುಬಿದ್ದರು. ಇಷ್ಟೆಲ್ಲ ರಾದ್ಧಾಂತ ಮಾಡಿದ ಬೀಗಿತ್ತಿನ ಸುಮ್ಮನೆ ಬಿಡಬಾರದೆನಿಸಿತು. ಸಂಕ್ಷಿಪ್ತವಾಗಿ ತಿಳಿಸಿದಾಗ ಅವರು ನಕ್ಕುಬಿಟ್ಟರು.

"ಈಗ ಮಗು ಎಲ್ಲಿದೆ?" ಅವರ ಪ್ರಶ್ನೆ.

"ಅವರಲ್ಲೇ, ಹೇಗೂ ಕಂಪ್ಲೇಂಟ್ ಕೊಟ್ಟಿದಾರೆ. ಒಂದು ಕೈ ನೋಡೇ ಬಿಡ್ತೀನಿ" ಚಂದ್ರಪ್ರಕಾಶ್ ಅಂದಾಗ ಕಮೀಷನರ್ ನಕ್ಕುಬಿಟ್ಟರು.

"ಅವಿದ್ಯಾವಂತ ಜನರಾದ್ರೆ... ಕಾನೂನು, ಕಟ್ಟಳೆ ತಿಳಿಯದೆಂದು ಬುದ್ಧಿ ಹೇಳ್ಬಹ್ದು. ಇದೆಂಥ ಫೂಲಿಷ್‌ನೆಸ್ ನೋಡಿ. ಸುಮ್ನೆ ನಮ್ಮ ಸಮಯ ಹಾಳು ಮಾಡ್ತಾರೆ" ಗೊಣಗಿ ಫೋನಿಟ್ಟರು. ಆಗಾಗ ಪಾರ್ಟಿಗಳಲ್ಲಿ ಮೀಟ್ ಆಗುತ್ತಿದ್ದರು. ಜೊತೆಗೆ, ನ್ಯಾಯಾಂಗದ ಮಿತಿಯಲ್ಲಿ ಬರುವ ಬಂಧುಗಳೆ. ಅವರು ಇವರ ನಡುವೆ ಸದಾ ಸಂಪರ್ಕ ಇದ್ದೇ ಇರುತ್ತೆ.

ಮಗನನ್ನ ಕರೆಸಿಕೊಂಡು ವಿಷಯ ತಿಳಿಸಿದ ಚಂದ್ರಪ್ರಕಾಶ್ "ಇಲ್ಲಿ ಸಹಾನು ಭೂತಿ ಕೆಲ್ಸ ಮಾಡದು. ಸೊಸೆನೇ ಹೋದ್ಲು, ಇನ್ನ ಬೀಗಿತ್ತಿ ಸಾವಿಗೆ ಅಂಜೋದೇನು? ಹೋಗಿ, ಮಗುನ ಕರ್ಕೊಂಡ್ಬಾ" ಆಜ್ಞೆ ಮಾಡಿದರು.

ಸೂರ್ಯಪ್ರಕಾಶ್ ಕಾರು ಹತ್ತಿದಾಗ ಭಾನುಪ್ರಕಾಶ್ ಬಂದು "ನಂಗೆ ಆ ಕಡೆ ಹೋಗೋದಿದೆ. ಒಂದಿಷ್ಟು ಡ್ರಾಪ್ ಮಾಡು" ರಿಕ್ವೆಸ್ಟ್ ಮಾಡಿಕೊಂಡು ಹತ್ತಿ ಕೂತ.

ಮೊದಲು ಕಾರು ಅರುಣ ನರ್ಸಿಂಗ್ ಹೋಂ ಮುಂದೆ ನಿಂತಾಗ ಚೈತನ್ಯಪ್ರಕಾಶ್ ಬಂದ "ನನ್ನ ಫ್ರೆಂಡ್ ಅಡ್ಮಿಟ್ ಆಗಿದ್ದಾನೆ, ನೋಡೋಕೆ... ಬಂದಿದ್ದೆ" ಎಂದ ಡೋರನ ಹಿಡಿಹಿಡಿದು.

ಭಾನುಪ್ರಕಾಶ್ ಮೊದಲು ಇಳಿದವನು "ಅಣ್ಣ, ನೀನು ಇಲ್ಲೇ... ಇರು. ಆಂಟಿ ಗೇನಾದ್ರೂ ಸೀರಿಯಸ್ಸೇನೋ ನೋಡ್ಬರ್ತಿೀನಿ" ತಡೆದ. ಇಂಥ ಸಣ್ಣ ಕೆಲಸಕ್ಕೆ ಅವನ ಅಗತ್ಯವಿಲ್ಲ ಎನ್ನುವುದೇ ಅದರ ಅರ್ಥ.

ಸೂರ್ಯಪ್ರಕಾಶ್‌ಗೆ ಅರ್ಥವಾಯಿತು. ಮೀರಾಳ ತಾಯಿಯನ್ನ ತಾನು ಅಂಡರ್ ಎಸ್ಟಿಮೇಟ್ ಮಾಡಿದ್ದು ತಪ್ಪೆನಿಸಿತು.

"ನಾನು ಬರ್ತಿೀನಿ" ಇಳಿದ ಸೂರ್ಯಪ್ರಕಾಶ್.

"ಅಗತ್ಯವೇನಿರಲಿಲ್ಲ, ಅಣ್ಣ, ನಾನೆಲ್ಲ ಮ್ಯಾನೇಜ್ ಮಾಡ್ಬಲ್ಲೆ. ನಿನ್ನ ತಮ್ಮನ ವಿಷ್ಯ ನಿಂಗೆ ಗೊತ್ತಿಲ್ಲ. ನಂಗೆ ಬರೀ ಮಿದುಳು ಮಾತ್ರವಲ್ಲ, ರೆಟ್ಟೆಯಲ್ಲಿ ಬಲ ಕೂಡ ಇದೆ" ಕೈ ಮುಂದಕ್ಕೆ ಚಾಚಿ ಮುಷ್ಟಿ ಹಿಡಿದ.

ಸೂರ್ಯಪ್ರಕಾಶ್ ಜೋರಾಗಿ ನಕ್ಕು ತಮ್ಮನ ಭುಜವನ್ನ ಬಳಸಿ “ನೀನು ಕಾರು ಹತ್ತಿದಾಗ್ಲೇ... ಅರ್ಥವಾಯ್ತು. ಒಳ್ಳೆಯತನ ದೌರ್ಬಲ್ಯವಾಗಿ ಉಪಯೋಗಿಸೋಕೆ ಸೂರ್ಯ ಅವಕಾಶ ಕೊಡೋಲ್ಲ. ನಂಗೆ ಸತ್ತ ಮೀರಾಗಿಂತ ಬದ್ಕಿರೋ ಹೇಮಾನೆ ಮುಖ್ಯ. ಇಡೀ ರಾತ್ರಿ ಅಳ್ತಾ... ಇದ್ಲು.” ದೊಡ್ಡ ಅದ್ಭುತ ನಡೆಯುತ್ತಿದೆಯೆನ್ನುವಂತೆ ಹರ್ಷಿಸಿದ. “ಥ್ಯಾಂಕ್ಯೂ... ಥ್ಯಾಂಕ್ಯೂ ವೆರಿ ಮಚ್ ಮೈ ಲವಿಂಗ್ ಬ್ರದರ್” ಅಣ್ಣನ ಕೈ ಹಿಡಿದು ತುಟಿಗೊತ್ತಿಕೊಂಡ. ಅತ್ಯುತ್ತಮ ಸೀನ್ ಎನ್ನುವಂತೆ ನೋಡಿದ ಚೈತನ್ಯ.

ತಮ್ಮಂದಿರನ್ನ ಬೇಡವೆಂದು ಸೂರ್ಯಪ್ರಕಾಶ್ ಒಬ್ಬನೇ ಒಳಕ್ಕೆಹೋದ. ತೀರಾ ಕಂಗೆಟ್ಟಂತೆ ಕಾಣುತ್ತಿದ್ದ ಕೃಷ್ಣಮೂರ್ತಿಗಳು ಪೆಚ್ಚಾದರು. “ಹೇಗಿದ್ದಾರೆ... ಆಂಟೀ” ವಿಷಯ ಅವನವರೆಗೂ ಮುಟ್ಟಿಲ್ಲವೆಂದು ತಮ್ಮಲ್ಲಿ ತಾವೇ ಸಮಾಧಾನಗೊಂಡರು.

ಮಲಗಿದ್ದ ದೇವಕಿ ನಗಲು ಪ್ರಯತ್ನಪಟ್ಟರು. ಆದರೆ ಸಾಧ್ಯವಾಗಲಿಲ್ಲ. “ಹೇಗಿದ್ದೀರಾ?” ವಿಚಾರಿಸಿದ ಸೂರ್ಯ. ಆಕೆ ಮತ್ತಷ್ಟು ಸುಸ್ತು ನಟಿಸಿದರು. “ಮೀರಾ ಸತ್ತಾಗ್ಲೆ ನನ್ನ ಆರೋಗ್ಯ ಹಾಳಾಯ್ತು. ಮೈಂಡ್ ಹಾಳಾಯ್ತು. ಈಗ ಬದುಕೇ ಭಾರವಾಗಿದೆ” ಕ್ಷೀಣದಲ್ಲಿ ಉಸುರಿದಾಗ ಎಲ್ಲೆಡೆ ನೋಟ ಹರಿಸಿದವನು “ಮಿನ್ನಿ... ಎಲ್ಲಿ?” ಅವನ ದನಿ ಕಟುವಾಯಿತು.

“ಈಗತಾನೇ, ಯೋಗಿ ಮನೆಗೆ ಕರೆದೊಯ್ದ. ಅವ್ಳು ಅಜ್ಜಿನ ಬಿಟ್ಟು ಹೋಗೋಕೆ ಗಲಾಟೆ ಮಾಡಿದ್ಲು” ಇದನ್ನು ಹೇಳಿದವರು ಕೃಷ್ಣಮೂರ್ತಿಗಳು.

ಸೂರ್ಯ ಆ ವಿಷಯ ಬಿಟ್ಟು ಬರೀ ಆಕೆಯ ಆರೋಗ್ಯದ ಬಗ್ಗೆ ವಿಚಾರಿಸಿ ಹೊರಗೆ ಬಂದ. ಕಾರಿನ ಬಳಿ ನಿಂತಿದ್ದ ಭಾನುಪ್ರಕಾಶ್ ಓಡಿಬಂದ.

“ಮನೆಗೆ ಕರ್ಕೊಂಡ್ಹೋದ್ರಂತ ಮಿನ್ನಿನ.” “ಷಿ ಈಸ್ ಕ್ವೈಟ್ ನಾರ್ಮಲ್. ಮಗುನ ನೋಡ್ಬೇಕು, ಮನೆಗೆ ಹೋಗೋಣ” ಎಂದ ಸೂರ್ಯಪ್ರಕಾಶ್ ಮುಖ ಗಂಭೀರವಾಗಿತ್ತು. ಇಂಥ ಬಿಹೇವಿಯರ್‌ನ ಅವನು ನಿರೀಕ್ಷಿಸಿರಲಿಲ್ಲ.

ಮನೆಗೆ ಬಂದಾಗ ಹಿರಿಯ ಸೊಸೆ ಬಾಲ್ಕನಿಯಲ್ಲಿ ನಿಂತಿದ್ದವಳು ನೋಡಿದ ಕೂಡಲೇ ಒಳಗೆ ಹೋಗಿ ವಿಷಯ ಮುಟ್ಟಿಸಿ ಬಂದನಂತರವೇ ಸ್ಮೈಲಿಂಗ್ ಫೋಸ್ ಕೊಟ್ಟಿದ್ದು. “ಬನ್ನಿ, ಅತ್ತೆ ನರ್ಸಿಂಗ್ ಹೋಂನಲ್ಲಿ ಇದ್ದಾರೆ. ಇಡೀ ರಾತ್ರಿ ಪ್ರಜ್ಞೆ ಇರ್ಲಿಲ್ಲ. ಮನೆಯವ್ರೆಲ್ಲ ಅಲ್ಲೇ ಇದ್ವಿ. ಸದಾ ಮೀರಾ... ಮಿನ್ನಿ... ಇಬ್ಬರದೇ ಧ್ಯಾನ” ಬಹಳ ನಾಜೂಕಿನಿಂದ ಉಸುರಿದಳು. ಇದೆಲ್ಲ ಸುತಾರಾಂ ಇಷ್ಟವಿಲ್ಲ. ಹಾಗೆಂದು ಹೇಳಿದ್ದಳು ಕೂಡ, ಆದರೆ ಜೋರಾಗಿ ಪ್ರತಿಭಟಿಸಲು ಮಾತ್ರ ಅಸಮರ್ಥಳು.

“ನಾವು ನರ್ಸಿಂಗ್ ಹೋಂನಿಂದ್ಲೆ... ಬಂದ್ವಿ, ಮಿನ್ನಿ ಎಲ್ಲಿ?” ಸೂರ್ಯನೇ ಕೇಳಿದ. ಪ್ರತಿಕ್ರಿಯಿಸಲಾರದೆ ಚಡಪಡಿಸಿದಳು. ರಾತ್ರಿಯೆಲ್ಲ ಪೊಲೀಸ್, ಕೋರ್ಟು, ಕಿಡ್ನಾಪ್ ಇಂಥ ಮಾತುಗಳನ್ನ ತಂದೆ, ಮಕ್ಕಳು ಮಾತಾಡುತ್ತಿದ್ದಾಗ ಕೇಳಿದ್ದಳೇ ವಿನಃ ವಿಷಯ ಇಂಥದ್ದೇ ಎಂದು ನಿಖರವಾಗಿ ಗೊತ್ತಿರಲಿಲ್ಲ. ಅಂತೂ ಏನೋ ಆಪತ್ತನ್ನ ತಂದುಕೊಳ್ಳುತ್ತಿದ್ದಾರೆ, ಮಿನ್ನಿನ ಸಲುವಾಗಿ ಎಂಬುದನ್ನ ಮಾತ್ರ ಮನಗಂಡಿದ್ದಳು.

"ಬನ್ನಿ... ಒಳ್ಗೆ... ಬನ್ನಿ" ಅವನ ಪ್ರಶ್ನೆಗೆ ಉತ್ತರಿಸದೆ ಸ್ವಾಗತಿಸಿದಾಗ "ಸಾರಿ, ಇನ್ನೊಮ್ಮೆ ಬರ್ತೀವಿ. ಈಗ ಮಿನ್ನಿ... ಎಲ್ಲಿ? ಆಕೆ ಇರೋ ಸ್ಥಿತಿಯಲ್ಲಿ ಮಗುನ ಅಲ್ಲಿ ಬಿಡೋದು ಸರಿಯಲ್ಲ" ಎಂದ ಮುಖಗಂಟಿಕ್ಕಿಯೇ ಸೂರ್ಯಪ್ರಕಾಶ್.

"ಮಿನ್ನಿ, ಅವ್ರ ಅಜ್ಜಿ ಹತ್ರ ಇರೋಕೆ ಇಷ್ಟಪಡ್ತಾಳೆ. ಅದ್ಕೇ ಯೋಗಿ ಈಗತಾನೇ ಕರ್ಕೊಂಡ್ ಹೋದ" ಅಪ್ಪಟ ಸುಳ್ಳನ್ನ ಹೇಳಿದಳು. ನಂಬುವ ಮೂರ್ಖತನವಿಲ್ಲದಿದ್ದರೂ ಮನೆಯನ್ನ ತಲಾಷ್ ಮಾಡಲು ಮುಂದಾಗಲಿಲ್ಲ. "ಅಲ್ಲೇ ನೋಡ್ತೀವಿ" ಹಿಂದಕ್ಕೆ ಬಂದ.

ನೇರವಾಗಿ ಒಳಕ್ಕೆ ಹೋದ ಭಾನುಪ್ರಕಾಶ್ "ಆಂಟಿಯ ಆಟಗಳೆಲ್ಲ ಗೊತ್ತು. ಮಗು ನಮ್ಮ ಮನೆ ಬಂದ್ ಸೇರದಿದ್ದರೇ... ನಿಮ್ಮ ಮಕ್ಳು ಶಾಲೆಯಿಂದ ಹಿಂದಿರುಗೋಲ್ಲ. ಇಷ್ಟನ್ನ ನೆನಪಿನಲ್ಲಿ ಇಟ್ಕೊಳ್ಳಿ. ಬಾಯಿಬಾಯಿ ಬಡ್ಕೊಂಡ್ ಪೊಲೀಸ್ ಠಾಣೆಗೆ ಹೋಗ್ಬೇಕಾಗುತ್ತೆ. ಚಂದ್ರಪ್ರಕಾಶ್ ಮಕ್ಕಳಲ್ಲಿ ನಾನು ಸ್ವಲ್ಪ ಡಿಫರೆಂಟ್. ಪೊಲೀಸ್, ಕೋರ್ಟು–ಕಚೇರಿ, ನ್ಯಾಯಾಲಯ, ನ್ಯಾಯಾಧೀಶರವರ್ಗೂ ಹೋಗೋಲ್ಲ. ಅದ್ನೆಲ್ಲ ನೀವು ಮಾಡ್ಬೇಕಾಗುತ್ತೆ. ಫೋನ್ ಮಾಡಿ ನಿಮ್ಮೆಜಮಾನ್ರಿಗೆ ಹೇಳಿ" ಒಂದು ಧಮಕಿ ಹಾಕಿದ. ಆಕೆ ನಡುಗಿ ಹೋದಳು. ಇದೆಲ್ಲಿಯ ಗ್ರಹಚಾರ? ಅತ್ತೆಗೆ ಮನದಲ್ಲಿಯೇ ನೂರು ಶಾಪ ಹಾಕಿದಳು.

"ಅಯ್ಯೋ, ಅದೆಲ್ಲ ಏನ್ಬೇಡ. ಮಿನ್ನಿನ ನಿಮ್ಮ ಮನೆಗೆ ತಲುಪಿಸೋಕೆ ಹೇಳ್ತೀನಿ. ಆ ಮಗು ಇಲ್ಲೇ ಬೆಳೆದವ್ಳು ಅಲ್ವಾ? ನಾವೇನು ಅವಳನ್ನ ತಿಂದುಬಿಡ್ತೀವಾ?" ಸಮರ್ಥಿಸಿ ಕೊಳ್ಳುವ ಪ್ರಯತ್ನ ಮಾಡಿದಳು.

ಇನ್ನಷ್ಟು ಗಟ್ಟಿಯಾಗಿ ನಿಂತ ಭಾನುಪ್ರಕಾಶ್, ಮತ್ತಷ್ಟು ಸ್ಪಷ್ಟವಾಗಿ ಹೇಳಿದ "ನಂಗೆ ಈ ತರಹ ಮಾತುಗಳು ಇಷ್ಟವಿಲ್ಲ. ನಿಮ್ಮ ಹುಡುಗ್ರು ಶಾಲೆಯಿಂದ ಮನೆಗೆ ಬರುವ ವೇಳೆಗೆ ಮುನ್ನವೇ ಮಿನ್ನಿ ನಮ್ಮ ಮನೆಯಲ್ಲಿ... ಚಂದ್ರಪ್ರಕಾಶ್ ಮನೆಯಲ್ಲಿ ಇರ್ಬೇಕು. ಅವ್ಳು ಅವ್ರ ಮೊಮ್ಮಗ್ಳು... ಸೂರ್ಯಪ್ರಕಾಶ್ ಮಗ್ಳು. ಇದೆಲ್ಲ ತಲೆಯಲ್ಲಿ ಇಟ್ಕೊಂಡ್ ಕೆಲ್ಸ ಮಾಡೂಂತ ನಿಮ್ಮೆಜಮಾನ್ರಿಗೆ ಹೇಳಿ." ಬಾಂಬ್ ಸಿಡಿಸಿ ಹಿಂದಿರುಗಿ ಬಂದವನು ಕಾರು ಹತ್ತಿದ.

"ಅಣ್ಣ, ನೇರವಾಗಿ ಮನೆಗೆ ಹೋಗೋಣ. ಈಗ ಮತ್ತೆ ನರ್ಸಿಂಗ್‌ಹೋಂಗೆ ಹೋದರೆ... ಇಂಥ ಮಾತುಗಳೇ. ಸಂಜೆ ವೇಳೆಗೆ ಮಿನ್ನಿ ಮನೆಯಲ್ಲಿ ಇರ್ತಾಳೇಂತ ಈ ಸೂರ್ಯಪ್ರಕಾಶ್ ತಮ್ಮ ಭಾನುಪ್ರಕಾಶ್ ಹೇಳ್ತಾ ಇದ್ದಾನೆ. ಡೋಂಟ್ ವರಿ..." ಕಾರಲ್ಲಿ ತೂರಿದ.

ಇಂದು ಚಂದ್ರಪ್ರಕಾಶ್ ಮುಖ್ಯವಾದ ಕೇಸ್‌ಗಳನ್ನ ಕೂಡ ಜ್ಯೂನಿಯರ್ಸ್‌ಗೆ ಒಪ್ಪಿಸಿ ಮನೆಯಲ್ಲಿಯೇ ಉಳಿದಿದ್ದರು. ಅವರೆಷ್ಟು ಆತಂಕಗೊಂಡಿದ್ದರೆಂದರೆ ಮಗುವನ್ನ ನೋಡುವವರೆಗೂ ಸಮಾಧಾನವಿರಲಿಲ್ಲ. ಸುಮಾರು ಒಂದೂವರೆ ವರ್ಷ... ಎರಡು ವರ್ಷಗಳ ಕಾಲ ಮಿನ್ನಿಯನ್ನ ಅಲ್ಲಿ ಬಿಟ್ಟು ಹೇಗಿದ್ದೀವಿ? ಈ ಪ್ರಶ್ನೆಗೆ ಅವರು ಉತ್ತರಿಸ ಲಾರದೆ ಹೋಗುತ್ತಿದ್ದರು.

ಮೂವರು ಮಕ್ಕಳನ್ನ ಒಟ್ಟಿಗೆ ನೋಡಿದಾಗ, ಅವರೆದೆಯ ಬಡಿತ ಕೂಡ ಸ್ತಬ್ಧವಾಯಿತು. ಮಾತೇ ಹೊರಡಲಿಲ್ಲ. ಹೇಳುವುದನ್ನ ತಮ್ಮನಿಗೆ ಬಿಟ್ಟು ತಲೆತಗ್ಗಿಸಿಕೊಂಡು ಮೆಟ್ಟಲುಗಳನ್ನೇರಿ ತನ್ನ ರೂಮಿಗೆ ಹೋದರು. ದೊಡ್ಡ ಪ್ರತಿಷ್ಠಿತ ಕೇಸ್‌ನಲ್ಲಿ ಸೋತ ಅನುಭವಕ್ಕಿಂತ ಇಂದಿನ ಸ್ಥಿತಿ ಮತ್ತಷ್ಟು ಚಿಂತಾಜನಕವಾಗಿ ಕಂಡಿತು.

"ಆಂಟೀನ ನೋಡ್ಕೊಂಡ್ ಬಂದ್ವಿ. ಪರ್ವಾಗಿಲ್ಲ... ಹುಷಾರಾಗಿದ್ದಾರೆಂದುಕೊಳ್ಳಬೇಕು" ಎಂದು ತಂದೆಯ ಬಳಿಯಲ್ಲೆ ಕೂತು "ಅಣ್ಣ ತುಂಬ ಅಪ್‌ಸೆಟ್ ಆಗಿದ್ದಾರೆ, ಅದ್ಕೇ ಕರ್ಕೊಂಡ್ಬಂದೆ. ಲೀಗಲ್ಲಾಗಿ ಹೋಗಬೇಕೆಂದರೆ ಆ ಇಂದ ಶುರು ಮಾಡ್ಕೊಂಡ್ ಅಂ... ಅಃ ವರ್ಗ್ಗೂ ಹೋಗ್ಬೇಕು. ಸಮಯ ತಗೊಳ್ಳುತ್ತೆ, ಮನಃಶಾಂತಿ ಹಾಳಾಗುತ್ತೆ. ಅದ್ಕೆ ಬೇರೆ ತರಹ ಪ್ರಯತ್ನ ಮಾಡಿದ್ದೀನಿ" ಎಂದ ಅಷ್ಟೆ. ಏನು ಮಾಡುತ್ತೇನೆಂದು ಮಾತ್ರ ಹೇಳಲಿಲ್ಲ.

ಮಗನ ಮೇಲೆ ನಂಬಿಕೆ ಇಟ್ಟರು. ಆದರೂ ಚಿತ್ತಕ್ಷೋಭೆ ಕಡಿಮೆಯಾಗಲಿಲ್ಲ. 'ತಾತ' ಎಂದು ಓಡಿಬರುತ್ತಿದ್ದ ಮಿನ್ನಿ ಯಾವ ಆಪತ್ತಿನಲ್ಲಿದ್ದಾಳೋ ಎನ್ನುವಂತೆ ತಡಬಡಿಸಿದ.

ಚೈತನ್ಯ, ಭಾನು ಪ್ರತ್ಯೇಕ ಪ್ರತ್ಯೇಕವಾದ ಸೆಲ್ಯುಲರ್ ಫೋನ್‌ಗಳನ್ನ ಹಿಡಿದು ಕೂತರು. ಮೂರು ಮೂವತ್ತು... ನಾಲ್ಕು ಗಂಟೆಗೆ ದೇವಕಿ ಮೊಮ್ಮಕ್ಕಳು. ಓದುತ್ತಿದ್ದ ಸ್ಕೂಲು ಬಿಡುವುದು. ಬಸ್ಸಿನ ಅನುಕೂಲವಿದ್ದುದ್ದರಿಂದ, ಅವರುಗಳು ಮನೆ ತಲುಪಲು ಒಂದು ಗಂಟೆ ಬೇಕಾಗುತ್ತಿತ್ತು. ಅಂದರೇ ಐದು ಗೊಟೆಗೆ ಮನೆಯ ಬಳಿ ಇಳಿಯುತ್ತಿದ್ದರು. ಕೆಲವೊಮ್ಮೆ ಐದು, ಹತ್ತು ನಿಮಿಷಗಳು ಹೆಚ್ಚುಕಡಿಮೆಯಾಗುತ್ತಿತ್ತು. ಇದೆಲ್ಲವನ್ನ ತಿಳಿದೇ ಕ್ಯಾಲುಕ್ಯುಲೇಶನ್ ಹಾಕಿಬಿಟ್ಟಿದ್ದ.

"ನಂಗ್ಯಾಕೋ ಡೌಟ್, ಆ ಹೆಣ್ಣು ಸಾಮಾನ್ಯಳಲ್ಲ" ಚೈತನ್ಯ ಅನುಮಾನ ವ್ಯಕ್ತಪಡಿಸಿದ. "ನಾವು ಕೂಡ ಮನಸ್ಸು ಮಾಡಿದರೇ ಅಸಮಾನ್ಯರೇ. ಈ ಪ್ಲಾನ್ ಸಕ್ಸಸ್ ಆಗದಿದ್ದರೇ... ಇನ್ನೊಂದು ರೀತಿಯಲ್ಲಿ ಹೊಡೆತ ಕೊಡ್ತೀನಿ. ಇಡೀ ಫ್ಯಾಮಿಲಿಯವ್ರು ಪೊಲೀಸ್ ಸರಳುಗಳ ಹಿಂದೆ ಇರ್ಬೇಕು" ಎಂದ ಆತ್ಮವಿಶ್ವಾಸದಿಂದ ಭಾನು. ಅವನದು ಸ್ವಲ್ಪ ವಿಪರೀತ ಧೈರ್ಯವೇ, ಕೆಲವೊಮ್ಮೆ ಹೊಡೆದಾಟಕ್ಕೂ ನಿಲ್ಲುವಂಥ ಕೆಚ್ಚು.

ಬಂದ ಹೇಮ ಅವರಿಬ್ಬರ ಎದುರಿನಲ್ಲಿ ಕೂತಳು.

"ಈಗ ಮಿನ್ನಿ ಎಲ್ಲಿದ್ದಾಳೆ? ಒಂದ್ಸಲ ಹೋಗಿ ನೋಡ್ಬಂದರೇ ಹೇಗೆ?" ಮುಗ್ಧ ಪ್ರಶ್ನೆಗೆ ಪ್ರತಿಕ್ರಿಯಿಸಲಾರದೆ ಹೋದರು. "ಈಗ ಆಂಟೀ ಹೇಗಿದ್ದಾರೆ?"

"ನರ್ಸಿಂಗ್ ಹೋಂನ ಬೆಡ್‌ನ ಉದ್ದಕ್ಕು, ಅಗಲಕ್ಕೂ ಮಲ್ಗಿ ರೆಸ್ಟ್ ತಗೋತಾ ಇದ್ದಾರೆ. ಎಂಥ ಕನವರಿಕೆ ಗೊತ್ತಾ ಸತ್ತ ಮಗಳು, ಬದುಕಿರುವ ಮೊಮ್ಮಗಳ ಹೆಸರುಗಳನ್ನ ಜಪ ಮಾಡುತ್ತಿದ್ದಾರಂತೆ. ನೀವೊಮ್ಮೆ ಭೇಟಿ... ಕೊಡ್ತೀರಾ? ಕುಡ್ಯೋಕೆ ಏನಾದ್ರೂ ಬಿಸಿಯಾಗಿ ತಂದ್ಕೊಡಿ ಅತ್ತಿಗೆ" ಹೇಮಾನ ಒಳಗೆ ಕಳುಹಿಸಿದ ಭಾನುಪ್ರಕಾಶ್ ಭಾರವಾದ ಉಸಿರನ್ನ ಬಲವಂತದಿಂದ ದಬ್ಬಿದ.

"ನಿನ್ನ ಧಮಕಿ ಖಂಡಿತ ಸಕ್ಸಸ್ ಆಗುತ್ತಾ?" ಚೈತನ್ಯ ಪ್ರಶ್ನಿಸಿದ ಗಾಬರಿಯಿಂದ. "ಕಮೀಷನರ್‌ವರೆಗೂ ಹೋಗಿರುವ ದೇವಕಿ ಸುಲಭವಾಗಿ ಮಿನ್ನಿಯನ್ನ ಬಿಟ್ಟುಕೊಡ ಬಲ್ಲಳಾ?" ಅನುಮಾನವೆನಿಸಿತು.

ಭಾನುಪ್ರಕಾಶ್‌ಗೆ ಹೊರಗೆ ಗಾಬರಿ ಇದ್ದರೂ ತೋರ್ಪಡಿಸಿಕೊಳ್ಳಲಿಲ್ಲ. "ನೂರಕ್ಕೆ ತೊಂಬತ್ತೊಂಬತ್ತು ಪರ್ಸೆಂಟ್ ಸಕ್ಸಸ್ ಆಗುತ್ತೆ. ಈ ದೇವಕಿಗೆ ಮಗಳ ಮಗ್ಳು ಮುಖ್ಯವಾದ್ರೆ, ಅವ್ರ ಸೊಸೆ ತನ್ನ ಸ್ವಂತ ಮಕ್ಳು ಮುಖ್ಯವಾಗುತ್ತಾರೆ. ವೆಯಿಟ್... ಈಗ ಇನ್ನ ಮೂರು... ಐವತ್ತು, ಸ್ಕೂಲು ಬಿಡಲು ಇನ್ನ ಹತ್ತು ನಿಮಿಷಗಳು ಇದೆ. ಅಷ್ಟರಲ್ಲಿ ಫೋನ್ ಬರ್ಬೇಕು, ಇಲ್ಲ, ಮಿನಿಯನ್ನ ತಂದು ಇಲ್ಲಿ ಬಿಟ್ಟು ಹೋಗ್ಬೇಕು. ಲೆಟ್ ಅಸ್ ಸೀ" ಎಂದವನು ಅಡ್ಡಾಡಿದ.

ಹೇಮ ಹಾರ್ಲಿಕ್ಸ್ ಲೋಟಗಳನ್ನು ಹಿಡಿದು ಬಂದಾಗ ಹಣೆಗೆ ಕೈಯೊತ್ತಿದ ಭಾನು "ಅತ್ತಿಗೆ, ಅಣ್ಣ ಒಬ್ಬ ಹಾರ್ಲಿಕ್ಸ್ ಕುಡಿದು. ಅದ್ಕೇ ನಮ್ಗೆ ಕೊಟ್ಟು ಪಾಪುಲರ್ ಮಾಡ್ತಾ ಇದ್ದೀರಾ. ನೀವೊಂದಿಷ್ಟು... ತಗೊಳ್ಳಿ" ತಾನೇ ಒಳಗೆಹೋಗಿ ಹೇಮಗಾಗಿ ಹಾರ್ಲಿಕ್ಸ್ ಹಿಡಿದು ಬಂದು ಕೊಟ್ಟ.

ಇನ್ನ ಐದು ನಿಮಿಷಗಳಾದರೂ ಟೆನ್ಷನ್ ಇಲ್ಲದೆ ಕಳೆಯಬೇಕೆಂದರೇ, ಮಾತಿನಲ್ಲಿ ತೊಡಗಬೇಕು. ಅದನ್ನು ಅವನೇ ಪ್ರಾರಂಭಿಸಿದ.

"ಅತ್ತಿಗೆ, ನಮ್ಮ ತಾತ ತುಂಬ ದೈವಭಕ್ತರು. ಅಷ್ಟೇ ಶಿಸ್ತಿನ ಮನುಷ್ಯರಂತೆ. ನಮ್ಮ ಸೂರ್ಯಣ್ಣನ ಕೈಯಲ್ಲಿ ದಿನ ಸೂರ್ಯ ನಮಸ್ಕಾರದ ವ್ಯಾಯಾಮ ಮಾಡಿಸುತ್ತಿದ್ದರಂತೆ. ಅದ್ಕೆ ನಮ್ಮಣ್ಣನದು ಪರಿಪೂರ್ಣವಾದ ದೇಹದ ಬೆಳವಣಿಗೆ. ಬೇಕಾದರೆ ಅಣ್ಣನ ಎಡ, ಬಲಭಾಗಗಳನ್ನ ಪರೀಕ್ಷಿಸಿ, ಅವೆರಡು ಅವ್ನು ಕಾಲೇಜಿಗೆ ಹೋಗುತ್ತಿದ್ದ ದಿನಗಳಲ್ಲಿ ದಿನವು ಪ್ರೇಮಪತ್ರಗಳನ್ನ ಹೊತ್ತು ಹೊತ್ತು ಪೋಸ್ಟ್‌ಮ್ಯಾನ್ ಸುಸ್ತಾಗಿದ್ದನಂತೆ. ಅವೆಲ್ಲ ಶೇಖರಿಸಿಟ್ಟಿದ್ದರೇ, ಗಿನ್ನಿಸ್‌ನಲ್ಲಿ ಈ ದಾಖಲೆ ಸೇರ್ಪಡೆಯಾಗುತ್ತಿತ್ತು" ಬಹುಶಃ ಅಷ್ಟರಲ್ಲಿ ಗೇಟಿನಿಂದ ಕಾರು ಒಳಗೆ ಪ್ರವೇಶ ಮಾಡದಿದ್ದರೇ, ಇನ್ನಷ್ಟು ಮಾತಾಡುತ್ತಿದ್ದ. ಅವನಿಗೆ ಮಾತಾಡುವ ಕಲೆ ಗೊತ್ತು.

ಕಾರಿನಿಂದ ಇಳಿದುಬಂದ ದೇವಕಿಯ ಸುಪುತ್ರರು ಮಿನ್ನಿಯನ್ನ ಭಾನುಪ್ರಕಾಶ್ ಕೈಗಿತ್ತು "ದಯವಿಟ್ಟು ತಪ್ಪು ತಿಳ್ಕೋಬೇಡಿ. ನಮ್ಮಮ್ಮನ ವಿಪರೀತ ಪ್ರೀತಿ ಇಷ್ಟಕ್ಕೆಲ್ಲ ಕಾರಣ. ಮಿನ್ನಿ ನಿಮ್ಮ ಮನೆಯ ಮಗುವೇ... ಬರ್ತೀವಿ" ಹೊರಟೇಬಿಟ್ಟರು.

ಮಿನ್ನಿಯನ್ನ ಎತ್ತಿಕೊಂಡು 'ಹುರ್ರೆ, ಹುರ್ರೆ' ಎಂದು ಕುಣಿದಾಡಿಬಿಟ್ಟ ಭಾನು ಪ್ರಕಾಶ್. ಚೈತನ್ಯ ಕಿತ್ತುಕೊಂಡು ಒಳಗೆ ಒಯ್ದು ಮಗುವನ್ನ ಹೇಮಾಗೆ ಕೊಟ್ಟು, ಕೈ ಮುಗ್ದ.

"ರಾತ್ರಿಯೆಲ್ಲ ಅಳುತ್ತೀರೀಂತ ಅಣ್ಣ ಹೇಳಿದ್ರು. ಸದ್ಯ ನಿಮ್ಮ ಮಗಳನ್ನ ನಿಮ್ಗೆ ಒಪ್ಪಿಸಿ ದ್ದೀವಿ."

ಮಗು ಬಂದ ಸಂತೋಷದಲ್ಲಿ ಹೇಮ ಬಾಯಿಂದ ಮಾತುಗಳೇ ಹೊರಡಲಿಲ್ಲ. ತಬ್ಬಿಬ್ಬು... ಕಣ್ಣಲ್ಲಿ ನೀರು ತುಂಬಿಕೊಂಡಿತು.

"ಮಮ್ಮಿ... ಮಮ್ಮಿ..." ಮಿನ್ನಿ ಅವಳ ಕೊರಳನ್ನ ತಬ್ಬಿಕೊಂಡು ಕೆನ್ನೆಗೆ ಮುತ್ತಿಟ್ಟಿತು. "ಡ್ಯಾಡಿ ಬೇಕು, ತಾತಾ... ಬೇಕು" ಮುತ್ತುಗಳಂತೆ ಉದುರಿದ ಮಾತುಗಳನ್ನ ಆಯ್ದು ಕೊಳ್ಳಬೇಕೆನಿಸಿತು. ಸಮುದ್ರದ ಗರ್ಭದಲ್ಲಿ ಸಿಕ್ಕುವ ಮುತ್ತುಗಳಿಂದ ಬೆಲೆ ಬಾಳುವಂಥದ್ದು.

ಕತ್ತಲೆ ತೊಡೆದು ಹೋಗಿ ಬೆಳಕು ಮೂಡಿದಂತಾಯಿತು.

* * *

ಪಶುಪತಿಗಳು ಹೋಗಿ ಹೇಮಾಳನ್ನ ಕರೆತಂದು ಮೂರು ದಿನವಾಗಿತ್ತು. ಚಂದ್ರ ಪ್ರಕಾಶ್, ಸೂರ್ಯಪ್ರಕಾಶ್ ಬಂದು ಪರಮಶಿವಯ್ಯನವರನ್ನು ನೋಡಿಕೊಂಡು ಹೋಗಿದ್ದರು, ಆದರೆ ಹೇಮಾಳನ್ನ ಕರೆದೊಯ್ಯಲಿಲ್ಲ. ಅವರಿಗೆ ಒಂದು ಆಹ್ವಾನ ಕೊಟ್ಟು ಹೋದರು.

"ಅಲ್ಲಿಗೆ ಬಂದ್ಬಿಡಿ. ಇಲ್ಲೇ ಇದ್ದು ಸುಧಾರಿಸ್ಕೋಬಹ್ದು."

"ಪಂಡಿತರು ನೋಡ್ತಾ ಇದ್ದಾರೆ. ನಮಗೆ ಅಲೋಪತಿಗಿಂತ ಆಯುರ್ವೇದ ನಂಬ್ಕೆ ಜಾಸ್ತಿ. ಈಗ ಪರ್ವಾಗಿಲ್ಲ. ಹದಿನೈದು ದಿನದಲ್ಲಿ ಚೇತರ್ಸಿಕೊಂಡ್ಬಿಡ್ತೀನಿ" ಎಂದರು.

ಅವರು ಬಿದ್ದು ಕಾಲು ಮುರಿದುಕೊಂಡಿರುವ ಸಂದರ್ಭದಲ್ಲಿ ಹೇಮ ಅವರ ಬಳಿಯಲ್ಲಿ ಇರುವುದು ಚಂದ್ರಪ್ರಕಾಶ್‌ಗೆ ಸರಿಯೆನಿಸಿತು. ಆದರೆ ಮಿನ್ನಿ ಒಂದು ಸಮಸ್ಯೆ ಯಾಗುತ್ತಾಳೆಂದುಕೊಂಡಿರಲಿಲ್ಲ.

ಈಗಲೂ ಕಸ್ತೂರಿಯವರಲ್ಲಿ ಯಾವುದೇ ಬದಲಾವಣೆ ಇಲ್ಲ. ಆಗಾಗ ಬಂದು ಹೋಗುತ್ತಿದ್ದರೇ ವಿನಃ ಅಲ್ಲೇ ಉಳಿಯುವ ಇಚ್ಛೆಯಂತೂ ಇರಲಿಲ್ಲ. ಬಿದ್ದು ಪೆಟ್ಟು ಮಾಡಿ ಕೊಂಡಾಗ ಓಡಿಬಂದರೂ ಒಂದೇ ದಿನಕ್ಕೆ ಬೇಜಾರಾದರು.

"ಪಶುಪತಿಗಳೇ, ಹೇಮಾ ಕರ್ಕೊಂಡ್ಬನ್ನಿ. ನನ್ನ ಶರೀರದಲ್ಲೂ ಮೊದಲಿನಷ್ಟು ಬಲವಿಲ್ಲ ಓಡಾಡೋಕೆ. ಅಲ್ಲಿ ಹುಡುಗರದು ನೂರೆಂಟು ಸಮಸ್ಯೆ. ಬಿಟ್ಟು ಇಲ್ಲೇ ಉಳಿಯೋದು ಆಗದ ಕೆಲ್ಸ" ಎಂದು ಪಶುಪತಿಯ ಮುಂದೆ ತಮ್ಮ ಮನದ ಅಳಲು ತೋಡಿಕೊಂಡು ಅವಳನ್ನ ಕರೆಸಿ ನಿಶ್ಚಿಂತರಾಗಿದ್ದರು.

ಹೇಮ ಬಂದ ಮೇಲೆ ಆ ಮನೆಗೆ ಹೋದವರು ಎರಡು ದಿನ ಇತ್ತ ತಲೆಹಾಕದೇ ಮೂರನೆಯ ದಿನದ ಸಂಜೆ ಶ್ರೀಕಂಠಿಯೊಂದಿಗೆ ಬಂದಿದ್ದರು.

"ಹೇಗಿದ್ದೀರಾ?" ಗಂಡನ ಬಳಿ ಕೂತಾಗ, ಶ್ರೀಕಂಠಿ ಕ್ರಾಪ್ ಸರಿಮಾಡಿಕೊಳ್ಳುತ್ತ ಅತ್ತಿತ್ತ ಓಡಾಡಿದ. ಕಡೆಯಲ್ಲಿ ಬಂದು ತಂದೆಯ ಮಂಚದ ಬಳಿ ನಿಂತು "ಡ್ಯಾಡ್, ಆರಾಮಾಗಿ ನರ್ಸಿಂಗ್‌ಹೋಂನಲ್ಲಿ ಉಳಿಯೋದರ ಬದ್ಲು... ಪಂಡಿತರ ಔಷ್ಧಿಗೆ ಮುಗಿ ಬಿದ್ದಿದ್ದೀರಲ್ಲ. ವೆರಿ ಬ್ಯಾಡ್." ಅಷ್ಟು ನುಡಿದು ಹೊರಗೆಹೋದವನು ಕನ್ನಡಿಯ ಮುಂದೆ ನಿಂತು ಕ್ರಾಪ್ ತೀಡಿ "ಮಮ್ಮಿ, ನಂಗೆ ಹೊತ್ತಾಯ್ತು. ಲೇಟಾದ್ರೆ ನೀನು ಸಿಟಿ ಬಸ್ಸಿನಲ್ಲಿ ಹೋಗು" ನಿಂತಲ್ಲಿಂದಲೇ ಕೂಗಿ ಹೇಳಿದಾಗ ಆಕೆ ಎದ್ದರು.

"ಈಗ ಸಿಟಿ ಬಸ್ಸಿನಲ್ಲಿ ಹೋಗೋದು ಕಷ್ಟ. ಸಂಜೆ ಸಮಯದಲ್ಲಿ ವಿಪರೀತ ನೂಕು

ನುಗ್ಗಲು. ಆಟೋದಲ್ಲಿ ಒಂಟಿಯಾಗಿ ಹೋಗೋಕೆ ಭಯ. ಕಂಠಿನ ಬಲವಂತ ಮಾಡಿ ಹೊರಡಿಸ್ಕೊಂಡ್ ಬರಬೇಕಾಯ್ತು" ತಮ್ಮ ಸಮಸ್ಯೆಯನ್ನ ಗಂಡನ ಮುಂದೆ ತೋಡಿ ಕೊಂಡರು.

ಪರಮಶಿವಯ್ಯ ಮಾತಾಡಲಿಲ್ಲ. ಕೈ ಹಿಡಿದಾಕೆ, ಈ ಮನೆಯ ಗೃಹಿಣಿಗೆ ಗಂಡ ಮಂಚದ ಮೇಲೆ ಮಲಗಿರುವಾಗ ಒಂದು ದಿನ ಉಳಿಯಲಾರದಂಥ ಮನಸ್ಸು. ಅವರ ತುಟಿಯಂಚಿನಲ್ಲಿ ವಿಷಣ್ಣತೆಯ ನಗು ತೇಲಿತು.

"ಹೋಗ್ಬರ್ಲಾ..." ಹೊರಡುವುದಕ್ಕೆ ಮುಂಚೆ ಕೇಳಿದರು.

"ಹೋಗ್ಬಾ ಕಸ್ತೂರಿ. ಸುಮ್ನೆ ಬಂದು ಯಾಕೆ ತೊಂದರೆ ತಗೋತೀಯಾ? ಇನ್ನ ನಾಲ್ಕು ದಿನ ಹೇಮ ಇರ್ತಾಳೆ. ಹಾಗೂ, ಬೇಕೂಂತ ಅನ್ನಿಸಿದರೆ ಹೇಳಿಕಳಿಸ್ತೀನಿ. ಹೇಗಿದ್ದಾರೆ... ಹುಡುಗ್ರು?" ಮಕ್ಕಳನ್ನ ವಿಚಾರಿಸಿದರು. ತಂದೆ ಬಿದ್ದು ಮಂಚ ಸೇರಿದ್ದರೂ ಒಮ್ಮೆ ಬಂದು ನೋಡಲಾರದಷ್ಟು ಬಿಜಿ.

"ಚೆನ್ನಾಗಿದ್ದಾರೆ, ಅವ್ರಿಗೂ ನಿಮ್ಮನ ಬಂದು ನೋಡ್ಬೇಕೂಂತ ಇದೆ. ಒಂದ್ಕಡೆ ಟ್ಯೂಷನ್, ಒಂದ್ಕಡೆ ಕಂಪ್ಯೂಟರ್ ಕೋರ್ಸು, ಅದರ ಮಧ್ಯೆ ಟೂರ್, ಸ್ನೇಹಿತರು. ಒಂದ್ಗಂಟೆ ಕೂಡ ಮನಯಲ್ಲಿ ಉಳಿಯೋಲ್ಲ. ಹೇಗೆ ಅವ್ರನ್ನ ಹಿಡಿದು ಇಲ್ಲಿಗೆ ಕರೆ ತರ್ಲಿ?" ತಾವು ದೊಡ್ಡ ಸಮಸ್ಯೆಯ ಸುಳಿಯಲ್ಲಿ ಸಿಕ್ಕಿಕೊಂಡ ಈ ಹೆಣ್ಣು ತುಂಬ ಅಪರೂಪದ್ದೇ.

ಪರಮಶಿವಯ್ಯ ತುಟಿ ಕಚ್ಚಿ ಎರಡು ನಿಮಿಷ ಕಣ್ಣುಮುಚ್ಚಿದರು. ಯಾಕೋ, ಏನೋ ಅವರ ಮನಸ್ಸು ಯಾರನ್ನು ನಿಷ್ಠೂರ ಮಾಡಲು ಇಚ್ಛಿಸಲಿಲ್ಲ. ಹೆಂಡತಿ ಮಕ್ಕಳ ಅಕ್ಕರೆ, ಆದರಗಳು ಸಿಗಬೇಕಾದರೆ ಅದೃಷ್ಟ ಬೇಕೆನಿಸಿತು.

"ಕಸ್ತೂರಿ... ಕೂತ್ಕೋ" ಎಂದರು ಮೆಲುವಾಗಿ.

ಕೂತ ಹೆಂಡತಿಯ ಕೈಯನ್ನು ತಮ್ಮ ಕೈಯೊಳಗೆ ತಗೊಂಡು "ನೀನ್ಯಾಕೆ ಇಲ್ಲಿರ್ಬಾರ್ದು?" ಒಂದೇಒಂದು ಮಾತಿಗೆ ಆಕೆ ಬೆಚ್ಚಿದರು. "ಆಗೋಲ್ಲ, ನಾನು ಇಲ್ಲಿ ನಿಂತರೇ ಹುಡುಗರ್ನ ನೋಡಿಕೊಳ್ಳೋರು ಯಾರು? ಅಲ್ಲಿ ತುಂಬಿದ ಮನೆಯಲ್ಲಿರೋ ನಂಗೆ ಇಲ್ಲಿಗೆ ಬಂದರೇ ಅಂತ ಅನ್ನಿಸುತ್ತೆ. ಹೇಗೂ, ಆಗಾಗ... ಬರ್ತಾ ಇರ್ತೀನಲ್ಲ" ಗಂಡನ ಮನಸ್ಸಿನಲ್ಲಿ ಹುಟ್ಟಿದ ಆಸೆಯ ಬೇರನ್ನ ಕಿತ್ತೆಸೆದರು. ಆ ಬೇರೆಷ್ಟು ವಿಲವಿಲ ಒದ್ದಾಡಿತೆಂದು ಆಕೆ ಚಿಂತಿಸಲಿಲ್ಲ.

ಅಷ್ಟರಲ್ಲಿ ಶ್ರೀಕಂಠಿ "ಮಮ್ಮಿ... ಮಮ್ಮಿ... ಮಮ್ಮಿ..." ಎಂದು ಮೂರು ಸಲ ಕೂಗಿಯೇ ಬಿಟ್ಟ, "ಇನ್ಮೇಲೆ ನಾನು ಬರೋದಿಲ್ಲ. ನನ್ನ ತುಂಬ ಬಲವಂತ ಮಾಡ್ಬೇಡ." ರೂಮಿನ ಬಾಗಿಲ ಬಳಿ ಬಂದವನು ರೇಗಿಕೊಂಡು ಹೋದಾಗ, ಮಗನ ಹಿಂದೆ ಧಾವಿಸಿ ದರು ಕಸ್ತೂರಿ.

ಪರಮಶಿವಯ್ಯ ಗಪ್‌ಚಿಪ್ಪಾಗಿ ಕಣ್ಮುಚ್ಚಿಕೊಂಡರು. ತಾವೆಷ್ಟು ಮೂರ್ಖರು! ಇನ್ನ ಆಶಾಪಾಶದಿಂದ ಬಿಡಿಸಿಕೊಂಡಿಲ್ಲ. ಮೂವರನ್ನ ಒಟ್ಟಿಗೆ ಒಂದು ಸಲ ನೋಡಬೇಕೆಂಬ

ಬಯಕೆ ಎಷ್ಟು ದಿನದ್ದೋ, ಇವರುಗಳು ಹುಡುಕಿಕೊಂಡು ಆ ಮನೆಗೆ ಹೋದಾಗ ಅವರುಗಳು ಇರುತ್ತಿದ್ದುದ್ದು ಅಪರೂಪ. ಇಲ್ಲಿಗಂತೂ ಬರಲಾರರು.

ಮುಚ್ಚಿದ್ದ ಕಣ್ಣಿಂದ ಇಳಿಯುತ್ತಿದ್ದ ಕಂಬನಿಯನ್ನೊರೆಸಿ ಹೇಮ "ತುಂಬ ನೋವಾ, ಅಪ್ಪ? ಪಂಡಿತರನ್ನ ಕರೆಸ್ಲಾ?" ಮಗಳ ಆತ್ಮೀಯ ದನಿಗೆ ಕಣ್ಣು ತೆರೆದರು. ಅಮೃತ ಭಾಂಡವನ್ನೆ ಇಲ್ಲಿಟ್ಟುಕೊಂಡು ಕೈಗೆ ಎಟುಕದೆ ದೂರ ನಿಂತ ಸಾಧಾರಣ ಪಾಲಿಗಾಗಿ ಕೈಚಾಚಿ ಸಿಗದಲ್ಲ ಎಂದು ಕಣ್ಣೀರು ಮಿಡಿಯುವ ತಾನು ಜಗತ್ತಿನ ಮೂರ್ಖರಲ್ಲಿ ಮೊದಲ ಸ್ಥಾನದಲ್ಲಿನ ಮೂರ್ಖರ ಜೊತೆ ಸೇರ್ಪಡೆಯಾಗಬಲ್ಲವನೆಂದುಕೊಂಡರು.

"ನಿನ್ನೆಗಿಂತ ನೋವು ಇಂದು ಎಷ್ಟೋ ಕಡಿಮೆಯಾಗಿದೆ. ಇದು ಎದೆಯಲ್ಲಿನ ಬೇಗೆ. ಪಂಡಿತರಿಂದ್ಲೂ ವಾಸಿಯಾಗದು. ನಾನೇ ಸ್ವತಃ ವಾಸಿ ಮಾಡ್ಕೋಬೇಕು."

ತಂದೆಯ ಪಕ್ಕ ಕೂತರು. ಈಗ ಚಿಕ್ಕಮ್ಮ ಇಲ್ಲಿದ್ದಿದ್ದರೇ ಚೆನ್ನಿತ್ತು, ಇರಬೇಕಿತ್ತು. ಆಕೆ ಇರಲಾರರು. ಯಾಕೆ? ಈ ಪ್ರಶ್ನೆಗೆ ಉತ್ತರ ಹುಡುಕಿಕೊಳ್ಳುವುದು ಸಾಧ್ಯವಿಲ್ಲ ಅವಳಿಂದ.

"ಅಪ್ಪ, ನೀವು ಇಲ್ಲಿ ಒಂಟಿಯಾಗಿ ಯಾಕೆ ಇರ್ತೀರಾ? ಅಲ್ಲಿಗೇ ಬಂದ್ಬಿಡಿ. ಮಾವನವ್ರು ಕೂಡ ಹೋಗುವಾಗ ಇದೇ ಮಾತ್ನ ಹೇಳ್ಹೋದ್ರು" ತುಂಬು ಆಶೆಯಿಂದಲೇ ಈ ಮಾತನ್ನ ಹೇಳಿದ್ದು.

ಪರಮಶಿವಯ್ಯ ನಕ್ಕೇಬಿಟ್ಟರು.

"ಯ, ರ, ಲ, ವ, ಶ, ಷ ಸ್ಥಿತಿಯಲ್ಲಿರೋ ನಾನು ಇಲ್ಲಿಗೆ ಬಂದು, ಅ, ಆ, ಇ, ಈ ಇಂದ ಶುರು ಮಾಡ್ಕೋಬೇಕಾಗುತ್ತೆ. ಇಲ್ಲಿ ಗೆಳೆಯರು, ಪರಿಚಿತರು ಇದ್ದಾರೆ. ಪಶುಪತಿಯಂತು ಅರ್ಧ ವೇಳೆಯೇನು, ಪೂರ್ತಿ ಸಮಯವೆ ಇಲ್ಲಿ ಕಳೀತಾನೆ. ಎಷ್ಟೋ ರಾತ್ರಿಗಳು ಇಲ್ಲೇ ಉಳ್ಕೋತಾನೆ. ಆಶ್ರಮಕ್ಕೆ ಹೋಗ್ತೀನಿ. ಅಲ್ಲೇ ಸಾಕಷ್ಟು ಸಮಯ ಕಳ್ದು ಹೋಗುತ್ತೆ. ಅಲ್ಲಂದು ಇಡೀ ದಿನ ಏನ್ಮಾಡ್ಲಿ. ಆಗಾಗ ಬರ್ತಾ ಇರ್ತೀನಿ" ಅವರ ದನಿ ಭಾರವಾಯಿತು. ಕಣ್ಣು ಮುಂದೆ ದಟ್ಟವಾದ ಮಂಜು.

ಹೇಮ ತಾನೇ ಅವರ ಕಣ್ಣೊರೆಸಿದಳು "ನಿಮ್ಮ ಕಣ್ಣಲ್ಲಿ ನೀರು ನೋಡೋಕೆ ನನ್ನಿಂದಾಗೋಲ್ಲ." ಅವಳ ಕಂಠ ಗದ್ಗದವಾಯಿತು.

"ಅದು ಕಣ್ಣೀರಲ್ವೆ, ಹುಡ್ಗಿ! ನನ್ನ ಮಗ್ಳು ಈಗ ಎಷ್ಟು ಕಳೆಯಾಗಿದ್ದಾಳೆ, ಗೊತ್ತ? ಹಿಂದಿನ ಮಂಕುತನ ಹರ್ದುಹೋಗಿ ಆತ್ಮವಿಶ್ವಾಸ ಮೂಡಿದೆ. ಚಂದ್ರಪ್ರಕಾಶ್ ಹಣದಲ್ಲಿ ಪ್ರತಿಭೆಯಲ್ಲಿ ಮಾತ್ರ ಶ್ರೀಮಂತರಲ್ಲ, ಹೃದಯ ವೈಶಾಲ್ಯತೆ ಇದೆ. ಬೇರೆ ಜನರ ಕಷ್ಟಗಳಿಗೆ ಸಂವೇದಿಸುವ ಅಂತಃಕರಣ ಉಳ್ಳವರು. ಇದೆಲ್ಲ ಕಡಿಮೆಯದಲ್ಲ" ಎಂದರು. ಮಗಳ ಭವಿಷ್ಯದ ಬಗ್ಗೆ ಸಂತೃಪ್ತಿ ಇತ್ತು.

ಈ ಮಾತಿನ ನಡುವೆಯೇ ಹೀರೋ ಹೊಂಡ ಮನೆಯ ಮುಂದೆ ನಿಂತ ಸದ್ದು ಕೇಳಿಸಿತು. "ಅಪ್ಪ, ಶ್ರೀನಿಧಿ ಬಂದಿರ್ಬಹ್ದು. ಅವ್ನ ನೋಡಿ ಯಾವ್ದೋ ಕಾಲವಾಗಿಹೋಯ್ತು" ಸಂಭ್ರಮದಿಂದ ಹೊರಗೆಬಂದಾಗ ಬರುತ್ತಿದ್ದವನು ಭಾನುಪ್ರಕಾಶ್. "ಅತ್ತಿಗೆ, ಹೇಗೆ ಹಣ್ವನ್ನೆಲ್ಲ ಮ್ಯಾನೇಜ್ ಮಾಡ್ಕೊಂಡ್ ಬಂದಿದ್ದೀನಿ ಅಂದರೆ, ಅದ್ರ ಕತೆಯನ್ನ ಇನ್ನೊಂದು

ದಿನ ಹೇಳ್ತೀನಿ. ಅಂಕಲ್... ಹೇಗಿದ್ದಾರೆ?" ಹಣ್ಣಿನ ಬುಟ್ಟಿಯನ್ನ ತಂದು ಒಳಗಿಟ್ಟು ಮುಖ ಬೆವರೊತ್ತಿಕೊಂಡಾಗ, ಮಾತಿಲ್ಲದೆ ನಿಂತಳು.

ಅಪರಿಮಿತವಾದ ಆತ್ಮೀಯತೆ ತೋರುವ ಆ ಹುಡುಗನಿಗೆ ಹೇಗೆ ಕೃತಜ್ಞತೆ ಸಲ್ಲಿಸಲಿ? ಪ್ರಶ್ನೆ ಅವಳ ಮನದಲ್ಲಿ ಮೂಡಿತೇ ವಿನಃ ಹೊರಬರಲಿಲ್ಲ.

"ಇದ್ಯಾಕೆ ಗೊಂಬೆ ಹಾಗೇ... ನಿಂತ್ಬಿಟ್ರಿ? ನೀರು... ನೀರು..." ಎಂದು ಅವನೇ ಫ್ಯಾನಿನ ಬಟನ್ನೊತ್ತಿ ಷೂ ಬಿಚ್ಚಿ ಪರಮಶಿವಯ್ಯನ ರೂಮಿಗೆ ಹೋಗಿ ಅವರ ಪಕ್ಕನೇ ಕೂತು "ನಾನು ಇಲ್ಲಿ ಕೂತರೇ ತಪ್ಪೇನಿಲ್ವಾ, ಅಂಕಲ್? ಸ್ವಲ್ಪ ಮಾತು ಜಾಸ್ತಿ. ಇದೊಂದು ಕೆಟ್ಟ ಅಭ್ಯಾಸಾಂತ ಡ್ಯಾಡ್ ಹೇಳ್ತಾರೆ. ಏನು ಪ್ರಯೋಜನ, ಒಂದಿಷ್ಟು ಬದಲಾಗೋಕೆ ನನ್ನಿಂದ... ಸಾಧ್ಯವಿಲ್ಲ. ಈಗ... ಹೇಗಿದೀರಿ?" ಕೊನೆಯಲ್ಲಿ ವಿಚಾರಿಸಿದ.

"ಈಗ ಪರ್ವಾಗಿಲ್ಲ, ಎಷ್ಟೋ ನೋವು ಕಡಿಮೆ ಆಗಿದೆ. ಹೇಮ ಭಾನುಪ್ರಕಾಶ್ ಬಂದಿದ್ದಾರೆ" ಕೂಗಿ ಮಗಳಿಗೆ ಹೇಳಿದರು.

ಎರಡು ಕೈಜೋಡಿಸಿದ ಭಾನು "ಒಂದು ಸಣ್ಣ ರಿಕ್ವೆಸ್ಟ್. ನಿಮ್ಮ ಮಗನ ಸಮ ವಯಸ್ಕ. ಇಷ್ಟು ಚಿಕ್ಕವನನ್ನು ಬಹುವಚನದಿಂದ ಸಂಬೋಧಿಸೋದು, ಎಷ್ಟು ಸರಿ? ಸರಳವಾಗಿ ಭಾನು... ಹೋಗೋ... ಬಾರೋ... ಅನ್ನಿ. ಆಗ ನನ್ನ, ನಿಮ್ಮ ಮಧ್ಯೆ ಎಂಥ ವಿಶ್ವಾಸ ಬೆಳೆಯುತ್ತೇಂತ" ಎಂದಾಗ, ಅವನನ್ನ ಅಪ್ಪಿಕೊಂಡು ಬಿಡಬೇಕೆನಿಸಿತು ಪರಮ ಶಿವಯ್ಯನಿಗೆ. ಎಂಥ ಒಳ್ಳೆ ಮನಸ್ಸಿನ ಹುಡುಗ. ನಿಜವಾಗಲೂ ಚಂದ್ರಪ್ರಕಾಶ್ ಇಂಥ ಮಕ್ಕಳ ಪ್ರೀತಿ, ಸ್ನೇಹ, ಸಾನಿಧ್ಯ ಪಡೆಯಲು ಅದೃಷ್ಟ ಮಾಡಿದ್ದರೆಂದುಕೊಂಡರು.

ಕಾಫಿ ತಂದು ಕೊಟ್ಟ ಹೇಮ "ಒಂದಿಷ್ಟು ತಿಂಡಿ ಮಾಡಿಬಿಡ್ತೀನಿ?" ಅಂದಾಗ, ಕುಡಿದ ಕಪ್‌ನ ಕೆಳಗಿಟ್ಟು "ಮಾಡಿ, ನಂಗಂತೂ ತುಂಬ ಹಸಿವೇ. ಇವೊತ್ತು ಹಾಲ್ಟ್ ಎಂದು ಹೇಳಿಬಂದಿದ್ದೀನಿ. ನಾಳೆ ಬೆಳಿಗ್ಗೇನೇ ಹೊರಡೋದು" ಸರಳವಾಗಿ ಘೋಷಿಸಿ ಬಿಟ್ಟ. ನಿಬ್ಬೆರಗಾಗುವಂಥ ಸುದ್ದಿಯೇ.

ಕಸ್ತೂರಿ ಮನಸ್ಸು ಮಾಡಿದ್ದರೇ ಈ ಮನೆಯನ್ನ ಸೋಫಿಸ್ಟಿಕೇಟೆಡ್ ಹೌಸ್ ಮಾಡ ಬಹುದಿತ್ತು. ಬಹುಶಃ ಎಂದೂ ಗಂಡನ ಮನೆಯನ್ನ ತನ್ನದೆಂದುಕೊಳ್ಳಲಿಲ್ಲವೇನೋ!

ಆರಾಮಾಗಿ ಹೇಮ ಅವಲಕ್ಕಿ ನೆನಸಿ ಒಗ್ಗರಣೆ ಹಾಕಿಕೊಂಡು ಬಂದಾಗ ಭಾನು ಪ್ರಕಾಶ್ ಮಾತು ಮುಗಿಸಿ ಬಂದವನೆ ಕೈಕಾಲು ತೊಳೆದುಬಂದು ಹಾಲ್‌ನಲ್ಲಿ ಕೂತ.

"ಮಿನ್ನಿ... ಹೇಗಿದ್ದಾಳೆ?" ಕೇಳಿದಳು.

"ತಾಯಿನ ಬಿಟ್ಟು ಮಗು ಇರೋದು ಕಷ್ಟ. ಬಹಳ ಕಷ್ಟಪಟ್ಟು ಮನೆಯವರೆಲ್ಲ ಸೇರಿ ಮ್ಯಾನೇಜ್ ಮಾಡ್ತಾ ಇದ್ದೀವಿ. ಅಣ್ಣನಿಗಂತೂ ಅಪರೂಪವಾದ ಅನುಭವ. ಮಗ್ಗಿ ಗೋಸ್ಕರ ತಮ್ಮ ವ್ಯಾಲ್ಯೂಬಲ್ ಸಮಯನ ಅಣ್ಣ ವಿನಿಯೋಗಿಸ್ತಾ ಇದ್ದಾರೆ. ಅಂಕಲ್ ಬರೋದಾದರೆ, ಅಲ್ಲಿಗೆ ಕರ್ಕೊಂಡ್ಹೋಗ್ಬಿಡೋಣ" ತಟ್ಟೆಯಲ್ಲಿನ ಅವಲಕ್ಕಿಯನ್ನ ಖಾಲಿ ಮಾಡುತ್ತ ನುಡಿದ.

"ಇಲ್ಲ ಭಾನು, ಅವ್ರು ಬರೋಲ್ಲ. ಅವ್ರಿಗೆ ಅಲೋಪತಿ ಔಷಧದ ಮೇಲೆ ನಂಬ್ಕೆ ಇಲ್ಲ. ಸಾದ ಈ ಪಂಡಿತರ ವೈದ್ಯವೇ ನಮ್ಮ ಮನೆಗೆ. ಈಗಂತು ಅಪ್ಪ ಎಲ್ಲಿಗೂ ಬರೋಕೆ ಇಷ್ಟಪಡೋಲ್ಲ" ಭಾರವಾದ ದನಿಯಲ್ಲಿ ನುಡಿದಳು.

ಭಾನುಪ್ರಕಾಶ್ ಹೇಳಿದ್ದನ್ನ ಸುಳ್ಳಾಗಿಸಿ ಹೊರಟ.

"ಇಲ್ಲ ಅತ್ತಿಗೆ, ಮಿನ್ನಿನ ಹೆಚ್ಚು ಸುಧಾರಿಸೋನು ನಾನು. ನಾನು ಅಲ್ಲಿ ಇಲ್ಲದಿದ್ದರೇ ಮನೆಯವರೆಲ್ಲ ಪರದಾಡಿಬಿಡ್ತಾರೆ ನೀವು ಇಲ್ದೇ ಇರೋದೇ ನಮ್ಗೆ ಕಷ್ಟವಾಗಿದೆ. ಹೇಗಿದ್ದಿ, ಹೇಮಾದೇವಿಯವ್ರು ಇಲ್ವ ಮನೆಯಲ್ಲಿ, ಅನ್ನೋಷ್ಟು ನಿಮ್ಗೆ ಒಗ್ಗಿಕೊಂಡು ಬಿಟ್ಟದ್ದೀವಿ. ಏನಾದ್ರಾಗ್ಲಿ ಈ ಸಮಯದಲ್ಲಿ ಅಂಕಲ್‌ಗೆ ನಿಮ್ಮ ಅಗತ್ಯವಿದೆ" ಎಂದ ಅವನ ಮನಸ್ಸಿಗೆ ಮಾರುಹೋದಳು.

ಬೈಕ್ ಹತ್ತಿದವನು ಇಳಿದುಬಂದು "ನೀವೇನು ವರಿ ಮಾಡ್ಕೋಬೇಡಿ. ನಂಗೆ ಗೊತ್ತಿರೋ ದೇವ್ರಿಗೆಲ್ಲ ಪೂಜೆ ಮಾಡಿಸ್ತಾ ಇದ್ದೀನಿ, ಅಂಕಲ್ ಬೇಗ ಗುಣಮುಖವಾಗಲಿ ಯೆಂದು. ಅದ್ರಲ್ಲಿ ಪೂರ್ತಿ ಸ್ವಾರ್ಥವಿದೆ. ನೀವು ಬೇಗ ಅಲ್ಲಿಗೆ... ಬಂದ್ಬಿಡ್ತೀರಲ್ಲ" ನವಿರಾಗಿ ಹಾಸ್ಯ ಮಾಡಿದ ಮತ್ತೆ ಬಗ್ಗಿ, "ಅಣ್ಣನಿಗೆ ಏನಾದ್ರೂ ಹೇಳೋದಿದ್ರೆ... ಈ ಕಿವಿಯ ಮೇಲೆ ಹಾಕ್ಬಿಡಿ, ತಲುಪಿಸಿಬಿಡ್ತೀನಿ" ನಗೆಯಾಡಿ ಅವಳ ಕೆನ್ನೆಗಳನ್ನ ಕೆಂಪಾಗಿಸಿದ ಭಾನು.

"ಭಾನು, ತುಂಬ ವೇಗವಾಗಿ ಹೋಗ್ಬೇಡ. ಹುಷಾರಾಗಿ ಹೋಗು, ಕತ್ತಲೆಯ ಸಮಯದಲ್ಲಿ ಡ್ರೈವ್ ಮಾಡೋದು ಕಷ್ಟ ಅಂತಾರೆ" ಎಚ್ಚರಿಸಿದಾಗ ಕೈ ಬೀಸಿದ. ಚಕ್ರಗಳಿಗೆ ಜೀವ ಬಂತು. ನಿಮಿಷಗಳಲ್ಲಿ ಮರೆಯಾಯಿತು.

ಅಲ್ಲೇ ನಿಂತಿದ್ದಳು ಹತ್ತು ನಿಮಿಷ. 'ಮಮ್ಮಿ... ಮಮ್ಮಿ' ಎಂದು ಬಾಯಿ ತುಂಬ ಕರೆಯುವ ಮಿನ್ನಿಯ ಬಗ್ಗೆಯೇ ಅವಳಿಗೆ ಯೋಚನೆ. ಯಾವುದೇ ಚಿಂತೆ ಇಟ್ಟುಕೊಳ್ಳದೇ ಸೂರ್ಯಪ್ರಕಾಶ್ ಮೀರಾಳ ಕುಡಿಯನ್ನ ಅವಳ ಮಡಿಲಲ್ಲಿ ಹಾಕಿ ಅವಳ ಅಭಿಮಾನದ ಉದ್ದಗಲಕ್ಕೂ ಬೆಳೆದುನಿಂತಿದ್ದ.

ಗಲಗಲ ಎಂದಿದ್ದ ಮನೆ ಕೆಲವೇ ಸೆಕೆಂಡ್‌ಗಳಲ್ಲಿ 'ಬಿಕೋ' ಎಂದಿತು. ತಂದೆಯ ಬಳಿ ಹೋಗಿ ಕೂತಳು. ಅವರ ಸ್ಥಿತಿಯ ಬಗ್ಗೆ ಅನುಕಂಪ.

"ತುಂಬ ಒಳ್ಳೆಯ ಹುಡ್ಗ" ಮನದುಂಬಿ ಹೇಳಿದರು ಪರಮಶಿವಯ್ಯ "ಹೇಮಾ, ನೀನು ಇಲ್ದೇ ಅವ್ರಿಗೆ ತುಂಬ ತೊಂದರೆಯಾಗಿದೆ. ನಂಗೇನು ತೊಂದರೆ ಇಲ್ಲ. ಪಶುಪತಿ ಇಲ್ಲೇ ಇದ್ಬಿಡ್ತಾನೆ. ಒಂದನ್ನ ಮಾಡಿಕೊಂಡು ಸಾರು ತಂದ್ಕೊಂಡ್ರೆ... ಮುಗ್ದುಹೋಯ್ತು. ಆಶ್ರಮದಲ್ಲೇ ಹೋಗಿ ಇದ್ಕೊಂಡ್ರು... ಆಯ್ತು. ಒಂಟಿಜೀವ್ನ ಅಭ್ಯಾಸವಾಗಿದೆ" ಸತ್ಯವನ್ನ ನುಡಿಯಲು ಹಿಂಜರಿಯಲಿಲ್ಲ.

ಹೇಮ ಬಿಕ್ಕಿಬಿಕ್ಕಿ ಅತ್ತಳು. ಎಲ್ಲಾ ಇದ್ದು ಇಲ್ಲವಾಗುವುದೆಂದರೇ, ಏನು? ಚಿಕ್ಕಮ್ಮನ ಬಗ್ಗೆ ಮೊದಲ ಸಲ ಯೋಚಿಸಿದಳು.

"ಅಳ್ಬೇಡ ಹೇಮ, ಬದ್ಕು ಚಿತ್ರ-ವಿಚಿತ್ರಗಳ ಸಂಘರ್ಷವೇ. ನಿನ್ನ ವಿಷ್ಯದಲ್ಲಿ ದೊಡ್ಡ

ತಪ್ಪು ಮಾಡಿದ್ದೆ. ದೇವರು ತಿದ್ದಿಕೊಳ್ಳೋಕೆ ಒಂದು ಅವಕಾಶ ಕೊಟ್ಟ, ಅಷ್ಟೆ" ಉದ್ವಿಗ್ನರಾದರು.

ಮುಖ ತೊಳೆದುಬಂದ ಮಗಳಿಗೆ "ನಾಳೆ ಪಶುಪತಿ ಜೊತೆಯಲ್ಲಿ ಹೋಗ್ಬಿಡು. ಸ್ವಲ್ಪ ಎದ್ದು ಓಡಾಡೋ ಹಂಗೆ ಆದಾಗ ನಾನೇ... ಬರ್ತೀನಿ" ಹೇಳಿದರು ಆಯಾಸದಿಂದ.

ಹಣೆಗೆ ಬೊಟ್ಟು ಇಡುತ್ತಿದ್ದವಳು ಹಿಂದಕ್ಕೆ ತಿರುಗಿ "ಇಲ್ಲಪ್ಪ, ನೀವೆದ್ದು ಓಡಾಡೋವರ್ಗ್ಗೂ... ನಾನು ಹೋಗೋಲ್ಲ. ಮಾವನವ್ರು ಕೂಡ ಅದೇಹೇಳಿ ಹೋಗಿದ್ದಾರೆ. ಅವ್ರ ಅಭಿಪ್ರಾಯವೂ ಕೂಡ ಅದೇ ಆಗಿದೆ. ನೀನೆದ್ದು ಓಡಾಡೋವರ್ಗ್ಗೂ... ನಾನು ಹೋಗೋಲ್ಲ" ಜಡೆಯನ್ನ ಬಿಜ್ಜಿ ಹರವಿದಳು. ತುಂಬು ಕೂದಲೇ, ಎಂದೂ ಆರೈಕೆ ಮಾಡಿರಲಿಲ್ಲ ಕಸ್ತೂರಿ.

ಮರುದಿನ ಬೆಳಿಗ್ಗೆ ಅಡುಗೆ ಕೆಸ ಮುಗಿಸಿ ಪಶುಪತಿ ಬಂದಕೂಡಲೇ "ಚಿಕ್ಕಪ್ಪ, ನಂಗೆ ಕಂಠಿ, ನಿಧಿ ಅವ್ರನ್ನ ನೋಡ್ಬೇಕೂಂತ ಅನ್ನಿಸಿದೆ. ಹೋಗ್ಬರ್ತೀನಿ, ನಾನು ಬರೋವರ್ಗ್ಗೂ ನೀವು ಇಲ್ಲೇ ಇರಿ" ಎಂದಳು.

ಪಶುಪತಿ ಗೆಳೆಯನ ಮುಖ ನೋಡಿದ. ಹಿತವೆನಿಸದಿದ್ದರೂ ಹೋಗಬೇಡವೆಂದು ನಿರ್ಬಂಧವೇರಲಾರರು.

"ನೀನು ಜೊತೆಯಲ್ಲಿ ಹೋಗ್ಬಾ" ಪರಮಶಿವಯ್ಯ ಹೇಳಿದರು. "ಹುಡುಗರು ಒಂದು ಕಡೆ ನಿಲ್ಲೋ ಜಾಯಮಾನದವರಲ್ಲ. ನಂಗೆ ಅವ್ರ ಮುಖಗಳು ಮರ್ತುಹೋಗಿದೆ. ವಿದೇಶಗಳಲ್ಲಿ ಮಕ್ಳು ಇದ್ದರೂ ಅಪ್ಪ, ಅಮ್ಮನನ್ನ ನೋಡೋ ಸಲುವಾಗಿ ಎರಡು ವರ್ಷಕ್ಕೋ ಮೂರು ವರ್ಷಕ್ಕೋ... ಒಂದ್ಸಲ ಬಂದ್ಹೋಗ್ತಾರೆ. ನಂಗೆ ಆ ಭಾಗ್ಯ ಕೂಡ ಇಲ್ಲ. ಆ ಬಗ್ಗೆಯೇನು ಚಿಂತೆ ಇಲ್ಲ. ಎರಡು ಮೂರು ಕಾರು ಇಟ್ಕೊಂಡ್ ಇರೋ ಚಂದ್ರಪ್ರಕಾಶ್ ಸೊಸೆ ಸಿಟಿ ಬಸ್ಸು ಹತ್ಕೊಂಡ್ ಕಷ್ಟಪಟ್ಕೊಂಡ್... ಹೋಗೋದ್ಬೇಡ. ಒಂದು ಟ್ಯಾಕ್ಸಿ ಮಾಡ್ಕೊಂಡ್ ಕರ್ಕೊಂಡ್ಹೋಗಿ... ಕರ್ಕೊಂಡ್ ಬಾ" ಅಣತಿ ಇತ್ತರು.

ಹೇಮ ತಂದೆಯತ್ತ ನೋಡಿದಳು "ಇನ್ನೊಂದ್ಸಾತು ಬೇಡ. ಪಕ್ಕದ ಮನೆ ಪರಮೇಶಿನ ಒಂದ್ಗಂಟೆ ಇಲ್ಲಿರೋಕ್ಹೇಳು" ತಾವೇ ಬಲವಂತ ಮಾಡಿದರು.

ಮನೆಯ ಮುಂದೆ ಆಟೋ ಸಿಕ್ಕಿದ್ದರಿಂದ ಪಶುಪತಿ, ಹೇಮಾ ಹತ್ತಿಕೊಂಡರು. "ಬಹುಶಃ ನಿಮ್ಮಪ್ಪ ಮದ್ವೆಯಾಗದಿದ್ರೇನೇ ಸುಖವಾಗಿರ್ತಾ ಇದ್ದನೇನೋ! ಆಮೇಲೆ ಬರೀ ಋಣಸಂದಾಯವಾಯ್ತು. ಈ ಮಹಾತಾಯಿಗೆ ಬುದ್ಧಿ ಬೇಡ್ವಾ, ಸಿಕ್ಕಿದ್ದೆಲ್ಲ ತಗೊಂಡ್ಹೋಗಿ ತವರಿಗೆ ಸುರಿದ್ಲು. ಹಣ, ಕಾಸು ಇರ್ಲಿ... ಮಕ್ಳು ಕೂಡ ಅವರ ಪಾಲಾದ್ರೂ. ಈಗ ಚಡಪಡಿಸುತ್ತ ಓಡಾಡ್ತಾ ಇದ್ದಾಳೆ" ಕಸ್ತೂರಿಯ ಮೇಲೆ ಕೋಪ ಕಾರಿದರು.

ಹೇಮ ಮಾತಾಡಲಿಲ್ಲ. ಆಕೆ ಅವಳಿಗೆ ತಾಯಿಯಂತೆ ಆರೈಕೆ ಮಾಡಲಿಲ್ಲ. ಅವಳ ವಿದ್ಯಾಭ್ಯಾಸಕ್ಕೆ ಕಲ್ಲು ಹಾಕಿದಳು. ಆದರೆ ಸಿನಿಮಾಗಳಲ್ಲಿನ ಕ್ರೂರ ಮಲತಾಯಿಯಂತೆ ಎಂದೂ ಹೊಡೆದು ಬಡಿದು ಮಾಡಲಿಲ್ಲ.

ನವಜ್ಯೋತಿ ಎಂದು ಬೋರ್ಡು ಇದ್ದ ಮನೆಯ ಮುಂದೆ ಇಳಿದಾಗ ಹೊರಗೆ ವೆಹಿಕಲ್ ನಿಲ್ಲಿಸಿದ್ದ ಶ್ರೀಕಂಠಿ ಕಪ್ಪು ಕನ್ನಡಕ ಧರಿಸಿ ಜೋರಾಗಿ ನಗುತ್ತ ಗೆಳೆಯರ ಗುಂಪಿನಲ್ಲಿ ಹೀರೋನಂತೆ ಕಂಡ. ಎತ್ತರ, ಒಳ್ಳೆ ಬಿಳುಪು, ಹಿಪ್ಪಿಯಂತೆ ಕೂದಲನ್ನ ಬೆಳೆಸಿದ್ದ.

ಇವರುಗಳು ಇಳಿದು ಗೇಟು ತೆರೆದುಕೊಂಡು ಒಳಗೆ ಅಡಿ ಇಟ್ಟಾಗಲೂ ಅವನು ಇವರತ್ತ ಗಮನ ಹರಿಸಲಿಲ್ಲ. ಇವರುಗಳ ನಗು, ಮಾತು ಒಂದು ಕಿಲೋಮೀಟರ್ ಆಚೆಯವರೆಗೂ ಕೇಳಿಸುತ್ತಿತ್ತು. ಪಶುಪತಿ ಮುಖ ಚಿಕ್ಕದಾಯಿತು. ತಾವೇ ಮೇಲೆ ಬಿದ್ದು ಮಾತಾಡಿಸುವುದು ಸರಿಕಾಣಲಿಲ್ಲ.

ಎದುರಾದ ಕಸ್ತೂರಿಯ ದೊಡ್ಡ ಅತ್ತಿಗೆ "ನೀನು ಪರಮಶಿವಯ್ಯನ ಮಗ್ಳು ಹೇಮ ಅಲ್ವಾ?" ಎಂದಾಗ ಅವಳಿಗೆ ಕಣ್ಣಲ್ಲಿ ನೀರು ಬರುವುದು ಬಾಕಿ ಇತ್ತು. 'ಹೌದು...' ಎನ್ನುವಂತೆ ಹ್ಞೂಗುಟ್ಟಿದಳು.

ಈ ಮನೆಯಲ್ಲಿ ಯಾವುದಾದರೂ ಫಂಕ್ಷನ್‌ಗಳು ಆದಾಗ ಅಡುಗೆಯವರು ಕೈ ಕೊಟ್ಟಾಗ ಕಸ್ತೂರಿ ಕರೆತರುತ್ತಿದ್ದರು ಇಲ್ಲಿಗೆ. ಅಂಥದ್ದರಲ್ಲಿ ಇಂಥ ಪ್ರಶ್ನೆ?

"ಕಸ್ತೂರಿ, ನಿಂಗೋಸ್ಕರ ಯಾರೋ ಬಂದಿದ್ದಾರೆ, ನೋಡು" ಕೂಗಿ ಹೇಳಿ ಮೆಟ್ಟಿಲು ಹತ್ತಿ ಮೇಲೆ ಹೋದರು ಆಕೆ. ಅನಾಸಕ್ತಿಯಿಂದ ಹತ್ತು ನಿಮಿಷಗಳ ನಂತರವೇ ಕೆಳಗಡೆಯ ರೂಮಿನಿಂದ ಪರಮಶಿವಯ್ಯನ ಧರ್ಮಪತ್ನಿ ಹೊರಗೆಬಂದಿದ್ದು.

"ಹೇಮಾನ, ಯಾವಾಗ್ಬಂದಿದ್ದು? ನಿಮ್ಮೆಜಮಾನ್ರು... ಬಂದಿದ್ದಾರೆ?" ಎಂದು ಕೂದಲನ್ನ ಸರಿಮಾಡಿಕೊಂಡು ಬಂದು ಕೂತರು. "ಅವ್ರಿಗೆ, ಇಷ್ಟೆಲ್ಲ ಪುರುಸೊತ್ತು ಇಲ್ಲ ಬಿಡಿ. ತಮ್ಮಂದಿರನ್ನ ನೋಡ್ಬೇಕೂಂದ್ಲು, ಅದ್ಕೆ ಕರ್ಕೊಂಡ್ ಬಂದೆ. ಹೇಗಿದ್ದೀರಿ?" ಪಶುಪತಿ ದನಿಗೆ ಜೀವವಿತ್ತರು.

"ಚೆನ್ನಾಗೇ ಇದ್ದೀನಿ. ಬಿ.ಪಿ. ಜೊತೆ ಷುಗರ್ ಇದೆ. ಎಷ್ಟು ತಿಂದರೂ ಮೈ ಹತ್ತೋಲ್ಲ, ವಿಪರೀತ ಸುಸ್ತು... ಸಂಕಟ" ಹೇಳಿಕೊಂಡರು ಆಕೆ. ಬಹುಶಃ ಮಂಚ ಹಿಡಿದಿರುವ ಗಂಡನ ನೆನಪು ಆಕೆಗೆ ಆಗಿರಲಿಕ್ಕಿಲ್ಲ.

"ಏನು... ತಗೋತೀಯಾ?" ಹೇಮಾನ ಕೇಳಿದರು.

ಬಗ್ಗಿ ಅವಳ ಕೈಹಿಡಿದು "ಹೊಸ ನಮೂನೆಯ ಬಳೆಗಳ್ನ ಮಾಡ್ಸಿಕೊಂಡ್ಯಾ? ಚೆನ್ನಾಗಿ ದುಡಿದು, ದುಡಿದು... ಸಂಪತ್ತು ಕೊಳ್ಳೆ ಹಾಕಿದ್ದಾರೆ, ಅಪ್ಪ, ಮಗ" ಇಂಥ ಒಂದು ಡೈಲಾಗ್ ಉದುರಿಸಿದಾಗ ಅವಳಿಗೆ ಪಿಚ್ಚೆನಿಸಿತು. ಅವಳ ಸ್ವರಕ್ಕೆ ಜೀವವೇ ಬರಲಿಲ್ಲ.

"ಹುಡುಗ್ರು... ಎಲ್ಲಿ?" ಪಶುಪತಿ ವಿಚಾರಿಸಿದರು.

"ಎಲ್ಲೆಲ್ಲೋ ಇದ್ದಾರೆ! ನನ್ಕೈಗೆ ಸಿಗೋಲ್ಲ, ಇಪ್ಪತ್ನಾಲ್ಕು ಗಂಟೆ ಓಡಾಟ. ಈಗ ಪ್ರತಿಯೊಂದರಲ್ಲೂ ಕಾಂಪಿಟೇಷನ್. ನಾನಂತು ಅವ್ರ ಜವಾಬ್ದಾರಿಯನ್ನ ಅಣ್ಣನಿಗೆ ಒಪ್ಸಿ ತೆಪ್ಪಗಿದ್ಬಿಟ್ಟಿದ್ದೀನಿ" ಅಣ್ಣನ ಬಗ್ಗೆ ಅಭಿಮಾನ ವ್ಯಕ್ತಪಡಿಸಿದರು ಅಪರೂಪದ ತಂಗಿ.

ಪಶುಪತಿ ಗಂಟಲು ಒಣಗಿತು. ಗೆಳೆಯ ತೀರಾ ಮೂರ್ಖನಾಗಿ ಕಂಡ. ಬರೀ ಅತ್ತಿತ್ತ ನೋಡುತ್ತ ಕೂತರು. ಹೇಮಾಗೆ ಹೇಗೆ ಮಾತಾಡಬೇಕೆಂಬುದೇ ತೋಚಲಿಲ್ಲ.

ಆಕೆ ಕುಳಿತಲ್ಲಿಂದ ಕೂಗಿದರು. ಪಶುಪತಿ ಮೇಲೆದ್ದರು. ಎಲ್ಲಾ ಆಗಿದೆ, ಹೇಮ ನಿಮ್ಹತ್ರ ಮಾತಾಡ್ಬೇಕೂಂದ್ರು. ನಂಗೊಂದಿಷ್ಟು ಕೆಲ್ಸವಿದೆ, ನಿಮ್ಮ ಮಾತು ಮುಗ್ಯೋದ್ರಲ್ಲಿ ಮುಗ್ಸಿಕೊಂಡ್ಬರ್ತೀನೀಂತ ಹೊರಟೇಬಿಟ್ಟರು.

"ಚಿಕ್ಕಮ್ಮ, ನಿಮ್ಮತ್ರ... ಮಾತಾಡ್ಬೇಕಿತ್ತು" ಎಂದಳು ಮೆಲ್ಲಗೆ.

"ಬಾ ರೂಮಿಗೆ.. ಹೋಗೋಣ" ಕರೆದೊಯ್ದರು.

ಫೋಂ ಬೆಡ್, ವಿಶಾಲವಾದ ಮಂಚ. ಅದನ್ನ ಪರಮಶಿವಯ್ಯ ಮಾಡಿಸಿ ತಂದಾಗ ಎರಡನೇ ಸಲ ಬಸುರಿಯಾದಾಗ ಇಲ್ಲಿಗೆ ಸಾಗಿಸಿದ್ದು ಇಲ್ಲಿಯೇ ಇತ್ತು. ಹಿಂದಕ್ಕೆ ಒಯ್ಯುವ ಅಗತ್ಯ ಆಕೆಗೆ ಕಂಡಿರಲಿಲ್ಲ.

ವಿ.ಸಿ. ಆನ್ ಮಾಡಿ ಆರಾಮಾಗಿ ಮಂಚದ ಮೇಲೆ ಉರುಳಿಕೊಂಡು "ನಿಮ್ಮಪ್ಪನ ಕಾಲು ನೋಡು ಕಮ್ಮಿ ಆಗಿದ್ಯಾ? ನಂಗೆ ಬರೋಣಾಂದ್ರೆ... ಬಂದ ತಲೆನೋವು ಬಿಟ್ಟಿಲ್ಲ. ತುಂಬ ಓಡಾಟ ಬೇಡಾಂತರೆ ಡಾಕ್ಟ್ರು" ತಮ್ಮ ಸ್ಥಿತಿಯನ್ನ ದೊಡ್ಡದಾಗಿ ತೋಡಿಕೊಂಡರು.

ಬಿದ್ದ ಪರಮಶಿವಯ್ಯ ಏಳುವ ಸ್ಥಿತಿಯಲ್ಲಿರಲಿಲ್ಲ. ಪಂಡಿತರು ದಿನ ಬಿಟ್ಟು ದಿನ ಬಂದು ಎಲೆಯ ಪಟ್ಟು ಹಾಕಿ ಗುಳಿಗೆ ಕೊಟ್ಟು ಹೋಗುತ್ತಿದ್ದರು. ಈ ಸ್ಥಿತಿ ಕಣ್ಣಿಗೆ ಕಟ್ಟಿದಂತಿದ್ದರೂ ಆಕೆಗೆ ಯೋಚನೆ ಇಲ್ಲ.

"ಕಾಲುನೋವಿಗೆ ರಾತ್ರಿಯೆಲ್ಲ ಒದ್ದಾಡಿದರು. ಚಿಕ್ಕಮ್ಮ ಪಂಡಿತರು ಬಂದು ಪಟ್ಟ ಕಟ್ಟಿ ಗುಳಿಗೆ ಬದಲಾಯಿಸಿ ಕೊಟ್ಟು ಹೋಗಿದ್ದಾರೆ. ದಯವಿಟ್ಟು ಏನು ತಿಳ್ಕೋಬೇಡಿ, ಚಿಕ್ಕಮ್ಮ, ನಾನೊಂದ್ಮಾತು ಹೇಳ್ಲಾ" ಎನ್ನುವ ವೇಳೆಗೆ ಅವಳ ಕಂಠ ಬಿಗಿಯಿತು.

"ಅಂಥದೇನಿದೆ? ನಿಂಗೋಸ್ಕರ ಒಂದು ಗೊಲಸು ಮಾಡ್ಸಿ ಕಳಿಸಿದ್ದೆನಲ್ಲ, ನಿಮ್ಮಮ್ಮನ ಒಡ್ವೆಯೆಲ್ಲ ಚಚ್ಚಿಸಿ ಯಾವ್ದೋ ಕಾಲವಾಯ್ತು. ನನ್ಹತ್ರ ಚಿನ್ನವೇನು... ಇಲ್ಲ" ಸ್ವಲ್ಪ ಸ್ಪಷ್ಟವಾಗಿಯೇ ಹೇಳಿದಾಗ, ಅವಳು ಬೆಚ್ಚಿಬಿದ್ದಳು. "ಇಲ್ಲ ಚಿಕ್ಕಮ್ಮ, ಚಿನ್ನ ಒಡ್ವೆಯ ಬಗ್ಗೆ ನಾನು ಮಾತಾಡೋಕೆ ಬಂದಿಲ್ಲ. ನಾನು ಹೊರಟ್ಹೋದ್ಮೇಲೆ ಅಪ್ಪ... ಒಂಟಿಯಾಗಿ ಬಿಟ್ಟಿದ್ದಾರೆ. ಎಷ್ಟೋ ಸಲ ಆಶ್ರಮದಲ್ಲಿ ಇಡೀ ದಿನ ಕಳೀತಾರಂತೆ. ಒಂದನ್ನ ಮಾಡ್ಕೊಂಡ್ ಚಿಕ್ಕಪ್ಪನ ಮನೆಯಿಂದ ಸಾರು, ಹುಳಿ ತರಿಸ್ಕೋತ್ತಾರಂತೆ" ಕಂಬನಿ ತುಂಬಿ ನಿವೇದಿಸಿಕೊಂಡಳು.

"ಇದೆಲ್ಲ, ನಂಗೆ ಗೊತ್ತಿರೋ ವಿಷಯಾನೇ! ನಾನೇನು ಮಾಡ್ಲಿ? ಇಷ್ಟೆಲ್ಲ ಸಮಸ್ಯೆ ಬೇಡ, ಮನೆ ಮಾರಿ ಬಿಟ್ಬಂದು ಇಲ್ಲೇ ಇದ್ಬಿಡೀಂತ ಹೇಳ್ದೆ. ಅವ್ರು... ಕೇಳ್ಲಿಲ್ಲ. ಹುಡುಗರ ವಿದ್ಯಾಭ್ಯಾಸಕ್ಕೆ ಹಣ ಹೊಂದಿಸಲಾರ್ದೆ ನಾನೆಷ್ಟು ಕಷ್ಟಪಡ್ತಾ ಇದ್ದೀನಿ. ಅವ್ರಿಗೆ ಆ ಬಗ್ಗೆ ಯೋಚ್ನೆ ಇಲ್ಲ. ನೀನೇ ನಿಮ್ಮಪ್ಪನಿಗೆ ಮನೆ ಮಾರಿಬಿಡೋಕೆ ಹೇಳು. ಪಕ್ಕದ ರೂಮನ್ನ ಅವ್ರಿಗಾಗಿ ಖಾಲಿ ಮಾಡಿ ಕೊಡೋಕೆ ಅಣ್ಣ ಒಪ್ಕೊಂಡಿದ್ದಾರೆ."

ಕಸ್ತೂರಿಯ ಮಾತಿನ ಧಾಟಿ ಕೇಳಿದ ಮೇಲೆ ಇನ್ನೊಂದು ಮಾತು ಆಡುವುದು ಕೂಡ ಬೇಡವೆನಿಸಿತು. 'ಮನೆ ಮಾರಿ ಅಪ್ಪ ಎಲ್ಲಿ ಹೋಗಬೇಕು?' ಇಲ್ಲಿ... ಕೂತಲ್ಲಿಂದಲೇ ಪಾತಾಳಕ್ಕೆ ಇಳಿದಂತಾಯಿತು.

"ಒಂದಿಷ್ಟು ನೀರು ಬೇಕಿತ್ತು" ಎಂದಳು ಹೇಮ.

"ಹೂಜಿಯಲ್ಲಿದೆ ನೋಡು" ಇನ್ನೊಂದು ದಿಂಬನ್ನು ಎಳೆದು ತಲೆಯ ಕೆಳಗೆ ಹಾಕಿಕೊಂಡು ಹೇಳಿದರು, ಕಸ್ತೂರಿ.

ಅಂದವಾದ ಗಾಜಿನ ಹೂಜಿ ಖಾಲಿ.

"ನೀರಿಲ್ಲ ಚಿಕ್ಕಮ್ಮ, ನಾನೇ ತಗೊಂಡ್ಬರ್ತೀನಿ" ಹೂಜಿಯನ್ನಿಡಿದು ರೂಮಿನಿಂದ ಹೊರಗೆಬಂದಳು. 'ದೆವ್ವದಂಥ ಮನೆ.' ಮನೆಯ ದೊಡ್ಡದಾದ ವಿಸ್ತೀರ್ಣದ ಬಗ್ಗೆ ಕಸ್ತೂರಿ ಆಡುತ್ತಿದ್ದ ಮಾತಿದು. ಅದರಲ್ಲಿ ಬೇಕಾದಷ್ಟು ಸತ್ಯಾಂಶವಿದೆಯೆನಿಸಿತು. ಮೂವತ್ತು ಜನ ವಾಸವಾಗಿದ್ದರು ಮನೆಯಲ್ಲಿ.

ಮದುವೆ ಮಾಡಿ ಕೊಟ್ಟ ಹೆಣ್ಣುಮಕ್ಕಳ ಜೊತೆ ಅವರ ಸಂಸಾರಗಳನ್ನ ಹಿಂದಕ್ಕೆ ಕರೆಸಿಕೊಂಡು ದೊಡ್ಡತನ ತೋರಿಸಿದ ಈ ಮನೆ ಯಜಮಾನ ಸಾಕ್ಷಾತ್ ಕಸ್ತೂರಿಯ ತಂದೆ ಈಗ ಪಾರ್ಕಿನ್ಸನ್ ಕಾಯಿಲೆಯಲ್ಲಿ ನರಳುತ್ತ ಎಲ್ಲವನ್ನು ಮರೆತುಬಿಟ್ಟಿದ್ದರು.

ಅಡುಗೆಮನೆಗೆ ಬಂದಾಗ ಕಾಯಿ ತುರಿಯುತ್ತಿದ್ದ ಅಡುಗೆಯವಳು ಮೇಲೆದ್ದು "ಹೇಗಿದ್ದಿ... ಹೇಮಕ್ಕ? ಬಹಳ ದೊಡ್ಡ ಮನೆಗೆ ಸೊಸೆ ಆಗಿದ್ದೀಯಂತಲ್ಲ" ಸೆರಗು ಬಿಚ್ಚಿ ಗಾಳಿ ಹಾಕಿಕೊಂಡಳು.

"ಸ್ವಲ್ಪ ನೀರು ಬೇಕಿತ್ತು. ತಗೊಳ್ಲಾ?" ಎಂದು ಕೇಳಿದಳೇ ವಿನಃ ಅವಳ ಮಾತಿಗೆ ಪ್ರತಿಕ್ರಿಯಿಸಲಿಲ್ಲ. "ಒಂದಿಷ್ಟು ನೀರು ತಗೊಂಡ್ಹೋಗಿ ಇಟ್ಕೊಳ್ಳೋಕ್ಕಾಗೋಲ್ವಾ! ಇನ್ನ ತಿಂಡಿ ರಾಮಾಯಣವೆ ಮುಗಿದ್ದಿಲ್ಲ. ಇನ್ನ ನಾನು ಯಾವಾಗ ಅಡುಗೆಗೆ ಹೋಗೋದು... ತಿಳ್ಸು" ಗೊಣಗಿಕೊಂಡೇ ನೀರು ತುಂಬಿಸಿ ಕೊಟ್ಟು "ನಿನ್ನ ಚಿಕ್ಕಮ್ಮನ ಸ್ಥಿತಿ ಈಚೆಗೆ ಇಲ್ಲೇನು ಚೆನ್ನಾಗಿಲ್ಲ. ಸದಾ ಹೊತ್ತುಕೊಂಡು ಬರೋರಿಗೆ ಮರ್ಯಾದೆ. ನಿಮ್ಮಪ್ಪನಿಗೆ ಪೆನ್‌ಷನ್ ಆಯ್ತು. ಇಯಮ್ಮ ಗಂಡ ಕೊಟ್ಟ ಹಣದಲ್ಲಿ ನಾಲ್ಕು ಕಾಸು ಕೊಡಿಟ್ಕೋ ಬಾರ್ದಿತ್ತಾ? ಈಗ ಇರೋದು ಬಾಯಿ ಒಂದೇ... ಕೈ ಪೂರ್ತಿ ಬರಿದು" ಇವಳ ಬಳಿ ಪಿಸುಗುಟ್ಟಿದಳು.

ನೀರಿಡಿದು ಹೇಮ ಬಂದಾಗ ಇಬ್ಬರು ಹುಡುಗರು ಗುದ್ದಾಟ ನಡೆಸಿದ್ದರು. ಅವರಿಬ್ಬರು ಕಸ್ತೂರಿಯ ದೊಡ್ಡಣ್ಣನ ಮೊಮ್ಮಕ್ಕಳು. ಸದ್ಯಕ್ಕೆ ಸಂಸಾರ ಸಮೇತ ಇಲ್ಲೇ ಉಳಿದ ಅವಳು ಗಂಡನ ಭಾಗಕ್ಕೆ ಬಂದ ಹಣವನ್ನು ತಂದೆಯ ಕೈಗೆ ಕೊಟ್ಟಿದ್ದಳು ವ್ಯಾಪಾರದ ಸಲುವಾಗಿ. ಅವರು ಹತ್ತಾರು ಬಿಜಿನೆಸ್‌ಗಳನ್ನ ಮಾಡುತ್ತಿದ್ದರು. ಲಾಭವಿದೆ ಎಂದಿದಕ್ಕೆಲ್ಲ ಕೈ ಹಾಕುವ ಸ್ವಭಾವ. ಲಾಭ ನಷ್ಟಗಳು ಮಾಮೂಲಿಯಾಗಿ ಹೋಗಿದ್ದವು.

ಅವರನ್ನ ಸವರಿಕೊಂಡೇ ಚಿಕ್ಕಮ್ಮನ ರೂಮಿಗೆ ಬಂದವಳು ನೀರು ಕುಡಿಯುವು ದನ್ನು ಮರೆತಿದ್ದು ಆರಾಮಾಗಿ.

"ಚಿಕ್ಕಮ್ಮ, ನೀವು ಬಂದು ಅಪ್ಪನ ಜೊತೆ ಯಾಕೆ ಇರ್ಬಾರ್ದು? ಬೆಳೆದ ಹುಡುಗ್ರು ಬೇಕಾದರೇ ಇಲ್ಲಿರಲಿ, ಇಲ್ಲ ಅಲ್ಲಿಗ್ಬಂದು... ಇರ್ಲಿ" ಈ ಮಾತನ್ನ ಹೇಳಬೇಕೆಂದೇ ಇಲ್ಲಿಯವರೆಗೂ ಬಂದಿದ್ದರಿಂದ ಹೇಳಿಯೇಬಿಟ್ಟಳು ತುಸು ಧೈರ್ಯ ತಂದುಕೊಂಡು.

ಮಲಗಿದ್ದ ಕಸ್ತೂರಿ ಎದ್ದು ಕೂತು ಹೇಮಾಳ ಕೈಯಿಂದ ನೀರು ಇಸಕೊಂಡು ಕುಡಿದು "ನನ್ನ ಕೈಯಲ್ಲಾಗೋಲ್ಲ. ಹುಡುಗ್ರು ಬರೋಲ್ಲ. ಒಂದ್ಗಂಟೆ ಇದ್ದರೇ, ನಂಗೆ ಉಸಿರು ಕಟ್ಟಿದಂಗಾಗುತ್ತೆ. ಮನೆ ಮಾರಿ ನಿಮ್ಮಪ್ಪನ್ನೆ ಬಂದು ಇಲ್ಲಿರೋಕ್ಹೇಳು" ಅತ್ಯಂತ ಸ್ಪಷ್ಟವಾಗಿ ಹೇಳಿದಳು. ಅಲ್ಲಿ ಹೋಗಿ ಗಂಡನ ಜೊತೆ ಇರುವ ಕಲ್ಪನೆಯನ್ನ ಕೂಡ ಮಾಡರು.

"ಬರ್ತೀನಿ... ಚಿಕ್ಕಮ್ಮ" ಮೇಲೆದ್ದಳು.

"ಬಂದಕೂಡಲೇ ಹೊರಡೋದು! ಸಂಜೆವರ್ಗೂ ಇಲ್ಲೇ ಇರು. ಕಂಠಿ ಬಂದರೇ ಕರ್ಕೊಂಡ್ಹೋಗಿ ಬಿಡ್ತಾನೆ" ಎಂದರು ಕಸ್ತೂರಿ.

ಹೇಮಾಗೆ ಬೇಡವೆನಿಸಿತು. ಕಸ್ತೂರಿ ಹಿಂದಿರುಗಲಾರದಷ್ಟು ದೂರಹೋಗಿದ್ದರು. ಅಲ್ಲೇ ಇದ್ದು ಕಷ್ಟವನ್ನ ಅನುಭವಿಸಿಯಾರೇ ವಿನಃ ಹಿಂದಕ್ಕೆ ಬಂದು ಅತೃಪ್ತಿಯ ಬದುಕನ್ನ ಬದುಕಲಾರರು.

"ಬೇಡ ಚಿಕ್ಕಮ್ಮ, ಅಪ್ಪ ಒಂದಿಷ್ಟು ನಡ್ಯೋವರ್ಗೂ ಯಾರಾದ್ರೂ ಹತ್ತಿರವಿದ್ದು ನೋಡ್ಕೋಬೇಕು. ಬರ್ತೀನಿ" ಹೊರಟಳು.

ಮೇಲೆದ್ದ ಕಸ್ತೂರಿ "ಏನು ಕುಡಿಯಲೇ ಇಲ್ಲ. ಊಟವಾದ್ರೂ ಮಾಡ್ಕೊಂಡ್ಹೋಗು. ಹೇಗೂ ಪಶುಪತಿಗಳು ಬರಬೇಕಲ್ಲ. ಮೂರ್ಹೊತ್ತೂ ಆ ಮನುಷ್ಯ ತಿರುಗಾಡೋದೇ. ಮನೆ ಮಾರೋಕೂ ನಿಂತಿದ್ದಾನೆ" ಬೇಸರ ಕಾರಿದರು.

ಹಾಲ್‌ಗೆ ಬಂದಾಗ ಬಲವಂತದಿಂದ ಹೇಮಾನ ಕೂಡಿಸಿ ಅಡುಗೆ ಮನೆಗೆ ಹೋದ ಆಕೆ, ಹಾರ್ಲಿಕ್ಸ್ ತಂದುಕೊಟ್ಟಳು.

"ತಗೋ, ನಿನ್ನ ಮಲಮಗಳು ಅವ್ಳ ಅಮ್ಮನ ಮನೆಯಲ್ಲಿ ಇದ್ದಾಳಂತಲ್ಲ, ನೀನೇನು ತಲೆಕೆಡಿಸ್ಕೋಬೇಡ, ಅಲ್ಲೇ... ಇದ್ಕೊಳ್ಳಿ. ಎರಡನೆ ಸಂಬಂಧದಲ್ಲಿ ಎಷ್ಟೋ ಸಮಸ್ಯೆಗಳು ಇವೆ" ತಾನು ವಿಪರೀತ ಕಷ್ಟಪಟ್ಟಂತೆ ನುಡಿದಳು ಕಸ್ತೂರಿ.

ಹಾರ್ಲಿಕ್ಸ್ ಕುಡಿದಿಟ್ಟನಂತರ ಕಸ್ತೂರಿಯ ಚಿಕ್ಕ ಅತ್ತಿಗೆ ಒಂದು ಹರಿವಾಣವನ್ನು ತಂದು ಇವಳ ಮುಂದೆ ಹಿಡಿದಳು. "ಕುಂಕುಮ ಇಟ್ಕೋ. ದೊಡ್ಡ ಮನೆ ಸೊಸೆ, ಏನ್ಕೊಟ್ರು... ಕಡಿಮೆನೇ" ಅಂದರು. ಅದರಲ್ಲಿ ಕೊಂಕು ಇತ್ತೋ, ಅಸೂಯೆ ಇತ್ತೋ, ಅದನ್ನ ಹೇಮ ಗಮನಿಸಲಿಲ್ಲ.

"ಇಷ್ಟೆಲ್ಲ ಯಾಕೆ ಅತ್ತೆ?" ಎಂದಳು ಸಂಕೋಚದಿಂದ.

"ನಮ್ಗೆ ಯಾರ್ಗೂ ಮದ್ವೆಗೆ ಬರೋಕೆ ಆಗಿಲ್ಲ. ಇನ್ನೊಂದ್ಸಲ ಬರಬೇಕಾದರೇ ನಿನ್ನ ಗಂಡನನ್ನ ಕರ್ಕೊಂಡ್ಬಾ" ಅಂತು ಆಹ್ವಾನ ಕೊಟ್ಟರು.

ಆ ವೇಳೆಗೆ ಕಸ್ತೂರಿಯ ಚಿಕ್ಕ ಅಣ್ಣ ಒಳಗೆ ಬಂದು ಆಗಿತ್ತು "ಏನೇ ಬೆಪ್ಪೆ... ಹೇಮ ಗಂಡ ನೀನು ಕರ್ದ ಕೂಡ್ಲೇ ಇಲ್ಲಿಗೆ ಬಂದ್ಬಿಡ್ತಾನೇಂತ ತಿಳ್ಕೊಂಡ್ಯಾ? ನಮ್ಮಂಥ ಜನ ಎಂಟು ದಿನಕ್ಕೆ ಮೊದ್ಲೇ ಅವ್ರ ಅಪಾಯಿಂಟ್‌ಮೆಂಟ್ ಕಾದಿಸ್ಕೋಬೇಕು. ಏನಮ್ಮ... ಚೆನ್ನಾಗಿದ್ದೀಯಾ? ಕುಂಕುಮದ ಹರಿವಾಣ ಒಳ್ಗಡೇ... ಇಡು. ಹೇಮ ಊಟ ಮಾಡ್ಕೊಂಡೆ ಹೋಗ್ತಾಳೆ" ಹೆಂಡತಿಗೆ ಹೇಳಿ ಅಲ್ಲೇ ಕೂತರು. ಬಾಯಿ ತುಂಬ ಮಾತಾಡಿಸಿದರು.

ಮನೆಯಲ್ಲಿದ್ದವರೆಲ್ಲ ಒಬ್ಬರಾದ ಮೇಲೊಬ್ಬರು ಬಂದು ಮಾತಾಡಿಸಿದ್ದು ದೊಡ್ಡ ಪವಾಡವಾಗಿ ಕಂಡಿತು. ಎಂದೂ ಇಂಥ ಆತ್ಮೀಯತೆ ಅವಳಿಗೆ ಸಿಕ್ಕಿರಲಿಲ್ಲ. ಇದು ಸಿಕ್ಕಿದ್ದು ಸೂರ್ಯಪ್ರಕಾಶ್‌ನಿಂದ. ಅವಳೆದೆಯಲ್ಲಿ ಒಲವಿನ ನೂರಾರು ಹೂಗಳು ಅರಳಿದವು. ಸಪ್ತ ಸಮುದ್ರಗಳನ್ನಾದರೂ ದಾಟಿ ಗಂಡನನ್ನ ಸೇರಲು ಅವಳ ಮನ ಹಾತೊರೆಯಿತು.

"ಇಲ್ಲ, ಅಂಕಲ್, ಅಪ್ಪ ಒಬ್ರೇ ಮನೆಯಲ್ಲಿದ್ದಾರೆ. ಬೇಗ... ಹೋಗ್ಬೇಕು" ಊಟವನ್ನ ನವಿರಾಗಿ ನಿರಾಕರಿಸಿದಳು. ಆದರೆ ಮನೆಯವರಾರು ಒಪ್ಪಲಿಲ್ಲ. ಬಲವಂತದಿಂದ ನಿಲ್ಲಿಸಿಕೊಂಡರು.

ಬಂದ ಪಶುಪತಿಗೆ ಆಶ್ಚರ್ಯವಾಗಿತ್ತು. ಮನೆಯಲ್ಲಿದ್ದ ಮುಕ್ಕಾಲು ಜನ ಹೇಮಾಳ ಸುತ್ತಲೇ ಇದ್ದರು. ಇದೇನಪ್ಪ ಅದ್ಭುತ! ಆದರೂ ಒಂದಿಷ್ಟು ಸಮಾಧಾನವೇ ಆಯಿತು. ಪಾಪ, ಆ ಹುಡುಗಿ ಮಂಕು ಮುಖ ಹೊತ್ತು ಹೋಗಬಾರದಲ್ಲ. ಸಂತೋಷದಿಂದಲೇ ಅವರುಗಳ ನಡುವೆ ಮಾತಿಗೆ ಕೂತರು.

ಊಟ, ಉಪಚಾರ ಜೋರಾಗಿಯೇ ನಡೆಯಿತು. ದೊಡ್ಡ ಅಂಚಿನ ಕಾಂಚೀವರಂ ಸೀರೆಯ ಜೊತೆ ದೊಡ್ಡ ಬೆಳ್ಳಿಯ ಚಿನ್ನದ ಮುರಾಮು ಮಾಡಿಸಿರುವ ಬೆಳ್ಳಿ ಬಟ್ಟಲುಗಳನ್ನ ಉಡುಗೊರೆಯಾಗಿ ಕೊಟ್ಟರು. ಅವಳಿಗೆ ತಬ್ಬಿಬ್ಬು.

"ಇದೆಲ್ಲ, ಯಾಕೆ?" ಸಂಕೋಚಗೊಂಡಳು ಹೇಮ.

"ಆ ಮಾತು ಬೇಡಮ್ಮ, ಇದು ನಿನ್ನ ತವರುಮನೆ ಅಂತ್ಲೇ ತಿಳ್ಕೋ" ವಯಸ್ಸಾದ ಕಸ್ತೂರಿಯ ತಾಯಿ ಬಂದು ಮಡಿಲು ತುಂಬಿ "ಬರುವ ವರ್ಷಕ್ಕೆ ಒಂದು ಗಂಡು ಮಗುವನ್ನ ಎತ್ತಿಕೊಂಡ್ಬಾ" ಆಶೀರ್ವದಿಸಿದರು. ನಿಂತ ನಿರಾಗಿದ್ದ ಅವಳ ಮನೋಸರೋವರದಲ್ಲಿ ಅಡ್ಡ ಕಟ್ಟೆ ಕಟ್ಟಿ, ಅದರಲ್ಲಿನ ಸ್ವಲ್ಪ ನೀರನ್ನ ಬೇರೆಡೆ ಹರಿಸಿದರು. ಕೆಲವು ಸೆಕೆಂಡ್‌ಗಳಷ್ಟು ಕಾಲ ವಿಚಲಿತಳಾದಳು ಹೇಮ.

ಕಡೆಯಲ್ಲಿ ಕಸ್ತೂರಿ ಚಿಕ್ಕ ಅಣ್ಣ ತಾನೇ ಕಾರಿನಲ್ಲಿ ಹೇಮಾಳನ್ನ ಬಿಟ್ಟು ಬರುವುದಾಗಿ ಹೇಳಿದಾಗ ಪಶುಪತಿಗಳು ಕೂಡ ಆಶ್ಚರ್ಯಪಡಲಿಲ್ಲ. ಅನಿರೀಕ್ಷಿತವೂ ಅನ್ನಿಸಲಿಲ್ಲ, ಇಷ್ಟು ಹೊತ್ತಿನ ಉಪಚಾರ ನೋಡಿದಾಗ.

ಕಾರಿನಿಂದ ಇಳಿದು ಹೇಮ ಒಳಗೆಬಂದಾಗ ಕಸ್ತೂರಿಯ ಅಣ್ಣ ಕೂಡ ಭಾವನನ್ನ ವಿಚಾರಿಸಲು ಒಳಗೆ ಬಂದರು.

"ಹೇಗಿದ್ದೀರಾ? ನಮ್ಗೆ ಇರೋ ಬಿಜಿಯಲ್ಲಿ ಸಾಯೋಕು ಪುರುಸೊತ್ತು ಸಿಗೋಲ್ಲ.

ಎಷ್ಟೋ ಸಲ ಅಂದ್ಕೊಂಡೇ, ಈ ಕಡೆಗೆ ಬರೋಕ್ಕಾಗ್ಲಿಲ್ಲ." ಪೇಚಾಡಿಕೊಂಡು ಯೋಗ ಕ್ಷೇಮ ವಿಚಾರಿಸಿ ಹೇಮ ಮಾಡಿಕೊಟ್ಟ ಕಾಫಿ ಕುಡಿದು "ನನ್ಮಾತು ಕೇಳಿ, ನೀವು ಅಲ್ಬಂದು ಇದ್ಬಿಡಿ. ಒಂಟಿಯಾಗಿದ್ದುಕೊಂಡು ಸಾಧಿಸೋದೇನಿದೆ? ತುಂಬಿದ ಮನೆ... ಒಂದಲ್ಲ ಒಂದು ಗಲಾಟೆ ಇದ್ದೇ ಇರುತ್ತೆ. ಸಮಯ ಸರಿಯೋದೇ ಗೊತ್ತಾಗೋಲ್ಲ." ಒಂದಷ್ಟು ಮಾತುಗಳನ್ನ ಆಡಿ ಮುಗಿಸಿ ಹೇಮಾಗೆ ಪ್ರತ್ಯೇಕವಾಗಿ "ನಮ್ಮ ಬಗ್ಗೆ ಹೇಳಿರಮ್ಮ, ಈ ಸಲ ಬಂದಾಗ ಖಂಡಿತ ಬರ್ತೀನಿ. ನಮ್ದು ಎಷ್ಟೋ ತರಲೆ, ತಾಪತ್ರಯಗಳು ಇರುತ್ತೆ. ಚಂದ್ರಪ್ರಕಾಶ್ ಅಂಥ ಅಡ್ವೋಕೇಟ್ ಇದ್ದರೆ ನಮ್ಕಡೇ, ಏನೇ ಮಾಡಿದ್ರು ಜಯಿಸಿಕೊಂಡು ಬರ್ಬಹ್ದು" ಅದಷ್ಟನ್ನ ಹೇಳಿ ಹೋಗಿಯೇ ಕಾರು ಹತ್ತಿದ್ದು.

ಪಶುಪತಿ 'ಬೇಷ್' ಅಂದುಕೊಂಡರು. ಅವರು ತೋರಿಸಿದ ಆತ್ಮೀಯತೆ, ಉಪಚಾರವೆಲ್ಲ ಸೂರ್ಯಪ್ರಕಾಶ್ ನೆರವಿಗಾಗಿ ಸಂದಾಯವಾಗಿದೆಯೆನಿಸಿದಾಗ, ಒಳಗೊಳಗೇ ನೊಂದುಕೊಂಡರೂ ಅವರ ವ್ಯವಹಾರಿಕ ಗುಣಕ್ಕೆ 'ಶಭಾಷ್‌ಗಿರಿ'ಯನ್ನ ಕೊಟ್ಟರು.

ಅಲ್ಲಿಂದ ಕ್ಯಾರಿಯರ್ ಕೂಡ ಬಂದಿತ್ತು, ಪರಮಶಿವಯ್ಯನಿಗಾಗಿ. 'ಏನು ವಿಶೇಷ' ಎನ್ನುವಂತೆ ಅವರು ಪಶುಪತಿಯ ಕಡೆ ನೋಡಿದಾಗ ಮಾರ್ಮಿಕ ನಗೆ ಬೀರಿದ "ಎಲ್ಲಾ ನಿನ್ನ ಅಳಿಯನ ಕೃಪೆ. ಸೂರ್ಯಪ್ರಕಾಶ್‌ಗೆ, ಚಂದ್ರಪ್ರಕಾಶ್ ಕುಟುಂಬಕ್ಕೆ ಸಂದ ಗೌರವ. ನಿನ್ನ ಮಗ್ಳಿಗೆ ಕಾಂಚೀವರಂ ಸೀರೆ ಕೊಟ್ಟು ಮಡಿಲು ತುಂಬಿದ್ದಾರೆ. ಹೇಗೋ... ಬಿಡು" ಎಂದರು ಉದಾಸೀನವಾಗಿ.

ಬೇರೆ ಕೆಲಸವಿದೆಯೆಂದು ಪಶುಪತಿ ಹೊರಟಾಗ ಹೇಮ ತಂದೆಯ ಬಳಿ ಕೂತು, "ಚಿಕ್ಕಮ್ಮನ ಆರೋಗ್ಯ ಕೂಡ ಅಷ್ಟೇನು ಚೆನ್ನಾಗಿಲ್ಲ. ಅಪ್ಪ, ಮಲಗೇ... ಇದ್ರು" ಅಂದಳು. ಅವರು ಮಾತಾಡಲಿಲ್ಲ.

"ಒಂದ್ಮಾತು ಕೇಳ್ಲಾ, ಹೇಮಾ? ನೀನು ರಾಯಭಾರಿಯಾಗಿ ಹೋಗಿದ್ಯಾ?" ಅವರ ಕೇಳಿಕೆಯಲ್ಲಿ ಅಪಾರವಾದ ನೋವು ತುಂಬಿತ್ತು. ಹೇಮ ಕಣ್‌ಕಣ್ ಬಿಟ್ಟಳು. "ನಂದು ತಪ್ಪಾಗಿದ್ರೆ... ಕ್ಷಮ್ಸಿ. ಚಿಕ್ಕಮ್ಮ ಬಂದು ಇಲ್ಲಿ ಉಳಿಯಲಿ ಅನ್ನೋ... ಆಸೆ ನಂದು" ಹೇಳಲೋ ಬೇಡವೋ ಎಂದು ಹೇಳಿದಳು.

ಪರಮಶಿವಯ್ಯ ನಕ್ಕುಬಿಟ್ಟರು. ಆ ನಗುವಿನಲ್ಲಿ ಇದ್ದಿದ್ದು ಬರೀ ವೇದನೆ. ಶತ ಶತಮಾನಗಳಿಂದ ನೋವು ಅನುಭವಿಸುತ್ತಿರುವಂತೆ ಕಂಡರು.

"ಹುಚ್ಚು ಹುಡ್ಗಿ! ನಂಗೆ ನಿನ್ನ ತಡಿಯ ಆಸೆ ಇತ್ತು. ನೀನು ಹೊರಟ್ಮೇಲೆ ಹೊಳೆದ ವಿಷ್ಯವಿದು. ಬರೀ ನಿನ್ನ ಆಸೆ... ಆಸೆನೇ ಕಸ್ತೂರಿ ಎಂದೂ ಬಂದು ಇಲ್ಲಿ ಉಳಿಯೋಲ್ಲ. ಈಚೆಗಂತೂ ಬಂದರೇ ಗಂಟೆ ಇಲ್ಲಿ ಉಳಿಯುವ ವೇಳೆಗೆ ಬೇಸತ್ತು ಹೋಗಿರ್ತಾಳೆ. ಇಂಥ ಸ್ಥಿತಿಯಲ್ಲಿ ಇರುವ ಅವಳ್ನ ನಿರ್ಬಂಧಿಸಿ ಕಟ್ಟಿಹಾಕೋದು ಪಾತಕವಾಗುತ್ತೆ. ಅದು ಪಾತಕವಾಗಿ ನನ್ನ ಕಾಡುತ್ತೆ. ಇಬ್ಬರ ನಡುವಿನ ಜೀವನ ನರಕ ಸದೃಶವಾಗುತ್ತೆ. ಅಲ್ಲೇ ಇದ್ಕೊಳ್ಳಿ" ಉದ್ವೇಗ ಕಮ್ಮಿಯಾಗಿ ಸಮಾಧಾನದಿಂದ ನುಡಿದರು.

ಅದು ಅವಳಿಗೂ ಸರಿಯೆನಿಸಿತು. ಹೇಮಾಗೆ ತಂದೆಗಿಂತ ಚಿಕ್ಕಮ್ಮನ ಸ್ಥಿತಿಯೇ ಶೋಚನೀಯವೆನಿಸಿತು. ಇವರ ಬದುಕಿನ ದಾರಿ ಸ್ಪಷ್ಟವಿತ್ತು. ಆಕೆ ಇದ್ದಿದ್ದು ಗೊಂದಲ ದಲ್ಲಿ.

"ಅಪ್ಪ, ಎಂದಾದ್ರೂ ಚಿಕ್ಕಮ್ಮ ವಾಪಸ್ಸು ಬಂದರೇ ಕ್ಷಮ್ಸಿಬಿಡಿ. ಆಕೆ ಸ್ಥಿತಿ ಕೂಡ ಚೆನ್ನಾಗಿಲ್ಲ" ಎಂದಳು. ಅವರು ಮಾತಾಡಲಿಲ್ಲ. "ಉತ್ತರ, ದಕ್ಷಿಣ ಧೃವಗಳು ಎಂದೂ ಸಂಧಿಸೋಲ್ಲ. ನೀನು ಆ ಬಗ್ಗೆ ತಲೆ ಕೆಡಿಸ್ಕೋಬೇಡ" ಮಗಳಿಗೆ ಸಮಾಧಾನ ಹೇಳಿದಳು.

ಎರಡನೆಯ ದಿನವೇ ಸೂರ್ಯಪ್ರಕಾಶ್ ಕಾರಿನಲ್ಲಿ ಬಂದಾಗ ಮಿನ್ನಿಯನ್ನ ಕೂಡ ಕರೆ ತಂದಿದ್ದರು. ನೋಡಿದಕೂಡಲೇ "ಮಮ್ಮಿ..." ಎಂದು ಅವಳಿಗೆ ಸುತ್ತಿಕೊಂಡು ಮಗು ಅಲ್ಲಾಡಲು ಬಿಡಲಿಲ್ಲ.

"ಹೇಗಿದ್ದಾರೆ?" ವಿಚಾರಿಸುತ್ತಲೇ ಷೂ ಬಿಚ್ಚಿದ ಸೂರ್ಯಪ್ರಕಾಶ್ ಇಂದು ಸ್ವಲ್ಪ ದಣಿದಂತೆ ಮಾತ್ರವಲ್ಲ, ಕಂಠದ ಸ್ವರ ಕೂಡ ತಪ್ಪಿದಂತೆ ಕಂಡಿತು.

"ಈಗ ಪರ್‍ವಾಗಿಲ್ಲ, ನಿಮ್ಗೆ ಹುಷಾರ್ ಇರ್‍ಲಿಲ್ವಾ?" ಆತಂಕಗೊಂಡಳು. "ನಥಿಂಗ್, ಒಂದಿಷ್ಟು ವೈರಸ್ ಇನ್‌ಫೆಕ್ಷನ್ ಆಂಟೀಬಯಾಟಿಕ್ ತಗೊಂಡ್ಮೇಲೆ ಸರ್‍ಯೋಗಿದೆ" ಎಂದ ತಲೆಯೆತ್ತಿ.

ಹೇಮಾಳ ನೋಟ ಅಂಜಿತು. ಸೂರ್ಯಪ್ರಕಾಶ್‌ಗೆ ನಗುಬಂತು. ತಿಂಗಳುಗಳು ಕಳೆದರೂ ಮಾತನಾಡಲಾರದಷ್ಟು ಸಂಕೋಚಪಡುವ ಹೇಮಾಳನ್ನ, ಮೀರಾಳಿಗೆ ಹೋಲಿಸಲಾಗಲಿಲ್ಲ. ತುಂಬ ದಿಟ್ಟ ಹೆಣ್ಣು ಹೇಮಾ.

ಸರಳವಾಗಿ ಪರಮಶಿವಯ್ಯ ಮಲಗಿದ್ದ ರೂಮಿಗೆ ಹೋಗಿ ಅವರ ಪಕ್ಕ ಕೂತು ಪಟ್ಟಿ ಹಾಕಿದ ಕಾಲನ್ನ ಪರೀಕ್ಷಾ ದೃಷ್ಟಿಯಿಂದ ನೋಡಿ,

"ನೋವು ಕಮ್ಮಿ ಆಗಿದ್ಯಾ? ನೀವು ಕೆಲವು ದಿನಗಳು ನಮ್ಮಲ್ಲಿಗೆ ಬರುವುದು ಒಳ್ಳೆಯದು" ಇದು ಬೇಕಾಬಿಟ್ಟಿಯ ಮಾತಲ್ಲ. ಅವನ ತಂದೆಯು ಒಂದು ಸಲಹೆ ಕೊಟ್ಟಿದ್ದರು. "ಪರಮಶಿವಯ್ಯ ಇರೋ ಸ್ಥಿತಿಯಲ್ಲಿ ಹೇಮಾನ ಕರೆತರೋದು ಸರಿಯಲ್ಲ. ಅವ್ರನ್ನೇ ಇಲ್ಲಿಗೆ ಶಿಫ್ಟ್ ಮಾಡ್ಕೊಂಡ್ ಟ್ರೀಟ್‌ಮೆಂಟ್ ಕೊಡ್ಸೋದು ಒಳ್ಳೇದು" ಇದು ಅವನಿಗೂ ಉತ್ತಮವಾಗಿ ಕಂಡಿತ್ತು. ಆದರೂ ಒತ್ತಡವೇರಲಾರ.

"ಸಾಕಷ್ಟು ನೋವು ಕಮ್ಮಿ ಆಗಿದೆ. ಇನ್ನೊಂದೆರಡು ಸಲ ಪಟ್ಟಿ ಹಾಕಿದ್ರೆ... ಸಾಕೂಂತ ಹೇಳಿದ್ದಾರೆ, ಪಂಡಿತರು. ತೀರಾ ವಯಸ್ಸಾದ ಮನುಷ್ಯ, ಬೇರೆ ಕಡೆ ಬರೋಲ್ಲ. ನೀವೆಲ್ಲ ಸಾಕಷ್ಟು ತೊಂದರೆ ತಗೊಂಡಿರಿ... ನಂಗೋಸ್ಕರ" ಲಜ್ಜಿತರಾಗಿ ಹೇಳಿ ಕೊಂಡರು ಪರಮಶಿವಯ್ಯ.

ತನ್ನ ಪ್ರೊಫೆಷನ್ ಬಿಟ್ಟು ಬೇರೆ ಕಡೆ ಹೆಚ್ಚು ಮಾತಾಡದ ಸೂರ್ಯ ಅರ್ಧ ಗಂಟೆಯಲ್ಲಿ ಹೊರಟುನಿಂತ. ಊಟ ಮುಗಿಸಿಕೊಂಡು ಬಂದಿದ್ದರಿಂದ ಉಪ್ಪಿಟ್ಟು ಮಾಡಿಕೊಟ್ಟಳು. ಬರೀ ತಿಂದ ಶಾಸ್ತ್ರ ಮಾಡಿದ.

ಪರಮಶಿವಯ್ಯನವರು ಕರೆದು "ಹೇಮಾನ ಕರ್ಕೊಂಡ್ಹೋಹೋಗ್ಬಿಡಿ. ಇಲ್ಲಿ ನನ್ನ ಗೆಳೆಯ ಪಶುಪತಿ ಇದ್ದಾನೆ. ಯಾವುದಕ್ಕೂ ತೊಂದರೆ ಇಲ್ಲ" ಮೆತ್ತನೆಯ ದನಿಯಲ್ಲಿ ನಿವೇದಿಸಿದಾಗ ಸೂರ್ಯಪ್ರಕಾಶ್ ಅಡ್ಡಡ್ಡ ತಲೆಯಾಡಿಸಿದ "ನೋ, ನೀವು ಪೂರ್ತಿ ಎದ್ದು ಓಡಾಡೋವರ್ಗೂ ಹೇಮಾ ಇಲ್ಲಿಯೇ ಇರಲಿ" ಎಂದ ಸೂರ್ಯಪ್ರಕಾಶ್. ಮಾನವೀಯತೆಯುಳ್ಳ ಮನುಷ್ಯ.

"ಅಲ್ಲಿ ಎಲ್ಲಾ... ಹೇಗಿದ್ದಾರೆ?" ಹೊರಡುವಾಗ ಹೇಮ ಕೇಳಿದಾಗ ಕಣ್ಣರಳಿಸಿ ನಗೆ ಬೀರಿದ. "ಪರ್ವಾಗಿಲ್ಲ, ವೆಲ್ ಇಂಪ್ರೂಡ್! ಅಂತು ದೊಡ್ಡ ಸಾಹಸ ಮಾಡಿದ್ದೀಯ, ಇಷ್ಟು ಕೇಳೋಕೆ. ಎಲ್ಲಾ ಚೆನ್ನಾಗಿದ್ದಾರೆ, ಮಿನ್ನಿ... ಕಮಾನ್" ಕೈ ಚಾಚಿದ. ಅವಳು ಆರಾಮಾಗಿ ಹೇಮಾನ ಅಪ್ಪಿಕೊಂಡಳೇ ವಿನಃ ಏನೇ ಮಾಡಿದರೂ ಅವನೊಂದಿಗೆ ಹೋಗಲು ಸಮ್ಮತಿಸಲಿಲ್ಲ.

"ಇಲ್ಲೇ, ಇಟ್ಕೊಳ್ಳಲಾ?" ಸಂಕೋಚದಿಂದ ಕೇಳಿದಳು.

"ಹೇಗೆ, ತುಂಬ ಕಷ್ಟ ಆಗುತ್ತೆ. ನಿಮ್ತಂದೆಯವ್ರನ್ನ ಚೆನ್ನಾಗಿ ನೋಡ್ಕೋ. ಬಾ ಮಿನ್ನಿ, ಮಮ್ಮಿ ನಾಳೆ ಬರುತ್ತೆ" ಪುಸಲಾಯಿಸಿದ. "ಮಮ್ಮಿ... ಬರ್ಲಿ" ಅವಳ ಹಠ. ಕಡೆಗೆ ಸೋತ ಸೂರ್ಯಪ್ರಕಾಶ್ ಈಗೇನು ಮಾಡುವುದು ಎನ್ನುವಂತೆ ಹೇಮಾಳತ್ತ ನೋಡಿದ.

"ಇಲ್ಲೇ... ಇರಲೀ. ನಾನು ನೋಡ್ಕೋತೀನಿ" ಎಂದಿದ್ದು ಇದ್ದ ಬದ್ದ ಧೈರ್ಯ ಕೂಡಿಸಿ "ನಿಂಗೆ ತುಂಬ ತೊಂದರೆ ಆಗುತ್ತೆ. ಇಡೀ ಮನೆಯವ್ರು ಸಾಕಾಗೋಲ್ಲ, ಅವಳ್ನ ಸುಧಾರಿಸೋಕೆ" ಮಗಳ ಬಗ್ಗೆ ಅಭಿಮಾನದಿಂದ ನೋಡಿದ.

"ನಾನು... ನೋಡ್ಕೋತೀನಿ" ಆಸೆ ಮಿನುಗಿತು ಅವಳ ಕಣ್ಣುಗಳಲ್ಲಿ. ಸೂರ್ಯ ಪ್ರಕಾಶ್ ನಿರಾಕರಿಸಲಿಲ್ಲ. "ಓಕೆ... ನಿನ್ನಿಷ್ಟ. ತೀರಾ ಗಲಾಟೆ ಮಾಡಿದ್ರೆ... ಫೋನ್ ಮಾಡು" ಕಾರು ಹತ್ತಿದ.

ಅರ್ಧ ದಾರಿ ಕ್ರಮಿಸಿದ ನಂತರವೇ ಮಿನ್ನಿಯ ಡ್ರೆಸ್ಸ್ ಅಲ್ಲಿ ಇಲ್ಲದಿರುವುದು ನೆನಪಾಗಿದ್ದು. ಭಾನುಪ್ರಕಾಶ್ ಕೈಯಲ್ಲಿ ಕಳುಹಿಸಬಹುದೆಂದುಕೊಂಡ.

ಮೀರಾ ನೆನಪಾದಳು. ಅವಳು ಅಮ್ಮನ ಮುದ್ದಿನ ಮಗಳು. ಹೊರಗಿನ ತಿರುಗಾಟ, ರೋಮಾನ್ಸ್ ಎಲ್ಲಾ ಅವಳಿಗೆ ಇಷ್ಟವೇ. ಮದುವೆ ನಿಷ್ಕರ್ಷೆಯಾದ ನಂತರ ದಿನಕ್ಕೆ ಒಂದತ್ತು ಫೋನ್ ಕರೆಗಳಾದರೂ ಇರುತ್ತಿತ್ತು.

"ಸೂರ್ಯ, ಈ ನಂಬರ್ ನಿನ್ನ ಪರ್ಸನಲ್‌ಗೆ ಇಟ್ಕೋ. ಅದೊಂದು ನಂಬರ್‌ಗೆ ಮಾತ್ರ ಫೋನ್ ಮಾಡೋಕೆ ಮೀರಾಗೆ ಹೇಳು" ನಸುನಗೆಯಿಂದ ತಂದೆ ಹೇಳಿದಾಗ ಅವನೇ ನಾಚಬೇಕಿತ್ತು.

ಅವನಿಗೆ ಪ್ರೊಫೆಷನ್ ಮುಖ್ಯ. ಮಧ್ಯೆ ಮಧ್ಯೆ ಡಿಸ್ಟರ್ಬ್ ಮಾಡೋದು ಸೂರ್ಯ ಪ್ರಕಾಶ್‌ಗೆ ಇಷ್ಟವಾಗದು. ಹಾಗೆಂದು ಮೀರಾಗೆ ಹೇಳಲಾಗದು. ಆದರೆ ಅವನು ಹೇಳಿದ.

"ಸಾರಿ ಮೀರಾ, ನೀನು ಪದೇ ಪದೇ ಫೋನ್ ಮಾಡಿ ನನ್ನ ಕಾನ್ಸನ್‌ಟ್ರೇಷನ್ ಕದಡಬೇಡ. ನಂಗೆ ಇಷ್ಟವಾಗ್ದು. ನೀನು ಅರ್ಥಮಾಡ್ಕೋಬೇಕು."

ಸೂರ್ಯಪ್ರಕಾಶ್ ಮಾತುಗಳೇನು ಪ್ರಯೋಜನಕ್ಕೆ ಬರಲಿಲ್ಲ. ಅಣಕಿಸಿದಳು. ಒಂದೇಸಮ ಫೋನ್ ಮಾಡಿ ತಲೆ ತಿಂದಾಗ ಡಿಸ್‌ಕನೆಕ್ಟ್ ಮಾಡಿದ. ಪೇಜರ್‌ನ ಉಪಯೋಗಿಸುವುದನ್ನ ಬಿಟ್ಟ. ಮೀರಾ ತಂದೆನೆ ಹುಡುಕಿಕೊಂಡು ಬಂದರು.

"ಮೀರಾ ಊಟ ಬಿಟ್ಟು ಕೂತಿದ್ದಾಳೆ. ನಾವೆಲ್ಲ ಹೇಳಿ ಸಾಕಾದ್ವಿ. ಮಗ್ಳು ಊಟ ಮಾಡೋವರ್ಗೂ ನಾನು ಮಾಡೋಲ್ಲಾಂತ ಅವ್ಳ ಅಮ್ಮನ ಪಟ್ಟು. ದಯವಿಟ್ಟು ಬನ್ನಿ."

ಸೂರ್ಯಪ್ರಕಾಶ್ ಬೆವತ. ಮದುವೆಯಾಗುವ ಮುನ್ನವೇ ಇಷ್ಟೊಂದು ಸಮಸ್ಯೆಗಳಾ? ಯಾವುದೇ ಕಾರಣಕ್ಕೂ ಅವನು ಪ್ರೊಫೆಷನ್‌ನ ನೆಗ್ಲೆಟ್ ಮಾಡುವವನಲ್ಲ.

"ಸಾರಿ, ನಾನು ಈ ತರಹ ಪದೇಪದೇ ಬಂದರೇ ನಮ್ಮನ್ನ ನಂಬಿರುವ ಕಕ್ಷಿಗಾರರ ಗತಿಯೇನು? ಸ್ವಲ್ಪ ನೀವು ಮೀರಾಗೆ ತಿಳಿವಳಿಕೆ ಹೇಳಿ" ಎಂದ ದೃಢವಾಗಿ.

"ನಿಮ್ಗೆ ಅವ್ಳ ಸ್ವಭಾವ ಗೊತ್ತಿಲ್ಲ. ದಯವಿಟ್ಟು ಬನ್ನಿ" ಅವರದು ಮತ್ತಷ್ಟು ಒತ್ತಾಯ. ಚಂದ್ರಪ್ರಕಾಶ್ ಮಧ್ಯೆ ಪ್ರವೇಶಿಸಿ "ಹೋಗು ಸೂರ್ಯ, ಬದ್ಕಿನಲ್ಲಿ ಒಮ್ಮೆ ಮಾತ್ರ ಬರುವಂಥ ದಿನಗಳು, ಅನುಭವಗಳು" ಬಲವಂತ ಮಾಡಿ ಕಳಿಸಿದರು.

ಇವನನ್ನ ನೋಡಿದಕೂಡಲೇ ಮೀರಾ ನೆಗೆದಾಡಿದಳು. "ನಾನು ಗೆದ್ದೆ... ನಾನು ಗೆದ್ದೆ... ಅಣ್ಣನ ಹತ್ರ ಸಾವಿರ ರೂಪಾಯಿ ಬೆಟ್ಸ್ ಕಟ್ಟಿದ್ದೆ" ಸೂರ್ಯಪ್ರಕಾಶ್ ತಣ್ಣಗಾದ. ಅವನಿಗೆ ಹಿಡಿಸಲಿಲ್ಲ. ಆದರೂ ಭಾವಿ ಪತ್ನಿಯ ಮನಸ್ಸು ನೋಯಿಸಲು ಸಾಧ್ಯವೇ?

ಒಂದಿಷ್ಟು ಓಡಾಟ, ಫಿಲಂ, ನಿರಂತರ ಮಾತು ಬೋರೊಡೆಸುತ್ತಿತ್ತು. ಬೇಸಿಗೆಯ ಕೋರ್ಟು ರಜ ದಿನದಲ್ಲಿ ವಿವಾಹವಾದದ್ದರಿಂದ ಹನಿಮೂನ್‌ಗೆಂದು ಊಟಿಗೆ ಹೋಗಿ ಬಂದಿದ್ದಾಯಿತು. ಒಟ್ಟಾಗಿ ಅಷ್ಟು ದಿನ ಜೊತೆಯಲ್ಲಿದ್ದಿದ್ದು ಆ ದಿನಗಳಲ್ಲಿ. ನಂತರ ಮಗಳನ್ನ ಕರೆದೊಯ್ಯಲು ದೇವಕಿಗೆ ಒಂದಲ್ಲ ಒಂದು ಕಾರಣ.

ಮಾತಿನ ಮಲ್ಲಿ ಮೀರಾಗೆ ಹೇಮಾಳನ್ನ ಹೋಲಿಸಲು ಸಾಧ್ಯವೇ ಇರಲಿಲ್ಲ. ಪ್ರತಿಯೊಂದಕ್ಕೂ ಮುಖ ಊದಿಸಿಕೊಂಡು ಕೂಡುವ ಅವಳಿಗೂ ಸದಾ ಶಾಂತವಾಗಿರುತ್ತಿದ್ದ ಪರಮಶಿವಯ್ಯನ ಮಗಳಿಗೂ ಅಜಗಜಾಂತರ ವ್ಯತ್ಯಾಸವಿತ್ತು. ಡಿಗ್ರಿಯ ಜೊತೆ ಇಂಟೀರಿಯರ್ ಡೆಕೋರೇಷನ್ ಕೋರ್ಸು ಮಾಡಿಕೊಂಡಿದ್ದ ಮೀರಾ ಇಲ್ಲಿಗೆ ಕಾಲಿಟ್ಟ ನಂತರ ಮನೆಯ ಮೂಲೆಮೂಲೆಯನ್ನ ಬದಲಾಯಿಸಿದ್ದು ಎಲ್ಲರಿಗೂ ಅನಾನುಕೂಲವಾಯಿತು.

"ಮೀರಾ, ನನ್ನ ರೂಮು, ಆಫೀಸ್‌ನ ತಂಟೆಗೆ ಬರ್ಬೇಡ. ನಿಮ್ಮ ಬೆಡ್‌ರೂಂ, ಡ್ರಾಯಿಂಗ್ ರೂಮು, ಗೆಸ್ಟ್‌ರೂಂಗೆ ಹೇಗೆ ಬೇಕಾದ್ರೂ ಅಲಂಕರಿಸ್ಕೋ. ದಯವಿಟ್ಟು ಅಷ್ಟು ಮಾಡು" ಚಂದ್ರಪ್ರಕಾಶ್ ಕರೆದು ನಯವಾಗಿ ಸೊಸೆಗೆ ಹೇಳಿದರು.

"ನಿಮ್ಮ ಮಗನಿಗಿಂತ... ನೀವೇ ವಾಸಿ. ಇಂಟೀರಿಯರ್ ಡೆಕೋರೇಷನ್‌ನಲ್ಲಿ ನಂಗೆ ಗೋಲ್ಡ್ ಮೆಡಲ್. ಬೆಡ್‌ನಲ್ಲಿರೋ ಮಂಚಗಳೇ ಸರಿ ಇಲ್ಲ, ಕರ್ಟನ್ಸ್, ಕಾರ್ಪೆಟ್ ಪ್ರತಿಯೊಂದು ಒಂದಕ್ಕೊಂದು ಮ್ಯಾಚ್ ಆಗೋಲ್ಲ" ಮಾವನ ಮುಂದೆ ವಾದ ಮಂಡಿಸಿದಳು.

ಅವರು ಮಾತಾಡಿ ಮಾತಾಡಿ ಸಾಕಷ್ಟು ದಣಿದಿದ್ದರಿಂದ ಚೆಕ್‌ಗೆ ಸಹಿ ಹಾಕಿ "ಏನು ಛೇಂಜ್ ಬೇಕಾದ್ರೂ ಮಾಡ್ಕೋ. ನಂಗೆ ಇರೋ ಬಿಜಿನಲ್ಲಿ ಆ ಕಡೆ ಗಮನ ಕೊಡೋಕ್ಕಾಗೋಲ್ಲ" ನಿಸ್ಸಹಾಯಕತೆ ತೋಡಿಕೊಂಡರು. ವರ್ಷಗಳಿಂದ ಹೆಣ್ಣಿನ ದಿಕ್ಕೇ ಇಲ್ಲದ ಮನೆಗೆ ಬಂದ ಸೊಸೆಯ ಮನಸ್ಸನ್ನ ನೋಯಿಸಲಾರರು.

ಎರಡು ದಿನದಲ್ಲಿ ಬೆಡ್‌ರೂಂ, ಸಿಟ್ಟಿಂಗ್ ರೂಮ್, ಗೆಸ್ಟ್‌ರೂಮಿನ ಜೊತೆಗೆ ಕಿಚನ್ ಕೂಡ ಪೂರ್ತಿ ಬದಲಾಯಿತು. ಅನುಕೂಲ ನೋಡದೇ ಅಂದಕ್ಕಾಗಿಯೇ ಜೋಡಿಸಿದಳು. ಬೆಡ್‌ರೂಂನಲ್ಲಿ ಎಲ್ಲಾ ಕೆಂಪುಮಯ. ಕಾರ್ಪೆಟ್‌ನಿಂದ ಹಿಡಿದು, ಕರ್ಟನ್, ಮಂಚದ ಮೇಲಿನ ಮೇಲಾಸು, ಹೊದ್ದಿಕೆ ಕೂಡ ಕೆಂಪಿನಮಯ.

ನೋಡಿದ ಸೂರ್ಯಪ್ರಕಾಶ್ ಗಾಬರಿಯಾದ. "ಏನಿದೆಲ್ಲ ಮೀರಾ? ಬೆಡ್‌ರೂಂ ಕೆಂಪುಮಯ. ಇದು ಕಣ್ಣಿನ ಮೇಲು ಮನಸ್ಸಿನ ಮೇಲು ವಿಚಿತ್ರವಾದ ಪರಿಣಾಮ ಬೀರುತ್ತೆ. ಮೊದ್ಲು ಇದ್ನೆಲ್ಲ ತೆಗ್ಸು" ಮೊದಲ ಸಲ ಕೋಪ ಮಾಡಿಕೊಂಡ.

"ನಿಮ್ಗೆ ಡೆಕೋರೇಷನ್ ಸೆನ್ಸ್ ಇಲ್ಲ. ನಂಗೆ ಇಷ್ಟವಾದಂಗೆ ಡೆಕೋರೇಟ್ ಮಾಡಿದ್ದೀನಿ" ಮುಖ ಉಬ್ಬಿಸಿದಳು. ಮಾತು ಬೆಳೆಸಲಾರದೆ ಸೂರ್ಯಪ್ರಕಾಶ್ ಸುಮ್ಮನಾದ. ಆ ಬಣ್ಣಗಳು ಅವನನ್ನೇ ಇರಿಟೇಟ್ ಮಾಡುತ್ತಿತ್ತು.

ಅದಾದ ಮೂರನೆಯ ದಿನವೇ ಮೆಟ್ಟಿಲುಗಳನ್ನೇರುತ್ತಿದ್ದಾಗ ಜಾರಿದ್ದು. ನಂತರವೇ ಅವಳು ತಾಯಿಯಾಗುತ್ತಿದ್ದಾಳೆಂದು ತಿಳಿದಿದ್ದು. ಆ ಸಂತೋಷವನ್ನ ಗಂಡ, ಹೆಂಡತಿ ಮನಃಪೂರ್ವಕವಾಗಿ ಹಂಚಿಕೊಳ್ಳಲು ದೇವಕಿ ಬಿಡಲಿಲ್ಲ. ಮಗಳನ್ನ ಭದ್ರವಾಗಿ ಅಲ್ಲಿಯೇ ಉಳಿಸಿಕೊಂಡಳು.

ನೆನಪುಗಳು ದಟ್ಟವಾದಾಗ ಸೂರ್ಯಪ್ರಕಾಶ್ ಕಣ್ಮುಂದೆ ಮಂಜು ಹರಡಿಕೊಂಡಿತು.

* * *

ಟ್ಯಾಕ್ಸಿಯಲ್ಲಿ ಹೇಮ, ಮಿನ್ನಿ, ಪಶುಪತಿ ಇಳಿದಾಗ ಯಾರು ಭಾನುಪ್ರಕಾಶ್‌ಗೆ ವಿಷಯ ಮುಟ್ಟಿಸಿದರೋ, ರೂಮಿನಲ್ಲಿದ್ದವನು ಒಂದೇ ಏಟಿಗೆ ಹೊರಗೆ ಬಂದ.

"ಅಂಕಲ್ ಹುಷಾರಾಗಿದ್ದಾರೆ ತಾನೇ? ನಾನು ಎಲ್ಲಾ ಪವರ್‌ಫುಲ್ ದೇವರುಗಳೆಲ್ಲ ಪೂಜೆ ಸಲ್ಲಿಸುವುದರ ಜೊತೆಗೆ ಜೋರಾಗಿ ಡಿಮ್ಯಾಂಡ್ ಮಾಡ್ದೇ, ಜೊತೆಗೆ ಒಂದು ಧಮಕಿ ಕೂಡ ಕೊಟ್ಟೆ, ಇಷ್ಟೆಲ್ಲ ಮಾಡಿಸಿ ಕೂಡ ನನ್ನ ವಿನಂತಿ ಮನ್ನಿಸದಿದ್ರೆ, ನೇರವಾಗಿ ಚಂದ್ರಪ್ರಕಾಶ್ ಕೈಯಲ್ಲಿ ಕೇಸ್ ಹಾಕಿಸ್ತೀನೀಂದ್ರೆ... ಹೆದರಿ ಬಿಟ್ರು ನೋಡಿ" ಹಾಸ್ಯದ ಮುತ್ತುಗಳನ್ನ ಅಲ್ಲಿಯೂ ಉದುರಿಸಿದ.

"ಈಗ ಪರ್ವಾಗಿಲ್ಲ" ತಿಳಿಸಿದಾಗ ಎದೆಯ ಮೇಲೆ ಕೈಯಿಟ್ಟುಕೊಂಡ. "ಅತ್ತಿಗೆ, ನಾಳೆ ಇನ್ನೊಂದು ದೇವರಿಗೆ ಅಭಿಷೇಕದ ಜೊತೆ ಉರುಳುಸೇವೆ ಇಟ್ಕೊಂಡಿದ್ದೀನಿ. ನಿಮ್ಮ ಹೆಲ್ಪ್ ಬೇಕಾಗುತ್ತೆ" ಮಿನ್ನಿಯನ್ನೆತ್ತಿಕೊಂಡ ಮೇಲೆಸೆದು ಹಿಡಿದ.

"ಬಾರೇ, ರಾಜಕುಮಾರಿ... ನೀನು ಇಲ್ದೇ ಮನೆಯೆಲ್ಲ ಭಣಭಣ ಅನ್ನುತ್ತಾ ಇದೆ." ಮುಖದ ತುಂಬೆಲ್ಲ ಮುತ್ತಿನ ಮಳೆ ಹರಿಸಿದ. ಅವನು ಸಂತೋಷ ಪ್ರದರ್ಶಿಸಿದ ರೀತಿಗೆ ಪಶುಪತಿಗಳು ಪರವಶರಾದರು. "ಅದೃಷ್ಟ ಮಾಡಿದ್ದೇ, ಹೇಮ. ಮೈದುನ ಈ ದಿನಗಳಲ್ಲಿ ಅಪರೂಪವೇ. ಸ್ವಂತ ತಮ್ಮಂದಿರೇ ಬಾಯ್ತುಂಬ ಮಾತಾಡಿಸೋಲ್ಲ. ನಮ್ಮ ಮನೆಯಲ್ಲಿ ಅತ್ತಿಗೆ, ಮೈದುನ ಅಂದರೇ ಎಣ್ಣೆ ಸೀಗೆಕಾಯಿ. ಸದಾ ಜಗಳ ಒಂದಲ್ಲ ಒಂದು ವಿಷ್ಯಕ್ಕೆ. ಇಂಥ ಪ್ರೀತಿ ಲಕ್ಷಕ್ಕೆ ಒಬ್ಬರಿಗೆ ಸಿಗಬಹುದೇನೋ."

ಹೇಮಾ ಮಾತಾಡಲಿಲ್ಲ.

ಮನೆಯೊಳಕ್ಕೆ ಕಾಲಿಟ್ಟ ಕೂಡಲೇ ಆಳುಕಾಳು ಅಡುಗೆಯವನಿಂದ ಎಲ್ಲರೂ ಬಂದು ಮಾತಾಡಿಸಿ ವಿಶ್ವಾಸ ಪ್ರದರ್ಶಿಸಿದರು. ತೀರಾ ಜೋರು ಮಾಡದ ಒಡತಿ ಯೆಂದರೆ ಅವರಿಗೆ ಇಷ್ಟವೇ.

"ಸುಶೀಲಮ್ಮ... ಬಂದಿದ್ದಾರೆ" ಕಿಚನ್ ಇನ್‌ಛಾರ್ಜ್ ವಹಿಸಿ ಲೋಹಿ ಬಂದು ಹೇಳಿದ. ಬಹಳ ನಿಧಾನವಾಗಿಯೇ ಬಂದ ವಯಸ್ಸಾದ ಮುತ್ತೈದೆ ಸೆರಗನ್ನ ಎಳೆದೆಳೆದು ಹೊದ್ದು ನಿಂತರು. "ನಾನೇ ಸುಶೀಲಮ್ಮ. ಹದಿನೈದು ವರ್ಷದಿಂದ ಅಡುಗೆ ಕೆಲ್ಸ ನೋಡಿ ಕೊಂಡಿದ್ದೋಳು. ದಿಕ್ಕು ದೆಸೆ ಇಲ್ಲ ಈ ಮನೆಯವ್ರೆ... ನಂಗೆಲ್ಲ" ಹೇಳಿಕೊಂಡಳು.

ಏನು ಮಾತಾಡಬೇಕೆಂದು ಹೇಮಾಗೆ ತೋಚಲಿಲ್ಲ. ಬರೀ ನಸುನಗೆ ಬೀರಿದಳು. ಮನಸ್ಸಿಗೆ ಏನು ಅನ್ನಿಸಿತೋ, ಆಕೆಯ ಕಾಲುಗಳನ್ನ ಮುಟ್ಟಿ ಕಣ್ಣಿಗೊತ್ತಿಕೊಂಡಳು.

"ಅಯ್ಯೋ, ನನ್ನ ತಾಯಿ... ನಾನು ಈ ಮನೆಯ ಕೆಲ್ಸದೋಳು. ನನ್ನ ಕಾಲಿಗೆ ಬೀಳೋದು ಅಂದ್ರೇನು! ಬರೋ ವರ್ಷಕ್ಕೆ ಒಂದು ಗಂಡು ಮಗುನ ಹೆತ್ತು ಕೊಟ್ಟು ಈ ವಂಶನ ಬೆಳ್ಸು" ಆಶೀರ್ವಾದದ ರೂಪದಲ್ಲಿ ಹರಿದುಬಂತು ಮಾತುಗಳು.

ಭಾನುಪ್ರಕಾಶ್ ಗಂಭೀರ ವಹಿಸಿದ. ಆ ಮಾತನ್ನ ಬೇರೆ ಸಮಯದಲ್ಲಿ ಉಪ ಯೋಗಿಸಿಕೊಳ್ಳಲು ಕಾದಿರಿಸಿಕೊಂಡ. ಇಂಥ ಒಂದು ಬದಲಾವಣೆ ಚೇತೋಪಹಾರಿ ಯಾಗಿ ಕಂಡಿತು.

ಸಂಜೆ ಕಾರಿನಿಂದ ಇಳಿಯುತ್ತಿದ್ದ ಚಂದ್ರಪ್ರಕಾಶ್ ಮಿನ್ನಿಯನ್ನ ಎತ್ತಿಕೊಂಡಿದ್ದ ಹೇಮಾನ ನೋಡಿ ಕಣ್ಣರಳಿಸಿದರು. ನಿಂತ ನೀರಿನಂತಿದ್ದ ಮನೆಗೆ ಚಲನೆಯ ಸಿಂಚನ– ಆಹ್ಲಾದಕರವೆನಿಸಿತು.

"ಯಾವಾಗ್ಬಂದಿದ್ದು? ಹೇಗಿದ್ದಾರೆ, ನಿನ್ತಂದೆ" ಎನ್ನುತ್ತಲೇ ಮಿನ್ನಿನ ಎತ್ತಿಕೊಂಡು ಕೆನ್ನೆ ಸವರಿದರು. "ಮಧ್ಯಾಹ್ನ, ಪಶುಪತಿ ಚಿಕ್ಕಪ್ಪ ಕರ್ಕೊಂಡ್ಬಂದ್ರು. ಅಪ್ಪ ಈಗ ಸುಮಾರಾಗಿ ನಡೆದಾಡುತ್ತಾರೆ" ಹೇಳಿದಳು. ಸೂರ್ಯಪ್ರಕಾಶ್ ಅವಳನ್ನ ಸವರಿಕೊಂಡೇ ಒಳಗೆಹೋದ.

"ಪುಣ್ಯವಂತ, ನನ್ನ ಫ್ರೆಂಡ್ ಕೋರ್ಟಿನ ಬಳಿ ಮೆಟ್ಟಿಲು ಇಳಿಯುವಾಗ ಬಿದ್ದು... ನರ್ಸಿಂಗ್ ಹೋಂ ಸೇರಿದ್ದು. ಆರು ತಿಂಗಳಾಯ್ತು, ಇನ್ನ ಆರಾಮಾಗಿ ನರ್ಸಿಂಗ್ ಹೋಂನಲ್ಲಿದ್ದಾನೆ. ಇವಳೇನು ತೊಂದರೆ ಕೊಡಲಿಲ್ಲವೇನು? ಮನೆಯವ್ರಿಗೆಲ್ಲ...

ಇವಳದೇ ಯೋಚ್ನೆ ಆಗಿತ್ತು" ಎಂದು ಮಿನ್ನಿಯನ್ನ ಇಳಿಸಿ ಟೈಯನ್ನ ಸಡಲಿಸುತ್ತ ಒಳಗೆ ಹೋದರು.

ಬಂದಿದ್ದೇ ಲೇಟು. ಅಪ್ಪ, ಮಗ ತರಾತುರಿಯಲ್ಲಿ ಡ್ರೆಸ್ ಬದಲಾಯಿಸಿ ಹೊರಟಾಗ ಹೇಮ "ಬೆಳಿಗ್ಗೆ ಸರ್‍ಯಾಗಿ ಊಟ ಮಾಡಿಲ್ಲಾಂದ್ರು, ಸುಶೀಲಮ್ಮ. ತಿಂಡಿ ರೆಡಿ ಇದೆ" ಎಂದಳು.

ಮಗನ ಕಡೆ ನೋಡಿದರು "ಓಕೇ, ಬೇಗ ಇಲ್ಲಿಗೆ ತಂದ್ಬಿಡು" ಹಾಲ್‌ನಲ್ಲಿದ್ದ ಸೋಫಾ ಮೇಲೆ ಕೂತಾಗ ಸೂರ್ಯ "ಅಪ್ಪ, ನಂಗೆ ಈಗ ತಿನ್ನೋ ಮೂಡಿಲ್ಲ. ಡಾ॥ ಚತುರ್ವೇದಿ ನಾಲ್ಕು ಗಂಟೆಗೆ ಅಪಾಯಿಂಟ್‌ಮೆಂಟ್ ಕೊಟ್ಟಿದ್ದು. ಈಗ ಆರು ಗಂಟೆ. ಟೂ ಅವರ್ಸ್ ಲೇಟು. ನಾನ್ಹೋಗಿ ನೋಡ್ತೀನಿ, ಹತ್ತು ನಿಮಿಷ ಲೇಟಾದ್ರೂ ಪರ್ವಾಗಿಲ್ಲ... ನಿಧಾನವಾಗಿ ಬನ್ನಿ" ಹೊರಟೇಬಿಟ್ಟರು.

ತಿಂಡಿಯ ಪ್ಲೇಟುಗಳನ್ನ ತಂದ ಹೇಮ ಹಾಗೆಯೇ ನಿಂತಳು. ಬರೀ ಹಾರ್ಲಿಕ್ಸ್ ಆದರೂ ಕೊಡಬಹುದಿತ್ತಲ್ಲ, ಅಂದುಕೊಂಡಳು.

"ಈಗ ನಾನೇನ್ಮಾಡ್ಲಿ?" ಸೊಸೆಯತ್ತ ನೋಡಿದರು.

"ನೀವು ಕೂಡ ಅದೇರೀತಿ ಹೊರಡ್ಬಾರ್ದು. ಹತ್ತು ನಿಮಿಷ ಲೇಟಾದ್ರೂ ಪರ್ವಾಗಿಲ್ಲ, ಅಂದಿದ್ದಾರೆ" ತಿಂಡಿಯ ಪ್ಲೇಟನ್ನ ಚಂದ್ರಪ್ರಕಾಶ್ ಮುಂದಿಟ್ಟಳು. "ನಿಮ್ಗೆ ರವೆ ಇಡ್ಲಿ ಇಷ್ಟಾಂತ ಸುಶೀಲಮ್ಮ ಹೇಳಿದ್ರು" ಬಿಸಿ ರವೆ ಇಡ್ಲಿ ಮೇಲೆ ಬೆಣ್ಣೆ ಇಟ್ಟಳು.

ಹಣೆಯೊತ್ತಿಕೊಂಡರು ಚಂದ್ರಪ್ರಕಾಶ್ "ಎಂದಾದ್ರೂ ಹಸಿವಿದ್ದಾಗಲೋ, ಕೆಲಸದ ಒತ್ತಡವಿದ್ದಾಗ್ಲೋ ಗಬಗಬ ತಿಂದರೇ... ಆ ತಿಂಡಿನ ನನ್ನ ಇಷ್ಟದ ಲಿಸ್ಟ್‌ನಲ್ಲಿ ಸೇರಿಸ್ತಾಳೆ. ನಂಗೇನು ಇಷ್ಟಾಂತ ಹೆತ್ತ ಅಮ್ಮನಿಗಾಗ್ಲೀ, ಕೈ ಹಿಡ್ದ ಹೆಂಡ್ತಿಗಾಗ್ಲಿ, ಮನೆಗೆ ಬಂದ ಸೊಸೆಗಾಗ್ಲಿ... ಗೊತ್ತಾಗ್ಲಿಲ್ಲ. ಈಕೆಗೇನು... ಗೊತ್ತು?" ಎನ್ನುತ್ತ ಇಡ್ಲಿ ಮುರಿದರು. ಹಬೆಯಾಡುತ್ತಿತ್ತು. ಸೊಸೆ ಎದುರಿಗೆ ಇದ್ದುದ್ದರಿಂದ ತಂದ ಎರಡನ್ನ ತಿಂದು ಮುಗಿಸಿ, ಬೋರ್ನ್‌ವಿಟಾ ಕುಡಿದು "ಥ್ಯಾಂಕ್ಯೂ... ಥ್ಯಾಂಕ್ಯೂ ಮೈ ಚೈಲ್ಡ್. ತಿಂಡಿ ನೋಡಿದ್ಮೇಲೆ ಹಸಿವು ಅರಿವಾಗಿದ್ದು. ಇನ್ಮೇಲೆ ಆ ಹಸಿವು ಕೂಡ ಜ್ಞಾಪಿಸೋ ಅಗತ್ಯವಿಲ್ಲ, ನೀನು ಇದ್ದೀಯಲ್ಲ" ಮಮತೆ, ಅಭಿಮಾನ ಬೆರೆಸಿ ನುಡಿದರು. "ಇನ್ನೊಂದ್ಮಾತು..." ಎಂದು ಸನ್ನೆಯಿಂದ ಹತ್ತಿರಕ್ಕೆ ಕರೆದು "ಸ್ವಲ್ಪ ಸೂರ್ಯನ ಕಡೆ ವಿಶೇಷವಾದ ಗಮನ ಕೊಡು" ಕಣ್ಣು ಮಿಟುಕಿಸಿದಾಗ ಅವಳು ಕೈಯಿಂದ ಬಾಯಿ ಮುಚ್ಚಿಕೊಂಡು ನಕ್ಕಳು. ಲಜ್ಜೆಯಿಂದ ತಾವರೆ ಅರಳಿತು, ಗಲ್ಲದ ಮೇಲೆ.

ಸ್ವಲ್ಪ ಉತ್ಸಾಹದಿಂದಲೇ ಪಕ್ಕದ ಕಿರು ಕೋಣೆಯಲ್ಲಿದ್ದ ಮೆಟ್ಟಿಲಿನತ್ತ ಹೆಜ್ಜೆ ಹಾಕಿದರು. ಅವರಿಗೂ ಈಗ ಸಿಳ್ಳೆ ಹಾಕಬೇಕೂಂತ ಅನ್ನಿಸಿತು. ಕೂತು ಆರಾಮಾಗಿ ಹಾಡಬೇಕೆನಿಸಿತು.

ಬಂದ ಚೈತನ್ಯ ಸದ್ದಿಲ್ಲದೇ ಅತ್ತಿಗೆಯ ಪಕ್ಕ ನಿಂತ. ಯಾಕೋ, ಒಂದಿಷ್ಟು ಗೋಳು ಹೊಯ್ದುಕೊಳ್ಳುವ ಪ್ಲಾನ್. ಸದಾ ಜಾಲಿಯಾಗಿರಬೇಕೆಂಬುದೇ ಅವನ ಉದ್ದೇಶ.

"ಅತ್ತಿಗೆ, ಅಪ್ಪ... ಏನ್ಹೇಳಿದ್ದು?" ಕೇಳಿದ.

"ಏನಿಲ್ವಲ್ಲಾ, ತಿಂಡಿ ಬಿಸಿ ಇದೆ... ಡೈನಿಂಗ್ ಹಾಲ್‌ಗೆ ಬರ್ತೀಯಾ ಅಥ್ವಾ ರೂಮಿಗೆ ತಂದು ಕೊಡ್ಲಾ?" ಹಿಂದಕ್ಕೆ ತಿರುಗಿದಳು.

ಹೊಸದನ್ನ ನೋಡುವಂತೆ, ಏನನ್ನೋ ಹುಡುಕುವಂತೆ ಅವಳ ಮುಖವನ್ನ ದಿಟ್ಟಿಸಿದಾಗ, ಕೆನ್ನೆ, ಹಣೆ ಸವರಿಕೊಂಡಳು.

"ಭಾನು, ಏನಾದ್ರೂ... ಅಂಟಿದ್ಯಾ?" ಮತ್ತೊಮ್ಮೆ ಕೈ ಆಡಿಸಿದಾಗ ಹಿಡಿದುಕೊಂಡ "ಜಸ್ಟ್ ವೆಯಿಟ್... ಕೆನ್ನೆಗಳೆಲ್ಲ ಕೆಂಪಾಗಿದೆ. ಬೇರೆ ಕ್ರೀಮ್, ಲೋಷನ್ ಅಥ್ವಾ ಇನ್ನೇನಾದ್ರೂ ಹಚ್ಚಿದ್ದೀರಾ?" ಸೀರಿಯಸ್ ಮ್ಯಾಟರ್ ಎನ್ನುವಂತೆ ಕೇಳಿದಾಗ, ಅವಳಿಗೆ ಗಾಬರಿಯೋ ಗಾಬರಿ.

"ಏನಿಲ್ಲಪ್ಪ, ನಾನೇನು ಹಚ್ಕೊಂಡಿಲ್ಲ. ನಂಗೆ ಖಂಡಿತ ಅಂಥ ಅಭ್ಯಾಸವಿಲ್ಲ." ಕೆನ್ನೆಗಳನ್ನ ಮುಟ್ಟಿ ನೋಡಿಕೊಂಡಳು ಹೇಮಾ.

"ಐ ಡೋಂಟ್ ಬಿಲೀವ್, ನಂಗೆ ನಂಬ್ಕೆ... ಇಲ್ಲ. ಅದ್ನ ನಾನು, ಚೈತನ್ಯ ಸೇರಿ ತೀರ್ಮಾನ ಮಾಡ್ತೀವಿ. ಪ್ಲೀಸ್, ತಿಂಡಿ ರೂಮಿಗೆ ತಂದ್ಬಿಡಿ" ಮೆಲ್ಲಗೆ ಕಾಲು ತೆಗೆದ.

ಧಡಧಡ ಓಡಿ ಕನ್ನಡಿಯ ಮುಂದೆ ನಿಂತಳು. ನಿರುಕಿಸಿ ನೋಡಿದಳು, ಏನಿಲ್ಲವೆನಿಸಿತು. ಯಾರನ್ನು ಕೇಳುವುದು? ಪಶುಪತಿ ಯಾರನ್ನೋ ನೋಡಲು ಹೋಗಿದ್ದರು. ರಾತ್ರಿ ಉಳಿದುಕೊಂಡು ಚಂದ್ರಪ್ರಕಾಶ್, ಸೂರ್ಯಪ್ರಕಾಶ್‌ರೊಂದಿಗೆ ಮಾತಾಡಿ ಹೋಗುವ ನಿರ್ಧಾರ ಅವರದು. ಅದನ್ನ ಪರಮಶಿವಯ್ಯ ಒತ್ತಿ ಒತ್ತಿ ಹೇಳಿ ಕಳಿಸಿದ್ದರು.

ಇಡ್ಲಿಗಳನ್ನ ತಟ್ಟೆಗಳಿಗೆ ತೆಗೆದಿಡುತ್ತಿದ್ದ ಸುಶೀಲಮ್ಮನ ಕೇಳಬೇಕೆನಿಸಿದರೂ, ಕೇಳಲಿಲ್ಲ. ತಿಂಡಿ ಒಯ್ಯುವ, ಬಡಿಸುವ ಕೆಲಸವನ್ನ ಆಕೆಯ ಅಸಿಸ್ಟೆಂಟ್ ಮಾಡುತ್ತಿದ್ದ. ಈಗ ಹೇಮ ವಹಿಸಿಕೊಂಡಿದ್ದಳು.

"ಸೂರ್ಯಣ್ಣ, ತಿಂಡಿ ತಗೊಳ್ಳಲಿಲ್ವಾ? ಮೊದ್ನಿಲಿಂದ್ಲೂ... ಅಷ್ಟೆ. ತಿಂಡಿ, ಊಟದ ಬಗ್ಗೆ ಅಷ್ಟೊಂದು ಆಸಕ್ತಿ ಇಲ್ಲ. ಎಂದೂ ಇಂಥದ್ದು ಮಾಡು ಸುಶೀಲಮ್ಮ ಅಂದಿದ್ದೇ ಇಲ್ಲ, ಈಚೆಗೆ ಚೈತನ್ಯಣ್ಣ ಕೂಡ ಅದೇ ಧಾಟಿಗೆ ಬಂದ್ಬಿಟ್ಟಿದ್ದಾರೆ" ಚೈತನ್ಯನಲ್ಲಾದ ಬದಲಾವಣೆಯನ್ನು ಕೂಡ ತಿಳಿಸಿದಳು, ಸಾಗನ್ನ ಬಟ್ಟಲುಗಳಿಗೆ ತುಂಬುತ್ತ.

ಹೇಮಾಗೆ ಭಾನು ಆಡಿದ ಮಾತುಗಳದೇ ಯೋಚನೆ.

ತಿಂಡಿಯ ತಟ್ಟೆಗಳನ್ನ ಒಯ್ದಾಗ ಚೈತನ್ಯ, ಭಾನು ಮಾತಾಡುತ್ತ ನಗುತ್ತಿದ್ದರು, ನಗುವಿನಲ್ಲಿ ಹೆಚ್ಚಿನ ಪಾಲು ಭಾನುಪ್ರಕಾಶ್‌ದೇ.

"ತಗೊಳ್ಳಿ, ಇವತ್ತು ಡ್ಯಾಡ್ ಕೂಡ ಎರ್ಡು ಇಡ್ಲಿ... ತಿಂದ್ರು" ಎಂದಳು. ತಿಂಡಿಯ ಪ್ಲೇಟ್ ಎತ್ತಿಕೊಂಡು ಸಿಳ್ಳೆಯೊಡೆಯುತ್ತ "ಅತ್ತಿಗೆ ದಾರಿಗೆ ಬಂದ್ರು. ಮಾವ... ಮಾವನವರೇ ಹೋಗಿ ಡ್ಯಾಡ್ ಶುರುವಾಯ್ತು. ನಾಳೆ ಪಪ್ಪ... ನಾಳಿದ್ದು ಅಪ್ಪ... ನೀವು ಇಷ್ಟು ಸಿಹಿಯಾಗಿ ಚಂದ್ರಪ್ರಕಾಶ್‌ನ ಕರ್ದು ಬಿಟ್ಟರೇ... ಮೊದಲ ಸ್ಥಾನ ನಿಮ್ಮದಾಗುತ್ತೆ. ನಾವೆಲ್ಲ ನಿಮ್ಮ ಹಿಂದೆ ಕ್ಯೂನಲ್ಲಿ ನಿಲ್ತೀವಿ" ಅಲ್ಲೂ ಹಾಸ್ಯ ಬೆರೆಸಿದ.

"ಸ್ವಲ್ಪ ಮಿನ್ನಿನ... ನೋಡ್ತೀನಿ" ಹೊರಟಳು.

"ನಿಂತ್ಕೊಳ್ಳಿ, ಮಿಸೆಸ್ ಸೂರ್ಯಪ್ರಕಾಶ್. ನಿಮ್ಮ ಮುಖದ ಬಣ್ಣದ ಬದಲಾವಣೆ ಬಗ್ಗೆ ಒಂದಿಷ್ಟು ತಿಳಿಯಬೇಕು" ಎಂದು ನಿಲ್ಲಿಸಿದ. "ಚೈತನ್ಯ, ಅತ್ತಿಗೆ ಮುಖ ನೋಡಿ ಹೇಳು. ನೀನೇನು ರಾಮಾಯಣದ ಲಕ್ಷ್ಮಣನ ಹಾಗೆ ಬರೀ ಸೀತೆಯ ಬೆರಳಿನ ಹೆಬ್ಬೆಟ್ಟು ಮಾತ್ರ ನೋಡಿಲ್ವಲ್ಲ. ಇದ್ನ ನಾನು ಓದಿದ್ದಲ್ಲ. ಯಾರೋ ಹೇಳಿದ್ದು." ಹುಬ್ಬು ಕುಣಿಸಿ ಮೂತಿ ಉದ್ದ ಮಾಡಿದ.

ಹೇಮಾಗೆ ಪೀಕಲಾಟ. ಬಡಪೆಟ್ಟಿಗೆ ಬಿಡುವವನಲ್ಲ ಭಾನುಪ್ರಕಾಶ್ ಎಂದು ಅವಳಿಗೆ ಗೊತ್ತು. "ಕನ್ನಡಿಯಲ್ಲಿ ನೋಡ್ಕೊಂಡೆ... ಏನಿಲ್ಲ, ಸ್ವಲ್ಪ ದಿನ ಊರಿನಲ್ಲಿ ಇದ್ದೇನಲ್ಲ, ಅದ್ಕೆ ನಿಮ್ಗೆ ಹಾಗೇ ಅನ್ನಿಸಿರ್ಬೇಕು. ಸ್ವಲ್ಪ ಮಿನ್ನಿನ ನೋಡ್ತೀನಿ" ಹೊರಟವಳನ್ನ ಅಡ್ಡ ಹಾಕಿದ.

"ಪ್ಲೀಸ್ ಕೂತ್ಕೊಳ್ಳಿ... ಅತ್ತಿಗೆ. ನಂಗೆ ಯಾವ್ದೇ ವಿಷ್ಯದಲ್ಲಿ ಡೌಟ್ ಬರಲಿ, ಅದು ಕ್ಲಿಯರ್ ಆಗೋವರ್ಗೂ... ಮನಃಶಾಂತಿ ಇರೋಲ್ಲ. ಹಾಗೇ ನಿಮ್ಮ ಮುಖದಲ್ಲಿ ಬದಲಾದ ರಂಗಿನ ಬಗ್ಗೆ ಒಂದಿಷ್ಟು ಡಿಸ್ಕಷನ್ ನಡೀತಾ ಇದೆ." ಮತ್ತೆ ಭಾನುಪ್ರಕಾಶ್‌ದು ಅದೇ ರಾಗ.

ಮೆಲ್ಲಗೆ ಎದ್ದುಬಂದ ಚೈತನ್ಯ "ಅವ್ನ ಸಹವಾಸವೆ ಇಷ್ಟು. ನೀವು ತುಂಬ ಹೆಚ್ಚಿಸಿಬಿಟ್ರಿ. ನಾನು ನಿಮ್ಮ ಪರ ಇದ್ದೀನಿ, ಕೂತ್ಕೋ... ಬನ್ನಿ" ಬಲವಂತವೇರಿದ.

ಹೇಮ ಸುಮ್ಮನೆ ಕೂತುಬಿಟ್ಟಳು. ಇಡ್ಲಿ ಮುರಿದು ಒಮ್ಮೆ ಬಾಯಿಗಿಟ್ಟುಕೊಂಡು "ಅತ್ತಿಗೆ, ನಾವಿಬ್ರೂ ಒಂದರಲ್ಲಿ ಷೇರ್ ಮಾಡ್ಕೋತೀವಿ. ನೀವು ಇದ್ನ ತಗೊಳ್ಳಿ. ತಿಂತಾ... ನೋಡ್ತಾ... ಒಂದು ತೀರ್ಮಾನಕ್ಕೆ ಬಂದ್ಬಿಡ್ತೀನಿ" ಎಂದ. ಅವಳಿಗೆ ಏನು ಮಾಡಬೇಕೋ ತಿಳಿಯಲಿಲ್ಲ. ಸದ್ಯ ಇಲ್ಲಿಂದ ಪಾರಾದರೆ ಸಾಕೆನಿಸಿತು.

"ಪ್ಲೀಸ್, ಸ್ವಲ್ಪ ಮಿನ್ನಿನ ನೋಡ್ತೀನಿ" ಏಳಲು ಹೋದಾಗ ಬಿಡಲಿಲ್ಲ. ಬೇರೆ ದಾರಿ ಇಲ್ಲದೆ ಪ್ಲೇಟು ಖಾಲಿ ಮಾಡಿ ದೈನ್ಯದಿಂದ ಭಾನುಪ್ರಕಾಶ್ ಅತ್ತ ನೋಟ ಹರಿಸಿ "ಪ್ಲೀಸ್, ಭಾನು... ಬಿಟ್ಬಿಡು. ನಾಳೆ ಬೇಕಾದ್ರೆ ರಂಗಿನ ಬಗ್ಗೆ ಮಾತು ಮುಂದುವರಿಸ್ಬಹ್ದು" ರಿಕ್ವೆಸ್ಟ್ ಮಾಡಿಕೊಂಡಳು. ಅವನು ಒಪ್ಪಲಿಲ್ಲ.

"ಚೈತನ್ಯ, ಇವತ್ತು ಅತ್ತಿಗೆ ಮುಖದ ಬಣ್ಣ ಒಂದಿಷ್ಟು ಬದಲಾದಂಗೆ, ಕೆಂಪಗಾದಂತೆ, ಬಿಳಿಗೆ ಕೆಂಪು ಬೆರೆತಂತೆ ಕಾಣ್ತಾ ಇದೆಯಲ್ಲ. ನೀನೊಂದ್ಸಲ ನೋಡ್ಬಿಡು" ಭಾನು ಅವನನ್ನ ಮುಂದಕ್ಕೆ ತಳ್ಳಿದ. ತನಗಿಂತ ಹಿರಿಯ ಎನ್ನುವುದನ್ನ ಅವನು ನೆನಪಿನಲ್ಲೇ ಇಟ್ಕೊಂಡಿರಲಿಲ್ಲ.

"ಷೂರ್, ಡೆಫೆನೆಟ್ಲಿ... ಇವತ್ತು ಅತ್ತಿಗೆ ಮುಖಕ್ಕೆ ರಂಗು ಬೆರೆತಿದೆ. ಒಂದ್ಮಾತು ಅಂತು ಡೆಫೆನೆಟ್ ಆಯ್ತು. ಇನ್ನ ಕಾರಣ ಹುಡುಕಿಕೋಬೇಕು. ನಿಮಗೇನಾದ್ರೂ... ಗೊತ್ತಾ?" ನೇರವಾಗಿ ಹೇಮಾಳನ್ನೆ ಪ್ರಶ್ನಿಸಿದ ಚೈತನ್ಯ.

"ಖಂಡಿತ ಗೊತ್ತಿಲ್ಲ. ನನ್ನ ಮುಖಕ್ಕೆ ಬೇರೇನು ಬಳಸಿಲ್ಲ. ಹತ್ತು ನಿಮಿಷ ಕನ್ನಡಿ

ಮುಂದೆ ನಿಂತ್ಕೊಂಡ್ ನೋಡ್ಕೊಂಡೆ. ನಂಗೆ ಯಾವ್ದೇ ವ್ಯತ್ಯಾಸ ಕಾಣ್ಲಿಲ್ಲ" ಸ್ಪಷ್ಟವಾಗಿತ್ತು ಅವಳ ನುಡಿಗಳು.

ಅಂತೂ ಈ ವಿಷಯದಲ್ಲಿ ಅರ್ಧ ಗಂಟೆ ಕಾಡಿ ಮುಂದಿನ ದಿನಕ್ಕೆ ಪೋಸ್ಟ್ ಪೋನ್ ಮಾಡಿದಾಗ ಭಾರವಾದ ಉಸಿರು ದಬ್ಬಿ ಎದ್ದು ಬಂದ ಹೇಮ ಅಡುಗೆ ಮನೆಗೆ ಹೋದಳು. ಸುಶೀಲಮ್ಮ ರಾತ್ರಿಯ ಅಡಿಗೆ ಮುಗಿಸಿ ಜಪಮಣಿ ಎಣಿಸುತ್ತ ಕೂತಿದ್ದರು.

"ಎಲ್ಲಾ ಟೇಬಲ್ಲು ಮೇಲೆ ಜೋಡಿಸಿದ್ದೀನಿ. ಬಡಿಸೋ ಕಾರುಬಾರೆಲ್ಲ ಅವನದೇ. ಹದಿನೈದು ವರ್ಷದಿಂದ ಇಲ್ಲಿದ್ದರೂ ಇಂದಿಗೂ ರಾಯರ ಮುಂದೆ ಹೋಗಲು ಎದೆ ಹಾರುತ್ತೆ" ಎಂದರಾಕೆ.

ಬಂದ ದಿನವೇ ಕರೆಸಿ ಚಂದ್ರಪ್ರಕಾಶ್ "ಅಪ್ಪಿತಪ್ಪಿ ಕೂಡ ನೀವು ಮೀರಾ ಸುದ್ದಿ ಎತ್ತಬಾರ್ದು. ನಿಮ್ಮ ಸ್ವಭಾವ ಅಂಥದ್ದಲ್ಲ, ಯಾರ್ದೇ ದುರುದ್ದೇಶವಿಲ್ಲಾಂದ್ಕೊಂಡ್ರೂ... ಸಹಜವಾಗಿ ಮಾತಾಡೋವಾಗ ಹಿಂದಿನ ವ್ಯಕ್ತಿಗಳು, ನೆನಪುಗಳು ನುಸುಳಿ ಬರುತ್ತೆ. ಹಾಗೆ ಆಗ್ಬಾರ್ದು" ಎಚ್ಚರಿಸಿದ್ದರು. ಆದರೂ ಅದನ್ನ ಸಾಯುವವರೆಗೂ ನೆನಪಿನಲ್ಲಿ ಇಡುವಂಥ ಹೆಂಗಸೇ. ಆದರೂ ಕೆಲವೊಮ್ಮೆ ನಾಲಿಗೆ ಜಾರಿ ಬರುವ ಮಾತುಗಳಿಗೆ ದಂಡನೆ ಅನುಭವಿಸಬೇಕಿತ್ತು.

ಮಿನ್ನಿನ ಮಲಗಿಸಿ ಹಾಲ್‌ನಲ್ಲಿ ಬಂದು ಕೂತ ಹೇಮಾಗೆ ಹಾರ್ಲಿಕ್ಸ್ ಕೂಡ ಕುಡಿಯದ ಗಂಡನ ಬಗ್ಗೆ ಮರುಕ, ಅದರ ಜೊತೆಗೆ ಭಯ. ಎಷ್ಟೋ ಸಲ ಗಮನಿಸಿದ್ದಳು. ಭಾನುಪ್ರಕಾಶ್, ಚೈತನ್ಯನಂಗೆ ಅದೂ ಇದೂ ಕೇಳಿ ಬಡಿಸಿಕೊಳ್ಳುತ್ತಿರಲಿಲ್ಲ.

"ಹೇಮಾ, ನಿಂಗೆ ಅಪ್ಪನಾ ಯೋಚನೇನಾ?" ಚಂದ್ರಪ್ರಕಾಶ್ ದನಿ ಕೇಳಿದಾಗ ತಟ್ಟನೆ ಎದ್ದು "ಈಗ ಅವ್ರು ಹುಷಾರಾಗಿದ್ದಾರೆ. ಏನು ತೊಂದರೆ ಇಲ್ಲ" ಡೈನಿಂಗ್ ಹಾಲ್‌ಗೆ ಹೋದಳು.

ಹತ್ತು ನಿಮಿಷ ಕಳೆದರೂ ಯಾರು ಬರದಿದ್ದಾಗ, ಚಂದ್ರಪ್ರಕಾಶ್‌ನ ಅರಸಿಕೊಂಡು ಅವರ ರೂಮಿಗೆ ಹೋದಾಗ, ಮಲಗಿದ್ದರು.

"ಊಟಕ್ಕೆ ಬನ್ನಿ" ವಿನಯವಿತ್ತು ಅವಳ ದನಿಯಲ್ಲಿ.

"ಬ್ಯಾಡಮ್ಮ, ನಂಗ್ಯಾಕೋ ಬೇಡಾಂತ ಅನ್ನಿಸುತ್ತ ಇದೆ" ಎಂದರು. ಇಂದೇಕೋ ತುಂಬಾ ಸುಸ್ತಾಗಿದ್ದರು. ಮಾತು... ಮಾತು... ಮಾತು. "ನೀವೆಲ್ಲ ಹೋಗಿ ಊಟ ಮಾಡಿ. ನಂಗ್ಯಾಕೋ ಕೆಲವು ದಿನ ಮೌನವ್ರತ ಹಿಡಿಯಬೇಕೂಂತ ಅನ್ನಿಸುತ್ತ ಇದೆ. ಈ ಪ್ರೊಫೆಷನ್‌ಗೆ ಅಡಿಯಿಟ್ಟಾಗಿನಿಂದ... ಬರೀ ಮಾತೇ ಆಯ್ತು" ತಮ್ಮ ಬಗ್ಗೆ ಒಂದು ಮಾತು ಹೇಳಿಕೊಂಡರು ಇಂದು.

"ಸ್ವಲ್ಪ ದಿನ ರೆಸ್ಟ್ ತಗೊಂಡ್ಬಿಡಿ. ಅವ್ರೆಲ್ಲ... ನೋಡ್ಕೋಬಹುದಲ್ಲ" ಅವಳ ಮಾತಿಗೆ ನಗೆ ಬೀರಿ "ನನ್ನ ವೈರಾಗ್ಯ ತಾತ್ಕಾಲಿಕ. ವೃತ್ತಿ ಬಿಟ್ಟು ಸ್ವಂತ ಬದ್ಕೇ ನಮ್ಗೆ ಇರೋಲ್ಲ. ನಂಗೆ ಊಟ ಬೇಡ. ಹಾಲು... ಸಾಕು" ಅದೇ ಮಾತು ಹೇಳಿದರು.

ಹಾಲು ತಗೊಂಡು ಹೋದಾಗ ಕಣ್ಣುಮುಚ್ಚಿ ಮಲಗಿದ್ದರು ಶಾಂತವಾಗಿ.

"ಮಾವ..." ಎಚ್ಚರಿಸಲು ಹಿಂದೆಗೆದರೂ ಸಣ್ಣ ದನಿಯಲ್ಲಿ ಕರೆದಳು. "ತಂದೆ ಬಿಟ್ಯಾ... ಹೇಮ" ಆಯಾಸದಿಂದ ಎದ್ದುಕೂತ "ಅವ್ರುಗಳು ಊಟಕ್ಕೆ ಕೂತಿದ್ದಾರ?"

"ಇನ್ನ ಯಾರು ಬಂದಿಲ್ಲ."

ಹೇಮಳ ಮಾತಿಗೆ ಹಣೆಯೊತ್ತಿಕೊಂಡು "ತುಂಬ ಲೇಟಾಯ್ತು. ಬೇಗ ಊಟ ಮುಗ್ಸಿಕೊಂಡು ಮಲ್ಗಿ. ನಾನು ಕುದ್ದು ಮಲಕ್ಕೋತೀನಿ... ಗುಡ್‌ನೈಟ್" ಸೊಸೆಯನ ಕಳಿಸಿದರು ಹೊರಗೆ.

ಅವರಿಗೆ ಹೇಮಾಳ ವಿಷಯದಲ್ಲಿ ಅತ್ಯಂತ ತೃಪ್ತಿ. ಕೈಹಿಡಿದ ಗಂಡನನ್ನ ಮಾತ್ರ ತನ್ನವನೆಂದುಕೊಳ್ಳದೆ, ಆ ಮನೆಯವರನ್ನೆಲ್ಲ ತನ್ನವರೆಂದು ಪ್ರೀತಿಸಿ ಆದರಿಸುವ ಹೆಣ್ಣುಮಕ್ಕಳ ಸಂಖ್ಯೆ ಕಡಿಮೆಯಾಗಿದೆಯೆನಿಸಿತು. ಇದು ಸ್ವಂತ ಅವರ ಅನುಭವಕ್ಕೆ ಬಂದ ವಿಷಯ.

'ಚೈತನ್ಯ, ಊಟ ಬೇಡ ಅಂದ' ಭಾನುಪ್ರಕಾಶ್ ಇಂದು ಮಲಗಿದ್ದು ಅವಳಿಗೆ ಆಶ್ಚರ್ಯ. ಒಮ್ಮೆ ನಿದ್ರಾದೇವಿ ಮಡಿಲಲ್ಲಿ ಅವನು ಆಶ್ರಯ ಪಡೆದುಬಿಟ್ಟಿದ್ದಾನೆಂದರೆ, ಆಮೇಲೆ ಅವನನ್ನ ಎಚ್ಚರಿಸುವುದು ಕಷ್ಟ. ಎಚ್ಚರಗೊಂಡರೂ ನಾರ್ಮಲ್ಲಾಗಿ ವರ್ತಿಸನು. ಬರೀ ಸಿಡುಕಾಟ. ಇದು ಅವನ ಸಹಜ ಸ್ವಭಾವ. ಹೇಮಾಗೂ ಗೊತ್ತಿದ್ದರಿಂದ ಹೊದ್ದಿಕೆಯನ್ನ ಸರಿ ಮಾಡಿ ಹೊರಗೆ ಬಂದಾಗ ಹತ್ತೂಕಾಲು.

ಸೂರ್ಯಪ್ರಕಾಶ್ ಫೈಲಿಡಿದು ಕೂತಿದ್ದ.

"ಊಟಕ್ಕೆ ಬನ್ನಿ" ಬಾಗಿಲಲ್ಲಿ ನಿಂತಳು.

ಎರಡು ನಿಮಿಷಗಳ ಮೌನದ ನಂತರ "ನಿನ್ನ ತಂದೆ ಹೇಗಿದ್ದಾರೆ?" ತಲೆಯೆತ್ತದೆ ವಿಚಾರಿಸಿದ. "ಪರ್ವಾಗಿಲ್ಲ. ಸಮಯ ತುಂಬ ಆಯ್ತು. ಊಟಕ್ಕೆ ಬನ್ನಿ" ಸ್ವಲ್ಪ ಸೋತಂತಿತ್ತು ಹೇಮಳ ಸ್ವರ. ನೋಟ ಮೇಲೆತ್ತಿದ, "ಸಾರಿ..." ಫೈಲು ಪಕ್ಕಕ್ಕಿರಿಸಿ ಮೇಲಕ್ಕೆದ್ದ.

ಡೈನಿಂಗ್‌ಹಾಲ್‌ಗೆ ಬಂದವನು ನಿಂತ. ಹಾಕಿದ ತಟ್ಟೆಗಳೆಲ್ಲ ಹಾಗೆಯೇ ಇತ್ತು. ನೆಲದ ಮೇಲೆ ಗೋಡೆಯೊರಗಿ ಕೂತಿದ್ದ ಸುಶೀಲಮ್ಮ ಅಸಿಸ್ಟೆಂಟ್ ಮೇಲೆದ್ದು ನಿಂತ. ಎಲ್ಲಾ ತಟ್ಟೆಗಳು ಹಾಗೆಯೇ ಇತ್ತು.

"ಯಾರು ಊಟ ಮಾಡಿಲ್ವಾ?" ವಿಚಾರಿಸಿದ ಕೂತು.

"ಯಾರು ಬರಲೇ ಇಲ್ಲ" ಅವನೇ ಹೇಳಿದ್ದು.

'ಯಾಕೆ?' ಎನ್ನುವಂತೆ ಹೇಮಾಳತ್ತ ನೋಡಿದ.

"ಭಾನು ಮಲ್ಗಿಬಿಟ್ಟಿದ್ದ. ಚೈತನ್ಯ ಬೇಡ ಅಂದ. ಮಾವನವ್ರು ಟಯರ್ಡ್ ಆಗಿದ್ರು. ಈಗೇನು ಬೇಡಾಂದ್ರು" ಅಂದಳು ನಯವಾಗಿ. "ನೀನು..." ಎಂದ ಕಣ್ಣಲ್ಲಿಯೇ "ಕೂತ್ಕೋ ಹೇಮ, ನಮ್ಗೆ ಕೆಲ್ಸದಲ್ಲಿ ಊಟ, ನಿದ್ರೆಗಳು ಜ್ಞಾಪಕಕ್ಕೆ ಬರೋಲ್ಲ. ಅನಗತ್ಯ ಫಾರ್ಮಾಲಿಟೀಸ್ ಬೇಡ. ನಾಳೆಯಿಂದ ಮಿನ್ನಿ ಜೊತೆ ನೀನು ಊಟ ಮಾಡ್ಬಿಡು" ಇಂದು ಅಧಿಕಾರಯುತವಾಗಿ ಒಂದು ಮಾತು ಹೇಳುವ ಸ್ವತಂತ್ರ ತಗೊಂಡ.

ಅವಳೇ ಅವನ ತಟ್ಟೆಗೆ ಬಡಿಸಲು ಹೋದಾಗ "ಬಡುಸ್ತಾನೆ, ನೀನು ಕೂತ್ಕೋ" ಅಂದ. ಇಂದು ಗಂಡನ ಜೊತೆ ಒಂಟಿಯಾಗಿ ಊಟ ಮಾಡುವ ಯೋಗ ಒದಗಿ ಬಂದಿತ್ತು.

ಪಲ್ಯದ ಜೊತೆ ತಿಳಿ ಸಾರು ಅನ್ನ, ಮೊಸರಿನಲ್ಲಿ ಊಟ ಮಾಡುವಾಗ ಅವಳ ತಂದೆಯ ಆರೋಗ್ಯ, ಕಾಲಿನ ಸ್ಥಿತಿ, ಓಟದ ಗತಿಯೆಲ್ಲವನ್ನ ವಿಚಾರಿಸಿದ. ಬಹುಶಃ ಆ ಸಮಯ ಬಿಟ್ಟಿದ್ದರೆ ಮಾತಾಡಲು ಪುರುಸೊತ್ತು ಸಿಗುತ್ತಿರಲಿಲ್ಲ.

ಶಕ್ತಿಗೆ ಕೆಲವು ಸಲಹೆಗಳನ್ನ ಕೊಟ್ಟು ಹಾಲು ಒಯ್ಯುವ ವೇಳೆಗೆ ನಿದ್ರಿಸಿ ಬಿಟ್ಟಿದ್ದ ಸೂರ್ಯಪ್ರಕಾಶ್. "ಅತ್ತಿಗೆ ಅಣ್ಣನ ದೇಹದ ಎಡಬಲ ಭಾಗಗಳು ಸಮಾನವಾಗಿವೆ. ಇಂಗ್ಲಿಷ್‌ನಲ್ಲಿ ಸಿಮ್ಮೆಟ್ರಿ (Symmetry) ಅಂತಾರೆ ಅದಕ್ಕೆ. ಅಂಥವರ ಮಿದುಳು ತುಂಬ ಚೆನ್ನಾಗಿ ಕೆಲಸ ಮಾಡುವುದಂತೆ. ನಮ್ಮಣ್ಣ ಕೂಡ ಆ ಪೈಕಿ" ಇದನ್ನ ಒಂದಲ್ಲ ಹಲವು ಸಲ ಹೇಳಿದ್ದ ಭಾನುಪ್ರಕಾಶ್. ಅದನ್ನ ಅನುಮೋದಿಸಿದ್ದ ಚೈತನ್ಯ.

ಹಾಲು ಮುಚ್ಚಿಟ್ಟು ತನ್ನ ಕೋಣೆಗೆ ಹಿಂದಿರುಗಿದಳು. ಇದು ನಿಜವಾ? ತಂದೆಯ ಗೆಳೆಯರೊಬ್ಬರು ಆಗಾಗ ಹಿಂದೆ ಇವರ ಮನೆಗೆ ಬರುತ್ತಿದ್ದರು. ಮಹಾನ್ ಪ್ರತಿಭಾಶಾಲಿ. ಈಚೆಗೆ ಅವರನ್ನ ವಿದೇಶಕ್ಕೆ ಕರೆಸಿಕೊಂಡು ಅವರು ರಚಿಸಿದ ಕಲಾಕೃತಿಗಳ ಪ್ರದರ್ಶನ ಏರ್ಪಡಿಸಿ ಸನ್ಮಾನಿಸಿದ್ದರು. ಅವರ ಬಣ್ಣ ಕಡುಕಪ್ಪು, ಮುಖದಲ್ಲಿ ಸಿಡಿಪು. ಆಕೃತಿಯಲ್ಲಿ ಕುಳ್ಳು, ಬಲಗೈಯಷ್ಟು ಎಡಗೈ ಬಲವಾಗಿರಲಿಲ್ಲ. ಒಂದಿಷ್ಟು ಗಿಡ್ಡವಾಗಿತ್ತು ಕೂಡ. 'ಮಿದುಳು ಮಾತ್ರ ಭಯಂಕರ' ಕೆಲವರ ಮಾತು. ಕಲೆಗೆ ಸಂಬಂಧಪಟ್ಟಂತೆ ಎಷ್ಟೋ ಕೃತಿಗಳನ್ನ ರಚಿಸಿ ವಿಮರ್ಶಕರಿಂದಲೂ ಸೈಯೆನಿಸಿಕೊಂಡ ಮೇಧಾವಿ.

ವಿಶ್ಲೇಷಿಸಿ ಸಾಕಾಗಿ ಆರಾಮಾಗಿ ನಿದ್ದೆ ಮಾಡಿದಳು. ಮಧ್ಯೆ ಒಂದೆರಡು ಸಲ ಬೆಚ್ಚಿ ಬಿದ್ದು ಎದ್ದು ಕೂತಿದ್ದೇ. ಎಲ್ಲಾ ಇದ್ದು ಕೂಡ ತಂದೆ ಒಂಟಿ! ಬೆಸೆಯದ ಬಂಧನದ ನಡುವೆ ಹುಟ್ಟಿದ ಕುಡಿಗಳಿಗೆ... ತಂದೆ ಆರ್ಥಿಕವಾಗಿ ಸಹಾಯ ಮಾಡಬಲ್ಲ ದೂರದ ಬಂಧು ಮಾತ್ರ.

"ತಾನು ಮದುವೆ ಆಗಿದ್ದು ತಪ್ಪಾ?" ಕೂಗಿಕೂಗಿ ಈ ಪ್ರಶ್ನೆಗೆ ಉತ್ತರ ಪಡೆಯ ಬೇಕೆನಿಸಿದರೂ, ಕೂಗಲಾರದೆ ಹೋದಳು. ವಿದ್ಯಾಭ್ಯಾಸ ಇಲ್ಲ. ಹೊರಗೆ ಓಡಾಡಿ ಅನುಭವವಿಲ್ಲ. ಮನೋಧೈರ್ಯದ ಕೊರತೆ. ಎಲ್ಲಾ ಬರೀ ಗೊಂದಲವಾಗಿ ಏನೂ ಸ್ಪಷ್ಟವಾಗದೇ ತಂದೆ ಒಂಟಿಮರದಂತೆ ಮರಳುಗಾಡಿನಲ್ಲಿ ನಿಂತಂತೆ ಕಂಡಳು. ಮರಳು ಗಾಡಿನಲ್ಲಿ ಮರ, ಗಿಡ ಬೆಳೆಯದು. ತಾಪ, ಬಿಸಿಗೆ ಸಸ್ಯ ಶ್ಯಾಮಲೆ ಹೊರತು.

"ಮಮ್ಮಿ... ಮಮ್ಮಿ" ಎದ್ದು ಕೂತಳು ಮಿನ್ನಿ.

ಸದ್ಯಕ್ಕೆ ಈ ಕೂಗು ಹಿತವೆನಿಸಿತು. ಯಾರಾದರೂ ಅವಳೊಂದಿಗೆ ಮಾತಾಡು ವವರು ಬೇಕಿತ್ತು. ಮಧ್ಯ ರಾತ್ರಿಯಲ್ಲಿ ಎಚ್ಚರಗೊಂಡ ಮಿನ್ನಿ ಅಳು ಶುರು ಮಾಡಿದಾಗ, ಅವಳಿಗೆ ಗಾಬರಿಯೋ... ಗಾಬರಿ. ಇಡೀ ದಿನ ಕೆಲಸದಲ್ಲಿ ಒದ್ದಾಡುವ ಸೂರ್ಯ ಪ್ರಕಾಶ್‌ಗೆ ಎಲ್ಲಿ ಎಚ್ಚರವಾಗುವುದೋ ಎನ್ನುವ ಭಯ.

ಅಳು ಜೋರಾದಾಗ ಮಗುವನ್ನೆತ್ತಿಕೊಂಡು ಕೆಳಗಿಳಿದು ಬಂದಳು. ಅಪರೂಪಕ್ಕೆ ಮಧ್ಯೆ ರಾತ್ರಿ ಎದ್ದು ಅಳುವ ಪರಿಪಾಠ ಅವಳದು.

ಹಾಲ್‌ನ ಲೈಟುಗಳೆಲ್ಲ ಹಾಕಿ ಹೋಗಿ ಸುಶೀಲಮ್ಮನನ್ನ ಎಬ್ಬಿಸಿ "ಸ್ವಲ್ಪ ಹಾಲು ಬಿಸಿ ಮಾಡ್ಕೊಡಿ. ಯಾಕೋ ಮಗು ಅಳ್ತಾ ಇದ್ದಾಳೆ" ಅವಳನ್ನೆತ್ತಿಕೊಂಡು ಬಂದು ಹಾಲ್‌ನ ಸೋಫಾ ಮೇಲೆ ಕೂತಳು.

"ಏನಾಗುತ್ತೆ, ನಮ್ಮ ಪುಟ್ಟ ಮರಿಗೆ?" ರಮಿಸುವಿಕೆಗೆ ಮಗುವೇನು ಸುಮ್ಮನಾಗ ಲಿಲ್ಲ. "ಭಾನು... ಚೈತನ್ಯ... ಪಪ್ಪ... ತಾತ..." ಇಡೀ ಮನೆಯವರನ್ನೆಲ್ಲ ನೆನಪಿಸಿ ಕೊಂಡಾಗ ಸುಶೀಲಮ್ಮ ದೃಷ್ಟಿ ತೆಗೆದರು.

ಹಾಲೇನು ಕುಡಿಯಲಿಲ್ಲ. ಎದ್ದು ಬಂದ ಚೈತನ್ಯ "ಏನಾಗಿದೆ, ನಮ್ಮ ಮಿನ್ನಿಗೆ..." ಎರಡು ನಿಮಿಷ ನಿಲ್ಲಿಸಿದ ಅಳು ಮತ್ತೆ ಶುರುವಾದಾಗ ಭಾನು, ಚಂದ್ರಪ್ರಕಾಶ್ ಕೂಡ ಎದ್ದು ಬಂದರು ಅವಳನ್ನ ಸುಮ್ಮನಾಗಿಸಲು.

ಸುಶೀಲಮ್ಮನ ಅಸಿಸ್ಟೆಂಟ್ ಎದ್ದುಬಂದವನು "ಆ ಮನೆಯ ಶಂಕ್ರಿ... ನಮ್ಮ ಕಾಂಪೌಂಡ್‌ನಲ್ಲಿ ಏನೋ ಎಸ್ದು ಓಡಿದ್ದು ನಾನು ನೋಡ್ದೇ" ನೆನಪಿಸಿಕೊಂಡ.

ಭಾನುಪ್ರಕಾಶ್ ಅವನ ಕತ್ತಿನ ಪಟ್ಟಿ ಹಿಡಿದು ಮೇಲೆತ್ತಿದ "ಮೊದ್ಲೇ ಯಾಕೆ ಬಗುಳಲಿಲ್ಲ?" ಇವನ ರೌದ್ರಾವತಾರಕ್ಕೆ ಪೂರ್ತಿ ಬೆಚ್ಚಿದ. "ತರಕಾರಿ ತರೋವಾಗ ನೋಡಿದ್ದು, ನಂಗೇನು ಅನ್ನಿಸ್ಲಿಲ್ಲ, ಮಗು ಅಳ್ತಾ ಇರೋದು, ನೋಡಿ... ಭಯವಾಗ್ತ ಇದೆ" ಅವನ ಕಣ್ಣಲ್ಲಿ ನೀರೇ ಬಂತು. ಕತ್ತು ಪಟ್ಟಿ ಬಿಟ್ಟು ತಂದೆಯ ಕಡೆ ನೋಡಿದ.

"ನಿಮ್ಮ ಮನೆಯ ವಾಸ್ತು ಸರ್ಯಾಗಿಲ್ವಂತೆ. ವರ್ಷದಲ್ಲಿ ಅವ್ಳು ಹೋಗ್ತಾಳೆ. ಸದ್ಯ ಮಗುನಾದ್ರೂ ಉಳಿಸ್ಕೋಬೇಕು" ಆಕೆ ಅಂದ ಮಾತುಗಳನ್ನ ಅವರ ಕೊಲೀಗ್ ತಂದು ಇವರ ಕಿವಿಯ ಮೇಲೆ ಹಾಕಿದಾಗ 'ಡರ್ಟಿ ಲೇಡಿ, ಅನ್ಯಾಯವಾಗಿ ಮಗಳ್ನ ಕರ್ಕೊಂಡ್ಹೋಗಿ ಇಟ್ಕೊಂಡ್ ಅತಿ ಮುದ್ದು ಮಾಡಿ ಕೊಂದುಬಿಟ್ಳು' ಎಂದು ಹಲ್ಲು ಕಡಿದಿದ್ದರು.

ಸಮಾಜದ ಜನರ ಏಳಿಗಾಗಿ ಕೆಲಸ ಮಾಡುತ್ತಿದ್ದ ದೇವಕಿಯನ್ನ ಗೌರವಿಸು ತ್ತಿದ್ದರು. ಈಗ ವಾಕರಿಕೆ ಬರುತ್ತಿತ್ತು.

"ಅದೇನೋ, ಹುಡುಕ್ತೀವಿ" ಮಗ ಅಂದಾಗ ಮೌನ ವಹಿಸಿದರು.

ಅವರಿಗೆ ಅಂಥದ್ದರಲ್ಲಿ ನಂಬಿಕೆ ಇಲ್ಲ. ಪವಾಡಪುರುಷರು ಸ್ವಾಮಿಗಳೆಂದು ಹೇಳಿಕೊಳ್ಳುವ ವ್ಯಕ್ತಿಗಳು ಕೋರ್ಟಿನ ಕಟಕಟೆಯಲ್ಲಿ ನಿಂತಿದ್ದರು. ಆದರೂ ಜನ ಅವರ ಭ್ರಮೆಯಿಂದ ಮುಕ್ತರಾಗಿರಲಿಲ್ಲ.

ಲೋಹಿ ಅಡ್ಡ ಬಂದ, "ನಾನು ಹುಡುಕ್ತೀನಿ..." ಭಾನು ಅವನ ತಲೆಯ ಮೇಲೆ ಮೊಟಕಿ "ಮೊದ್ಲೇ ಆ ಕೆಲ್ಸ ಮಾಡಬಹುದಿತ್ತಲ್ಲ" ವೇಗವಾಗಿ ಪಕ್ಕಕ್ಕೆ ಸರಿಸಿ ಮುಂದೆ ಹೋದವನನ್ನ ಹಿಡಿದು ನಿಲ್ಲಿಸಿದ್ದು ಚೈತನ್ಯ, "ನಿಂಗೆ, ಎಲ್ಲಾದಕ್ಕೂ ಹುಡ್ಗಾಟ. ಆತುರ ಒಳ್ಳೇದಲ್ಲ" ಎಂದು ಇಬ್ಬರು ಕೂಡಿಯೇ ಹೋದರು.

ಒಳ್ಳೆಯ ನಿದ್ರೆಯಲ್ಲಿದ್ದ ಸೂರ್ಯ ಎದ್ದು ಬಂದಾಗ ಪೂರ್ತಿ ಗೊಂದಲಮಯ ವಾಗಿದ್ದು ಅರಿವಿಗೆ ಬಂತು. ಜೊತೆಯಲ್ಲಿ ಒಂದೇ ಸಮ ಅಳುತ್ತಿದ್ದ ಮಿನ್ನಿ. ಅವಳನ್ನ ಸುಧಾರಿಸಲು ಹೆಣಗುತ್ತಿದ್ದ ಹೇಮ.

"ಯಾಕೋ, ಮಗು ಅಳು ನಿಲ್ಲಿಸ್ತಾ ಇಲ್ಲ" ಸನಿಹಕ್ಕೆ ಬಂದ ಗಂಡನಿಗೆ ಹೇಳಿದಾಗ, ಹೋಗಿ ಡಾಕ್ಟರಿಗೆ ಫೋನ್ ಮಾಡಿ "ವೆರಿ, ಅರ್ಜೆಂಟ್ ಸೀರಿಯಸ್ ಮ್ಯಾಟರ್ ಅಂದ್ಕೊಳ್ಳಿ" ವಕೀಲಿ ಸ್ಟೈಲ್‌ನಲ್ಲಿಯೇ ಹೇಳಿದ. ಎಲ್ಲರಿಗೂ ಹೊಂದಿಕೊಂಡು ಆಡುತ್ತ ಇರುವ ಮಿನ್ನಿ ತುಂಟಿಯೇ ವಿನಃ ಅಳುಬುರುಕಿಯಲ್ಲ.

ನಿರಂತರ ಪ್ರಯತ್ನ ಕೂಡ ಅಳು ನಿಲ್ಲಿಸಲು ಸಾಧ್ಯವಾಗದಿದ್ದಾಗ ದಿಕ್ಕು ತೋಚ ದಂತಾಯಿತು. ಚಂದ್ರಪ್ರಕಾಶ್ ಮಗನನ್ನ ಕರೆದು ಸಂಕ್ಷಿಪ್ತವಾಗಿ ಲೋಹಿ ಹೇಳಿದ್ದನ್ನ ತಿಳಿಸಿ ಪೊಲೀಸ್ ಕಮೀಷನರ್‌ನ ಸಂಪರ್ಕಿಸಿದರೇ ಹೇಗೆಂದು ಮಗನ ಸಲಹೆ ಕೇಳಿದರು.

"ನೋಡೋಣ ಪಪ್ಪ..." ದೊಡ್ಡ ಸೈಜಿನ ಟಾರ್ಚ್ ಹಿಡಿದು ಹೊರಗೆ ಹೋದ. ಆ ವೇಳೆ ಡಾಕ್ಟರ್ ಕೂಡ ಬಂದಿದ್ದರಿಂದ ಗೊಂದಲ ಏಕೆಂದು ಹಿಂದಕ್ಕೆ ಬಂದ ಅವ ರೊಂದಿಗೆ.

ಪರೀಕ್ಷಿಸಿದ ಡಾ॥ ಮಾಥೂರ್‌ಗೆ ಮಗು ಆರೋಗ್ಯವಾಗಿದೆ, ಆದರೆ ಕೆಲವೊಮ್ಮೆ ಮಕ್ಕಳು ಹಠ, ಅಳುವಿಗೆ ಕಾರಣ ಹುಡುಕುವುದು ಕಷ್ಟವೆಂದು, ನಿದ್ದೆ ಮಾಡಲು ಔಷಧ ಕೊಟ್ಟರಷ್ಟೆ. ಮೆಲ್ಲಮೆಲ್ಲಗೆ ನಿದ್ದೆಯ ಜೊಂಪಿಗೆ ಜಾರಿದ ಮಿನ್ನಿಯ ಅಳುವಿನ ಸದ್ದು ನಿಂತಾಗ ಅವಳನ್ನೆತ್ತಿಕೊಂಡು ಹೋದಳು ಹೇಮ.

ಕುಟುಂಬದ ಬಗ್ಗೆ ಚೆನ್ನಾಗಿ ಬಲ್ಲ ಡಾ॥ ಮಾಥೂರ್ "ಮಿನ್ನಿ ಇಲ್ಲಿಗೆ ಚೆನ್ನಾಗಿ ಹೊಂದಿಕೊಂಡಿದ್ದಾಳೆ. ದೇವಕಿ ಕೃಷ್ಣಮೂರ್ತಿ ಮೆಂಟಲ್ ರಿಟಾರ್ಟ್ ಕೇಸ್. ಆಕೆಯ ವಿಪರೀತ ಪ್ರೀತಿನೇ ಮೀರಾನ ಬಲಿ ತಗೊಂಡಿದ್ದು. ಒಂದಿಷ್ಟು ಮಾಟ, ಮಂತ್ರದ ಬಗ್ಗೆ ನಂಬಿಕೆ, ಆಸಕ್ತಿ.. ಛೆ..." ಮಾತಿನ ನಡುವೆ ಒಂದು ಹೊಸ ವಿಷಯವನ್ನ ತಿಳಿಸಿ ಉಪಕಾರ ಮಾಡಿದ್ದರು.

ದೈವಶಕ್ತಿಗಳಿಗಿಂತ ದುಷ್ಟ ಶಕ್ತಿಗಳ ಬಗ್ಗೆ ಒಲವು ಬೆಳೆಸಿಕೊಂಡಿದ್ದ ಆಕೆ ಅಂಥವರ ಸಂಪರ್ಕ ಇಟ್ಟುಕೊಂಡಿದ್ದು ತಿಳಿದು ವಿಸ್ಮಿತರಾದರು. ಚಂದ್ರಪ್ರಕಾಶ್ ಹುಬ್ಬೇರಿಸಿದರೇ, ಸೂರ್ಯಪ್ರಕಾಶ್ ಮೌನ ವಹಿಸಿದರು.

ಬ್ಯಾಟರಿ ಲೈಟುಗಳ ಸಹಾಯದಿಂದ ಇಡೀ ಕಾಂಪೌಂಡ್‌ನ ಮೂಲೆಮೂಲೆ ಗಳನ್ನ ಹುಡುಕಿದಾಗ ಎರಡು ನಿಂಬೆಹಣ್ಣಿನ ಜೊತೆಗೆ, ಹರಿಶಿನ ಬಟ್ಟೆಯಲ್ಲಿ ಕಟ್ಟಿದ್ದ ಒಂದು ತಾಮ್ರದ ತಾಯತ ಕೂಡ ಸಿಕ್ಕಿತು. ಎತ್ತಿ ಭಾನುಪ್ರಕಾಶ್ ದೂರಕ್ಕೆಸೆದು ಬಂದ.

ಮೂವರು ಮಕ್ಕಳನ ತಮ್ಮ ಬೆಡ್‌ರೂಮಿಗೆ ಕರೆದೊಯ್ದು ಚಂದ್ರಪ್ರಕಾಶ್ ಡಾಕ್ಟರ್ ಮಾಥೂರ್ ಹೇಳಿದ್ದನ್ನ ವಿವರಿಸಿ "ನಂಗೆ ಅದರ ಬಗ್ಗೆ ನಂಬಿಕೆ ಇಲ್ಲ. ಆ ಹೆಣ್ಣಿನ ಉದ್ದೇಶ ವೇನು?" ಕೇಳಿದರು.

"ಅಂಥ ಬ್ರಹ್ಮಾಂಡವಾದ ಉದ್ದೇಶವೇನಿರೋಲ್ಲ. ಬೇರೆ ರೀತಿಯಲ್ಲಿ ರಿಪೇರಿ ಮಾಡೋಕ್ಕಾಗುತ್ತೇನೋ, ನೋಡ್ಬೇಕು" ಹಲ್ಲು ಕಡಿದ ಭಾನುಪ್ರಕಾಶ್.

"ಆಕೆನಾ, ಮೀಟ್... ಮಾಡಿದ್ರೆ?" ಚೈತನ್ಯ ಅಭಿಪ್ರಾಯಕ್ಕೆ ಸೂರ್ಯಪ್ರಕಾಶ್ ತಲೆಯಾಡಿಸಿದ. "ಪ್ರಯೋಜನವಿಲ್ಲ. ಮಿನ್ನಿನ ವಾಪಸ್ಸು ಪಡೆಯೋಕೆ, ಇಂಥ ಕೆಟ್ಟ ಕೆಟ್ಟ ದಾರಿ ಹಿಡಿತಾ ಇದ್ದಾರೆ. ಇದು ತೀರಾ ಕೆಟ್ಟ ಪ್ರೀತಿ. ಮೀರಾ ಬಗ್ಗೆನು ಇದೇ ವರ್ತನೆ" ಬೇಸರದಿಂದ ನುಡಿದ.

ಕೂತು ವಿಚಾರವಿನಿಮಯ ನಡೆಸಿದರು. ಪೊಲೀಸ್‌ಗೆ ಕಂಪ್ಲೇಂಟ್ ಕೊಟ್ಟರೇ ದಾಖಲೆಗಳನ್ನ ಒದಗಿಸಬೇಕು. ಪ್ರತ್ಯಕ್ಷವಾಗಿಯೇ ಎರಡು ಕುಟುಂಬಗಳು ಯುದ್ಧಕ್ಕೆ ನಿಂತಂತಾಗುತ್ತೆ.

"ಈಗೇನು... ಮಾಡೋದು?" ಚಂದ್ರಪ್ರಕಾಶ್ ಪ್ರಶ್ನೆ.

"ತಟಸ್ಥ ರೀತಿ ಅನುಸರಿಸೋದು. ಅದೇ ಅವರ ಮಗ್ಗಲು ಮುರಿಯುತ್ತೆ. ಮಿನ್ನಿ ಬೆಳಿಗ್ಗೆ ಆರಾಮಾಗಿ ಎದ್ದರೇ... ಸಾಕು" ಸೂರ್ಯಪ್ರಕಾಶ್ ತೀರಾ ಚಿಂತಿಸಿಯೇ ಈ ಮಾತು ಹೇಳಿದ್ದು, "ಭಾನು, ಆತುರ ಬೇಡ. ಎನಿ ವೇ... ನಮ್ಗೆ ಸತ್ಯ ತಿಳಿದನಂತರವೆ ಮುಂದುವರಿಯಬೇಕು. ನೋಡಿದ ಲೋಹಿ ನಮ್ಗೆ ಯಾಕೆ ಮೊದ್ಲು ಇನ್‌ಫಾರ್ಮೇಷನ್ ಕೊಡ್ಲಿಲ್ಲ? ಅವ್ನ ಮೇಲೊಂದು ಕಣ್ಣಿಡು. ನೀನಂತು ತಿಳಿಸ್ದೇ ಯಾವುದಕ್ಕೂ ಕೈ ಹಾಕ್ಬೇಡ" ತಮ್ಮನಿಗೆ ಎಚ್ಚರಿಕೆ ನೀಡಿದ. ಅವನ ತಲೆ ತಗ್ಗಿತಷ್ಟೆ. ಸ್ವಲ್ಪ ರೋಷನು ಜಾಸ್ತಿ ಅವನಿಗೆ. ಮೂವರಲ್ಲಿ ಅವನ ರಕ್ತಕ್ಕೆ ಬಿಸಿ ಹೆಚ್ಚು, ಬಿಸುಪು ಜಾಸ್ತಿ.

ಮೆಟ್ಟಿಲುಗಳನ್ನೇರಿ ಮೇಲಕ್ಕೆ ಬಂದ ಸೂರ್ಯಪ್ರಕಾಶ್ ಮಲಗದೇ ಮಧ್ಯದ ರೂಮಿನ ಬಾಗಿಲು ತೆರೆದುಕೊಂಡು ಒಳಪ್ರವೇಶಿಸಿದ. ಮಿನ್ನಿ ದೊಡ್ಡ ಪರದೆಯ ಒಳಗೆ ಆರಾಮಾಗಿ ಮಲಗಿತ್ತು. ಒಂದ ಸಮ ಅತ್ತಿದ್ದರಿದ ಕೆನ್ನೆಗಳು ಕೆಂಪಗಾಗಿ ಊದಿದಂತೆ ಕಾಣುತ್ತಿತ್ತು. ಮೃದುವಾಗಿ ಬೆರಳುಗಳಿಂದ ಕೆನ್ನೆಗಳನ್ನ ಸವರಿದಾಗ ಅನಿರ್ವಚನೀಯ ವಾದ ಆನಂದದ ಜೊತೆ ದುಃಖ ಕೂಡ.

ಮಿನ್ನಿಯನ್ನ ಮೀರಾ ಸತ್ತ ಮೇಲೆ ದೇವಕಿ ಅಲ್ಲಿ ಉಳಿಸಿಕೊಂಡಾಗ, ಮೊದ ಮೊದಲು ಆಗಾಗ ಹೋಗುತ್ತಿದ್ದರೂ ಆಮೇಲೆ ಕೆಲಸದ ಒತ್ತಡದಿಂದ ಅಪರೂಪವಾಗಿತ್ತು. ಬಹುಶಃ ಕಾಲ ಕಳೆದಂತೆ ನೆನಪುಗಳು ಕೂಡ ಮಸುಕಾಗಿ, ರಕ್ತದ ಕುಡಿ ದೂರವೆ ನಿಲ್ಲುತ್ತಿದ್ದ ಳೇನೋ, ಆದರೆ ಹೇಮ ಮಗುವನ್ನ ತಂದು ಇಬ್ಬರು ಬೆರೆಯಲು ಕೊಂಡಿಯಾಗಿದ್ದಳು.

ಸುತ್ತಲೂ ನೋಟ ಹರಿಸಿದಾಗ ಕಿಟಕಿಯ ಬಳಿ ನಿಂತಿದ್ದ ಹೇಮಾಳ ಕಣ್ಣಲ್ಲಿ ಭಯವನ್ನೊಳಗೊಂಡ ಕಣ್ಣೀರಿತ್ತು. ಕಣ್ಣಲ್ಲಿಯೇ ಹತ್ತಿರಕ್ಕೆ ಕರೆದ.

"ಈಗ ಹುಷಾರಾಗಿದ್ದಾಳಲ್ಲ, ಇನ್ನ ಮಲಕ್ಕೋ" ಹೇಳಿ ಪರದೆಯಿಂದ ಹೊರಗೆ ಬಂದಾಗ ನೆಲಕ್ಕೆ ಕುಸಿದು ಬಿಕ್ಕಿದಳು "ನಂಗ್ಯಾಕೋ... ಭಯ! ಮಿನ್ನಿ ಚೆನ್ನಾಗಿದ್ದರೇ ಸಾಕು, ಅವ್ರಿಗೆ ಕೊಟ್ಬಿಡಿ."

ಮೊದಲ ಸಲ ರೆಟ್ಟೆ ಹಿಡಿದು ಎಬ್ಬಿಸಿ ಕಣ್ಣೀರು ತೊಡೆದು "ಮಿನ್ನಿಗೆ ಏನು

ಆಗೋಲ್ಲ. ಅವ್ಳು ಈ ಮನೆ ಮಗು. ಇಲ್ಲೇ... ಇರ್ತಾಳೆ. ಇರ್ಬೇಕು ಕೂಡ. ಹೋಗಿ... ಮಲಕ್ಕೋ" ಉಸುರಿದ. ಆ ಕ್ಷಣದಲ್ಲಿ ಅವನ ಹರವಾದ ಎದೆಯಲ್ಲಿ ಮುಖವಿಟ್ಟು ತೋಳಿನ ಆಸರೆ ಪಡೆಯಬೇಕೆನಿಸಿತು. ಅದು ಅತಿಯಾದ ಆಸೆಯೆಂದುಕೊಂಡಳಷ್ಟೆ.

ಸೂರ್ಯಪ್ರಕಾಶ್ ಹೋಗಿ ಮಲಗಿಕೊಂಡ.

ಭಾನುಪ್ರಕಾಶ್ ಸುಮ್ಮನೆ ಕೂಡಲಿಲ್ಲ. ಮರುದಿನವೇ ಕಾರ್ಯತತ್ಪರನಾದ. ದೇವಕಿ ಮೂರು ದಿನಗಳು ನೈಜೀರಿಯದಲ್ಲಿ ನಡೆಯುವ ಒಂದು ಮಹಿಳಾ ಸಮ್ಮೇಳನದಲ್ಲಿ ಭಾಗವಹಿಸಲು ಪ್ರತಿನಿಧಿತ್ವ ವಹಿಸಿ ಹೋಗಿರುವ ಇನ್‌ಫಾರ್ಮೇಷನ್ ಸಿಕ್ಕಾಗ ಅವನಿಗೆ ಆಶ್ಚರ್ಯವೆ. 'ನಿಂಬೆ ಹಣ್ಣುಗಳ ಮಹಿಮೆ ಏನು? ಲೋಹಿ ಏನಾದರೂ ಇಂಥ ಒಂದು ನಾಟಕವನ್ನ ಕ್ರಿಯೇಟ್ ಮಾಡಿದ್ದಾನೆಯೆ?' ಅವನಲ್ಲಿಯೇ ಕನ್‌ಫ್ಯೂಷನ್ ಶುರುವಾಯಿತು.

ಬೆಳಿಗ್ಗೆ ಅವನು ಹೊರಗೆ ಹೋದಾಗ ಮಿನ್ನಿ ಇನ್ನು ಎದ್ದಿರಲಿಲ್ಲ. ಕಾಲೇಜಿನಿಂದಲೇ ಫೋನಾಯಿಸಿದಾಗ ಹೇಮ, "ಸ್ವಲ್ಪ ಮಂಕಾಗಿದ್ದಾಳಷ್ಟೆ. ಈಗ ಹಾಲು ಕುಡಿದಳು. ಡಾಕ್ಟರ್ ಬಂದು ಹೋದ್ರು, ಕಾಲೇಜಿಂದ ಎಲ್ಲು ಹೋಗ್ದೇ ನೇರವಾಗಿ ಮನೆಗೆ... ಬಂದ್ಬಿಡು, ಭಾನು" ಅವಳ ಸ್ವರ ನಡುಗಿತು. ಅದರಲ್ಲಿ ಆತಂಕವಿತ್ತು. ಅದನ್ನ ಅರ್ಥೈಸಿಕೊಂಡ "ಖಂಡಿತ ಬರ್ತೀನಿ, ಡೋಂಟ್ ವರೀ... ಲೋಹಿನ ಹೊರ್ಗೆ ಎಲ್ಲು ಕಳುಹಿಸ್ಬೇಡಿ" ಫೋನಿಟ್ಟ.

ಇಂದು ಚೈತನ್ಯ ಹೊರಗೆಲ್ಲೂ ಹೋಗದೇ, ರೂಮಿನಲ್ಲಿಯೇ ಉಳಿದಿದ್ದ. ತಿಳಿದವನಂತೆ ಕಾಲೇಜಿಗೆ ಹೋದವರೂ ಪಾಠಗಳಲ್ಲಿ ಅವನ ಮನ ನಿಲ್ಲುತ್ತಿರಲಿಲ್ಲ. ವಿಚಿತ್ರವಾದ ಯೋಚನೆಗಳು. ಸಾವಿನ ಬಗ್ಗೆ ಚಿಂತೆ ಅದರ ನಂತರ ಏನು ಎನ್ನುವ ಪ್ರಶ್ನೆ. ದೇವರು ಎಲ್ಲಿದ್ದಾನೆ, ಎನ್ನುವ ಹುಡುಕಾಟ ಮನದಲ್ಲಿ.

ಮಿನ್ನಿಯನ್ನ ಹಾಲ್‌ನಲ್ಲಿ ಆಡಲು ಬಿಟ್ಟ ಚೈತನ್ಯನನ್ನ ಅರಸಿಕೊಂಡು ಅವನ ರೂಮಿಗೆ ಬಂದಾಗ ಮೌನವಾಗಿ ಕೂತಿದ್ದ. ಇಂದು ಅವನು ಕಾಫಿ ಕೂಡ ಕುಡಿದಂತೆ ಕಾಣಲಿಲ್ಲ.

"ಚೈತನ್ಯ ಕಾಲೇಜಿಗೆ ಹೋಗೋಲ್ವಾ?" ಕೇಳಿದಳು ಸ್ವಲ್ಪ ಗಾಬರಿಯಿಂದ. "ಇಲ್ಲ, ಹೋಗ್ಬೇಕೂಂತ ಅನ್ನಿಸಲಿಲ್ಲ" ಅಂದಾಗ, ಅವನು ಎದುರಿನಲ್ಲಿಯೇ ಕೂತಳು. "ಯಾಕೋ, ಒಂದು ತರಹ ಇದ್ದಿ? ಈಗ ಮಿನ್ನಿ ಹುಷಾರಾಗಿದ್ದಾಳೆ. ಮತ್ಯಾಕೆ... ಚಿಂತೇ? ನೀನು ಇಂದು ಸ್ನಾನ ಕೂಡ ಮಾಡಿದಂಗಿಲ್ಲ."

"ಅತ್ತಿಗೆ, ಆ ದೇವಕಿ ಆಂಟಿ ಉದ್ದೇಶವೇನು? ಅಷ್ಟೊಂದು ಪ್ರೀತಿಪಾತ್ರಳಾದ ಮಗಳನ್ನ ಹಿಂದಕ್ಕೆ ತರೋಕೆ ಸಾಧ್ಯವಿಲ್ಲ. ಇಲ್ಲಿ ಬಂದವರು ಯಾರು ಉಳಿಯೋಲ್ಲ. ಇಷ್ಟೆಲ್ಲ ಸತ್ಯ ತಿಳಿದು ಕೂಡ ಜನ ಆಸೆ, ಲೋಭ, ಸ್ವಾರ್ಥ, ಹಿಂಸೆಯಲ್ಲಿ ಯಾಕೆ ಬಾಳ್ತಾರೆ" ಪ್ರಶ್ನೆಗಳ ಮಳೆಯನ್ನೆ ಸುರಿಸಿದ.

ಅವಳಿಗೆ ಅರಗಿಸಿಕೊಳ್ಳುವುದೇ ಕಷ್ಟವಾಯಿತು. ಮುಖ ಸಪ್ಪಗೆ ಮಾಡಿ, "ಇದೆಲ್ಲ

ಸರಳವಾದ, ಎಲ್ಲರಿಗೂ ಗೊತ್ತಿರುವ ವಿಷಯವೇ. ಇಂಥ ನಿತ್ಯ ಸತ್ಯವನ್ನ ಬೋಧಿಸಲು ಗುರುಪೀಠಗಳು, ಬೋಧಕರು. ಅವರುಗಳು ಭ್ರಮೆಯಿಂದ ಮುಕ್ತರಾದವರಲ್ಲ."

ಮೌನವಾದ ಹೇಮಾನ ನೋಡಿದ, "ಯಾಕೆ, ಇಷ್ಟೊಂದು ನರ್ವಸ್ ಆಗಿ ಕೂತುಬಿಟ್ಟಿರಿ?" ಮತ್ತೆ ಕೇಳಿದ.

"ಸಾರಿ, ಆ ಬಗ್ಗೆ ನಿಧಾನವಾಗಿ ಮಾತಾಡ್ಬಹ್ದು. ನನ್ನ ಮಟ್ಟಿಗೆ ಉತ್ತರಿಸೋದು ಕಷ್ಟ. ಒಂದು ರೀತಿಯಲ್ಲಿ ಭ್ರಮೆಯ ನಡುವೆ ಬದ್ಕು ಅಷ್ಟೆ. ಅದಿಲ್ಲದಿದ್ದರೇ ಈ ಜಗತ್ತಿನ ಸೌಂದರ್ಯವೇ ಹಾಳಾಗುತ್ತಿತ್ತು. ಪ್ರತಿಯೊಬ್ರು ವಿರಕ್ತಿ, ನಿರಾಸಕ್ತಿಯ ನಡುವೆ ಉಳಿದರೇ, ಅಂಥ ಒಂದು ಸಮಾಜದ ಕಲ್ಪನೆ ಮಾಡ್ಕೊಳ್ಳಿ. ಇನ್ನ ಹತ್ತು ನಿಮಿಷದಲ್ಲಿ ಸ್ನಾನ ಮುಗ್ಸಿ ಡೈನಿಂಗ್ ಹಾಲ್‌ನಲ್ಲಿರಬೇಕು. ಪ್ಲೀಸ್" ಎಂದು ಹೊರಗೆಹೋದಳು.

ಆ ಆರ್ಡರ್‌ನ ಒಬೇ ಮಾಡುವಂತೆ ಸ್ನಾನ ಮುಗಿಸಿ ಡೈನಿಂಗ್ ಹಾಲ್‌ಗೆ ಬಂದಾಗ ಮಿನ್ನಿಯ ಸಮೇತ ಹೇಮ ಹಾಜರ್. ಅವಳನ್ನ ಅಲ್ಲಿಯೇ ಕೂಡಿಸಿಕೊಂಡು ಚೈತನ್ಯನಿಗೆ ಬಡಿಸುತ್ತ ಮಿನ್ನಿಗೆ ಊಟ ಮಾಡಿಸಿದಳು. ಯಾಕೋ ಎಂದಿನಂತೆ ತಿನ್ನಲಿಲ್ಲ. ಎರಡು ಸಲ ವಾಕರಿಸಿಕೊಂಡಳು. ನಂತರ ತಿಂದಿದ್ದೆಲ್ಲ ವಾಂತಿ ಮಾಡಿಕೊಂಡಾಗ ಅವಳ ಬಲವೇ ಉಡುಗಿತು.

ಅಪಾರ ಚೇಷ್ಟೆಯ ಮಗು ಒಂದೇ ರಾತ್ರಿಗೆ ಸೊರಗಿದಾಗ ಭಯದಿಂದ ನಡುಗಿದಳು.

"ಚೈತನ್ಯ, ನಂಗ್ಯಾಕೋ... ಭಯ! ಮಿನ್ನಿನ ಅವ್ರಿಗೆ ಕೊಟ್ಟರೇ... ಹೇಗೆ?" ರೂಮಿಗೆ ಬಂದಮೇಲೆ ಕೇಳಿದಾಗ ನಕ್ಕುಬಿಟ್ಟ. "ಇಷ್ಟೊಂದು ಹೆದ್ರಿಕೆ ಅಗತ್ಯವಿಲ್ಲ. ಮತ್ತೆ ಡಾಕ್ಟ್ರಿಗೆ ಫೋನ್ ಮಾಡೋಣ" ಎಂದು ಫೋನ್‌ನತ್ತ ನಡೆದ.

ಮಧ್ಯಾಹ್ನವೇ ಮಗುವಿನ ಸಲುವಾಗಿ ಸೂರ್ಯಪ್ರಕಾಶ್ ಮನೆಗೆ ಹಿಂದಿರುಗಿದ. "ಹೇಗಿದ್ದಾಳೆ, ಮಿನ್ನಿ?" ಮುಖದ ಬೆವರನ್ನೊತ್ತಿದ. ಈಗಾಗಲೇ ಬೆಳಗಿನಿಂದ ಚಂದ್ರ ಪ್ರಕಾಶ್, ಸೂರ್ಯಪ್ರಕಾಶ್, ಭಾನುಪ್ರಕಾಶ್ ಪದೇಪದೇ ಫೋನ್ ಮಾಡಿ ವಿಚಾರಿಸುತ್ತಿದ್ದರು.

"ಒಂದೆರಡು ಸಲ ವಾಂತಿ ಆಯ್ತು. ಡಾಕ್ಟ್ರು... ಬಂದ್ಹೋದ್ರು" ಎಂದಳು. ಹಾರುವ ಗುಂಡಿಗೆಯನ್ನ ಕೈಯಲ್ಲಿಡಿದು ಮಲಗಿದ್ದ ಮಗುವಿನ ಪಕ್ಕದಲ್ಲಿ ಹೋಗಿ ಕೂತು, ತಂದೆಯನ್ನ ಸೆಲ್ಯುಲರ್‌ನಲ್ಲಿ ಸಂಪರ್ಕಿಸಿ ಮಗುವಿನ ಪರಿಸ್ಥಿತಿ ತಿಳಿಸಿ "ಡಾಕ್ಟ್ರು, ಬೇರೆ ಸಿರಪ್ ಬರ್ದು ಕೊಟ್ಟಿದ್ದಾರೆ. ಚೈತನ್ಯ ತಂದು ಕೊಟ್ಟಿದ್ದಾನೆ. ಕುಡ್ಸಿ ಆಗಿದೆ, ಈಗ ಮಲ್ಗಿದ್ದಾಳೆ. ಡೋಂಟ್ ವರಿ."

ಮಗ ತಿಳಿಸಿದ್ದರೂ ಕೂಡ ಎಲ್ಲವನ್ನು ಜ್ಯೂನಿಯರ್‌ಗೆ ಒಪ್ಪಿಸಿ ಮೂರರ ಸುಮಾರಿಗೆ ಬಂದೇಬಿಟ್ಟರು. ನರಸಿಂಹ ಮಂತ್ರ ಜಪಿಸುವ ಸೊಸೆ ತೀರಾ ಮುಗ್ಧಳಾಗಿ ಮಾತ್ರವಲ್ಲ, ತುಂಬ ಒಳ್ಳೆಯವಳಾಗಿ ಕಂಡಳು.

"ಮಿನ್ನಿ... ಲಕ್ಕಿ ಕೆಲವರು ಒಮ್ಮೆ ಕಳೆದುಕೊಂಡಿದ್ದು ಮತ್ತೆ ಸಂಪಾದಿಸಲಾರರು.

ಇವ್ರ ವಿಷ್ಯದಲ್ಲಿ ಹಾಗಾಗ್ಲಿಲ್ಲ" ಇದನ್ನ ಮಗನ ಬಳಿ ಹೇಳಿದರು. ಸೊಸೆಯ ಕಿವಿಯಲ್ಲಿ ಬೀಳುವುದು ಅವರಿಗಿಷ್ಟವಿಲ್ಲ. ಸತ್ತವರ ನೆನಪಿನಲ್ಲಿ ಬದುಕಿರುವವರನ್ನ ಹಿಂಸಿಸುವ ಪರಿಪಾಠ ಅವರ ಚಿಂತನೆಗೆ ವಿರುದ್ಧ.

ಮಧ್ಯಾಹ್ನದ ಸುಮಾರಿಗೆ ಒಂದು ಆಕಸ್ಮಿಕ ಸುದ್ದಿ ಬೇರೆಯರಿಂದ ತಿಳಿಯಿತು. ನೈಜೀರಿಯಾಕ್ಕೆ ಹೋದ ದೇವಕಿ ಪಾರ್ಶ್ವವಾಯುಗೆ ತುತ್ತಾದುದ್ದರಿಂದ, ಕೃಷ್ಣಮೂರ್ತಿಗಳು ಮಗನ ಸಂಗಡ ಅಲ್ಲಿಗೆ ಹೋಗಿದ್ದು ಕೆಟ್ಟ ನ್ಯೂಸ್ ಅವರುಗಳ ಪಾಲಿಗೆ. ಬೇರೆಯವರ ಸಾವನ್ನ ಬಯಸುವಂಥ ಅಮಾನವೀಯತೆ ಅವರದಲ್ಲ.

"ಬಹುಶಃ ರೂಮರ್ ಇದ್ದರೂ ಇರ್ಬೇಕು. ಆಕೆಯ ಚಟುವಟಿಕೆಗಳನ್ನ ಸಹಿಸದ ಎಷ್ಟೋ ಜನ ಇದ್ದಾರೆ. ಇಂಥದೊಂದು ಸುದ್ದಿ ಹರಡಿರಬಹ್ದು, ಕೂಡ" ಎಂದರು ಚಂದ್ರಪ್ರಕಾಶ್.

ಅದಕ್ಕೆ ಬದಲು ಹೇಳಲಿಲ್ಲ. ಸದ್ಯಕ್ಕೆ ಮಿನ್ನಿ ಮೊದಲಿನಂತಾಗುವುದು ಅವನಿಗೆ ಬೇಕಿತ್ತು. ನಾಲ್ಕರ ಸುಮಾರಿಗೆ ಬಂದ ಭಾನುಪ್ರಕಾಶ್ ಬಂದು ತಾಜಾ ಸುದ್ದಿ ತಂದ.

"ಪಾರ್ಕ್‌ನ ಪಕ್ಕ ಇರುವ ದೊಡ್ಡ ಬಂಗ್ಲೆಯಲ್ಲಿ ಒಬ್ಬ ಸದ್ಗುರು ವಾಸವಾಗಿದ್ದಾರಂತಲ್ಲ, ಆ ಮನುಷ್ಯ ಜ್ಯೋತಿಷ್ಯ, ವಾಸ್ತುಶಾಸ್ತ್ರದಲ್ಲಿ ನಿಪುಣ ಮಾತ್ರವಲ್ಲ... ತಾಂತ್ರಿಕ ವಿದ್ಯೆಯಲ್ಲಿ ಪ್ರಾವೀಣ್ಯತೆಯನ್ನ ಪಡೆದಂಥ ವ್ಯಕ್ತಿಯಂತೆ. ಎಷ್ಟೋ ರಾಜಕಾರಣಿಗಳಿಗೆ ಗುರು, ಮನೆದೇವರು. ದೇವಕಿಯವ್ರು ಕೂಡ ಆಗಾಗ ಹೋಗ್ಬರೋದು ಮಾತ್ರವಲ್ಲ, ಆ ಸ್ವಾಮಿಗಳನ್ನ ಮನೆಗೆ ಕರೆಸಿಕೊಂಡು ಪೂಜೆ, ಹೋಮ ಅಂಥದ್ದೆಲ್ಲ ಮಾಡಿಸೋದರ ಜೊತೆಗೆ ಅವರು ಹೇಳಿದ ರೀತಿಯಲ್ಲೇ ನಡಕೋತಾ, ಇದ್ರಂತೆ. ಇವತ್ತು ಯೋಗಿ ಸಿಕ್ಕಿ ಎಲ್ಲ... ಹೇಳ್ಕೊಂಡ. ಮನೆಯ ವಾಸ್ತು ಸರ್‍ಯಾಗಿಲ್ಲಾಂತ, ಒಂದ್ಸಲವಲ್ಲ ನಾಲ್ಕು ಸಲ ಮನೇನೇ... ರೀಕಂಟ್ರಕ್ಷನ್ ಮಾಡ್ಸಿದ್ರಂತೆ. ಅವ್ನು ಅತ್ತು... ಅತ್ತು ಸಮಾಧಾನ ಮಾಡ್ಕೊಂಡ, ಅವ್ನ ದುಗುಡ ಪೂರ್ತಿ ಕಮ್ಮಿಯಾಗ್ಲೀಂತ... ಕೂತಿದ್ದೆ. ಬೇರೆ ಸಂದರ್ಭದಲ್ಲಿಯಾಗಿದ್ರೆ, ಇದೆಲ್ಲಿಯ ಕರ್ಮಾರ್‍ಂತ ಎದ್ದು ಬರ್‍ತಾ ಇದ್ದೆ. ಇಂದು ತಿಳಿಯುವ ಅಗತ್ಯವಿತ್ತು. ಸಾರಿ, ಡ್ಯಾಡ್... ಬೇರೆ ಸಮಯದಲ್ಲಾಗಿದ್ರೆ ಇಂಥ ವಿಷ್ಯಗಳ್ನ ನಿಮ್ಮವರ್‍ೂಗ ತರ್‍ತಾ ಇರ್ಲಿಲ್ಲ" ಕ್ಷಮೆ ಯಾಚಿಸಿ ಎದ್ದುಹೋದ.

ಆ ಸ್ವಾಮಿಯ ಬಗ್ಗೆ ಗೊತ್ತಿತ್ತು. ದೊಡ್ಡ ದೊಡ್ಡ ಮಂತ್ರಿವರ್ಯರ ಕಾರುಗಳು ಅವರ ಬಂಗ್ಲೆಯ ಮುಂದೆ ಕಾದು ನಿಂತು ದರ್ಶನ ಭಾಗ್ಯ ಪಡೆಯುತ್ತಿದ್ದುದು ಮಾತ್ರವಲ್ಲ ತಮ್ಮ ಹಣೆಯ ಬರಹ ಬರೆಯುವ ಬ್ರಹ್ಮ ಎಂದೇ ನಂಬಿದವರುಂಟು. ಅವರಿಗೆ ಆ ಬಗ್ಗೆ ಇಂಟರೆಸ್ಟ್ ಇರಲಿಲ್ಲ.

"ವೆರಿ ಬ್ಯಾಡ್, ಕೃಷ್ಣಮೂರ್ತಿ ಬಹಳ ತಿಳಿವಳಿಕೆಯುಳ್ಳ ಮನುಷ್ಯ. ಇಂಥದ್ದನ್ನು ಹೇಗೆ ಸೈರಿಸಿಕೊಂಡ?" ಎಂದರು. ದೇವಕಿ ಡ್ಯಾಮಿನೇಟಿಂಗ್ ಲೇಡಿಯೆಂಬುದು ನೆನಪಾದಾಗ ಅವರ ಬಗ್ಗೆ ಸಹಾನುಭೂತಿಗೊಂಡರು.

"ಮೊದ್ಲು ತಿಳಿದಿದ್ದು, ಬರೀ ರೂಮರ್ ಇರ್ಬೇಕು. ಯೋಗಿಯೇ ಇಷ್ಟೆಲ್ಲ ಹೇಳಿಕೊಂಡಿದ್ದಾನೆಂದುಕೊಂಡರೇ, ತಾಯಿಯ ಅನಾರೋಗ್ಯದ ಬಗ್ಗೇನು ಹೇಳುತ್ತಿದ್ದ."

ಮಗನ ಮಾತಿಗೆ ತಲೆದೂಗಿದರು ಚಂದ್ರಪ್ರಕಾಶ್.

ಹತ್ತೇ ನಿಮಿಷದಲ್ಲಿ ಪ್ರತ್ಯಕ್ಷವಾದ ಹೇಮ ಇಂದು ತನ್ನ ಮೊದಲ ಬೇಡಿಕೆಯನ್ನ ಮಂಡಿಸಿದ್ದು ಸಂಕೋಚದಿಂದಲೇ "ಭಾನು, ಜೊತೆಯಲ್ಲಿ ದೇವಸ್ಥಾನಕ್ಕೆ ಕರ್ಕೊಂಡ್ಹೋಗ್ತೀನಿ ಅಂದಿದ್ದಾರೆ" ಅಂದಳಷ್ಟೆ.

"ಅತ್ತಿಗೆ, ಅಂದಿದ್ದಾರೆ ಅಲ್ಲ, ಅಂದಿದ್ದಾನೆ ಅನ್ನಿ. ಡ್ಯಾಡ್ ಅತ್ತಿಗೆ ದೇವಸ್ಥಾನಕ್ಕೆ ಹೋಗ್ಬರೋಣಾಂದ್ರು, ನಾನು ಘ್ನೂ ಅಂದೇ. ಒಂದಿಷ್ಟು ಪರ್ಮಿಷನ್ ಕೊಟ್ಬಿಡಿ. ನೀವೆಲ್ಲ ಮನೆಯಲ್ಲೇ ಇರೋದ್ರಿಂದ... ಮಿನ್ನೀ ಬಗ್ಗೆ ಯೋಚ್ನೆ ಇರೋಲ್ಲ" ಬಲವಾದ ಪೀಠಿಕೆ ಹಾಕಿದ.

"ಬೇಗ ಹೋಗ್ಬಂದ್ಬಿಡಿ" ಚಂದ್ರಪ್ರಕಾಶ್ ಪರ್ಮಿಷನ್ ಕೊಟ್ಟರು.

"ಬೈಕ್ ಬೇಡ, ಕಾರು ತಗೊಂಡ್ಹೋಗು" ಸೂರ್ಯ ಹೇಳಿದ.

"ಅಂತೂ ಇಬ್ಬರ ಪರ್ಮಿಷನ್ ಸಿಕ್ಕಂತಾಯಿತು. ಒಮ್ಮೆ ಬೇಕಾದ್ರೆ ನಿಮ್ಮ ಮಗ್ಳುನ ನೋಡ್ಕೊಂಡ್... ಬಂದ್ಬಿಡಿ" ಹೇಮಾನ ಕಳುಹಿಸಿದ ಭಾನುಪ್ರಕಾಶ್ "ಅತ್ತಿಗೆ ತುಂಬ ಹೆದ್ರಿಬಿಟ್ಟಿದ್ದಾರೆ. ತಾಯಿ, ಮಗನ ಮಧ್ಯೆ ಇಷ್ಟೊಂದು ಅನನ್ಯ ಪ್ರೇಮ ಇರುತ್ತೇಂತ ನಂಗೆ ಇಂದೇ ಗೊತ್ತಾಗಿದ್ದು. ಬೆಳಗ್ನಿಂದ... ನೀರು ಕೂಡ ಕುಡಿದಿಲ್ಲ. ಅದ್ಕ ನಂಗೆ ಗೊತ್ತಿರೋ ದೇವಸ್ಥಾನಗಳ ಬಾಗ್ಲುನ ತೆಗ್ಸಿ... ಪೂಜೆ ಮಾಡ್ಸಿಕೊಂಡ್ಬರ್ತೀನಿ" ಕಂಠ ಭಾರವಾಯಿತು. ಯಾರು ಏನಾದರೂ ಹೇಳಿಕೊಳ್ಳಲಿ ಅವನ ಪ್ರಕಾರ ಮಿನ್ನಿ, ಸೂರ್ಯಪ್ರಕಾಶ್ ಮತ್ತು ಹೇಮ ಮಗಳೇ.

ಬಹಳ ಸಂತೋಷದಿಂದ ಹರಟುತ್ತ ಅತ್ತಿಗೆಯನ್ನ ಕರೆದೊಯ್ದ. ಅಂತು ಹೊರಗೆ ಹೋಗುವ ಭಾಗ್ಯ ಇಂದು ಕೂಡಿಬಂದಿತ್ತು. ಐದರ ಸುಮಾರು ಕೆಲವು ದೇವಸ್ಥಾನಗಳು ಬಂದ್ ಆದರೂ ಪಟ್ಟು ಬಿಡದೇ ತೆರೆದ ದೇವಸ್ಥಾನಗಳಲ್ಲೆಲ್ಲ ಅಷ್ಟೋತ್ತರ, ಪೂಜೆ ಸಲ್ಲಿಸಿ ಹತ್ತು ನಿಮಿಷಕ್ಕೊಮ್ಮೆ ಮನೆಗೆ ಸೆಲ್ಯುಲರ್‌ನಲ್ಲಿ ಸಂಪರ್ಕಿಸಿ ಮಿನ್ನಿಯ ಬಗ್ಗೆ ತಿಳಿದೇ ಮನೆಗೆ ಬರುವ ವೇಳೆಗೆ ಎಂಟರ ಸುಮಾರು.

ಸೂರ್ಯಪ್ರಕಾಶ್ ತೊಡೆಯ ಮೇಲೆ ಮಲಗಿದ್ದ ಮಿನ್ನಿ "ಮಮ್ಮಿ..." ಎಂದು ಎದ್ದೇಬಿಟ್ಟಳು. ಎತ್ತಿ ಅಪ್ಪಿಕೊಂಡು ಪ್ರಸಾದವಿಟ್ಟ ವೈಖರಿಗೆ ದಂಗಾದ. ಬಹುಶಃ ಮೀರಾ ಬದುಕಿದ್ದರೇ ಇಷ್ಟೊಂದು ಪ್ರೀತಿ ಸಿಗುತ್ತಿತ್ತೋ ಇಲ್ಲವೋ ಮಿನ್ನಿಗೆ? ಆದರೆ ಈ ಅನುಮಾನಕ್ಕೆ ಅರ್ಥವಿತ್ತು. ಇವನ ಎದೆಗೆ ಒರಗಿ "ನಾನು ಇನ್ನು ನಮ್ಮಮ್ಮನಿಗೆ ಮಗು. ಅಂಥದ್ದರಲ್ಲಿ ಒಂದು ಮಗುನ ಹೆತ್ತಿ ಸಾಕೋದೆಂದರೇ ಕಷ್ಟ. ಇಷ್ಟು ಬೇಗ ಬೇಡವಾಗಿತ್ತು" ಒಮ್ಮೆ ಅತ್ತೆಯ ಮನೆಯ ಬೆಡ್‌ರೂಂನಲ್ಲಿ ನಲ್ಲೆ ನುಡಿದ ಮಾತುಗಳು.

"ಅದಕ್ಕೂ ನಿಮ್ಮಮ್ಮನ ಸಲಹೆ ತಗೋ" ಎದ್ದು ಬಂದಿದ್ದ.

"ಈಗ ಡಾಕ್ಟ್ರು... ಬರ್ತಾರೆ" ಹೇಳಿ ಮೆಟ್ಟಿಲನ್ನೇರಿ ಆಫೀಸ್‌ಗೆ ಹೋದ. ಎದುರಿ

ನಲ್ಲಿಯೇ ಕೂತ ಭಾನುಪ್ರಕಾಶ್ "ಅತ್ತಿಗೆ, ನಿಮ್ಗೆ ದೇವರಲ್ಲಿ ನಂಬ್ಕೆ ಭಯಂಕರ. ಎಲ್ಲಿ ಪ್ರತ್ಯಕ್ಷವಾಗಿಬಿಡ್ತಾನೋ, ಅಂದ್ಕೊಂಡೆ. ಒರಿಜಿನಲ್ ಭಕ್ತಿಗೆ ಯಾವ ದೇವರಾದ್ರೂ... ಒಲೀತಾನೇ. ಇನ್ನ ನಂಗೆ ಬಿಡುಗಡೆ ತಾನೇ" ಮಿನ್ನಿಯ ಕೆನ್ನೆಗಳನ್ನ ಮುಟ್ಟಿ ರೂಮಿಗೆ ಹೋದ.

ಚೈತನ್ಯ ಕೆಳಗೆ ಪದ್ಮಾಸನ ಹಾಕಿಕೊಂಡು ಕೂತು ಧ್ಯಾನ ಮಾಡುತ್ತಿದ್ದ. ದಢಾರನೆ ಹೊದವನು ಮೆಲ್ಲನೆ ಬಾಗಿಲನ್ನು ಮುಚ್ಚಿಕೊಂಡು ಹೊರಬಂದ. ಇವನಿಗಿಂತ ಎರಡು ವರ್ಷ ದೊಡ್ಡವನು ಫೈನಲ್ ಇಯರ್ ಬಿ.ಇ.ನಲ್ಲಿದ್ದ ಡಿಸ್ಕಷನ್‌ನಲ್ಲಿ ಹಿಂದಿನ ಕ್ಲಾಸ್‌ಗಳನ್ನ ಮುಗಿಸಿದವನು, ಆದರೆ ಇತ್ತೀಚೆಗಿನ ಅವನ ನಿರಾಸಕ್ತಿ ಕಂಡರ ಇಂಜಿನಿಯರಿಂಗ್ ಪೂರ್ತಿ ಮಾಡಲಾರ ಎನ್ನಿಸಿತು.

ಎಂದೂ ಈ ಮ್ಯಾಟರನ್ನ ಸೀರಿಯಸ್ಸಾಗಿ ತಗೊಂಡಿರಲಿಲ್ಲ ಭಾನುಪ್ರಕಾಶ್. ಇಂದು ಚೈತನ್ಯ ಮಾಮೂಲು ದಾರಿಗಿಂತ ಬೇರೆ ದಾರಿ ಹಿಡಿದಿದ್ದಾನೆನಿಸಿತು. ಅವನಿಗೆ ಸಂತೋಷಪಡಬೇಕೋ ದುಃಖಪಡಬೇಕೋ, ಒಂದು ಅರ್ಥವಾಗಲಿಲ್ಲ.

ತನ್ನ ರೂಮಿಗೆ ಹೋಗಿ ಬಾಗಿಲು ಹಾಕಿಕೊಂಡ. ಎಸೆದ ನಿಂಬೆಹಣ್ಣುಗಳು, ಹರಿಶಿನ ಬಟ್ಟೆಯಲ್ಲಿ ಸುತ್ತಿದ್ದ ಮಣ್ಣು ಇವೆಲ್ಲ ಏನು?

"ಅಬ್ಬ, ಇಷ್ಟೊಂದು ಭಯವಾದ್ರೆ... ಹೇಗೆ? ಜ್ವರ, ಮಾಮೂಲಾಗಿ ಎಲ್ಲರಿಗೂ ಬರೋಂಥದ್ದೇ. ಅದು ಮಕ್ಕಿಗಂತು ಆಗಾಗ ಪೀಡಿಸುವ ವ್ಯಾಧಿ. ಅಷ್ಟೊಂದು ದೇವರು ಗಳಿಗೆ ಪೂಜೆ ಮಾಡ್ಸಿಕೊಂಡು... ಬಂದ್ರಲ್ಲ. ನಿಮ್ಗೆ ದೇವರಲ್ಲಿ ನಂಬ್ಕೆ ಇದೆ, ತಾನೇ? ಇನ್ನ ಭಯ... ಯಾಕೆ?" ಮೆಟ್ಟಿಲೇರಿ ಮೇಲಕ್ಕೆ ಹೋದ. ಮಗು ಇದ್ದಿದ್ದು ಅಣ್ಣನ ಬೆಡ್ ರೂಂನಲ್ಲಲ್ಲ, ಅದಕ್ಕೆ ಅಂಟಿಕೊಂಡಂತೆ... ಆ ರೂಮಿನ ಮೂಲಕ ಬಾಗಿಲಿದ್ದ ರೂಮಿನಲ್ಲಿ. ಕ್ಷಣ ಅವನ ಮಿದುಳು ನಿಷ್ಕ್ರಿಯವಾಯಿತು. ಮದುವೆಯಾದರೂ ಸೂರ್ಯಪ್ರಕಾಶ್, ಹೇಮ ಪತಿ ಪತ್ನಿಯರಲ್ಲ.

ಟೆಂಪರೇಚರ್ ಚೆಕ್ ಮಾಡಿ "ಇದೇನು, ಭಯಂಕರವಾದ ಜ್ವರಲ್ಲ. ನಾರ್ಮಲ್ ಟೆಂಪರೇಚರ್‌ಗಿಂತ ಒಂದು ಡಿಗ್ರಿ ಜಾಸ್ತಿ ಇದೆ. ಅಷ್ಟಕ್ಕೆ ಇಷ್ಟೊಂದು... ಗಾಬರಿ" ಅಂದು ಡಾಕ್ಟರನ್ನ ಸಂಪರ್ಕಿಸಿದ.

ಸುತ್ತಲೂ ನೋಟವರಿಸಿದ. ಬಿಚ್ಚಿದ ಸೂಟ್‌ಕೇಸ್ ಡ್ರೆಸ್ಸಿಂಗ್ ಟೇಬಲ್ ಮೇಲೆ ಇದ್ದಿದ್ದು ಒಂದಿಷ್ಟು ಕ್ರೀಮ್, ಪೌಡರ್ ಬಾಕ್ಸ್, ಅದು ಬಿಟ್ಟರೇ ಹೇಳಿಕೊಳ್ಳುವಂಥ ದ್ದೇನಿರಲಿಲ್ಲ. 'ನಿನ್ನ ಅತ್ತಿಗೇನಾ ಕರ್ಕೊಂಡ್ಹೋಗಿ ಷಾಪಿಂಗ್ ಮಾಡ್ಸಿಕೊಂಡ್ಬಾ' ಎಂದಾಗ ಹೇಮ ನಿರಾಕರಿಸಿದಳು.

ಈಗ ವಾರ್ಡ್‌ರೋಬ್ ತುಂಬ ಮಿನ್ನಿಯ ಡ್ರೆಸ್‌ಗಳು, ಟವಲುಗಳು, ಕಾಲು ಚೀಲಗಳು ಎಲ್ಲಾ ಅವಳ ವಸ್ತುಗಳೇ. ಸ್ವಲ್ಪ ಗೊಂದಲಕ್ಕೆ ಬಿದ್ದ.

"ಅತ್ತಿಗೆ, ಮಿನ್ನಿ ಯಾವಾಗ್ಲಾದ್ರೂ ರಾತ್ರಿ ಹೊತ್ತು ಹೆದರಿ ಕಿರುಚಿಕೊಂಡಿದ್ದು

ಉಂಟಾ?" ಭಾನುಪ್ರಕಾಶ್‌ಗೆ ತಕ್ಷಣ ಪ್ರತಿಕ್ರಿಯಿಸಿದಳು. "ಇಲ್ವಲ್ಲ, ರಾತ್ರಿ ಮಲ್ಗಿದರೇ... ಅವ್ರು ಬೆಳಿಗ್ಗೆವರ್ಗೂ ಅಲ್ಲಾಡೋಲ್ಲ."

ಮನದಲ್ಲೇ ಏನೇನೋ ಲೆಕ್ಕ ಹಾಕಿದ. ಸೂರ್ಯಪ್ರಕಾಶ್, ಹೇಮ ನಡತೆ ಮೇಲೆ ಒಂದು ಕಣ್ಣಿಡಬೇಕೆಂದುಕೊಂಡ. ಈ ರೂಮಿಗೆ ಅವನು ಬಂದಿದ್ದು ಒಂದು ತಿರುವಿಗೆ ನಾಂದಿ ಆಯಿತು.

* * *

ಚೈತನ್ಯ ಒಂದೆರಡು ಬಟ್ಟೆಗಳನ್ನು ಬ್ಯಾಗ್‌ಗೆ ಹಾಕಿಟ್ಟಿದ್ದ. ಒಂಟಿಯಾಗಿ ಎಲ್ಲಾದರೂ ಸ್ವಲ್ಪ ದಿನ ತಿರುಗಾಡಿ ಬರಬೇಕೆಂದು ಮನಸ್ಸು ಮಾಡಿದ್ದ. ನಿರಂತರವಾದ ಆಂದೋಲನ ವನ್ನು ಮೆಟ್ಟಿ ಅವನು ಶಾಂತಸ್ಥಿತಿಗೆ ಬರಬೇಕಿತ್ತು.

"ಚೈತನ್ಯ, ತಿಂಡಿಗೆ... ಬಾ" ಹೇಮ ಅವನನ್ನ ಕರೆಯಲು ಬಂದಾಗ ಸುಮ್ಮನೆ ಕೂತಿದ್ದ. "ಈಗ ಬೇಡಾಂತ ಅನ್ನಿಸ್ತಾ... ಇದೆ." ಹಿಂದಿನ ರಾತ್ರಿ ಕೂಡ ಇದೇ ಮಾತು ಹೇಳಿದ್ದ. ಅವಳಿಗೆ ಗಾಬರಿಯಾಯಿತು. "ಖಂಡಿತ ಸರಿಯಲ್ಲ. ನೀನು ತಿಂದ ಹೊರ್ತು... ನಾನು ಊಟ ಮಾಡೋಲ್ಲ" ಹಠ ಹಿಡಿದು ಬಗ್ಗಿಸಿ ಅವನನ್ನ ಕರೆದೊಯ್ದಳು ಬಲವಂತ ದಿಂದ.

ಹಾಟ್ ಬಾಕ್ಸ್‌ಗಳನ್ನ ತಂದಿಟ್ಟ ಲೋಹಿ, "ಅಮ್ಮನೇ, ನಿಂತು ನಿಮಗೋಸ್ಕರ ಮಾಡಿದ್ರು. ಒಂದತ್ತು ಸಲವಾದ್ರೂ ನೀವು ರಾತ್ರಿ ಊಟ ಮಾಡದ್ದರ ಬಗ್ಗೆ ಹೇಳಿದ್ರು" ಅಷ್ಟು ಹೇಳಿ ಒಳಗೆಹೋದ.

ತಾನೇ ಬಡಿಸಿದ ಹೇಮ "ನಿಮ್ಗೆ, ತುಪ್ಪದ ಸಜ್ಜಿಗೆ ಇಷ್ಟಾಂತ ಸುಶೀಲಮ್ಮ ಹೇಳಿದ್ರು. ಅವರ ಹಾಗೆ ನಂದು ಅನುಭವಸ್ಥ ಕೈಯಲ್ಲ" ಎಂದಳು ನಲ್ಮೆಯಿಂದ.

ತಲೆಯೆತ್ತಿ ನೋಡಿ ಕಿರುನಗೆ ಹರಿಸಿದ. ವಯಸ್ಸಿನ ಚೆಲ್ಲು ಇಲ್ಲದ, ತಾಯ್ತನ ಸೂಸುವ ಕಣ್ಣುಗಳುಳ್ಳ ಹೇಮಾಳಲ್ಲಿ ತಾಯನ್ನ ಕಂಡ. ಮಂಕು ಸೂರ್ಯನ ರಶ್ಮಿಗೆ ಸೋಕಿದ ಮಂಜಿನಂತೆ ಕರಗಿತು. ಸಜ್ಜಿಗೆ ಬಾಯಿಗಿಟ್ಟು ಕಣ್ಣು ಅರಳಿಸಿದ.

"ಸಜ್ಜಿಗೆಗೆ ಇಂಥ ರುಚಿ ಇದೆಯೆಂದು... ಇಂದೇ ಗೊತ್ತಾಗಿದ್ದು" ಉದ್ಗರಿಸಿದ. ಉದ್ಗಾರದಲ್ಲಿ ಪ್ರಾಮಾಣಿಕತೆ ಇತ್ತು. ಇಂದಿನಷ್ಟು ರುಚಿಯಾದ ಸಜ್ಜಿಗೆಯನ್ನ ಎಂದೂ ತಿಂದೇ ಇಲ್ಲವೆನಿಸಿತು. "ಷೂರ್, ಅತ್ತಿಗೆ... ನೀವೊಂದಿಷ್ಟು ಬಾಯಿ ತೆಗೀರಿ. ಕ್ವಿಕ್... ತಟ್ಟೆ ಖಾಲಿಯಾಗಿ ಬಿಟ್ಟಿತು." ಅವಳಿಗೆ ನಾಚುವಂತಾಯಿತು. ಬಾಯಿ ತೆಗೆಸಿ ಚೈತನ್ಯ ಸಜ್ಜಿಗೆ ಇಡುವುದಕ್ಕೂ ಭಾನುಪ್ರಕಾಶ್ ಪ್ರತ್ಯಕ್ಷವಾಗುವುದಕ್ಕೂ ಸರಿಹೋಯಿತು. "ವಂಡರಫುಲ್ ಸೀನ್, ಬದ್ಕು ಧನ್ಯವಾಯ್ತು. ಇಂಥ ಒಂದೇ... ಒಂದು ಸೀನ್ ಮೂವೀಗಳಲ್ಲಿದ್ದರೇ ಪಿಕ್ಚರ್ ಜಯಭೇರಿ ಬಾರಿಸಿಬಿಟ್ಟೀತು. ಯಾವ ಫಿಲಂ ತಗೊಳ್ಳಿ ಅಧ್ವಾನದ ಲವರ್ಸ್! ಬದ್ಕಿಗೆ ಒಂದು ಲಿಮಿಟ್ ಹಾಕ್ಬಿಟ್ಟಿದ್ದಾರೆ. ಈಗ ಸ್ವಲ್ಪ ಆಪೋಜಿಟ್..." ಎಂದವನೇ ಹಾಟ್ ಬಾಕ್ಸ್‌ನಲ್ಲಿದ್ದ ಸಜ್ಜಿಗೆಯನ್ನೆಲ್ಲ ಪ್ಲೇಟ್‌ಗೆ ಬಗ್ಗಿಸಿ "ಇದ್ನೆಲ್ಲ ನಂಗೆ ತಿನ್ನಿಸಿ ಬಿಡಿ" ಎಂದು ಬಾಯಿ ತೆರೆದು ಕೂತವನು ಅದು ಮುಗಿದ ಮೇಲೇನೇ ಎದ್ದಿದ್ದು.

ಸುಶೀಲಮ್ಮ, ಲೋಹಿಯಂತೂ ಮುಸಿಮುಸಿ ನಕ್ಕರು. ಇಂಥ ದೃಶ್ಯಗಳು ತೀರಾ ಅಪರೂಪ. ಈ ಅನುಬಂಧಗಳು ಸಂಬಂಧಗಳನ್ನ ಗಟ್ಟಿ ಮಾಡುತ್ತೆ. ಆಗ ಸ್ವಾರ್ಥ ಲಾಲಸೆಗಳು ತಾವಾಗಿ ಸಾಯುತ್ತೆ.

ಚೈತನ್ಯ ರೂಮಿಗೆ ಹೋದಮೇಲೆ ಭಾನುಪ್ರಕಾಶ್‌ನ ಮುಂದಿನ ಸಿಟ್ಟಿಂಗ್ ರೂಮಿಗೆ ಕರೆದೊಯ್ದು ಹೇಮ ಸುಮ್ಮನೆ ಕೂತಳು. ಭಾರ ಹೊತ್ತಂತ ಅನುಭವ. ಭಾನುಪ್ರಕಾಶ್‌ನೊಂದಿಗೆ ಮಾತ್ರ ಪೂರ್ತಿ ಮನಬಿಚ್ಚಿ ಮಾತಾಡಬಲ್ಲಳು.

"ನಂಗ್ಯಾಕೋ... ಭಯ!" ಎಂದಳು ತಗ್ಗಿದ ದನಿಯಲ್ಲಿ.

ಉತ್ಸಾಹದಿಂದ ಅರಳಿದ ಅವನ ಮುಖ ಸ್ವಲ್ಪ ಮುದುಡಿದರೂ ಮೊದಲಿನ ಸ್ಥಿತಿಗೆ ತಂದ ಪ್ರಯಾಸದಿಂದ "ಯಾಕತ್ತಿಗೆ, ನಿಮ್ಮಂಥವ್ರು ಭಯಪಡಬಾರ್ದು. ಅದು ನಿಮ್ಹತ್ರನೆ ಸುಳಿಬಾರ್ದು. ಭಯ ಸರ್ವನಾಶ ಮಾಡುತ್ತೆ. ಅಮೆರಿಕಾಗೆ ರಷ್ಯಾದ ಭಯ ಇತ್ತು, ಆದರೆ ಈಗಿಲ್ಲ. ಅರಬರಿಗೆ ಯಹೂದಿಗಳ ಭೀತಿ, ಯಹೂದಿಗಳಿಗೆ ಅರಬರ ಭೀತಿ. ಬಿಳಿ ಜನರಿಗೆ ಕರಿಯ ಜನರ ಬಗ್ಗೆ ಭಯ, ಕರಿಯ ಜನರಿಗೆ ಬಿಳಿ ಜನರ ಭೀತಿ. ಎಲ್ಲಾ ಸ್ತರಗಳಲ್ಲೂ ಭೀತಿ. ಎಲ್ಲಾದ್ರೂ ನೆಮ್ದಿ ಇದ್ಯಾ?" ಒಂದು ದೊಡ್ಡ ಭಾಷಣವನ್ನೆ ಬಿಗಿದ.

ಕಣ್ಣರಳಿಸಿ ಹೇಮ ಸುಮ್ಮನೆ ಕೂತಳು. ಭಾನುವಿನ ಮಾತುಗಳಲ್ಲಿ ಆಕರ್ಷಣೆ ಮಾತ್ರವಲ್ಲ ಚಿಂತನೆಯೂ ಇತ್ತು. ಎದುರಿನಲ್ಲಿರುವವರ ಮಿದುಳು, ಮನಸ್ಸುಗಳನ್ನ ಹಿಡಿತದಲ್ಲಿ ಇಟ್ಟುಕೊಳ್ಳುವಂತೆ ಪದಗಳನ್ನ ಜೋಡಿಸುವುದನ್ನ ಕರಗತ ಮಾಡಿಕೊಂಡಿದ್ದ.

"ಈಗ್ಹೇಳಿ, ನಿಮ್ಮ ಭಯಕ್ಕೆ ಕಾರಣವೇನು?" ವಿಧೇಯ ವಿದ್ಯಾರ್ಥಿಯಂತೆ ಎದುರಿನಲ್ಲಿ ಕೂತ. ಎರಡು ನಿಮಿಷ ಸುಮ್ಮನಿದ್ದ ಹೇಮ "ಚೈತನ್ಯ ಮೊದಲಿನ ಹಾಗಿಲ್ಲ. ಊಟ, ತಿಂಡಿಯಂತು ಬೇಡವೇ ಬೇಡ. ಕಿಟ್ ರೆಡಿ ಮಾಡಿಟ್ಕೊಂಡಿದ್ದಾರೆ, ಎಲ್ಲಾದ್ರೂ ಹೋಗೋ ಉದ್ದೇಶವಿದೆಯೇನೋ!" ಅವಳ ಮನದ ಮಾತುಗಳು ಬಹಿರಂಗವಾದವು.

ಇದು ಭಾನುಪ್ರಕಾಶ್ ಗಮನಕ್ಕೂ ಬಂದಿತ್ತು. ಮೊದಲಿನ ಬಿರುಸು ಚೈತನ್ಯನ ಮಾತುಗಳಲ್ಲಿ ಇಲ್ಲ. ಜೊತೆಗೆ ಸದಾ ವಾಲಿಬಾಲ್ ಮೂಡ್‌ನಲ್ಲಿರುತ್ತಿದ್ದ, ಅವನು ಚರ್ಚಿಸುತ್ತಿದ್ದುದು ಕೂಡ ಕ್ರೀಡೆಗೆ ಸಂಬಂಧಪಟ್ಟ ವಿಷಯಗಳನ್ನ. ಈಚೆಗೆ ಅದೆಲ್ಲ... ಬಂದ್!

"ಚೈತನ್ಯ ಎಲ್ಲಾದ್ರೂ ಹೋಗೋ ವಿಷ್ಯ ಗೊತ್ತಿಲ್ಲ, ಅತ್ತಿಗೆ ಆದರೆ ಅವನಲ್ಲಿ ಬದಲಾವಣೆ ಬಂದಿದೆ. ಲೌಕಿಕ ವಿಷಯಗಳಲ್ಲಿ ಒಂದಿಷ್ಟು ವಿರಕ್ತಿ. ಇದು ತಾತ್ಕಾಲಿಕವೋ, ಇಲ್ಲ ಪೂರ್ತಿ ಗಟ್ಟಿಯಾದ ಆಧ್ಯಾತ್ಮಿಕ ಭಾವವೋ, ಇದ್ನೆಲ್ಲ ತಿಳಿಯೋಕೆ ಸಮಯ ಬೇಕಾಗುತ್ತೆ. ಆದರೂ, ಭಯಪಡುವಂಥ ವಿಷ್ಯವಲ್ಲ ಅತ್ತಿಗೆ" ದೊಡ್ಡ ಚಿಂತಕನಂತೆ ವಿಶ್ಲೇಷಿಸಿದ.

"ಈಗೇನ್ಮಾಡೋದು? ಮಾವನವ್ರ ಗಮನಕ್ಕೆ ತರೋದು ಒಳ್ಳೇದು" ಹೇಮ ಅಂದಿದ್ದು ಸರಿಯೆನಿಸಿತು "ಯು ಆರ್ ಕರೆಕ್ಟ್ ಅತ್ತಿಗೆ. ಆ ಕೆಲ್ಸನ ನೀವು ಮಾಡ್ಬಹ್ದು... ಅಥ್ವಾ ನಿಮ್ಮ ಪತಿದೇವರ ಮುಖಾಂತರ ಮಾಡಿಸ್ಬಹ್ದು. ಇನ್ನ ಒಂದ್ವಿಷ್ಯ ತೀರ್ಮಾನ

ವಾಗೋದಿದೆ. ಸಾಕ್ಷಿ ಕಳಚಿಕೊಳ್ಳೋಕೆ ಮೊದಲು, ಒಂದು ಬೈಠಕ್ ನಡೀಬೇಕು" ಮಾರ್ಮಿಕವಾಗಿ ನುಡಿದಾಗ ಅವಳಿಗೇನು ಅರ್ಥವಾಗಲಿಲ್ಲ.

"ಅತ್ತಿಗೆ, ಮೇಲಿನ ನಿಮ್ಮ ಬೆಡ್‌ರೂಮು ಪಕ್ಕದ್ದು, ಅಂದರೆ ಮಿನ್ನಿಗೆ ರಿಸರ್ವ್ ಮಾಡಿಸಿಟ್ಟಿದ್ದೀರಲ್ಲ, ಆ ರೂಮು ಒಂದು ತರಹ ಚೆನ್ನಾಗಿದೇಂತ... ಅನ್ನಿಸುತ್ತೆ. ನಾನು ಅಲ್ಲಿಗೆ ಷಿಫ್ಟ್ ಆಗ್ಬಿಡ್ಲಾ? ನಿಮ್ಮ ಮೆದುತನ, ಶಾಂತತೆ, ಅಣ್ಣನ ಪ್ರತಿಭೆ ನೇರವಾಗಿ ನಂಗೆ ಹರಿದುಬರಲೀಂತ. ಅಲ್ಲಿ ಮಿನ್ನಿನು ಇದ್ಕೊಳ್ಳಿ."

"ಈಗ್ಬಂದೆ..." ಅಲ್ಲಿಂದ ಸರಿದುಹೋದಳು ಹೇಮ.

'ಪ್ರಳಯಾಂತಕ' ಮಗನ ಬಗ್ಗೆ ಅಭಿಮಾನದಿಂದ ಹೇಳುವಾಗ ಚಂದ್ರಪ್ರಕಾಶ್ ಮುಖ ಮೊರದಗಲವಾಗುತ್ತಿತ್ತು. ಅದು ಸತ್ಯವಾದ ವಿಷಯವೆಂದು ಗೊತ್ತು.

ಅಂದು ಸಂಜೆ ಕಾಫಿ ಕೊಂಡೊಯ್ದಾಗ, ಚಂದ್ರಪ್ರಕಾಶ್ ಬಟ್ಟೆ ಬದಲಾಯಿಸಿ, ಅಡ್ಡಾಗಿದ್ದರು.

"ಮಾವ, ಕಾಫಿ... ತುಂಬ ಟಯರ್ಡ್ ಆಗಿದ್ದೀರಾ!" 'ಉಸ್' ಎಂದು ಎದ್ದು ಒರಗಿದಂತೆ ಕೂತಾಗ ಕಾಫಿ ಕಪ್ ಪಕ್ಕದಲ್ಲಿಟ್ಟು ದಿಂಬು ಸರಿಮಾಡಿ "ನಾನು ಸ್ವಲ್ಪ ಮಾತಾಡ್ಬೇಕಿತ್ತು" ಅಷ್ಟು ಹೇಳಲು ಸಮರ್ಥವಾಯಿತು ಅವಳ ದನಿ.

"ಷೂರ್, ಕೂತ್ಕೋ! ನೀನು ಆಗಾಗ್ಬಂದು... ವಿಚಾರವಿನಿಮಯ ನಡ್ಸೋದು ನಂಗೂ ನೆಮ್ದಿ. ನನ್ನ ಪ್ರೊಫೆಷನ್ ಜಗತ್ತಿನಲ್ಲಿ ಎಲ್ಲ ಮಕ್ಕಳಿಗೆ ಸಿಗಬೇಕಾದ ಪ್ರೀತಿ, ಮಮತೆ ಸಿಗಲಿಲ್ಲವೇನೋ ಎನ್ನುವ ನೋವು ಎಲ್ಲೋ ಎದೆಯಾಳದಲ್ಲಿ ನಿಂತು ತುಡಿಯುತ್ತಿದೆ. ಆದರೆ ನಾನು ನಿಸ್ಸಹಾಯಕ" ಮನಬಿಚ್ಚಿ ಹೇಳಿಕೊಂಡರು.

ಹೇಮ ನಿಂತೇ ಇದ್ದಳು. ಇಂದಿಗೂ ಅವರೆದುರಿಗೆ ನಿಂತು ಮಾತಾಡುವುದೆಂದರೇ ಅವಳಿಗೆ ಸಾಹಸದ ಕೆಲಸವೇ. ಅದು ಭಯವಲ್ಲ, ಭಕ್ತಿ. ಕಾಫಿ ಸಿಪ್ ಮಾಡಿದವರು "ಕೂತ್ಕೋ ಹೇಮ, ನಿಮ್ತಂದೆ ನಾನು ಬೇರೆಬೇರೆಯಲ್ಲ. ಅದೇನು ಹೇಳು" ಸ್ನೇಹವಿತ್ತು ಅವರ ದನಿಯಲ್ಲಿ. ಹಿರಿಯತನದ ಗಾಂಭೀರ್ಯ, ಗತ್ತು ಇತ್ತು ಮುಖದಲ್ಲಿ.

ಗೋಡೆಯ ಅಂಚಿಗೆ ಇದ್ದ ಪುಟ್ಟ ಚೇರ್ ತಂದು ಮಂಚಕ್ಕೆ ಸ್ವಲ್ಪ ದೂರದಲ್ಲಿ ಹಾಕ್ಕೊಂಡು ಕೂತು, ತುಟಿಯವರೆಗೂ ಬಂದ 'ಭಯ' ಎನ್ನುವ ಪದ ನುಂಗಿಕೊಂಡಳು. ಆ ಪದದ ಬಗ್ಗೆ ಸಾಕಷ್ಟು ವ್ಯಾಖ್ಯಾನಿಸಿದ್ದ ಭಾನುಪ್ರಕಾಶ್. ಸದ್ಯಕ್ಕಂತು ಉಪಯೋಗಿಸಿದಳು.

ಕಪ್ ಕಳಗಿಟ್ಟು ನೋಡಿದರು ಅವಳತ್ತ 'ಸಮಯದ ದುರ್ವಿನಿಯೋಗ ಸಲ್ಲದು' ಎಂದು ಅವರ ಕಣ್ಣುಗಳು ಗುರುತು ಮಾಡುತ್ತಿತ್ತು.

"ಚೈತನ್ಯ ಮಾಮೂಲಾಗಿಲ್ಲ. ಊಟ, ತಿಂಡಿ ಬಗ್ಗೆ ಆಸಕ್ತಿ ಇಲ್ಲ. ಸದಾ ಏನೋ ಓದ್ತಾ ಇರ್ತಾರೆ. ಅವೆಲ್ಲ ಕಾಲೇಜಿನ ಪಾಠಗಳಲ್ಲ. ವಿವೇಕಾನಂದ, ರಾಮಕೃಷ್ಣ ಪರಮ ಹಂಸರ ಜೀವನಕ್ಕೆ ಸಂಬಂಧಪಟ್ಟ ಪುಸ್ತಕಗಳ್ನ ಹೆಚ್ಚಿಗೆ ಓದ್ತಾರೆ. ಭಗವದ್ಗೀತೆಗೆ ಸಂಬಂಧ ಪಟ್ಟ ಎಲ್ಲಾ ಗ್ರಂಥಗಳನ್ನ ಶೇಖರಿಸಿ ತಂದಿಟ್ಟಿದ್ದಾರೆ."

ಸೊಸೆ ಹೇಳಿದ್ದನ್ನ ಅತ್ಯಂತ ಗಮನವಿಟ್ಟು ಕೇಳಿದರು. ವಿಭಿನ್ನವಾದ ಹಾದಿ. ಭಾನುಪ್ರಕಾಶ್ ಅಷ್ಟು ಜಾಲಿಯ ವ್ಯಕ್ತಿಯಲ್ಲದಿದ್ದರೂ ವೇದಾಂತ ಮಾತಾಡುತ್ತಿರಲಿಲ್ಲ.

"ನಂಗೆ ಹೇಳಿದ್ದು ಒಳ್ಳೆದಾಯ್ತು, ಈಚೆಗೆ ಅವನಲ್ಲಿ ಏನೋ ಬದಲಾವಣೆ ಬಂದಿದೆಯೆನಿಸಿತು. ಆದರೆ ಇಷ್ಟು ತೀವ್ರಗತಿಯಲ್ಲಿದೆಯೆನಿಸಿರಲಿಲ್ಲ. ಅದು ಪ್ರವಾಹದ ಸ್ಥಿತಿಯಲ್ಲಿದ್ದರೇ ಮತ್ತಷ್ಟು ಕಷ್ಟ. Time and tide waits for no man. ಕಾಲ ಹಾಗೂ ಪ್ರವಾಹಗಳು ಯಾರಿಗಾದರೂ ಕಾಯುವುದಿಲ್ಲ. ನಾನು ಅವನ್ಹತ್ರ ಮಾತಾಡ್ತೀನಿ. ಭಾನುಗೆ... ಗೊತ್ತಾ?" ಕೇಳಲು ಇಚ್ಛಿಸಿದರು. ಕೆಲವನ್ನು ಅವನು ಚಿಟಿಕೆಯೊಡೆಯುವುದ ರಲ್ಲಿ ಮಾಡಿ ಮುಗಿಸಬಲ್ಲನೆಂದು ಗೊತ್ತು.

"ಭಾನುಗೆ ಗೊತ್ತು. ನಿಮ್ಮ ಗಮನಕ್ಕೆ ತರೋಕೆ ಹೇಳಿದ್ದು ಅವ್ರೆ. ಚೈತನ್ಯ ಒಂದು ಕಿಟ್ ರೆಡಿ ಮಾಡಿಕೊಂಡಿದ್ದಾರೆ. ಬಹುಶಃ ಎಲ್ಲಾದರೂ ಹೋಗಿ ಬರುವ ಉದ್ದೇಶವಿದೆ ಯೇನೋಂತ."

ಕೊನೆಯ ಮಾತಿಗೆ ಬೆಚ್ಚಿಬಿದ್ದರು ಚಂದ್ರಪ್ರಕಾಶ್. ವೈರಾಗ್ಯ ಈ ವಂಶಕ್ಕೆ ಹೊಸ ದಲ್ಲ. ಅವರ ದೊಡ್ಡಪ್ಪ ಬಹಳ ಚಿಕ್ಕವಯಸ್ಸಿನಲ್ಲಿಯೇ ವಿರಕ್ತಿ ಹೊಂದಿ ದೇಶಾಂತರ ಹೋಗಿ ದ್ದರೇ, ಅವರ ತಂದೆ ಬಿಳಿಯ ಉಡುಪನ್ನು ತೊಟ್ಟು ಲೌಕಿಕ ವಿಚಾರಗಳಿಂದ ದೂರವಿದ್ದ ಸಂಗತಿ ಅವರಿಗೆ ಗೊತ್ತು.

"ಈಗ ಚೈತನ್ಯ ರೂಮಿನಲ್ಲಿ ಇದ್ದಾನ?" ಸ್ವಲ್ಪ ಆಯಾಸವೆನಿಸಿತು ಅವರಿಗೆ. ಸ್ವರ ಒಣಗಿದ್ದು ಹೇಮಾಳ ಅನುಭವಕ್ಕೆ ಬಂತು. "ನೋಡ್ಬರ್ತೀನಿ" ಎಂದವಳು ಐದು ನಿಮಿಷದಲ್ಲಿ ಹಿಂದಿರುಗಿದಳು. "ಇದ್ದಾರೆ."

ಮತ್ತಷ್ಟು ಸುಸ್ತೆನಿಸಿತು ಚಂದ್ರಪ್ರಕಾಶ್‌ಗೆ. ಯಾಕೆ? ವಯಸ್ಸಾಯಿತು. ಅದೊಂದೇ ಕಾರಣವಲ್ಲ. ಅವರಿಗೆ ಷಾಕ್ ಆಗಿತ್ತು. ಚೇತರಿಸಿಕೊಳ್ಳಲು ಪ್ರಯಾಸಪಡಬೇಕಿತ್ತು.

ಮಗನ ರೂಮಿಗೆ ಅವರು ಹೋದಾಗ ಸ್ವಾಮಿ ವಿವೇಕಾನಂದರ ಬಗ್ಗೆ ಆಂಗ್ಲರು ಬರೆದ ಲೇಖನ ಮೂಲೆಯ ಗ್ರಂಥ ಅವನ ಮುಂದಿತ್ತು.

"ಹಲೋ... ಚೈತನ್ಯ?" ದನಿಗೆ ಉತ್ಸಾಹ ತುಂಬಿದರು.

ಮೇಲಕ್ಕೆದ್ದ ಚೈತನ್ಯ "ಏನಪ್ಪ, ಕೂಗಿದ್ರೆ... ಹೇಳಿ ಕಳ್ಸಿದ್ರೆ ನಾನೇ ಬರ್ತಾ ಇದ್ದೆ. ನೀವ್ಯಾಕೆ ತೊಂದರೆ ತಗೊಂಡ್ರಿ?" ಎಂದ ಸಂಕೋಚದಿಂದ.

"ನಂಗೆ ನಿನ್ನ ಕರೆಸಿಕೊಳ್ಳೋಕ್ಕಿಂತ... ನಾನು ಬರೋದೇ ಸೂಕ್ತವೆನಿಸಿತು. ಒಂದೆ ರಡು ಸಲ ನೀನು ಏನೋ ಹೇಳೋ ಉದ್ದೇಶದಿಂದ... ಬಂದಿದ್ದಿ ಅನ್ನಿಸಿದರೂ, ಕೇಳೋ ಕ್ಕಾಗಿಲ್ಲ. ಈಗ ಒಂದಿಷ್ಟು ಪುರುಸೊತ್ತು ಇತ್ತು. ನಿನ್ಜೊತೆ ಕಳೆಯೋಣಾಂತ ಬಂದೆ. ಫೈನಲ್ ಇಯರ್, ಓದೋದು ತುಂಬಾನೇ ಇರುತ್ತೆ. ಹೇಗೆ ಸಾಗಿದೆ ಅಭ್ಯಾಸ?" ಮಾತು ಆರಂಭಿಸಿದರು.

ಓದು, ಅಭ್ಯಾಸದ ಬಗ್ಗೆ ತಂದೆಯಿಂದ ಹೇಳಿಸಿಕೊಳ್ಳದೇ ಬೆಳೆದುಬಂದವರು. ಈ

ದಿನ ಅವರು ಬಂದಾಗಲೇ ಯಾವುದೋ ಮುಖ್ಯ ಉದ್ದೇಶವನ್ನ ಮನಸ್ಸಿನಲ್ಲಿ ಇಟ್ಟು ಕೊಂಡು ಬಂದಿದ್ದಾರೆಂದುಕೊಂಡ. ಇಂಥ ಅವಕಾಶಕ್ಕಾಗಿ ಅವನು ಕಾದಿದ್ದ.

ಚಂದ್ರಪ್ರಕಾಶ್ ಕೂತರೂ ಅವನು ನಿಂತೇ ಇದ್ದ. ಮಗನನ್ನ ದಿಟ್ಟಿಸಿದರು. ಕಣ್ಣುಗಳಲ್ಲಿ ಚಂಚಲತೆಗೆ ಬದಲಾಗಿ ಮೌನವಿತ್ತು. ವಯಸ್ಸಿಗ ಅನುಗುಣವಾಗಿ ಇರ ಬೇಕಾದ ಕಠೋರತೆಗೆ ಬದಲಾಗಿ ಶಾಂತತೆಯ ವರ್ಚಸ್ಸು ಇತ್ತು.

"ಕೂತ್ಕೋ ಚೈತನ್ಯ, ನಿನ್ನ ಅತ್ತಿಗೆ ನಿನ್ಮೇಲೆ ಕಂಪ್ಲೇಂಟ್ ಮಾಡಿದ್ದಾರೆ. ನಿಂಗೆ ಊಟ, ತಿಂಡಿಗಳಲ್ಲಿ ಆಸಕ್ತಿ ಇಲ್ಲ... ಇತ್ಯಾದಿ... ಇತ್ಯಾದಿ..." ವಿಷಯವನ್ನ ಒಳ್ಳೆ ರೀತಿಯಲ್ಲಿಯೇ ಪ್ರಾರಂಭ ಮಾಡಿದರು. ಚೈತನ್ಯ ನಸುನಗೆ ಬೀರಿದ.

"ಅಂಥ ಅನಾರೋಗ್ಯವೇನಿಲ್ಲ, ಹಾಗೆಂದು ಅತ್ತಿಗೆ ಮಾತು ಕೂಡ ಸುಳ್ಳಲ್ಲ. ಕೆಲವು ಗೋಜಲುಗಳು ನನ್ನ ತಲೆ ಕೆಡಿಸಿದೆ. ಈ ರೀತಿಯ ವಿಷವರ್ತುಲದಿಂದ ನನ್ನನ್ನ ಬಿಡಿಸಿಕೊಳ್ಳಬೇಕೆನ್ನುವ ಇಚ್ಛೆ. ನಾನು ಈಚೆಗೆ ಕಾಲೇಜಿಗೆ ಹೋಗಿಲ್ಲ, ಓದುಬರಹದಲ್ಲಿ ಆಸಕ್ತಿ ಇಲ್ಲ. ಇದ್ನ ನಾನಾಗಿ ನಿಮ್ಗೆ ತಿಳಿಸೋಣಾಂತ ಅಂದ್ಕೊಂಡಿದ್ದೆ. ಒಂದು ರೀತಿಯ ಹುಡುಕಾಟ ಎಲ್ಲೆಡೆ. ಕರ್ಮಯೋಗವನ್ನ ಕುರಿತ ತಮ್ಮ ಪ್ರವಚನದಲ್ಲಿ ಸ್ವಾಮಿ ವಿವೇಕಾನಂದರು 'ನಿಸ್ವಾರ್ಥತೆಯ ದೇವರು' ಅನ್ನೋ ಮಾತು ಹೇಳಿದ್ದಾರೆ. ಅಂದರೆ ದೈವತ್ವ ಎನ್ನುವುದು 'ಸ್ವಯಂ ಪರಿಪೂರ್ಣ ಸ್ಥಿತಿ.' ದೇವರ ಬಗ್ಗೆ ನಿಮ್ಮ ಅಭಿಪ್ರಾಯ ವೇನು?" ಮಾತುಗಳ ನಡುವೆ ತಂದೆಯನ್ನ ಪ್ರಶ್ನಿಸಿದ.

"ದೇವರು ಕಟ್ಟಿಗೆಯಲ್ಲು ಇಲ್ಲ, ಇಟ್ಟಿಗೆಯಲ್ಲು ಇಲ್ಲ, ಮಣ್ಣಿನಲ್ಲು ಇಲ್ಲ. ದೇವರಿರು ವುದು ಭಾವನೆಯಲ್ಲಿ. ಆದ್ದರಿಂದ ಅವರವರ ಮನೋಭಾವವೇ ಎಲ್ಲಕ್ಕೂ ಕಾರಣ. ಇದನ್ನ ನನ್ನ ಚಿಕ್ಕಂದಿನ ದಿನಗಳಲ್ಲಿ ಒಮ್ಮೆ ಓದಿಕೊಂಡಿದ್ದೆ. ಅದೇ ನಂಬಿಕೆಯೇ ನಂದು. ನಾನು ಓದಿಕೊಂಡಿರೋದೆಲ್ಲ ಲಾ ಪುಸ್ತಕಗಳನ್ನ. ಬದುಕುತ್ತಿರುವುದು ಸಾಮಾನ್ಯರ ನಡುವೆ. ನಾನೆಂದೂ ದೊಡ್ಡ ದೊಡ್ಡ ಆಧ್ಯಾತ್ಮಿಕ ಗ್ರಂಥಗಳನ್ನ ಓದಲಾಗಲೀ, ಸ್ವಾಮೀಜಿ, ಸಂತರ ಪ್ರವಚನಗಳನ್ನ ಕೇಳಲಾಗಲೀ ಹೋಗಿಲ್ಲ. ವೇದಾಂತದ ವಿಷ್ಯಗಳಲ್ಲಿ ನಾನು ಜೀರೋ. ಮುಂದು ಕೂಡ ಹೀಗೆಯೇ ಸಾಗಬೇಕೆಂದು ಬಯಕೆಯೇ ವಿನಃ ಜೀವನ ಅರ್ಥ ಹುಡುಕಲು ಹೋಗೋದಿಲ್ಲ" ಅತ್ಯಂತ ಸ್ಪಷ್ಟವಾಗಿ ತಿಳಿಸಿದರು.

ಮೌನವಾಗಿ ಕೂತ ಚೈತನ್ಯ. ತಾವೇ ಮಾತು ಆರಂಭಿಸಿದರು ಚಂದ್ರಪ್ರಕಾಶ್ "ನೀನು ಇಷ್ಟಪಟ್ಟು ಆರ್ರಿಸಿಕೊಂಡ ಕೋರ್ಸ್. ನೀನು ಡಿಸ್ಟಿಂಕ್ಟ್ ಸ್ಟೂಡೆಂಟ್–ಇವೆರಡು ಮಾತ್ರ ನಂಗೆ ತಿಳಿದಿರೋದು. ಕಾಲೇಜಿಗೆ ಹೋಗಲು ಏನಾದರೂ ಸಮಸ್ಯೆನಾ? ಅಥ್ವಾ ಬೇರೆ ಏನಾದ್ರೂ ಓದಲು ಇಚ್ಛಿಸುತ್ತೀಯಾ?"

"ನಂಗೆ ಓದಿನಲ್ಲಿ ಆಸಕ್ತಿ ಇಲ್ಲ. ಅನಗತ್ಯವಾಗಿ ಕಾಲೇಜಿಗೆ ಹೋಗಿ ಸಮಾಜದ ಋಣ ಹೊರುವುದರ ಜೊತೆಗೆ ನನ್ನ ವೇಳೆಯು ಅಪವ್ಯಯವಾಗುತ್ತೆ. ಕೆಲವು ದಿನ ಒಂಟಿಯಾಗಿ ಎಲ್ಲಾದ್ರೂ ಹೋಗ್ಬರೋ... ಇಚ್ಛೆ."

ಮಗನ ಮಾತನ್ನ ಎಚ್ಚರದಿಂದ ಆಲಿಸಿದರು. ತಕ್ಷಣ ಪ್ರತಿಕ್ರಿಯಿಸಲಿಲ್ಲ "ಚೈತನ್ಯ,

ನಾನು ಒಂದು ಪ್ರಶ್ನೆ ಕೇಳೋ ಮನಸ್ಸಿತ್ತು. ಆ ಬಗ್ಗೆ ಒಂದಿಷ್ಟು ಹೋಂವರ್ಕ್ ಮಾಡೋದಿದೆ" ಎದ್ದು ಹೊರಬಂದರು.

ಅಂದಿನ ರಾತ್ರಿ ಆಫೀಸ್‌ನಲ್ಲಿ ಎಲ್ಲಾ ಖಾಲಿಯಾದ ನಂತರ ಫೈಲುಗಳನ್ನ ಪಕ್ಕಕ್ಕೆ ಸರಿಸಿ "ಸೂರ್ಯ, ಚೈತನ್ಯನ ಸೂಕ್ಷ್ಮವಾಗಿ ಗಮನಿಸಿದ್ದೀಯಾ? ಸಾಧಾರಣ ಬದುಕು ಅವನಲ್ಲಿ ನಿರಾಸಕ್ತಿ ತಂದಿದೆ. ಕಾಲೇಜಿಗೆ ಹೋಗ್ತಾ ಇಲ್ಲ, ನಂಗೆ ಓದಿನಲ್ಲಿ ಆಸಕ್ತಿ ಇಲ್ಲ– ಇದ್ನ ನಿನ್ನ ತಮ್ಮ ಹೇಳ್ದ. ಸದ್ಯಕ್ಕೆ ಅವನಿಗೊಂದು ಮದ್ವೆ ಮಾಡಿದರೇ... ಹೇಗೆ?" ಮಗನ ಸಲಹೆ ಕೇಳಿದರು.

ಸೂರ್ಯನಿಗೆ ಅವರ ಸಲಹೆ ಸರಿಯೆನಿಸಲಿಲ್ಲ.

"ವಿವಾಹ ಆ ಮಾರ್ಗದಿಂದ ಅವನನ್ನ ಹಿಂದಕ್ಕೆ ತರುತ್ತೆ ಅಂದುಕೊಂಡಿರಾ? ಆತುರದ ನಿರ್ಧಾರ ಆಪತ್ತುಗಳನ್ನ ಹೊತ್ತು ತರುತ್ತೆ. ಕೆಲವು ಸಮಯ ಅವನ ಪಾಡಿಗೆ ಅವ್ನ ಬಿಡೋದು... ಸರಿ. ಇಲ್ಲಿ ಭಯಪಡೋಂಥದ್ದೇನಿದೆ... ಡ್ಯಾಡ್? ಮಗ ಸಮಾಜ ಕಂಟಕನಾದರೇ... ಹೆದರಬೇಕು. ಅವ್ನ ಆಯ್ಕೆ ಅಂಥದ್ದಲ್ಲ. ಪ್ಲೀಸ್, ನೀವು ತಲೆ ಕೆಡಿಸ್ಕೋಬೇಡಿ. ಅಗತ್ಯವೆನಿಸಿದರೇ, ನಾನು ಅವನೊಂದಿಗೆ ಮಾತಾಡ್ತೀನಿ" ತಂದೆಗೆ ಭರವಸೆ ನೀಡಿದ. ಅವರೆದೆಯ ಭಾರ ಹಕ್ಕಿಯಂತೆ ಹಾರಿಹೋಯಿತು.

ಮಗನನ್ನ ಹೆಮ್ಮೆಯಿಂದ ನೋಡಿದರು. ಸಮಸ್ಯೆಗಳು ಚಿಕ್ಕವೇ ಇರಲಿ, ದೊಡ್ಡವೇ ಇರಲೀ, ಅವು ಧಾವಿಸಿ ಬಂದಾಗ ಹೆಬ್ಬಂಡೆಯಂತೆ ನಿಲ್ಲಬಲ್ಲಂಥ ಒಬ್ಬ ವ್ಯಕ್ತಿ ಕುಟುಂಬದಲ್ಲಿ ಇದ್ದರೇ ಮಿಕ್ಕವರು ನಿರಾತಂಕವಾಗಿ ಜೀವಿಸಬಲ್ಲರು.

ಮೆಟ್ಟಿಲುಗಳನ್ನ ಇಳಿಯುವಾಗ ಮಗನ ಭುಜದ ಮೇಲೆ ಕೈಹಾಕಿ "ಚೈತನ್ಯ ಕಿಟ್ ರೆಡಿ ಮಾಡಿಟ್ಕೊಂಡಿದ್ದಾನಂತೆ, ತುಂಬ ಹೆದರಿದ್ದಾಳೆ. ಒಂದಿಷ್ಟು ಧೈರ್ಯ ಹೇಳು" ಎಂದರು. ಅವನು ಮಾತಾಡಲಿಲ್ಲ.

ಚೈತನ್ಯನ ರೂಮಿನಿಂದ ಮಾತುಗಳು ಕೇಳಿಬರುತ್ತಿತ್ತು. ಬಹುಶಃ ಅಲ್ಲೆ ಸಮಾವೇಶವಾಗಿದೆಯೆಂದುಕೊಂಡ ಅಪ್ಪ, ಮಗನ ತುಟಿಗಳ ಮೇಲೆ ನಸುನಗೆ ತೇಲಿತು.

"ಹೇಮ..." ಚಂದ್ರಪ್ರಕಾಶ್ ದನಿಗೆ ಓಡಿಬಂದಳು. "ತಟ್ಟೆ ಹಾಕಿದೆ, ಭಾನು ಅಲ್ಲೇ ಇದ್ದಾನೆ" ಡೈನಿಂಗ್ ಹಾಲ್‌ನತ್ತ ನಡೆದಾಗ "ಭಾನು, ಮಾತು ಕೇಟಲೆಗೆ ಬೇರೆ ಯಾರಾದ್ರೂ ಆಗಿದ್ದರೇ ಓಡಿಹೋಗ್ತಾ ಇದ್ದರು" ಮಗನ ಬಗ್ಗೆ ಹೇಳಿದರು.

ಚೈತನ್ಯ ಭಾನುಪ್ರಕಾಶ್ ಕೂಡ ಬಂದು ತಟ್ಟೆಗಳ ಮುಂದೆ ಕೂತಾಗ ಚಂದ್ರಪ್ರಕಾಶ್ "ನಮ್ಮಗಳದ್ದು ತಡವಾಗುತ್ತೆ. ನೀವುಗಳು ಊಟ ಮಾಡದೇ ತಾನು ಊಟ ಮಾಡ್ಬಾರದೆಂದು ಅತ್ತಿಗೆ ವ್ರತ ಹಿಡಿದಿದ್ದಾಳೆ. ಮಧ್ಯೆ ಈ ಚೈತನ್ಯನೊಂದಿಗೆ ಒಂದು ಒಪ್ಪಂದ. ನಾನು ಹೊಟ್ಟೆಬಾಕಾಂತ ಅನ್ನಿಸ್ಕೋ ಬಾರ್ದಲ್ಲ!" ನಿಡುಸಿರೊಯ್ದು ತಾನು ಕಷ್ಟಪಡುವವನಂತೆ.

"ಹೇಮ, ನೀನು... ಕೂತ್ಕೋ" ಚಂದ್ರಪ್ರಕಾಶ್ ಹೇಳಿದ್ದು.

ತಾನೇ ತಟ್ಟೆಯ ಮುಂದೆ ಕೂಡಿಸಿದ ಭಾನುಪ್ರಕಾಶ್ "ಅಪ್ಪ, ಮನೆಗೆ ಸುಪ್ರೀಮ್

ಅಂದರೇ... ಒಂದು ರೀತಿಯಲ್ಲಿ ಸುಪ್ರೀಂ ಕೋರ್ಟಿನ ಫುಲ್ ಬೆಂಚ್ ಅಂದ್ಕೊಳ್ಳಿ. ಅವರ ಮಾತು ಅಂದ್ಮೇಲೆ ಮುಗ್ದೋಯ್ತು. ಇಲ್ಲಿ ರಾಷ್ಟ್ರಪತಿಗೆ ಮನವಿ ಸಲ್ಲಿಸೋಂಥ ವಿಧೇಯಕ ಇಲ್ಲ. ಊಟ ಪ್ರಾರಂಭಿಸಿ ಬಿಡ್ಬೇಕು" ಅಂದವನು ತಂದೆಯ ಕಡೆ ಓರೆನೋಟ ಬೀರಿ "ಗುಡ್ ಮೂಡ್ ಅಲ್ಲದಿದ್ರೂ... ಬ್ಯಾಡ್ ಮೂಡ್ ಅಲ್ಲ. ಆದ್ದರಿಂದ ಪನಿಷ್‌ಮೆಂಟ್ ಕೂಡ ಅಂಥ ಹೆವಿಯಗಿರೋಲ್ಲ" ಹೇಮಾಳತ್ತ ನೋಟ ಹೊರಳಿಸಿ ಅಣಕವಾಡಿದ.

"ಲೋಹಿ... ಬಡ್ಸು" ಕೂಗಿದ.

ಊಟದ ಪೂರ್ತಿ ಸಮಯದಲ್ಲಿ ಚೈತನ್ಯನನ್ನ ಗಮನಿಸುತ್ತಿದ್ದ ಸೂರ್ಯ. ನಿರ್ಲಿಪ್ತತೆಯನ್ನ ಅವನ ಮುಖದಲ್ಲಿ ಗುರುತಿಸಿದ. "ಖಾವಿ ತೊಟ್ಟು ಹೋದ ನಿನ್ನ ದೊಡ್ಡಪ್ಪನನ್ನ ಇಂದಿನವರ್ಗೂ ನೋಡ್ಲಿಲ್ಲ." ಆಗಾಗ ತಮ್ಮ ಅಣ್ಣನ ಬಗ್ಗೆ ಈ ಮಾತನ್ನಾಡು ತ್ತಿದ್ದರು ಚಂದ್ರಪ್ರಕಾಶ್. ಅಂಥ ಹಾದಿಯನ್ನು ಇವನು ಆಯ್ದುಕೊಂಡನಾ? ಊಟದ ನಡುವೆ ಹೆಚ್ಚು ಮಾತಾಡದ ಸೂರ್ಯ ಚೈತನ್ಯನನ್ನ ಉದ್ದೇಶಿಸಿ ಒಂದೆರಡು ಮಾತುಗಳ ನ್ನಾಡಿದ.

ಅಂದು ಎಷ್ಟೇ ಪ್ರಯತ್ನಿಸಿದರೂ ಚಂದ್ರಪ್ರಕಾಶ್ ಸೂರ್ಯಪ್ರಕಾಶ್‌ಗೆ ನಿದ್ದೆ ಬರಲಿಲ್ಲ. ಮಧ್ಯೆ ರಾತ್ರಿಯಲ್ಲಿ ತಂದೆಯ ರೂಮಿಗೆ ಬಂದ ಸೂರ್ಯ.

"ಅಣ್ಣ, ನಿದ್ದೆ ಮಾಡಲಿಲ್ವಾ?" ಎನ್ನುತ್ತ ಅವರ ಪಕ್ಕದಲ್ಲೇ ಕೂತ. "ನನ್ನ ನಿರೀಕ್ಷೆಯು ಇದೇ ಆಗಿತ್ತು. ಕೆಲವು ವಿಷ್ಯಗಳಲ್ಲಿ ನೀವು ಎದೆ ಗಟ್ಟಿ ಮಾಡ್ಕೋಬೇಕು. ಗೃಹಸ್ಥನಾಗಿ ನಾನು ಸಮಾಜಕ್ಕೆ ಮಾಡಿದ್ದಕ್ಕಿಂತ, ಸಮಾಜದಿಂದ ಪಡೆದಿದ್ದೇ ಜಾಸ್ತಿ. ಇಲ್ಲಿ ನಾನು, ನನ್ನದು ಅನ್ನೋ ಸ್ವಾರ್ಥ ಜಾಸ್ತಿ ಆಗುತ್ತೆ. ಅಕಸ್ಮಾತ್ ಚೈತನ್ಯ ದೊಡ್ಡಪ್ಪನ ಹಾದಿ ಹಿಡಿದರೂ, ನೀವು ಕುಸಿಯಬಾರ್ದು. ಈಸಿಯಾಗಿ ತಗೋಬೇಕು, ಸಂತೋಷದಿಂದ ಸ್ವೀಕರಿಸ್ಬೇಕು" ಧೈರ್ಯದ ಜೊತೆ ಮಾನಸಿಕವಾಗಿ ಅವರು ಸಿದ್ಧರಾಗಲು ಪ್ರೇರೇಪಿಸಿದ.

ಗಟ್ಟಿಯಾಗಿ ಮಗನ ಕೈ ಹಿಡಿದು ಕಣ್ಣೀರು ಸುರಿಸಿದರು.

ಮಿನ್ನಿ ಹಾಲು ಬೇಕೂಂದಿದ್ದರಿಂದ ಕೆಳಗಿಳಿದು ಬಂದವಳು ಚಂದ್ರಪ್ರಕಾಶ್ ರೂಮಿನಲ್ಲಿ ಲೈಟು ಉರಿಯುತ್ತಿರುವುದನ್ನು ನೋಡಿ ಧಾವಿಸಿದ್ದು ನೂರು ಕಿಲೋ ಮೀಟರ್ ವೇಗದಲ್ಲಿ.

"ಮಾವ..." ಎಂದವಳು ಹಾಗೆಯೇ ನಿಂತಿದ್ದು ಭಂಗಿ ಬದಲಾಯಿಸದೆ. ಬೇಗ ಚೇತರಿಸಿಕೊಂಡ ಚಂದ್ರಪ್ರಕಾಶ್ "ಹೇಗೂ ಬಂದಿದ್ದೀಯಾ ನೀರು... ಕೊಡು" ಒಳಗಿನಿಂದ ಬಲವಂತವಾಗಿ ಉಸಿರೆಳೆದುಕೊಂಡರು.

ಗಾಜಿನ ಹೂಜಿಯಲ್ಲಿದ್ದ ನೀರು ಬಗ್ಗಿಸಿ ಕೊಟ್ಟಾಗ "ಹೇಮ, ಮಿನ್ನಿನ ನಾನು ನೋಡ್ಕೋತೀನಿ. ನೀನು ಇಲ್ಲೇ ಸ್ವಲ್ಪ ಹೊತ್ತು ಕೂತಿರು" ಸೂರ್ಯಪ್ರಕಾಶ್ ಎದ್ದು ಹೋದ.

ಕಾಲಿನ ಬಳಿ ಇದ್ದ ಹೊದಿಕೆಯನ್ನ ದೇಹದ ಅರ್ಧದವರೆಗೂ ಹೊದ್ದಿಸಿ "ಯಾಕೆ

ನಿದ್ದೆ ಬರಲಿಲ್ವಾ? ಒಂದ್ಸಲ ಡಾಕ್ಟ್ರಿಗೆ ಫೋನ್ ಮಾಡಿದರೇ ಹೇಗೆ?" ಎಂದಾಗ ಕೈಯೆತ್ತಿ ಬೇಡವೆಂದು ಸನ್ನೆ ಮಾಡಿದರು.

"ಮಿನ್ನಿ ಹಸಿವು ಅಂದ್ಲು. ಹಾಲು ಕುಡ್ಸಿ... ಬರ್ತೀನಿ" ನೀರಿನ ಗ್ಲಾಸ್ ತೆಗೆದಿಟ್ಟು ಮೇಲೇರಿ ಹೋದಾಗ, ತನ್ನ ಬಳಿಯಲ್ಲಿ ಮಲಗಿಸಿಕೊಂಡ ಸೂರ್ಯಪ್ರಕಾಶ್ ಕೆನ್ನೆ ತಟ್ಟುತ್ತಿದ್ದ "ನಿದ್ದೆ ಮಾಡಿದ್ದಾಳೆ. ಹೇಮಾ ಅಪ್ಪನಿಗೆ ಏನಾದರೂ ಹೇಳಬೇಕೆಂದರೇ... ನನ್ನ ಮೂಲಕ ಹೋಗೋದೇ ಸರಿ.ಇತ್ತೀಚಿನ ದಿನಗಳಲ್ಲಿ ಬೇಗ ಎಕ್ಸೈಟ್ ಆಗ್ತಾರೆ. ಅದ್ಕೆ ವಯಸ್ಸು ಕೂಡ ಒಂದು ಕಾರಣವಾಗ್ಬಹ್ದು... ಮಿಸೆಸ್ ದೇವಕಿ ಕೃಷ್ಣಮೂರ್ತಿ ಈ ಮನೆಯ ವಾಸ್ತು ಸರಿ ಇಲ್ಲಾಂತ ಏನೇನೋ ರೂಮರ್ ಹರಡಿದ್ದಾರೆ. ಕೆಲವರು ಬೇಕಾಗಿ, ಕೆಲವರು ಮಾತಿನ ಸಂದರ್ಭದಲ್ಲಿ ಅವ್ರ ಕಿವಿಯ ಮೇಲೆ ಹಾಕ್ತಾರೆ. ಮಿನ್ನಿ ಆರೋಗ್ಯ ಅವ್ರ ಧೈರ್ಯ ಕಸಿದುಕೊಂಡರೇ, ಚೈತನ್ಯನ ನಿರ್ಲಿಪ್ತತೆ ಅವ್ರನ್ನ ಕಂಗೆಡಿಸಿದೆ. ನಮ್ಮ ದೊಡ್ಡಪ್ಪ ಒಬ್ರು ವಿರಾಗಿಯಾಗಿ ದೇಶಾಂತರ ಹೋದ್ರು. ಮಗನ ವಿಷ್ಯದಲ್ಲಿ ಅವ್ರಿಗೆ ಅಂಥ ಭಯ. ಇದೆಲ್ಲ ನಿಂಗೆ ತಿಳಿದಿರಬೇಕಾದ ಅಗತ್ಯವಿದೆ" ದೀರ್ಘ ವಿವರಣೆಯೊಂದಿಗೆ ಅವಳು ತನ್ನ ಹೆಚ್ಚಿನ ಜವಾಬ್ದಾರಿಯಿಂದ ನಡೆದುಕೊಳ್ಳಬೇಕೆಂಬುದನ್ನು ತಿಳಿಸಿದಂತಿತ್ತು.

"ಕ್ಷಮ್ಸಿ, ನಂಗೆ ಅವ್ರಿಗೆ ಹೇಳೋದು ಸರಿ ಅನ್ನಿಸ್ತು. ರೆಡಿಯಾದ ಕಿಟ್ ಚೈತನ್ಯನ ರೂಮಿನಲ್ಲಿ ಕಂಡಾಗ ಭಯವಾಯ್ತು" ಅಷ್ಟು ಹೇಳುವ ವೇಳೆಗೆ ಅವಳ ಎದೆಯ ಬಡಿತ ಏರಿತು "ನಾನು ಸ್ವಲ್ಪ ಹೊತ್ತು ಅಲ್ಲೇ ಇರ್ತೀನಿ" ಹಿಂದಕ್ಕೆ ಬಂದಳು.

ನಿದ್ರಿಸದೇ ಒದ್ದಾಡುತ್ತಿದ್ದ ಚಂದ್ರಪ್ರಕಾಶ್ ಸೊಸೆಯೊಂದಿಗೆ ಎಷ್ಟೋ ಮಾತಾಡಿದರು ಮನಬಿಚ್ಚಿ. ಜೊತೆಗೆ ಮೀರಾ, ಸೂರ್ಯಪ್ರಕಾಶ್‌ರ ದಾಂಪತ್ಯ ಜೀವನದ ಮುಖ್ಯ ಘಟನೆಗಳನ್ನ ಹೇಳಿಕೊಂಡರು.

"ಮೀರಾ, ತುಂಬ ಒಳ್ಳೆ ಹುಡ್ಗೀನೇ! ಆದರೆ ಅವ್ಳು ಪೂರ್ತಿ ತಾಯಿಯ ಹಿಡಿತದಲ್ಲಿ, ಅವ್ಳ ತಾಯಿ ಸದ್ಗುರು ಸ್ವಾಮೀಜಿ ಹಿಡಿತದಲ್ಲಿ ಅವ್ರ ಹೇಳಿಕೆಯನ್ನ ಕಣ್ಣುಮುಚ್ಚಿಕೊಂಡು ನಂಬಿ ಬಿಡುವ ಮೂರ್ಖ ಹೆಂಗಸು. ಈಗ ನಮ್ಮ ಕುಟುಂಬದ ಮೇಲೇನು ಹಗೆ. ಅದ್ರಿಂದ ನೀನು ಜೋಪಾನವಾಗಿರಬೇಕು. ಚೈತನ್ಯನ ಮೇಲೂ ಏನಾದ್ರೂ ಪ್ರಯೋಗವಾಗಿದ್ಯಾ, ಎನ್ನುವ ಹೆದ್ರಿಕೆ" ಮನದ ಭಯವನ್ನ ಸುಲಭವಾಗಿ ಅವಳ ಮುಂದಿಟ್ಟಾಗ, ಆ ಭಯ ಅವಳನ್ನ ಅಪ್ಪಿತು.

"ಈಗೇನ್ಮಾಡೋದು?" ಅವಳ ಸ್ವರ ಕಂಪಿಸಿತು.

ಅದು ಚಂದ್ರಪ್ರಕಾಶ್ ಅವರಿಗೆ ಬರದಿದ್ದದ್ದು ಪುಣ್ಯ. ಈ ಮಾತುಗಳನ್ನ ಅವಳ ಕಿವಿಯ ಮೇಲೆ ಹಾಕಿದ್ದು ಒಳ್ಳೆಯದಾಯಿತು. ಅವು ಗುಟ್ಟಾಗಿ ಭಾನುಪ್ರಕಾಶ್‌ಗೆ ತಲುಪಿ, ಅತ್ತಿಗೆಯ ಕಿವಿಯಲ್ಲಿ ಪಿಸುಗುಟ್ಟಿದ.

ಮಾರನೆ ದಿನ ಲೋಹಿಯನ್ನ ತನ್ನ ಮೋಟಾರ್ ಬೈಕ್ ಮೇಲೆ ಕೂಡಿಸಿಕೊಂಡು ಹೋದವನು ಬಂದಿದ್ದು ಸಂಜೆಯೇ. ಲೋಹಿ ಮುಖ ಮಾತ್ರ ಬೆಳ್ಳಗೆ ಬಿಳಿಚಿಕೊಂಡಿತ್ತು.

ಪಕ್ಕಕ್ಕೆ ಕರೆದೊಯ್ದು ಹೇಮ "ಭಾನು, ನಂಗೆ ಭಯವಾಗಿ ಹೋಯ್ತು! ಜೀವನ

ಅಂಗೈನಲ್ಲಿ ಹಿಡಕೊಂಡಿದ್ದೆ. ಇದು ತಿಳಿದ್ರೆ ಮಾವನವ್ರು, ನನ್ನ ಖಂಡಿತ ಕ್ಷಮಿಸಲಾರರು" ಎಂದಳು, ಹೆದರಿ.

"ಭಯ ಅನ್ನೋ ಪದನೇ ನಾನು ಹೇಟ್ ಮಾಡ್ತೀನಿ. ಭಯದ ಕಲ್ಪನೆಯೇ ಡೇಂಜರ್. ನಿಮ್ಗೆ ಪಪ್ಪನ ವಿಷ್ಯ ಗೊತ್ತಿಲ್ಲ. ಅವ್ರ ಬುದ್ಧಿವಂತಿಕೆಯನ್ನ ಗೇಜ್ ಮಾಡೋ ಸಾಮರ್ಥ್ಯ ಖಂಡಿತ ನನ್ನಂಥವ್ರಿಗಿಲ್ಲ. ನಿಮ್ಮ ಬಾಯಿಂದ ನನ್ನ ಕಿವಿ ತಲುಪಲೀ ಅನ್ನೋದೇ ಅವರ ಉದ್ದೇಶ."

ಭಾನುಪ್ರಕಾಶ್ ಮಾತಿಗೆ ವಿಸ್ಮಿತಳಾದಳು.

"ಕೆಲವಕ್ಕೆ ಅವ್ರಿಗೆ ಪುರುಸೊತ್ತಿಲ್ಲ. ನೈಜೀರಿಯಾಕೇಂತ ಹೋದ ದೇವಕಿ ಮೂರ್ತಿ ಇನ್ನ ಬಂದಿಲ್ಲ. ಒಬ್ಬೊಬ್ಬರು ಒಂದೊಂದು ತರಹ ಹೇಳ್ತಾರೆ. ಸದ್ಗುರು ಸ್ವಾಮೀಗೂ, ಆಕೆಗೂ ಕೆಲವು ವಿಷ್ಯದಲ್ಲಿ ಭಿನ್ನಾಭಿಪ್ರಾಯ ಬಂದಿದೆ, ಅನ್ನೋ ರೂಮರ್ ಕೂಡ ಇದೆ. ಆ ಮನೆಯ ಕೆಲಸದ ಹುಡ್ಗ ಸಿಗ್ಲಿಲ್ಲ, ಅವ್ನು ಊರು ಬಿಟ್ಹೋದ ಅನ್ನೋದು ವಿಷ್ಯ. ಇದಿಷ್ಟು ವಿಷಯ. ಅಪ್ಪನಂಥವರಲ್ಲೂ ಇಂಥ ಭಯ ಮೂಡಿಸಿದ ವ್ಯಕ್ತಿಗಳು ಯಾರೋ! ಈ ಭಯ ಮೊದ್ಲು ಅವ್ರ ಮಿದುಳಿನಿಂದ ಹೋಗ್ಬೇಕು" ಎಂದ. ಅತ್ಯಂತ ಸಮರ್ಥವಾಗಿ ವಿಶ್ಲೇಷಿಸಿದ. ಬರೀ ಮಾತುಗಾರನಲ್ಲ ಭಾನುಪ್ರಕಾಶ್. ಒಂದು ಕೆಲಸ ಕೈಗೆತ್ತಿಕೊಂಡರೇ ಸಮರ್ಥವಾಗಿ ಮಾಡಿ ಮುಗಿಸಬಲ್ಲ.

ಹೇಮಾಗೆ ಇವೆಲ್ಲ ಎಟುಕದ ವಿಷಯಗಳೆನಿಸಿತು.

ಐದು ನಿಮಿಷಗಳಷ್ಟು ಕಾಲ ಮೌನವಾಗಿದ್ದ ಭಾನುಪ್ರಕಾಶ್ "ಅತ್ತಿಗೆ, ನೀವೊಬ್ರು ಮನಸ್ಸು ಮಾಡಿ ರಿಸ್ಕ್ ತಗೊಂಡರೇ ಚೈತನ್ಯನ ಬದಲಾಯಿಸಬಲ್ಲರು. ತಾಯಿ ಪ್ರೇಮವಿಲ್ದೇ ಬೆಳ್ದ ನಮ್ಗೆ... ಅದು ಅಮೃತದಂತೆ. ಅವ್ನು ನಿಮ್ಮ ಪ್ರೀತಿ, ವಿಶ್ವಾಸಕ್ಕೆ ಖಂಡಿತ ಬಾಗುತ್ತಾನೆ. ಇಲ್ಲಿ ನಮ್ಗೆ ಚೈತನ್ಯನಿಗಿಂತ ಅಪ್ಪ ಮುಖ್ಯ. ಯಾವ್ದೇ ಭಯದ ನೆರಳು ಅವ್ರ ಮನವನ್ನ ತಟ್ಟಬಾರ್ದು. ಒಮ್ಮೆ ಅವ್ರು ಈ ಕಡೆ ಬಂದ್ಬಿಟ್ಟರೇ ಆಮೇಲೆ ಯೋಚನೆ ಇಲ್ಲ. ಬೇಕಾದ್ರೆ ಚೈತನ್ಯ ಕಾವಿ ತೊಟ್ಟುಕೊಂಡು ಹಿಮಾಲಯಕ್ಕೆ ಹೋಗ್ಲಿ. ಜಂಜಡದ ಗೃಹಸ್ಥಾಶ್ರಮಕ್ಕಿಂತ... ಸನ್ಯಾಸವೇ ಆರಾಮ್. ಅಲ್ಲಿ ತಂಟೆ ತಕರಾರುಗಳು ಇರೋಲ್ಲ. ಮೊದ್ಲು ಅವ್ನು ಖಾವಿ ಹೊಲಿಸಿಕೊಂಡರೇ, ನಾನು ಶಿಷ್ಯನಾಗೋಕೆ ಸಿದ್ಧವಾಗಿಬಿಡ್ತೀನಿ. ಹೇಗಿದೆ... ನನ್ನ ಪ್ಲಾನ್?" ಹಂಗಿಸಿದ. ಸೀರಿಯಸ್ಸಾದ ಸಮಯಗಳಲ್ಲು ಆರಾಮಾಗಿ ಕಾಮೆಡಿ ತುರುಕುವ ಜಾಣತನ ಅವನಲ್ಲಿತ್ತು.

"ಏನೂ ಹೇಳಲೇ ಇಲ್ಲ" ಎಚ್ಚರಿಸಿದ ಮತ್ತೆ.

"ತುಂಬ, ತುಂಬ... ಚೆನ್ನಾಗಿದೆ. ಆದರೆ ಇಲ್ಲಿ ನನ್ನ ಪಾತ್ರವೇನು?" ಗಾಂಭೀರ್ಯ ಬಿಟ್ಟು ಅವನ ಹಾಸ್ಯಕ್ಕೆ ಸ್ಪಂದಿಸಿದಳು ಹೇಮ. ತಲೆಯ ಮೇಲೆ ಕೈಯಿಟ್ಟುಕೊಂಡ ಭಾನು ಪ್ರಕಾಶ್ "ಮೈ ಗಾಡ್, ಆರಾಮಾಗಿ ಮೈನ್ ರೂಟ್‌ಗೆ... ಬಂದ್ಬಿಟ್ರಿ. ನಿಮ್ದು ಮಹತ್ವದ ಪಾತ್ರನೆ. ಸ್ವಲ್ಪ ನಿರ್ವಹಣೆ ಕಷ್ಟ. ನಂಗೆ ಟೈಮ್ ಆಯ್ತು. ಏನಾದ್ರೂ ಫ್ರೆಷ್ಷಾಗಿ ತಿಂಡಿ ತಂದು ಕೊಟ್ಬಿಡಿ" ಎಂದು ಹಿಂದೀ ಚಿತ್ರದ ಹಾಡನ್ನ ಗುನುಗುತ್ತ ತನ್ನ ರೂಮಿಗೆ ಹೋದ.

ಈ ಮನೆಯಲ್ಲಿ ಗೆಸ್ಟ್ ರೂಮಿನಿಂದ ಹಿಡಿದು ಪ್ರತಿಯೊಂದು ರೂಮಿಗೂ ಅಟ್ಯಾಚ್ಡ್ ಬಾತ್‌ರೂಂಗಳ ಸೌಕರ್ಯವಿತ್ತು. ಎ.ಸಿ.ಯನ್ನ ಅಳವಡಿಸಲಾಗಿತ್ತು.

ಕಿಚನ್‌ಗೆ ಬಂದಾಗ ಕಡಲೆ ಹಿಟ್ಟು ಕಲೆಸುತ್ತಿದ್ದ ಸುಶೀಲಮ್ಮ "ಎಣ್ಣೆ... ಇಡ್ಲಾ, ಅಮ್ಮ. ಭಾನುಪ್ರಕಾಶ್ ಇದ್ದರೇನೇ ಒಂದ್ನಾಲ್ಕು ತಿನ್ನೋದು. ತಿಂಡಿಗಳು ಅವ್ರ ಸಲುವಾಗಿಯೇ" ಎಂದಳು.

ಗ್ಯಾಸ್ ಸ್ಟೌವ್ ಹಚ್ಚಿ ಬಾಣಲೆಯನ್ನೇರಿ ಎಣ್ಣೆ ಸುರಿದು "ಸ್ವಲ್ಪ ಬೇಗ ಹಾಕ್ಬಿಡಿ" ಉರಿ ಹೆಚ್ಚಿಸಿ ತಾನೇ ಚಟ್ನಿಗೆ ತುಪ್ಪದ ಒಗ್ಗರಣೆ ಹಾಕಿ ಅದನ್ನೊಯ್ದು ಡೈನಿಂಗ್ ಟೇಬಲ್ಲು ಮೇಲಿಟ್ಟಾಗ ಪ್ರತ್ಯಕ್ಷನಾದ. "ನಿಮಗ್ಯಾಕೆ, ತೊಂದರೇಂತ ನಾನೇ ಬಂದೆ."

"ಕನಿಷ್ಟ ಐದು ನಿಮಿಷವಾದ್ರೂ ಬೇಕಾಗುತ್ತೆ ಭಾನು. ಸ್ವಲ್ಪ ರೂಮಿನಲ್ಲಿರು, ನಾನೇ... ತಂದುಕೊಡ್ತೀನಿ" ಬಲವಂತವಾಗಿ ಕಳಿಸಿದ್ದು. ಅವನು ಹೇಳಿದ ಮಾತುಗಳನ್ನ ಮನದಲ್ಲೇ ವಿಶ್ಲೇಷಿಸುತ್ತಿದ್ದಳು. 'ಸೂರ್ಯಪ್ರಕಾಶ್‌ಗೆ ತಂದೆ ಆಘಾತಗೊಳ್ಳಬಾರದು. ಭಾನುಪ್ರಕಾಶ್‌ಗೆ ತಂದೆಯ ಬುದ್ಧಿಯನ್ನ ಕ್ಯಾಷ್ ಮಾಡಿಕೊಳ್ಳುವ ಹಠ' ಅಪರೂಪದ ಮಕ್ಕಳೆನಿಸಿತು.

ಅಂದು ತಾನೇ ಕಂಠೀನ ಮಾತನಾಡಿಸಿ, "ಕಂಠೀ, ಆಗಾಗ್ಬಂದು ಅಪ್ಪನ್ನ ನೋಡು" ಹೇಳಿದಾಗ ಉದಾಸೀನದಿಂದ "ನಾನು ಟೂ ಬಿಜಿ. ಅಮ್ಮ ಆಗಾಗ ಹೋಗಿ ನೋಡ್ತಾರಲ್ಲ" ಅಲ್ಲಿಗೆ ಮುಗಿದಿತ್ತು ಮಾತು. ತಂದೆಗಾಗಿ ಒಂದಿಷ್ಟು ಸಮಯ ವಿನಿಯೋಗಿಸದ ಮಕ್ಕಳು ಅವರು.

ಚಟ್ನಿಯೊಂದಿಗೆ ಎರಡು ಪ್ಲೇಟು ಹೀರೆಕಾಯಿ ಬಜ್ಜಿಯನ್ನ ಹಿಡಿದು ಬಂದಾಗ, ಭಾನುಪ್ರಕಾಶ್ ಚೈತನ್ಯನ ರೂಮಿನ ಟೇಬಲ್ಲು ಮೇಲೆ ಕೂತಿದ್ದ.

"ಸ್ವಲ್ಪ ಇಳೀತೀರಾ, ಸರ್?" ಎಂದಳು.

"ಅತ್ತಿಗೆ, ಮಾತಿಗೆ ಇಳ್ದೆ" ಜೋರು ಮಾಡಿಕೊಂಡೇ ಟೇಬಲ್ಲಿನಿಂದ ಏಕಾಏಕಿ ಮಂಚದ ಮೇಲಕ್ಕೆ ಜಿಗಿದು ಕೂತ. "ವಾಸನೆಗೆ ಮೂಗು ಬಿರಿಯುತ್ತ ಇದೆ" ಸಂಭ್ರಮದಿಂದ ತಟ್ಟೆ ತಗೊಂಡ.

"ಬೇಡ... ಅತ್ತಿಗೆ" ಚೈತನ್ಯ ನಿರಾಕರಿಸಿದ.

ಆರಾಮಾಗಿ ಕೂತಳು ಹೇಮ. ನಿಜವಾಗಿ ಇರುವ ಸಮಸ್ಯೆ ಅವಳ ಅರಿವಿಗೆ ಬಂದಿತ್ತು. ಚೈತನ್ಯ ಒಂದಿಷ್ಟು ಮಾಮೂಲು ಸ್ಥಿತಿಗೆ ಮರಳದಿದ್ದರೇ, ಭಯದಿಂದ ಮುಕ್ತರಾಗರು ಚಂದ್ರಪ್ರಕಾಶ್.

"ನೀನು ತಿನ್ನದಿದ್ದರೇ... ನಂಗೆ ತುಂಬ ಬೇಜಾರಾಗುತ್ತೆ ಚೈತನ್ಯ. ಭಾನು ಅಷ್ಟು ಬೇಡ, ಅವ್ನು ತಿನ್ನೋಕ್ಕಿಂತ ಕಡಿಮೆ ಅಂದರೇ ಅರ್ಧದಷ್ಟಾದರೂ ತಿನ್ನದಿದ್ದರೇ... ಹೇಗೆ?" ಪಾಠ ಶುರು ಮಾಡಿದಳು ಧೈರ್ಯದಿಂದ.

"ಪ್ಲೀಸ್ ಅತ್ತಿಗೆ, ಸ್ವಲ್ಪ ಅರ್ಥ ಮಾಡ್ಕೊಳ್ಳಿ" ಚೈತನ್ಯ ಶುರು ಮಾಡಿದಾಗ ಮೊಲ

ಹಾರಿದಂತೆ ಮಧ್ಯೆ ಪ್ರವೇಶಿಸಿದ ಭಾನು "ನಿಜ್ವಾಗ್ಲೂ ಈ ತಾರತಮ್ಯ ಸರಿ ಇಲ್ಲ, ಅತ್ತಿಗೆ. ನಂಗೆ ಇದ್ರಲ್ಲಿ ಅರ್ಧದಷ್ಟು ಬಲವಂತ ಮಾಡಿದ್ರೆ ಕರೆದ ಬಜ್ಜಿಗಳಲ್ಲಿ ಕಲೆಸಿದ ಕಳ್ಳೆ ಹಿಟ್ಟನ್ನ ತಿಂದುಬಿಡ್ತಾ ಇದ್ದೆ. ಇದು ತುಂಬ ಅನ್ಯಾಯ. ನಂಗೂ ಬೇಡ... ಬಿಡಿ" ಬಜ್ಜಿಯ ತಟ್ಟೆಯನ್ನೆತ್ತಿ ಅಲ್ಲಿಟ್ಟು ಮುಖ ಊದಿಸಿ ಕೂತ.

ಅಂತೂ ಕಾಂಪ್ರಮೈಸ್ ಆದನಂತರವೇ ತಟ್ಟೆಗಳಲ್ಲಿನ ಬಜ್ಜಿಗಳು ಖಾಲಿ ಯಾಗಿದ್ದು. ನಗು, ಸಂತೋಷ ಹರಡಿಕೊಂಡಿತು. ಬಂದ ಸೂರ್ಯಪ್ರಕಾಶ್ ಪಕ್ಕನೆ ನಿಂತ. ಸದಾ ಗಾಂಭೀರ್ಯದ ಮುಸುಕನ್ನೊದ್ದು ಇರುತ್ತಿದ್ದ ಮನೆಯಲ್ಲಿ ನಗು ಪ್ರವೇಶಿಸಿದ್ದು ಹೇಮ ಅಡಿಯಿಟ್ಟ ನಂತರ, ಮಿನ್ನಿ ಪ್ರವೇಶಿಸಿದ ನಂತರ.

ತಟ್ಟೆ ಹಿಡಿದೇ ಬಾಗಿಲಿಗೆ ಬಂದ ಭಾನುಪ್ರಕಾಶ್ "ಅತ್ತಿಗೆ, ಅಣ್ಣ..." ಎಚ್ಚರಿಸು ವಂತೆ ಕೂಗಿದ. ಮೆಟ್ಟಿಲೇರಿ ಮೇಲೆ ಹೋದ ಸೂರ್ಯ ಬಟ್ಟೆ ಬದಲಾಯಿಸಿ ಮಲಗಿದ. ಇಂದು ವಾದಿಸುತ್ತಿದ್ದ ಅವನ ತಂದೆ ಬವಳಿ ಬಂದಂತೆ ಕುಸಿದು, ನೀರು ಕುಡಿದ ನಂತರ ಚೇತರಿಸಿಕೊಂಡಿದ್ದು ಆತಂಕಕ್ಕೆ ಕಾರಣವಾಗಿತ್ತು. ಅವರು ಹೆದರುತ್ತಿದ್ದುದು ದೇವಕಿ ಹಬ್ಬಿಸಿದ ಸುದ್ದಿಗಳಿಂದ ಮತ್ತು ಮಿನ್ನಿಯನ್ನ ಹಿಂದಕ್ಕೆ ಪಡೆಯಬೇಕೆನ್ನುವ ಛಲ ಕಂಡು.

"ಸೂರ್ಯ ನಮ್ಮ ಮನೆ ವಾಸ್ತು ಸರಿ ಇಲ್ಲವೇನೋ, ವಿಚಾರಿಸಿದ್ರೆ... ಹೇಗೆ?" ಎರಡು ದಿನದ ಹಿಂದೆ ಕೇಳಿದಾಗ ಬೆಚ್ಚಿ ಬಿದ್ದಿದ್ದ. ತಂದೆಯ ಮನಸ್ಸಿನಲ್ಲಿ ಇಂಥ ವಿಚಾರ ತಲೆ ತಿರುಗಿದಂತಾಗಿತ್ತು "ಮಿನ್ನಿಯ ಅನಾರೋಗ್ಯ, ಚೈತನ್ಯನಲ್ಲಿಯ ಬದಲಾವಣೆಯ ಹಿಂದೆ ಯಾರಾದರೂ ಇದ್ದಾರೇನೋ" ಇನ್ನಷ್ಟು ಮುಂದುವರಿಸಿದಾಗ ಸ್ತಬ್ಧವಾಗಿದ್ದ. ಇದನ್ನ ಅವರ ಮನದಿಂದ ತೊಲಗಿಸಬೇಕಾದರೇ ಚೈತನ್ಯ ಸರಿಹೋಗಬೇಕು. ಹೇಗೆ? ಅವನಿಂದ ಈ ಕೆಲಸ ಸಾಧ್ಯವಿಲ್ಲ. ಸದ್ಯಕ್ಕೆ ಸಮರ್ಥ ವ್ಯಕ್ತಿ ಹೇಮ ಮಾತ್ರ. ಇದು ಅವನ ನಂಬಿಕೆ ಕೂಡ. ಹೆಣ್ಣಿಗೆ ಕೆಲವು ಶಕ್ತಿಗಳು, ಭಾವಗಳು ಕರಗತ.

ಸ್ವಲ್ಪ ಈ ವಿಷಯವನ್ನ ಹೇಮಾಳೊಂದಿಗೆ ಪ್ರಸ್ತಾಪಿಸಬೇಕೆಂದೇ ಬೇಗ ಮನೆಗೆ ಬಂದ.

ಬಿಸಿಬಿಸಿ ಬಜ್ಜಿಗಳ ವಾಸನೆ ಮೂಗಿಗೆ ಬಡಿದು ತಲೆಯೆತ್ತಿದ. "ಮಿನ್ನಿ... ಎಲ್ಲಿ?" ಮಾತು ಪ್ರಾರಂಭ ಮಾಡಿದ. ಇಂದು ಅವನ ದನಿ ಮೃದುವಾಗಿದ್ದು ಅವಳ ಅನುಭವಕ್ಕೆ ಬಂತು.

"ಆಟ ಆಡ್ತಾ... ಇದ್ದಾಳೆ. ಕರ್ಕೊಂಡ್ಬರ್ಲಾ?" ಕೇಳಿದಳು.

"ಬೇಡ, ಆಮೇಲೆ ನೋಡ್ತೀನಿ. ಈಗ ನೀನು ಕೂತ್ಕೋ. ಒಂದಿಷ್ಟು ಮಾತಾಡೋದಿದೆ" ಎಂದ. ಅವಳಿಗೆ ಮೊದಲು ಗಾಬರಿಯಾದರೂ ಗಂಡನ ಸಾಮೀಪ್ಯ, ಮಾತು ಯಾವ ಹೆಣ್ಣಿಗೆ ಬೇಡ. "ತಿಂಡಿ ಆರಿಹೋಗುತ್ತೆ" ಪ್ಲೇಟನ್ನ ಅವನ ಮುಂದಿಟ್ಟಳು.

ಒಂದೇ ಒಂದು ಬಜ್ಜಿ ಎತ್ತಿಕೊಂಡ, ಮೀರಾಳ ಜೊತೆಯಲ್ಲಿ ಕಳೆದ ರಸಗಳಿಗೆಗಳು ನೆನಪಾಯಿತು. ಅವಳಿಗೆ ಎಲ್ಲಾ ದಕ್ಕಿತ್ತು. ಕೆಲವನ್ನ ಬಲವಂತವಾಗಿ ದಕ್ಕಿಸಿಕೊಂಡಿದ್ದಳು. ಆದರೆ ಇವಳು ಮಾಡಿದ ತಪ್ಪೇನು? ಪ್ರಶ್ನಿಸಿಕೊಂಡ.

"ನೀನು... ತಗೋ" ಎಂದ.

ಅವಳಿಗೆ ಭಯಂಕರ ಗಾಬರಿ. ಮೊದಲ ಸಲ ಗಂಡನ ಪ್ಲೇಟ್‌ನಿಂದ ತೆಗೆದು ತಾನು ತಿನ್ನುವುದು. ಲಜ್ಜೆಯ ಉಗುಳನ್ನ ನುಂಗಿದಳು. "ತಗೋ ಹೇಮ, ನೀನು ತೀರಾ ಸಂಕೋಚದ ಮುದ್ದೆಯಾದರೇ, ನಾನು-ನೀನು ಬಹಳ ಕಾಲ ದೂರ... ದೂರ... ದೂರ... ನಿಲ್ಲಬೇಕಾಗುತ್ತೆ. ಅದ್ಕೆ ನೀನು ಅವಕಾಶ ಮಾಡಿಕೊಡ್ಬೇಡ" ನೇರವಾಗಿಯೇ ಪ್ರಸ್ತಾಪಿಸಿದ. ಅವಳ ವಿಷಯದಲ್ಲಿ ಭಾವನೆಗಳು ಮೃದುವಾಗಿದ್ದವು. ಇದು ಪ್ರೀತಿಯ ಹುಡುಕಾಟದಲ್ಲಿ ಹೆಚ್ಚು ಪಾತ್ರ ವಹಿಸುತ್ತದೆ.

ಬಹಳ ಪ್ರಯಾಸದಿಂದ ಒಂದು ಬಜ್ಜಿ ತಿನ್ನಲು ಸಮರ್ಥಳಾದಳು. ನಡುವೆ ವಿಷಯವನ್ನ ಅತ್ಯಂತ ಸ್ಪಷ್ಟವಾಗಿ ಸಂಕ್ಷಿಪ್ತವಾಗಿ ವಿವರಿಸಿದ.

"ಚೈತನ್ಯ ಮುಂದೆ ಸ್ವಲ್ಪ ಕಾಲದ ನಂತರ ಯಾವುದಾದರೂ ದಾರಿ ಆರಿಸಿಕೊಳ್ಳಿ. ಈಗ ಅವನು ಹಿಂದಿನ ಹಾದಿಗೆ ಮರಳಲೇಬೇಕು. ಇಲ್ಲದಿದ್ದರೇ ವೈಚಾರಿಕತೆಯ ನಿಲುವಿನಲ್ಲಿ ಸತ್ಯ, ಪ್ರಾಮಾಣಿಕತೆಯನ್ನೆ ದೇವರೆಂದು ತಿಳಿದ ನನ್ತಂದೆ... ಮಾಟ, ಮಂತ್ರ ನಂಬಿಬಿಡೋದು ಪತನದ ಹಾದಿ. ದೇವಕಿ ಅಂಥವರು ತಮ್ಮ ಮೂರ್ಖತನದಿಂದ ವಿಜೃಂಭಿಸ್ಬಾರ್ದು. ಅಂಥ ಸ್ವಾಮೀಜಿಯವ್ರ ಶಕ್ತಿಗೆ ನಮ್ತಂದೆ ಅಂಥವ್ರು ಮಾರುಹೋಗ್ಬಾರ್ದು" ಹೇಳಿ ಸುಮ್ಮನಾದ.

ಬಹುಶಃ ಹೇಮ ಹೆಚ್ಚು ಕಲಿತಿಲ್ಲವೆನ್ನುವ ಒಂದೇ ಕಾರಣಕ್ಕೆ ಅವಳ ತಿಳಿವಳಿಕೆಯ ಬಗ್ಗೆ ಅನುಮಾನ ಪಡುವಂತಿರಲಿಲ್ಲ. ಅವಳು ತುಂಬ ಬುದ್ಧಿವಂತಳೇ. ಸರಿಯಾಗಿ ಅರ್ಥ ಮಾಡಿಕೊಂಡವಳು ಕೂಡ.

"ಅರ್ಥ ಆಯ್ತು!" ದೊಡ್ಡ ಜವಾಬ್ದಾರಿಯನ್ನು ಹೊತ್ತುಕೊಂಡಿದ್ದಕ್ಕೆ ಅಳುಕಿನ ಜೊತೆ, ಗಂಡ ತನ್ನ ಬಗ್ಗೆ ತೋರಿಸಿದ ಅಭಿಮಾನಕ್ಕೆ ಹೃದಯ ತುಂಬಿ ಬಂತು.

ಸಂಜೆ ಕತ್ತಲು ಕವಿಯುತ್ತಿರುವ ಸಂದರ್ಭದಲ್ಲಿ ಏಳರ ನಂತರ ಚೈತನ್ಯನಲ್ಲಿಗೆ ಬಂದು "ಮಿನ್ನಿ ಹುಷಾರು ತಪ್ಪಿದಾಗ ಹರಸಿಕೊಂಡಿದ್ದೆ. ಈಗ ನನ್ನೊತೆ ದೇವಸ್ಥಾನಕ್ಕೆ ಬರೋಕೆ ಸಾಧ್ಯನಾ?" ತಕ್ಷಣ ಅವನೇನು ಹೇಳಲಿಲ್ಲ. ಕೆಲವು ನಿಮಿಷಗಳ ಮೌನದ ನಂತರ ಬಾಯಿಬಿಟ್ಟ.

"ಅತ್ತಿಗೆ, ಶ್ರೀ ರಾಮಕೃಷ್ಣ ಪರಮಹಂಸರು 'ಭಗವಂತ ತನ್ನ ತಾಯಿ ಎಂಬುದಾಗಿ ಸಂಬೋಧಿಸಲಾರಂಭಿಸಿದರೇ, ಬಹುಬೇಗ, ಹೃದಯದಲ್ಲಿ ಭಕ್ತಿ ಉಂಟಾಗಿಬಿಡುತ್ತೆ. ಪ್ರೀತಿ ಉಂಟಾಗಿಬಿಡುತ್ತೆ' ಅಂದಿದ್ದರು. ಅದು ತುಂಬ... ಅಂದರೇ ನೂರರಷ್ಟು ಸತ್ಯ. ನಾನು ನಿಮ್ಜೊತೆ... ಬರ್ತೀನಿ" ಮಾರ್ಮಿಕವಾಗಿ ನುಡಿದರು, ತಕ್ಷಣ ಒಪ್ಪಿಕೊಂಡಿದ್ದು ಅವಳಿಗೆ ಸಂತೋಷ ನೀಡಿತು.

"ಹೊರಟೇಬಿಡೋಣ" ಸಂಭ್ರಮಿಸಿದಳು.

ಮಿನ್ನಿನ ಕರೆದೊಯ್ಯುತ್ತೇನೆಂದಾಗ ಭಾನುಪ್ರಕಾಶ್ ಅಡ್ಡ ಬಂದ "ಅವ್ಳು

ನನ್ನೊಂದಿಗೆ ಇರ್ತಾಳೆ. ಇರಲೀ... ಕೂಡ. ನೀವುಗಳು ಪೂಜೆ ಮಾಡ್ಸಿಕೊಂಡ್ಬಂದು ಪ್ರಸಾದನ ಅವ್ಳ ಜೊತೆಗೆ ನನ್ನ ಹಣೆಗೂ... ಇಡಿ" ಮಗುವನ್ನ ಕರೆದೊಯ್ದು.

ಅಪ್ಪ, ಮಗ ಆಗಲೇ ಆಫೀಸಿನಲ್ಲಿದ್ದುದರಿಂದ ಅವಳೇ ಸೆಲ್ಯುಲರ್‌ನಲ್ಲಿ ಸಂಪರ್ಕಿಸಿದಳು. "ಮಿನ್ನಿಗೋಸ್ಕರ ಹರಕೆ ಮಾಡಿಕೊಂಡಿದ್ದೆ. ನಾನು, ಚೈತನ್ಯ ದೇವಸ್ಥಾನಕ್ಕೆ ಹೋಗ್ಬರ್ತೀನಿ" ಚಂದ್ರಪ್ರಕಾಶ್‌ಗೆ ತಮ್ಮ ಕಿವಿಗಳನ್ನ ನಂಬಲಾಗಲಿಲ್ಲ. ಮಗನ ಕೈಗೆ ಕೊಟ್ಟರು "ಹಲೋ..." ಎಂದ ಸೂರ್ಯಪ್ರಕಾಶ್‌ನ ದನಿ ಗುರ್ತಿಸಿ ಮತ್ತೆ ಅದನ್ನ ರಿಪೀಟ್ ಮಾಡಿದಳು. "ಓಕೆ, ಭಾನು... ಇದ್ದಾನ?" ವಿಚಾರಿಸಿ ದೃಢಪಡಿಸಿ ಕೊಂಡು ಫೋನಿಟ್ಟ.

ಮೊದಲ ಸಲ ಒಂಟಿಯಾಗಿ ಅತ್ತಿಗೆಯನ್ನ ಹೊರಗೆ ಕರೆದೊಯ್ಯುವ ಭಾಗ್ಯ ಚೈತನ್ಯನಿಗೆ ಬಂದಿತ್ತು. ಅಲ್ಲಿ ಅವನ ಇಷ್ಟ... ಇಷ್ಟಗಳ ಪ್ರಶ್ನೆಯಲ್ಲ. ಅತ್ತಿಗೆಯ ಮಾತನ್ನು ನಡೆಸುವುದು ಮುಖ್ಯವಾಗಿತ್ತು.

"ಅತ್ತಿಗೆ, ನಿಮ್ಗೆ ಯಾವ ಬಣ್ಣ ಇಷ್ಟ?" ಗೇರ್ ಬದಲಾಯಿಸುತ್ತ ಪ್ರಶ್ನಿಸಿದಾಗ ಅವಳಿಗೆ ಅರ್ಥವಾಗಲಿಲ್ಲ. "ಬಿಳಿ... ಹಸಿರು... ನಂಗೆ ಇಷ್ಟ ಹಸಿರು ಎಲೆಗಳ ನಡುವೆ ಬಿಳಿಯ ಹೂ ಅರಳಿದರೆ ಎಷ್ಟೊಂದು ಚೆಂದ!" ಭಾವುಕಳಾದಳು.

ಮತ್ತೆ ದೇವಸ್ಥಾನ ತಲುಪುವವರೆಗೂ ಮಾತಾಡಲಿಲ್ಲ.

ಸರ್ವಮಂಗಳೆ, ಸರ್ವಶಕ್ತಳಾದ ದುರ್ಗೆಯ ಗುಡಿ. ಅದನ್ನ 'ಮಹೇಶ್ವರಿ ಟೆಂಪಲ್' ಎನ್ನುತ್ತಿದ್ದರು. ಮಂಗಳವಾರ, ಶುಕ್ರವಾರಗಳಲ್ಲಂತೂ ದೊಡ್ಡ ಕ್ಯೂ. ಇಂದು ಅಂಥ ಜನಸಂದಣಿ ಇರಲಿಲ್ಲ. ಪೂಜೆ ಮಾಡಿಸಿಕೊಂಡು ಪ್ರಸಾದದ ಬುಟ್ಟಿ ಹಿಡಿದು ಹೊರ ಬಂದರು.

ಇಳಿದುಬರುವ ಮೆಟ್ಟಿಲುಗಳಿಗೆ ಅಂಟಿದಂತೆ ಒಂದು ಹಜಾರ. ಪೂಜೆ ಮಾಡಿಸಿ ಕೊಂಡು ಇಳಿದುಹೋಗುವ ಭಕ್ತರು ಕೆಲವು ಕ್ಷಣ ಕೂತು ಹೋಗುತ್ತಿದ್ದರು.

ಕುಂಕುಮ ಪ್ರಸಾದವನ್ನ ಹಣೆಗೆ ಹಚ್ಚಿದಳು. ತೇಜೋಪುಂಜವಾಗಿ ಕಂಡ. "ಚೈತನ್ಯ, ನಿನ್ಹತ್ರ ನಾನು ಮಾತಾಡ್ಬೇಕು. ಆ ಮಾತುಗಳಲ್ಲಿ ಏನಾದ್ರೂ ತಪ್ಪಿದ್ದರೇ ಕ್ಷಮ್ಸಿಬಿಡು." ಪ್ರಾರಂಭವೇ ಅವಳಿಗೆ ಕಷ್ಟವಾಯಿತು. ಉನ್ನತವಾದ ಹಾದಿಯನ್ನ ಆಯ್ದು ಕೊಂಡ ಅವನ ಹಾದಿಗೆ ಲೌಕಿಕವಾದ ಕಲ್ಲನ್ನ ಅಡ್ಡ ಇಡುವುದು ಎಷ್ಟು ಸರಿ ಎನ್ನುವ ತಳಮಳ ಅವಳದು.

"ಹೇಳಿ, ಅತ್ತಿಗೆ... ಅದ್ಕೆ ಅಷ್ಟೊಂದು ಸಂಕೋಚ ಯಾಕೆ? ಶ್ರೀರಾಮಕೃಷ್ಣರಲ್ಲಿ ವ್ಯಕ್ತವಾಗುತ್ತಿದ್ದ ಪರಿಶುದ್ಧ, ನಿಸ್ವಾರ್ಥ ಪ್ರೀತಿ ಎಲ್ಲರನ್ನ ಆಕರ್ಷಿಸುತ್ತಿತ್ತಂತೆ. ಈಗ್ಹೇಳಿ" ಎಂದ ನಸುನಗುತ್ತ.

ಬಹಳ ಪ್ರಯಾಸದಿಂದಲೇ ವಿಷಯವನ್ನ ಅವನ ಮುಂದಿಟ್ಟಳು. "ದೀರ್ಘ ಕಾಲ ಒಂದೇ ದಾರಿಯಲ್ಲಿ ಯೋಚಿಸಿದ, ನಡೆದುಕೊಂಡು ಬಂದ ಗ್ರೇಟ್ ಅಡ್ವೋಕೇಟ್

ಚಂದ್ರಪ್ರಕಾಶ್ ಬೇರೆ ರೀತಿಯಲ್ಲಿ ಆಲೋಚಿಸುವಂತಾಗಿದೆ. ಅದ್ನ ನೀನು ಮಾತ್ರ ತಪ್ಪಿಸಬಲ್ಲೆ."

ಚೈತನ್ಯ ಸುಮ್ಮನೆ ಕೂತ. ಒಮ್ಮೆ ತಲೆಯೆತ್ತಿ ಹೇಮಾಳ ಕಡೆ ನೋಡಿದ. ವಿಶಿಷ್ಟವಾದ ದೈವೀಕ ಕಳೆ ಇದೆಯೆನಿಸಿತು. ಅದು ಅವನ ಭ್ರಮೆಯೋ, ಏನೋ... ನಿರಾಕರಿಸಲಾರದೆ ಹೋದ.

"ಸಧ್ಯಕ್ಕೆ ಮೇಲ್ನುಖದ ಬದಲಾವಣೆ ಸಾಧ್ಯ" ಎಂದ ವ್ಯಾಕುಲಚಿತ್ತನಾಗಿ. ಹೇಮಾಗೆ ಸಂತೋಷವಾಗಲಿಲ್ಲ. ತುಟಿ ಕಚ್ಚಿ ಅಳುವನ್ನ ನುಂಗಿದಳು. "ನನ್ನ ಕ್ಷಮ್ಸಿ... ಚೈತನ್ಯ."

"ಹಾಗೆಲ್ಲ ಮಾತಾಡ್ಬೇಡಿ. ಅಂಥ ಅಗತ್ಯವಿಲ್ಲ. ಅಪ್ಪನ್ನ ಉಳಿಸಿಕೊಳ್ಳೊ... ಅಗತ್ಯವಿದೆ. ಇಲ್ಲಿ ದೇವಕಿ ಅಂಥವರು ಗೆದ್ದರೇ ಹಲವರು ಅದೇ ಹಾದಿಯನ್ನ ಆಯ್ದು ಕೊಳ್ಳುತ್ತಾರೆ. ಹಾಗೇ... ಆಗೋದ್ಬೇಡ" ಭರವಸೆ ಕೊಟ್ಟ.

ಹಾಗೆ ಹಾದಿಯಲ್ಲಿ ಒಂದು ಸ್ಯಾರಿ ಎಂಪೋರಿಯಂಗೆ ಕರೆದೊಯ್ದು ತಾನೇ ನಾಲ್ಕಾರು ಸೀರೆಗಳನ್ನು ಆಯ್ದು ಪ್ಯಾಕ್ ಮಾಡಿಸಿದ. ತಾನು ಬದಲಾದೆ ಎನ್ನುವುದಕ್ಕೆ ನಾಂದಿ ಎನ್ನುವಂತೆ ನಡೆದುಕೊಂಡ.

ಕಾರು ಪೋರ್ಟಿಕೋದಲ್ಲಿ ನಿಂತಾಗ ಮಿನ್ನಿಯೊಂದಿಗೆ ಆಟ ಪ್ರಾರಂಭಿಸಿದ್ದ ಭಾನುಪ್ರಕಾಶ್ ಓಡಿಬಂದ "ಅಂತೂ ನಿಮ್ಮ ಮಗ್ಳ ಸಹವಾಸ ಸಾಕಾಯ್ತು. ನನ್ನ ಹಿಗ್ಗಾಮುಗ್ಗಾ ಮಾಡ್ಬಿಟ್ಟಳು." ಐರನ್ ಕಳೆದುಕೊಂಡ ಷರಟು, ಅಸ್ತವ್ಯಸ್ತವಾದ ಕ್ರಾಪ್ ಕೂದಲನ್ನ ತೋರಿಸಿದ ಕಷ್ಟಪಟ್ಟವನಂತೆ.

ನಸುನಗುತ್ತ ಹೇಮ ಅವನ ಹುಬ್ಬುಗಳ ಮಧ್ಯೆ ಕುಂಕುಮದ ಪ್ರಸಾದವಿಟ್ಟು "ಸಾರಿ ಭಾನು, ದೇವಸ್ಥಾನದಿಂದ ನೇರವಾಗಿ ಬಂದಿದ್ದರೇ... ಬೇಗ ಬರಬಹುದಿತ್ತು. ಚೈತನ್ಯ ನನ್ನ ಸ್ಯಾರಿಹೌಸ್‌ಗೆ ಕರ್ಕೊಂಡ್ ಹೋಗಿದ್ದ" ಅಂದಕೂಡಲೇ ಎದೆಯ ಮಡುವಿನಲ್ಲಿ ಅವಿತುಕೊಂಡ ಚಿಲಿಪಿಲಿಗುಟ್ಟುತ್ತಿದ್ದ ಹಕ್ಕಿಗಳು ಒಮ್ಮೆಲೇ ಖಾಲಿ ಮಾಡಿ ಆಕಾಶಕ್ಕೆ ಹಾರಿದಂತಾಯಿತು.

ಭಾನು ಚೈತನ್ಯನ ಕೈಹಿಡಿದು ಕುಲುಕಿದ "ಛೆ, ನಂದೆಲ್ಲ ಬರೀ ಬಾಯಿಮಾತು. ನೀನೇ ಪರ್ವಾಗಿಲ್ಲ, ಮಾತಿಗಿಂತ ಪ್ರೀತಿ ವ್ಯಕ್ತಪಡಿಸಲು, ಅಭಿಮಾನ ತೋರಿಸಲು ಬೇರೆ ಬೇರೆ ದಾರಿಗಳಿವೆಯೆಂದು ತಿಳಿಸಿಕೊಟ್ಟೆ. ಯು ಆರ್ ಗ್ರೇಟ್" ಸ್ಯಾರಿ ಪ್ಯಾಕೆಟ್‌ಗಳನ್ನ ಒಯ್ದು ಹಾಲ್‌ನ ಸೋಫಾ ಮೇಲೆ ಪ್ರದರ್ಶನವೇರ್ಪಡಿಸಿದಂತೆ ಹಾಕಿದ "ವಂಡರ್ ಫುಲ್ ಕಲರ್ಸ್... ಗುಡ್ ಡಿಸೈನ್..." ಉದ್ಗರಿಸಿದ್ದು ಮಾತ್ರವಲ್ಲದೇ ಅದನ್ನ ಎತ್ತಿಡಲು ಅವಕಾಶ ಕೊಡದೇ ವಿರೋಧ ವ್ಯಕ್ತಪಡಿಸಿದ ಚೈತನ್ಯನನ್ನ ಕರೆದೊಯ್ದು ಏನೋ ಪಿಸುಗುಟ್ಟಿದ. ಅಷ್ಟಕ್ಕೆ ನಿಶ್ಶಬ್ದವಾಯಿತು.

ಆಫೀಸ್‌ನಿಂದ ಕೆಳಗೆ ಬಂದ ತಂದೆ, ಮಗ ಕಣ್ಣರಳಿಸಿದರು.

"ಅಡ್ವೋಕೇಟ್ ವೃತ್ತಿ ಪ್ರಯೋಜನವಿಲ್ಲವೆಂದು ಸೀರೆಗಳ ವ್ಯಾಪಾರಕ್ಕೆ ಹೊರಟಂತಿದೆ" ಎಂದಕೂಡಲೇ ಭಾನುಪ್ರಕಾಶ್ ಪ್ರತ್ಯಕ್ಷನಾದ. "ಇಲ್ಲ ಡ್ಯಾಡ್... ಇಲ್ಲ... ನಮ್ಗೆ ವ್ಯಾಪಾರದ ಸಹವಾಸ ಬೇಡ. ಅತ್ತಿಗೆನಾ ಕರೆದೊಯ್ದು ಚೈತನ್ಯ ಕೊಡಿಸಿದ ಸೀರೆಗಳು. ಸೀರೆಗಳ ಸೆಲೆಕ್ಷನ್‌ನಲ್ಲಿ ಒಳ್ಳೆ ಸೆನ್ಸ್ ಇದೆ" ಚೈತನ್ಯನಿಗೆ ಕಣ್ಣೊಡೆದ. ಅವನು ನಿರ್ಲಿಪ್ತನಾಗಿದ್ದ.

ಇಂಥ ಒಂದು ಬದಲಾವಣೆಗೆ ಚಂದ್ರಪ್ರಕಾಶ್ ಎಷ್ಟು ಸಂತೋಷಗೊಂಡ ರೆಂದರೇ, ಒಬ್ಬ ನಿರಪರಾಧಿಗೆ ನ್ಯಾಯ ಕೊಡಿಸಿದಂತೆ ಸೌಮ್ಯವಾದ ಆನಂದ ಅವರನ್ನ ತಟ್ಟಿತು. ಪದಗಳಿಂದ ಅದನ್ನ ವರ್ಣಿಸಲು ಸಾಧ್ಯವಾಗಲಿಲ್ಲ.

ಇಂದು ಚೈತನ್ಯ ಕೂಡ ಊಟಕ್ಕೆ ಕೂತ. ಪ್ರಸಾದದ ಕುಂಕುಮವನ್ನ ಚಂದ್ರ ಪ್ರಕಾಶ್‌ಗೆ ಮತ್ತು ಸೂರ್ಯಪ್ರಕಾಶ್ ಹುಬ್ಬುಗಳ ನಡುವೆ ಹಚ್ಚಿದಳು. ಎಲ್ಲರ ಮುಖಗಳ ಮೇಲೂ ಸಂತೃಪ್ತಭಾವ.

ಬೇಗ ಊಟ ಮುಗಿಸಿ ಎದ್ದ ಭಾನುಪ್ರಕಾಶ್ ಮಿನ್ನಿಯನ್ನ ಕರೆದೊಯ್ದು ಜೊತೆ ಯಲ್ಲಿ. ಈ ತೃಪ್ತಿ ಆನಂದ ಬಹಳ ಕಾಲ ಉಳಿಯಬೇಕು. ಅತ್ತಿಗೆಯ ಕಣ್ಣಂಚು ಒದ್ದೆ ಯಾಗಬಾರದೆಂದು ಅವನ ನಿಶ್ಚಯ.

ಚಂದ್ರಪ್ರಕಾಶ್ ರೂಮಿಗೆ ಹಾಲು ಒಯ್ದಾಗ ಆರಾಮಾಗಿ ಮಲಗಿದ್ದರು. ಸಮಸ್ಯೆ ಗಳ ಸುಳಿಯಿಂದ ಹೊರಬಂದಂಥ ಹರ್ಷ ಅವರ ಮುಖದ ಮೇಲೆ.

"ಪ್ಲೀಸ್, ತಾವು ಸ್ವಲ್ಪ ಹೊರ್‍ಗಡೆ... ಬರ್ಬೇಕು. ಪ್ಲೀಸ್ ಎಷ್ಟಾದ್ರೂ... ಪರ್ವಾಗಿಲ್ಲ" ಭಾನುಪ್ರಕಾಶ್ ಬಂದು ತಂದೆಯ ತೋಳಿಡಿದ. "ಆಯಾಸಗೊಂಡಿದ್ದಾರೆ, ಸ್ವಲ್ಪ ಮಲಗ್ಲಿ" ಹೇಮಾಳ ಮಾತಿಗೆ ಒಪ್ಪದೇ ಅವರನ್ನ ಬಲವಂತದಿಂದ ಹೊರಗೆ ಕರೆದೊಯ್ದವನು "ಚೈತನ್ಯ, ಬಾರೋ ನೀನೇ ಹೈ ವಿಟ್‌ನೆಸ್" ಕೂಗಿಕೊಂಡ ಅಲ್ಲಿಂದಲೇ.

ಮೆಟ್ಟಿಲೇರುತ್ತಿದ್ದ ಸೂರ್ಯನ್ನ "ಅಣ್ಣಿ, ನಿನ್ನ ಅಗತ್ಯವಿದೆ. ಸ್ವಲ್ಪ ದಯಮಾಡ್ಸು" ವಿನಯದ ಪ್ರದರ್ಶನ ಮಾಡಿದಾಗ ಭುಜದ ಮೇಲೊಂದು ಹಾಕಿದ "ಸುಮ್ನೆ ಯಾಕೆ ತಲೆ... ತಿಂತೀಯಾ" ನಯವಾದ ಗದರಿಕೆ.

ಎರಡು ಕೈಗಳನ್ನ ಜೋಡಿಸಿ "ಖಂಡಿತ ಇಲ್ಲ, ತಲೆ ತಿನ್ನೋ ಜನ ಬೇರೆ ಇದ್ದಾರೆ. ಹೆಸರಿಸೋದ್ಬೇಡ" ಅಂದು ಕರೆದೊಯ್ದ. ಮೆಲ್ಲಗೆ ಹೊರಟ ಹೇಮ ಕೈ ಹಿಡಿದು "ನೀವೇ ಇಲ್ಲಾಂದ್ರೆ... ನಂಗೆ ಹೇಗೆ ನ್ಯಾಯ ಸಿಕ್ಕುತ್ತೆ. ಎಲ್ಲಾ ಒಂದಲ್ಲ ಒಂದು ರೀತಿಯಲ್ಲಿ ಬೆಸೆದ ಕೊಂಡಿಗಳೇ" ಕೂಡಿಸಿದ.

"ಯುವರ್ ಆನರ್, ಈ ಸಲ ಅತ್ತಿಗೆ ತವರುಮನೆಯಿಂದ ವಿಷಸ್ ಹೊತ್ತು ಬಂದಿದ್ದಾರೆ, ಅದೇನೂಂತ ನಮ್ಗೆ ತಿಳಿಸಿಲ್ಲ. ಯಾಕೆ? ಇದು ಮೊದಲ ಅಪರಾಧ. ಅಂದು ಅತ್ತಿಗೆ ಕೆನ್ನೆಗಳು ಕೆಂಪಗಾಗಿತ್ತು. ಯಾಕೆ? ಅಂದು ಪ್ರಶ್ನಿಸಿದಾಗ ಕಾರಣ ತಿಳಿಸ್ಲಿಲ್ಲ. ನಮ್ಮ ಸಮಸ್ತವನ್ನ ಇವ್ರಿಗೆ ತಿಳಿಸಿರೋವಾಗ... ಇವ್ರು ಮುಚ್ಚಿಡೋದು ಯಾವ ನ್ಯಾಯ?" ಅಲ್ಲಿ ಹೇಮಾನ ಅಪರಾಧಿಯನ್ನಾಗಿ ಮಾಡಿದ.

ಏನೋ ಒಂದು ತಿಳಿದ ಅವಳಿಗೆ ಗಾಬರಿ, ಅವೆರಡರ ನೆನಪು ಅವಳಿಗಿಲ್ಲ. ಬೆವತುಬಿಟ್ಟಳು.

"ನಂಗೇನು... ಗೊತ್ತಿಲ್ಲ" ಎಂದಳು ಆತಂಕಗೊಂಡು.

"ಹಾಗೆಲ್ಲ ತಪ್ಪಿಸಿಕೊಳ್ಳಲು ಸಾಧ್ಯವಿಲ್ಲ. ಅದ್ಕೆ ಸಾಕ್ಷ್ಯಾಧಾರಗಳು ಇವೆ. ಸಾಕ್ಷಿಗಳು ಕೂಡ ಇಲ್ಲೇ ಇದ್ದಾರೆ" ಭಾನುಪ್ರಕಾಶ್ ಪ್ರತಿಪಾದನೆಗೆ ಜೋರಾಗಿ ನಕ್ಕರು ಚಂದ್ರಪ್ರಕಾಶ್ "ನೀನ್ಯಾಕೆ ಮೆಡಿಕಲ್‌ಗೆ ಸೇರ್ಕೊಂಡೆ? ಲಾ ಸೈಡ್‌ಗೆ ಬರ್ಬೇಕಿತ್ತು" ಮಗನ ಬಗ್ಗೆ ಅವರದು ಅಭಿಮಾನದ ಮಾತು.

ತೀರಾ ಪೆಚ್ಚಾದ ಹೇಮ "ನಂಗೇನು ಗೊತ್ತಿಲ್ಲ, ಮಾವ. ಭಾನು ಏನು ಹೇಳ್ತಾ ಇದ್ದಾರೆ ಅನ್ನೋದು ಕೂಡ ಗೊತ್ತಿಲ್ಲ" ಎಂದಳು ತನ್ನನ್ನ ತಾನು ಸಮರ್ಥಿಸಿಕೊಳ್ಳುತ್ತ.

"ಏನೋ, ಇದು... ಭಾನು? ಯಾಕೆ ನಿಮ್ಮ ಅತ್ತಿಗೇನಾ ಗೋಳು ಹೊಯ್ಕೋತೀರಿ. ನಂಗೂ ನಿದ್ದೆ ಬರ್‍ತಾ ಇದೆ" ಮೇಲೆದ್ದಾಗ ಹಿಡಿದು ಕೂಡಿಸಿ "ಇದೆಲ್ಲ ಆಗೋ ಕೆಲ್ಸವಲ್ಲ. ಇದೇನು ವರ್ಷಾನುಗಟ್ಟಲೇ, ತಿಂಗಳಾನುಗಟ್ಟಲೇ, ಕಡೆಗೆ ಒಂದ್ಗಂಟೆ ಕೂಡ ತೆಗ್ದುಕೊಳ್ಳೊಂಥ ಕೇಸಲ್ಲ. ಸ್ವಲ್ಪ ಕೋಆಪರೇಟ್ ಮಾಡಿ" ಎಂದ ಭಾನು.

"ಹೌದು ಡ್ಯಾಡ್, ಬಹಳ ದಿನಗಳಿಂದ ಪೆಂಡಿಂಗ್‌ನಲ್ಲಿದೆ. ಒಂದ್ಸಲ ತೀರ್ಮಾನವಾಗಿಬಿಡ್ಲಿ" ಚೈತನ್ಯ ಕೂಡ ತಮ್ಮನ ಪರ ನಿಂತಾಗ ಸೂರ್ಯಪ್ರಕಾಶ್ ವಿಸ್ಮಿತನಾದ. "ಓಕೇ, ಸುತ್ತಿ ಬಳಸಿ ಮಾತಾಡ್ಬೇಡ. ನಿನ್ನ ಸಾಕ್ಷ್ಯಾಧಾರಗಳ್ನ ಸಬ್‌ಮಿಟ್ ಮಾಡು" ಎಂದ.

ಮಡಚಿದ್ದ ಒಂದು ಪತ್ರವನ್ನು ಬಿಡಿಸಿದ ಭಾನುಪ್ರಕಾಶ್ "ಇದು ಹಿರಿಯರು, ಗೌರವಾನ್ವಿತರು, ಸ್ವಂತ ಅತ್ತಿಗೆಯವರ ಪಶುಪತಿಗಳು ಒದಗಿಸಿದ ಸಾಕ್ಷಿ" ತಂದೆಯ ಮುಂದಿಟ್ಟ.

ಕನ್ನಡಕವೇರಿಸಿ ಗಂಭೀರವಾಗಿ ಕೂತರು ಚಂದ್ರಪ್ರಕಾಶ್. ಕಸ್ತೂರಿಯ ತಾಯಿ ಮಡಿಲು ತುಂಬಿ ಹರಿಸಿದ ಮಾತುಗಳನ್ನು ನೆನಪಿಗೆ ಹೇಮಾಗೆ ಪತ್ರ ಬರೆದಿದ್ದರು.

"ಮೊದಲನೆಯದು ಮುಗೀತು, ಎರಡನೆಯದಕ್ಕೆ ಬಾ" ಪ್ರಸನ್ನವದನರಾಗಿ ನುಡಿದರು. "ಓಕೇ, ಯುವರ್ ಆನರ್... ಅದ್ಕೇ ನೀವು ಕೂಡ ಪ್ರಮುಖವಾದ ಸಾಕ್ಷಿ ಯಾದುದ್ದರಿಂದ ಈ ಕೇಸನ್ನ ಸೂರ್ಯಪ್ರಕಾಶ್ ಕೋರ್ಟಿಗೆ ವರ್ಗಾಯಿಸಲಾಗುತ್ತೆ" ಎಂದ ಮಗನತ್ತ 'ಎಲಾ... ಭಾನು... ನನ್ನನ್ನೇ ಸಾಕ್ಷಿಯನ್ನಾಗಿಸಿ ಕಟಕಟೆಯಲ್ಲಿ ನಿಲ್ಲಿಸೋಕೆ ಹೊರಟಿದ್ದೀಯಲ್ಲ. ಯೂ ನಾಟಿ...' ಎಂದುಕೊಂಡರು ಮನದಲ್ಲಿ.

ಇಂಥ ದಿನ... ಇಂಥ ಸಮಯ ಎಂದು ಹೇಳಿದ ಭಾನುಪ್ರಕಾಶ್ "ಆ ಸಮಯ ದಲ್ಲಿ ಅತ್ತಿಗೆಯ ಕೆನ್ನೆಗಳು ಕೆಂಪಗಾಗಿದ್ದವು. ಅಂದೇ ಪ್ರಶ್ನಿಸಿದರು. ನಮ್ಗೆ ಸರಿಯಾದ ಉತ್ತರ ಕೊಡ್ಲಿಲ್ಲ" ಸೂರ್ಯಪ್ರಕಾಶ್ ತುಟಿಗಳ ಮೇಲು ನಗು ಕಾಣಿಸಿ ಕೊಂಡಿತು.

"ಭಾನು, ನೀನು ನಮ್ಮ ಸಮಯ ಹಾಳು ಮಾಡ್ತಾ ಇರೋದ್ರಿಂದ ಕೋರ್ಟು

ನಿಂಗೆ ದಂಡ ವಿಧಿಸುತ್ತೆ" ಎಚ್ಚರಿಸಿದ ಸೂರ್ಯಪ್ರಕಾಶ್ "ಡೌನ್... ಡೌನ್..." ಅಣ್ಣ ತಮ್ಮಂದಿರಿಬ್ಬರು ಕೈಗಳನ್ನ ಮೇಲಕ್ಕೆತ್ತಿ "ಅಪರಾಧಿ ತಮ್ಮ ಪತ್ನಿಯಾಗಿರುವುದರಿಂದ ಆಕೆಯ ಪಕ್ಷ ವಹಿಸಿ ನ್ಯಾಯಾಲಯವನ್ನ ದಾರಿ ತಪ್ಪಿಸಿ... ವಿಳಂಬ ರೀತಿಯನ್ನ ಅನುಸರಿಸುತ್ತಿದ್ದೀರಿ" ಅವನ ಮೇಲೇನೇ ಭಾನುಪ್ರಕಾಶ್ ನೇರವಾಗಿ ಆರೋಪವ ನ್ನೊರೆಸಿದ.

"ಮೈ ಗಾಡ್..." ಹಣೆಯೊತ್ತಿದ ಸೂರ್ಯಪ್ರಕಾಶ್ "ಬೇಗ ಹೇಳು... ಹೇಮ. ಯಾಕೆ ನಿನ್ಮುಖ ಕೆಂಪಗಾಯ್ತು" ಎಂದ ಅವಸರದಿಂದ. ಚೈತನ್ಯನ ಕಡೆ ನೋಡಿದಳು. ಅವನು ಬೇರೆಡೆ ಮುಖ ತಿರುಗಿಸಿಕೊಂಡ "ಗೊತ್ತಿಲ್ಲ..." ಅಂದಳು.

"ಗೊತ್ತಿದೆ, ಆದರೆ ಹೇಳೋಕೆ ಇಷ್ಟಪಡ್ತಾ ಇಲ್ಲ. ಗಂಡ ಸದಾ ತಮ್ಮ ಪರನೇ ನಿಲ್ಲುತ್ತಾನೆ ಎನ್ನುವ ಕಾನ್ಫಿಡೆನ್ಸ್ ಆಕೆಗೆ. ಅದಕ್ಕೆ ಪ್ರಮುಖ ಸಾಕ್ಷಿಯಾದ ಚಂದ್ರಪ್ರಕಾಶ್, ಚೈತನ್ಯ ಪ್ರಕಾಶೇ ಇಲ್ಲೇ ಇದ್ದಾರೆ" ಅವರುಗಳತ್ತ ತೋರಿಸಿದ.

"ಅಂತು ಇಡೀ ರಾತ್ರಿ ನಿದ್ದೆ ಇಲ್ದಂಗೆ ಮಾಡ್ತಾನೆ. ಇದು ಡ್ರಾಮ... ರಿಹರ್ಸಲ್" ಸೂರ್ಯಪ್ರಕಾಶ್ ಹಣೆಯುಜ್ಜಿದ. ಚೈತನ್ಯ ಬಾಯಿಬಿಟ್ಟ. "ಇಲ್ಲಿ ಆಸೀನರಾದ ಚಂದ್ರಪ್ರಕಾಶ್ ಹೇಮ ಅವ್ರಿಗೆ ಹೇಳಿದ ನಂತರವೇ... ಅವ್ರ ಕೆನ್ನೆಗಳ ಬಣ್ಣ ಬದಲಾಗಿದ್ದು."

ಚಂದ್ರಪ್ರಕಾಶ್ ತಲೆ ಕೆರೆದುಕೊಂಡರು. ಯೋಚಿಸುವಂತಾಯಿತು. ಜೋರಾಗಿ ನಕ್ಕುಬಿಟ್ಟರು "ಹೌದು, ಹೌದು... ಸೂರ್ಯನ್ನ ಸ್ವಲ್ಪ ಚೆನ್ನಾಗಿ ಗಮನಿಸು ಅಂದೇ. ಗಂಡನ ವಿಷ್ಯ ಹೆಣ್ಣಿನ ಮನ ಅರಳಿದೆ. ಅದ್ನ ಈ ಹುಡುಗರ ಮುಂದೆ ಹೇಗೆ ಹೇಳಿಯಾಳು? ನಿರಪರಾಧಿಯೆಂದು ಕೋರ್ಟು ತೀರ್ಮಾನ ನೀಡಬೇಕು" ಅವರು ಕೂಡ ಉತ್ಸದಾಹ ದಿಂದ ಮುಖ್ಯ ಪಾತ್ರ ವಹಿಸಿದರು.

ಹೇಮ ತಲೆಯನ್ನ ಮೇಲಕ್ಕೆ ಎತ್ತಲಿಲ್ಲ.

"ಈಗ ಪಶುಪತಿಗಳ ಪತ್ರ ಓದಲು ಅವಕಾಶ ನೀಡಬೇಕು" ಅಂದವನು ದೇವಕಿಯ ತಾಯಿಯ ಹಾರೈಕೆಗಳನ್ನ ಓದಿ ಜೋರಾಗಿ ಹೇಳಿದ, "ಈ ಮನೆಗೆ ಒಂದು ಗಂಡು ಸಂತಾನ ಬರುವುದು ಸಂತೋಷದ ಸಂಗತಿ. ಮಿನ್ನಿಗೆ ಒಬ್ಬ ತಮ್ಮ, ತಂಗಿಯ ಅಗತ್ಯವಿದೆ. ಈ ಸಂತೋಷವನ್ನ ಅಪರಾಧಿ ತಾವೊಬ್ಬರೇ ಅನುಭವಿಸದೇ ನಮಗೂ ತಿಳಿಸಬೇಕಿತ್ತು. ಈ ಅಪರಾಧಕ್ಕೆ ಶಿಕ್ಷೆ ಏನು?" ಪ್ರಶ್ನಿಸಿದ.

"ಹಾರೈಕೆಯನ್ನ ಅಮಲುಗೊಳಿಸಬೇಕೆಂಬುದೆ ಶಿಕ್ಷೆ" ಎಂದು ಘೋಷಿಸಿದ ಚಂದ್ರಪ್ರಕಾಶ್ ಎದ್ದುಹೋದರು. ಎಲ್ಲರೂ ಖಾಲಿಯಾದ ಮೇಲೆ ಮೆಟ್ಟಲು ಹತ್ತಿ ರೂಮಿಗೆ ಹೋದಳು. ಪಕ್ಕದ ರೂಮಿನ ಬಾಗಿಲ ಬಳಿ ಹೋದಾಗ "ಅತ್ತಿಗೆ, ನಾನು ಮಿನ್ನಿ ಹತ್ತಿರ ಮಲಕ್ಕೋತೀನಿ" ಕೂಗಿ ಹೇಳಿದ ಭಾನುಪ್ರಕಾಶ್.

ಸೂರ್ಯಪ್ರಕಾಶ್‌ನ ಮೋಹಕ ಕಣ್ಣುಗಳು ತೆರೆದ ಬಾಹುಗಳು ಅವಳನ್ನ ಸ್ವಾಗತಿಸಿತು.

ಮಾರನೆ ದಿನ ಒಂದು ಆಕಸ್ಮಿಕ ಸುದ್ದಿ ಇತ್ತು ಪತ್ರಿಕೆಯಲ್ಲಿ. ಸಮಾಜ ಸೇವಕರ್ತೆ, ಹಲವು ಪ್ರಶಸ್ತಿಗಳ ವಿಜೇತೆ ಶ್ರೀಮತಿ ದೇವಕಿ ಕೃಷ್ಣಮೂರ್ತಿಯವರು ನೈಜೀರಿಯಾದ ಆಸ್ಪತ್ರೆಯಲ್ಲಿ ಕೊನೆ ಉಸಿರು ಎಳೆದಾಗ ಪತಿ ಮತ್ತು ಅವರ ಹಿರಿಯ ಮಗ ಹತ್ತಿರವಿದ್ದರು.

ದಯವಿಟ್ಟು ಪ್ರೀತಿಯ ಬಗ್ಗೆ ತಿಳಿಯಬೇಕೆಂದರೇ ಒಮ್ಮೆ 'ಹೇಮ ವಿಹಾರಿ'ಗೆ ಭೇಟಿ ಕೊಡಿ. ಪರಿಶುದ್ಧ ನಿಸ್ವಾರ್ಥ ಪ್ರೀತಿ ಒಂದು ದೈವೀ ಶಕ್ತಿ. ಅದಕ್ಕೆ ಸೋಲೆಂಬುದೇ ಇಲ್ಲ.